നിഴൽ

nizhal
novel

•

b m zuhara

•

first chintha edition
august 2012

•

second edition
february 2016

•

second impression
november 2021

•

typesetting
star communications, thiruvananthapuram

•

published
chintha publishers, thiruvananthapuram

•

printed
repro india ltd, mumbai

•

cover
ambeesh

•

price
rupees three hundred and ten only

വിതരണം

ദേശാഭിമാനി ബുക്ക് ഹൗസ്

H O തിരുവനന്തപുരം-695 035
phone: 0471-2303026, 6063026
www.chinthapublishers.com
chinthapublishers@gmail.com

ബ്രാഞ്ചുകൾ

ഹെഡ്ഡാഫീസ് ബ്രാഞ്ച് കുന്നുകുഴി • സ്റ്റാച്യു തിരുവനന്തപുരം • കെ എസ് ആർ ടി സി ബസ് സ്റ്റേഷൻ ആലപ്പുഴ • കെ എസ് ആർ ടി സി ബസ് സ്റ്റേഷൻ എറണാകുളം • മച്ചിങ്ങൽ ലെയ്ൻ തൃശൂർ • ഐ ജി റോഡ് കോഴിക്കോട് • മാവൂർ റോഡ് കോഴിക്കോട് • എൻ ജി ഒ യൂണിയൻ ബിൽഡിങ് കണ്ണൂർ • സെൻട്രൽ ബസ് ടെർമിനൽ കോംപ്ലക്സ് താവക്കര കണ്ണൂർ

CR - 1474 / 5666
ISBN - 978-93-85045-76-9

നിഴൽ

നോവൽ

ബി എം സുഹറ

ചിന്ത പബ്ലിഷേഴ്സ്
തിരുവനന്തപുരം-695 035
വില : ₹ 310

ബി എം സുഹറ

കോഴിക്കോട് ജില്ലയിലെ തിക്കോടിയിൽ ജനിച്ചു.

പിതാവ്: വൈദ്യേരകത്ത് മമ്മദുകുട്ടി ഹാജി.

മാതാവ്: ബടയക്കണ്ടി മാളിയേക്കൽ മറിയുമ്മ.

തിക്കോടി പ്രൈമറിസ്കൂൾ, കോഴിക്കോട് പ്രോവിഡൻസ് ഹൈസ്കൂൾ, പ്രോവിഡൻസ് കോളേജ് എന്നിവിടങ്ങളിൽ വിദ്യാഭ്യാസം.

കൃതികൾ: *കിനാവ്, മൊഴി, ഇരുട്ട്, നിലാവ്, നിഴൽ, ആകാശഭൂമികളുടെ താക്കോൽ, പ്രകാശത്തിനുമേൽ പ്രകാശം,* നിഴൽ (നോവൽ), *ചോയിച്ചി, ഭ്രാന്ത്, കുഹൂ...കുഹൂ...* (കഥകൾ), *മലമുകളിലെ അപ്പൂപ്പൻ, കുട്ടികളുടെ അറബിക്കഥകൾ, ഏഴാങ്ങളമാരും ഒരു കുഞ്ഞുപെങ്ങളും, പവിഴപ്പുറ്റ്, പഞ്ചതന്ത്രംകഥകൾ, മന്ത്രമോതിരം* (ബാലസാഹിത്യം), *അമൃതപുത്രി, കൊട്ടാരത്തെരുവ്, സൈനിന്റെ കല്യാണം* (പരിഭാഷ), *മുഖാമുഖം* (അഭിമുഖങ്ങൾ).

പുരസ്കാരങ്ങൾ: ലളിതാംബിക അന്തർജനം സ്മാരക വിശേഷാൽ പുരസ്കാരം (1992), കെ ബാലകൃഷ്ണൻ സ്മാരക അവാർഡ് (2004). *ഇരുട്ടും നിലാവും* ഇംഗ്ലീഷിലേക്കും *മൊഴി* കന്നടയിലേക്കും വിവർത്തനം ചെയ്യപ്പെട്ടു. കേന്ദ്രസാഹിത്യ അക്കാദമിയുടെ ഇന്ത്യൻ ലിറ്ററേച്ചറിൽ കഥാപരിഭാഷകൾ പ്രസിദ്ധീകരിച്ചിട്ടുണ്ട്.

പദവികൾ: കേരള സ്റ്റേറ്റ് ലൈബ്രറി കൗൺസിൽ അംഗം, *ഗ്രന്ഥാലോകം* മാസികയുടെ പത്രാധിപ (1995-2001)

ഭർത്താവ് : എഴുത്തുകാരൻ ഡോ. എം എം ബഷീർ

മക്കൾ : അജ്മൽ ബഷീർ, അനീസ് ബഷീർ

കാർട്ടൂണിസ്റ്റ് ബി എം ഗഫൂറും എഴുത്തുകാരി ഉമ്മി അബ്ദുള്ളയും സഹോദരങ്ങൾ.

വിലാസം : മാളിയേക്കൽ
ചേവായൂർ (പി ഒ)
കോഴിക്കോട് - 673 017

ആമുഖം

വിവാഹംകഴിഞ്ഞ് തിക്കോടി എന്ന ഉൾനാട്ടിൽനിന്ന് തിരുവനന്തപുരം നഗരത്തിലെത്തിയ ഞാൻ കുറച്ചൊന്നുമല്ല അമ്പരന്നത്. വീടിന്റെ നാലു ചുമരുകൾക്കുള്ളിൽ ഒതുങ്ങിക്കഴിഞ്ഞിരുന്ന എനിക്ക് പുറംലോകം കാണാൻ അവസരം ലഭിച്ചത് അവിടെ എത്തിയപ്പോഴാണ്. എന്റെ ബന്ധുക്കളോടും കുടുംബക്കാരോടും സ്കൂളിലും കോളേജിലുമുള്ള കൂട്ടുകാരികളോടുമല്ലാതെ അന്യരോട് ഇടപഴകാൻ എനിക്ക് അതുവരെ അവസരം കിട്ടിയിരുന്നില്ല. പെണ്ണായതുകൊണ്ടുമാത്രം വീട്ടിൽ എന്തിനും ഏതിനും നിയന്ത്രണം. അന്യപുരുഷന്മാർക്ക് വീട്ടിനകത്ത് പ്രവേശനമുണ്ടായിരുന്നില്ല.

വ്യത്യസ്തമായിരുന്നു തിരുവനന്തപുരത്തെ ചുറ്റുപാട്. അയൽക്കാർക്കും സുഹൃത്തുക്കൾക്കും അടുക്കളയിൽപ്പോലും സ്വാതന്ത്ര്യം. ആൺമക്കളുടെ സുഹൃത്തുക്കളെ സ്വന്തം മക്കളെപ്പോലെ സ്നേഹിക്കുകയും ഊട്ടുകയും ചെയ്യുന്ന ഉമ്മ. പെൺകുട്ടികൾ വീട്ടിൽ ഒതുങ്ങിക്കഴിയാതെ നാലക്ഷരം പഠിച്ചു ജോലി സമ്പാദിച്ച് സ്വന്തം കാലിൽ നിൽക്കണമെന്ന അഭിപ്രായക്കാരിയായ ഭർത്താവിന്റെ ഉമ്മ എനിക്ക് അത്ഭുതമായിരുന്നു. അതുകൊണ്ടുതന്നെ അവരോട് എനിക്ക് എന്തെന്നില്ലാത്ത ആദരവായിരുന്നു. കല്യാണം കഴിഞ്ഞതോടെ മുടങ്ങിയ വിദ്യാഭ്യാസം തുടരുവാനും എന്തെങ്കിലും ജോലിയിൽ ചേരുവാനും ഉമ്മ എന്നെ നിർബന്ധിച്ചുകൊണ്ടിരുന്നു. എനിക്കായി പണ്ടാരോ പണിതു വച്ച ചട്ടക്കൂടിൽനിന്നു പുറത്തിറങ്ങാൻ എനിക്കെന്തോ സാധിച്ചില്ല. ലോകവുമായി ഇണങ്ങാനാവാതെ എന്നിലേക്കുതന്നെ ഒതുങ്ങിക്കൂടുകയായിരുന്നു ഞാൻ.

തിരുവനന്തപുരം നഗരത്തിലെ കുപ്രസിദ്ധിയാർജിച്ച തെരുവാണ് പേട്ട. ഞങ്ങളുടെ കിടപ്പുമുറിയിലെ ജനാലയ്ക്കരികിൽ നിന്നാൽ തെരുവു

കാണാം. ഇടയ്ക്കിടെ കുതിച്ചുപായുന്ന തീവണ്ടികൾ. അടിപിടികൂടുകയും ഇഴഞ്ഞ ശബ്ദത്തിൽ തെറിവിളിക്കുകയും ചെയ്യുന്ന ഒരുകൂട്ടം ആൾക്കാരെ കണ്ടപ്പോൾ ഞാനാദ്യം പേടിച്ചുപോയി!

"അവരെന്തിനാ തമ്മിൽ തല്ലുന്നത്?"

ഞാൻ ഉൾക്കിടിലത്തോടെ ഭർത്താവിന്റെ അനുജത്തിയോടു ചോദിച്ചു.

"ലവന്മാര് ചാരായം കുടിച്ച് ലക്കില്ലാതെ ബഹളം വയ്ക്കണതാണ്. നിങ്ങളെ നാട്ടിലാരും ചാരായം കുടിക്കൂലേ?"

"അവരെന്തിനാ നടുറോഡിൽ നിന്നു ചാരായം കുടിക്കുന്നത്?"

"ഈ മയിനി ഇതെവിടന്ന്? ആ മുക്കിലു നിന്നാ രായപ്പണ്ണൻ വാറ്റു ചാരായം വിയ്ക്കുന്നത്. ഇന്നലേം പോലീസുകാര് വന്ന് തപ്പി. രായപ്പണ്ണൻ ഓടിക്കളഞ്ഞ്."

പ്രായം കുറവാണെങ്കിലും അവൾക്ക് എന്നെക്കാൾ ലോകവിവരമുണ്ട്. ചാരായം കുടിച്ച് പൂസായി തെറിവിളിക്കുന്ന പുരുഷന്മാരെ സത്യമായും ഞാനതിനുമുമ്പ് കണ്ടിട്ടില്ലായിരുന്നു. കുട്ടികളുടെ മുന്നിൽവെച്ച് കള്ളുകുടിയെക്കുറിച്ചോ ചീത്തക്കാര്യങ്ങളെക്കുറിച്ചോ ഞങ്ങളുടെ വീട്ടിൽ മുതിർന്നവർ മിണ്ടാറില്ല. നാട്ടുവിശേഷം പറയാനെത്തുന്ന അയൽക്കാരികൾ ഏഷണിപറച്ചിൽ തുടങ്ങുമ്പോൾ കൗതുകത്തോടെ കഥ കേട്ടുകൊണ്ടിരിക്കുന്ന കുട്ടികളെ ഉമ്മ അവിടെനിന്ന് ഓടിക്കും. തെരുവിൽനിന്ന് കേട്ടാലറയ്ക്കുന്ന തെറിവിളിച്ച് പടപൊരുതുന്ന ഭാര്യാഭർത്താക്കന്മാരും അയൽക്കാരുമൊക്കെ എനിക്ക് പുതുമുഖങ്ങളായിരുന്നു. പൊരിഞ്ഞ തല്ലു കഴിഞ്ഞ് അധികം താമസിയാതെ തന്നെ തോളുരുമ്മി സിനിമയ്ക്കു പോകുന്ന ഭാര്യാഭർത്താക്കന്മാരെക്കണ്ട് ഞാൻ മൂക്കത്ത് വിരൽവച്ചുപോയിട്ടുണ്ട്. അയൽക്കാരും അങ്ങനെതന്നെ. പിണങ്ങുമ്പോൾ വായിൽ കൊള്ളാത്തത് വിളിച്ചുപറയും. പെട്ടെന്ന് ഇണങ്ങുകയും ചെയ്യും. തെരുവിൽ ആർക്കെങ്കിലും ഒരാപത്തുണ്ടായാൽ ശത്രുത മറന്ന് ജാതിമതവ്യത്യാസമില്ലാതെ എല്ലാവരും സഹായത്തിനെത്തുന്നു. ഹിന്ദുക്കളും മുസ്ലീങ്ങളും ക്രിസ്ത്യാനികളും ഒരേ കുടുംബത്തിലെ അംഗങ്ങളെപ്പോലെ.

മലബാറിലെ മുസ്ലീങ്ങളുടേതിൽനിന്ന് വളരെ വ്യത്യസ്തമായ ജീവിതരീതികളായിരുന്നു തിരുവനന്തപുരം മുസ്ലീങ്ങളുടേത്. വിവാഹത്തിന് താലികെട്ടുന്ന പതിവ് ഞങ്ങൾക്കില്ലായിരുന്നു. നിക്കാഹ് സമയത്ത് 'മെഹറാ'യി നൽകുന്ന നിശ്ചിതതൂക്കം സ്വർണാഭരണം മണിയറയിൽ വച്ച് ഭർത്താവ് ഭാര്യയെ ഏൽപ്പിക്കുന്നതായിരുന്നു ഞങ്ങളുടെ പതിവ്. മൂന്നാം ദിവസം വരന്റെ വീട്ടുകാർ പലഹാരങ്ങളുമായി 'മണിയറ' കാണാൻ വരുന്ന ചടങ്ങും ഞങ്ങൾക്കില്ല. അച്ചാരംവെപ്പ് എന്ന വിവാഹ നിശ്ചയം, വയറ്റുനേർച്ച - അങ്ങനെ എന്തെല്ലാം ആചാരങ്ങൾ! എന്തെല്ലാം വ്യത്യാസങ്ങൾ!

അഞ്ചാറുവർഷക്കാലത്തെ തിരുവനന്തപുരം ജീവിതം എന്നെ പുതിയ ഒരാളാക്കി മാറ്റി. അന്യരോട് ഇടപഴകാനും പുറംലോകത്ത് ജീവിക്കാനും എനിക്ക് കഴിവു ലഭിച്ചു. ബന്ധുക്കളെക്കാൾ സ്നേഹസമ്പന്ന

രായ സുഹൃത്തുക്കൾ, ഒരാപത്തു വന്നാൽ ശത്രുത മറന്ന് ഓടിയെത്തുന്ന അയൽക്കാർ, വിദ്യാസമ്പന്നരല്ലെങ്കിലും സ്നേഹം ചൊരിയുന്ന തെരുവിലെ സാധാരണക്കാർ - തിരുവനന്തപുരം വിട്ടിട്ടും ആ ഓർമകളെല്ലാം മനസിൽ പച്ചയായിക്കിടന്നു. തിരുവനന്തപുരം ഭാഷയിൽ അവരുടെ കഥ പറയണമെന്ന മോഹം പലനാളായി ഉള്ളിലിട്ടുകൊണ്ടു നടക്കുകയായിരുന്നു. ഇക്കാര്യം പറഞ്ഞപ്പോൾ ഭർത്താവ് പറഞ്ഞു:

"തിരുവനന്തപുരത്ത് ജനിച്ചുവളർന്ന എനിക്കുപോലും ആ ഭാഷ അറിയില്ല എന്നിട്ടാ നീ..."

അതോടെ എനിക്കു വാശിയായി. വെല്ലുവിളി എന്നെ പലപ്പോഴും പ്രകോപിതയാക്കാറുണ്ട്. അതിന്റെ ഫലം പലപ്പോഴും ഗുണമായിത്തീരാറുമുണ്ട്. ആവേശത്തോടെയാണ് നോവലെഴുത്താരംഭിച്ചത്. ആദ്യത്തെ പത്തധ്യായം എളുപ്പം തീരുകയും ചെയ്തു. അതോടെ മനസ്സ് ശൂന്യമായി. എനിക്കിനി തുടരാനാവില്ല എന്നു സുല്ലിട്ട് ഞാൻ എഴുത്തുനിർത്തുകയും ചെയ്തു. രണ്ടു വർഷം കഴിഞ്ഞാണ് അത് വീണ്ടും ഞാൻ പുറത്തെടുത്തത്. കരുണാനിധിയായ അള്ളാഹുവിനെ നിനച്ച് എഴുത്തു തുടർന്നു. ബാക്കി ഇരുപത്തെട്ടധ്യായങ്ങൾ എഴുതിത്തീർക്കാൻ പ്രയാസമുണ്ടായില്ല. ഞാൻ കണ്ടും കേട്ടും മറന്ന അയൽക്കാരും സുഹൃത്തുക്കളും തെരുവുവാസികളും എന്റെ മുന്നിൽ അണിനിരന്നു. പലരെയും എന്റെ ഭാവനയ്ക്കനുസരിച്ച് ഞാൻ ചെത്തിമിനുക്കി പുതിയ രൂപഭാവങ്ങൾ നൽകി. കഥയ്ക്കിണങ്ങും വിധം ചില പുതിയ സാങ്കൽപ്പികകഥാപാത്രങ്ങളെ സൃഷ്ടിച്ചു. അങ്ങനെ *നിഴൽ* പൂർത്തിയായി.

നോവൽ ആരെയെങ്കിലുംകൊണ്ട് വായിപ്പിക്കണമെന്ന മോഹം കലശലായി. എനിക്കറിയാത്ത ഭാഷ, വ്യത്യസ്തമായ ചുറ്റുപാട്, ഉള്ളിൽ നല്ല പേടിയുണ്ട്. മടിച്ചാണ് നോവൽ അയ്യപ്പപ്പണിക്കർ സാറിനെ ഏൽപ്പിച്ചത്. പണിക്കർസാർ വായിച്ച് അഭിപ്രായം പറഞ്ഞപ്പോൾ ആത്മവിശ്വാസമായി. ഭാഷയെക്കുറിച്ച് അപ്പോഴും സംശയമായിരുന്നു. തിരുവനന്തപുരം സംഭാഷണഭാഷ നന്നായി അനുകരിക്കാറുള്ള മോഹൻചേട്ടനെ (എൻ മോഹനൻ) ഓർമ വന്നു. ചേട്ടൻ വായിച്ചിട്ടു പറഞ്ഞു.

"അസ്സലായിരിക്കുന്നു. തിരോന്തരം ഫാഷ കലക്കിയിട്ടുണ്ട്."

ഒ എൻ വി സാറും സരോജിനിചേച്ചിയും നോവൽ വായിച്ചു. ചേച്ചി വിശദമായ ഒരു കുറിപ്പ് എഴുതി അയച്ചുതന്നു. എന്നിട്ടും നോവൽ പ്രസിദ്ധീകരിക്കാൻ എനിക്കെന്തോ തോന്നിയില്ല.

"ആ നോവലെന്താ പ്രസിദ്ധീകരിക്കാത്തത്?"

ചേച്ചി കാണുമ്പോഴൊക്കെ ചോദിക്കുമായിരുന്നു.

ഒടുവിൽ സി രാധാകൃഷ്ണൻസാറും എന്റെ നോവൽ വായിക്കാനിടയായി. അങ്ങിങ്ങു കാണുന്ന ആവർത്തനങ്ങൾ ഒഴിവാക്കിയാൽ ഒന്നുകൂടി നന്നാകുമെന്ന് അദ്ദേഹംകൂടി പറഞ്ഞപ്പോൾ ധൈര്യമായി. ഗുരുജനങ്ങൾ ചൂണ്ടിക്കാണിച്ച കുറവുകൾ എന്നാലാവും മട്ടിൽ തീർക്കാൻ ശ്രമിച്ചിട്ടുണ്ട്. എത്രമാത്രം വിജയിച്ചിട്ടുണ്ടെന്നറിയില്ല.

നോവലിന്റെ പ്രത്യേകതകളെക്കുറിച്ചോ നന്മതിന്മകളെക്കുറിച്ചോ യാതൊരവകാശവാദവുമില്ല. ഞാൻ ജനിച്ചുവളർന്ന ചുറ്റുപാടുകൾ, വളരെ വ്യത്യസ്തമായ മറ്റൊരു ചുറ്റുപാടിൽ ജീവിക്കേണ്ടിവന്നപ്പോൾ എന്റെ മനസ്സ് എങ്ങനെ പ്രതികരിച്ചു എന്ന ചോദ്യത്തിനുത്തരമാണ് *നിഴൽ*.

കോഴിക്കോട് **ബി എം സുഹറ**

പ്രിയപ്പെട്ട സുഹറയ്ക്ക്,

***നി**ഴലി*ന്റെ കൈയെഴുത്തു പ്രതി കൈയിൽ കിട്ടിയപ്പോൾത്തന്നെ ഒറ്റയിരിപ്പിന് വായിച്ചുതീർത്തതാണ്. കഴിഞ്ഞതവണ സുഹറ ഇവിടെ വന്നപ്പോൾത്തന്നെ തന്നയയ്ക്കാമായിരുന്നു. മറന്നുപോയി. അതുകൊണ്ടെന്താ - ഒരു പ്രാവശ്യംകൂടി വായിക്കാൻ കഴിഞ്ഞു. രണ്ടാമതു വായിച്ചപ്പോൾ കുറേക്കൂടി ഇഷ്ടപ്പെട്ടു. ഇക്കാര്യം സുഹറയെ എഴുതി അറിയിക്കണമെന്നു തോന്നി. അതാണീ കത്ത്.

റാബിയ എന്ന സൂര്യതേജസ്സാർന്ന ഉമ്മയുടെയും അവരെ വലംവെയ്ക്കുന്ന ഒരുപിടി ഉപഗ്രഹങ്ങളുടെയും കഥയാണല്ലോ 'നിഴൽ'. ആ അമ്മയെ എനിക്കറിയാം. സുഹറ വാക്കുകൾകൊണ്ട് അവരുടെ മിഴിവാർന്ന ഒരു ചിത്രം വരച്ച് അവരോട് അതിമനോഹരമായി നീതി പുലർത്തിയിരിക്കുന്നു എന്നു പറയാൻ ഏറെ സന്തോഷമുണ്ട്. ഒരു സ്മാരകം പണിയുന്നതിനെക്കാൾ മഹത്തായ പുണ്യകർമമായി. ഉപഗ്രഹങ്ങൾക്കും തിളക്കം കുറവില്ല, കെട്ടോ. അസനാരുകുഞ്ഞ്, മജീദ്, ഷാഹുൽ, ഷാജി, നദീറ, റംലത്ത്, മുംതാസ്... ലിസ്റ്റിവിടെ തീരുന്നില്ല. ഓരോരുത്തർക്കും സ്വന്തമായ വ്യക്തിത്വമുണ്ട്. ആൾക്കൂട്ടത്തിലും അവരെ നമ്മൾ തിരിച്ചറിയുന്നു. ഓരോരുത്തരുടെയും വ്യത്യസ്ത വ്യക്തിത്വം നോവലിൽ ആദ്യന്തം നിലനിർത്തിപ്പോകാൻ കഴിഞ്ഞിട്ടുള്ളതും ചെറിയ കാര്യമല്ല. പ്രത്യേകിച്ച്, അസീസിന്റെയും സീനത്തിന്റെയും പാത്രസൃഷ്ടിയിൽ മിതത്വം പാലിച്ചിട്ടുള്ളത് എടുത്തുപറയാതെ വയ്യ. കൂടുതൽ നിറം പകർന്ന് അവരെ ആദർശവൽക്കരിക്കാൻ ശ്രമിക്കാത്തതിന് പ്രത്യേകം അഭിനന്ദനം. മുഖ്യകഥാപാത്രത്തെ നിഷ്പ്രഭമാക്കാൻ ആരെയും അനുവദിച്ചിട്ടില്ലതന്നെ.

നന്നായിരിക്കുന്നു എന്നുമാത്രം നിറഞ്ഞ മനസ്സോടെ പറയട്ടെ, സ്വന്തം അനിയത്തിയെപ്പോലെയല്ലേ സുഹറ എനിക്ക്? അതുകൊണ്ടു തന്നെ പുകഴ്ത്തിയാൽ ശരിയല്ല. എനിക്കതിഷ്ടവുമല്ല. ഓരോ നോവൽ എഴുതിക്കഴിയുമ്പോഴും ഓരോ പടി മുന്നോട്ടു കടന്ന് എഴുത്തിന്റെ പക്വത ആർജിക്കുന്നതു കാണുമ്പോൾ അഭിമാനിക്കട്ടെ. നിരൂപണത്തിന്റെ ഭാഷ വശമില്ല കുട്ടീ. ആസ്വദിക്കാനേ അറിയൂ. എന്നുവച്ച്, ഇഷ്ടപ്പെടാതെവന്നാൽ തുറന്നു പറയാനും മടിക്കില്ല, കേട്ടോ. ഇനിയുമിനിയും ഉയരങ്ങളിലേക്ക് പടവുകൾ കയറുന്നതു കാണാനാശിക്കുന്നു.

കഥ എങ്ങനെ കൊണ്ടുചെന്നവസാനിപ്പിക്കും എന്നോർത്ത് വായിച്ചുപോകുമ്പോൾ വല്ലാത്ത ആകാംക്ഷയായിരുന്നു. അവസാനിപ്പിച്ചത് നന്നേ ഇഷ്ടമായി. അതുപോലെ എടുത്തുപറയേണ്ടതാണ് നോവലിലെ ഇരുപതാം അധ്യായം. വളരെയേറെ കൈത്തഴക്കമുള്ളവർക്കുപോലും പാളിച്ചപറ്റാൻ സാധ്യതയുള്ള ഒരു രംഗമാണത്. സുഹറ അനായാസം അതു മികച്ചതാക്കി. നദീറയുടെ മനസിലെ സംഘർഷങ്ങൾ പകർത്തിയത് അസലായി. കഥയിലെ പ്രധാന വഴിത്തിരിവാണല്ലോ അധ്യായം ഇരുപത്. കുടുംബത്തിന്റെ തകർച്ചയുടെ തുടക്കം! അവിടന്നങ്ങോട്ട് തുടർന്നു വായിച്ചത് ഉൽക്കണ്ഠയോടെയാണ്. ആ ഉൽക്കണ്ഠ അവസാനംവരെയും നിലനിർത്താനും കഴിഞ്ഞിരിക്കുന്നു. ഒരു സാധാരണ വായനക്കാരിയുടെ പ്രതികരണം അറിയാൻ കൗതുകമുണ്ടാവുമല്ലോ സുഹറയ്ക്ക്. അതിന് എന്റെ ഈ വാക്കുകൾ ഉപകരിക്കട്ടെ.

പ്രധാനപ്പെട്ട ഒരു കാര്യം പറയാൻ വിട്ടുപോയി. നോവലിലെ അതിശ്രദ്ധേയരായ രണ്ടു 'കഥാപാത്ര'ങ്ങളെപ്പറ്റിയാണത്. ഒന്ന്: 'തിരുവന്തോരംഫാഷ.' രണ്ട്: 'കോയിക്കോടൻ ബാഷ.' രണ്ടും കലക്കീട്ടുണ്ട്, കേട്ടോ. രണ്ടിന്റെയും ആധികാരികതയെപ്പറ്റി സുഹറയോളം അറിവെനിക്കില്ല. 'കോയിക്കോടൻ സുഹറയ്ക്ക് പിഴയ്ക്കില്ലല്ലോ. മറ്റേത് ശരിക്കും ഒത്തിട്ടുണ്ടോ എന്ന് ഉറപ്പുവരുത്തിക്കോളൂ. തെറ്റുവരാൻ പാടില്ല. പ്രാദേശിക ഭാഷ ജീവിതത്തിൽ നിർണായകമാവുന്ന - ചിലപ്പോൾ 'വില്ലൻ' പോലുമാവുന്ന - സന്ദർഭങ്ങൾ ഉണ്ടാവും. വള്ളുവനാടൻ മലയാളം പറയുന്ന ഞാനും അതിന്റെ ബുദ്ധിമുട്ടുകൾ കുറച്ചൊക്കെ അനുഭവിച്ചിട്ടുള്ളതുകൊണ്ട് നന്നായി അറിയാം. അകലങ്ങളിൽനിന്നുള്ള വിവാഹബന്ധങ്ങളിൽ ഭാഷയ്ക്കും ആചാരങ്ങൾക്കും ഉള്ള പങ്ക് നിസ്സാരമല്ലെന്ന് അൽപ്പം ഹാസ്യാത്മകമായിത്തന്നെ സുഹറ പകർത്തിക്കാട്ടിയത് നന്നായി.

ഇനിയും കത്ത് നീട്ടുന്നില്ല. മൊത്തത്തിൽ ഉഗ്രൻ. *മാതൃഭൂമി. കലാകൗമുദി* തുടങ്ങിയ പ്രമുഖ വാരികകളിലേതിലെങ്കിലും ഖണ്ഡശഃ പ്രസിദ്ധീകരിക്കാൻ കൊടുക്കാമായിരുന്നു. അതിനുശേഷം പുസ്തകമാക്കിയാൽ പോരേ? സുഹറ ഇപ്പോൾ അറിയപ്പെടുന്ന എഴുത്തുകാരി തന്നെ. എന്നാലും 'തുടര'നാവുമ്പോൾ പുസ്തകത്തിന് നല്ലൊരു അവതരണമാവുന്നു എന്ന സത്യം നിഷേധിക്കാനാവുമോ? കൂടുതൽ വായനക്കാരിലേക്ക് എത്തുന്നു. അത്രയും പേർ പുസ്തകം വാങ്ങി വായിക്കില്ലല്ലോ.

മനസിൽ തോന്നിയതെന്തൊക്കെയോ ഇവിടെ രേഖപ്പെടുത്തിയിട്ടുണ്ട്. ബഷീറിനെ കാണിക്കണ്ട. ഈ പുസ്തകത്തിനും സുഹറ എന്ന എന്റെ പ്രിയപ്പെട്ട എഴുത്തുകാരിക്കും മംഗളങ്ങൾ നേർന്നുകൊണ്ട്,

സ്നേഹത്തോടെ,

ഇന്ദീവരം
20-10-'98

സരോജിനിച്ചേച്ചി

പി എസ്: ഒ എൻ വി സാറും വായിച്ചു. വളരെ ഇഷ്ടമായെന്നു പറഞ്ഞു. സുഹറ വരച്ചുകാട്ടുന്ന ജീവിതം കലർപ്പില്ലാത്തതാണ് - അതിനുപയോഗിക്കുന്ന ഭാഷ കളവില്ലാത്തതും. പിന്നെ ഉമ്മയുടെ ചിത്രം മനസിൽ മായാതെ പതിഞ്ഞു എന്നും അറിയിക്കാൻ പറയുന്നു.

ഒന്ന്

രാവിലെ ചായ കുടിക്കാത്തതുകാരണം അസനാരുകുഞ്ഞിന് തലക്കുത്തിളകി. എത്ര താമസിച്ച് ഉറങ്ങിയാലും പള്ളിയിൽ സുബഹി ബാങ്കുവിളി കേൾക്കുമ്പോൾ ഉണരും. എത്രയോ കാലമായുള്ള പതിവാണ്. കണ്ണുതുറക്കുമ്പോഴേക്ക് ഭാര്യ ചായയുമായെത്തും. കുളിയും സുബഹി നിസ്കാരവും കഴിഞ്ഞെത്തുന്ന അവളുടെ മുഖത്ത് ഉദയസൂര്യന്റെ തിളക്കം. അവളെ കണികണ്ട് ഇറങ്ങിയാൽ അന്നേദിവസം ഒന്നിനും മുട്ടില്ല. എന്നും രാവിലെ കണ്ണുതുറക്കുമ്പോൾ അവളെ കണികാണണം എന്ന് അയാൾ നിർബന്ധം പിടിക്കുമായിരുന്നു. ഇപ്പോൾ ഒരാഴ്ചയായി അവൾ ആശുപത്രിയിലാണ്. കുറേക്കാലമായി വയറുവേദന. ആരോടും പറയാതെ സ്വയം ചികിത്സയുമായി കഴിയുകയായിരുന്നു. സഹിക്കാൻവയ്യാതെ കട്ടിലിൽ കിടന്നുപിടയുന്നതു കണ്ട് അയാളാണ് നിർബന്ധിച്ച് ഡോക്ടറെ കാണിച്ചത്.

മക്കളും മരുമക്കളുമൊക്കെയായി വീടുനിറയെ ആളുണ്ട്. എന്നിട്ടെന്താ കാര്യം? അവൾ ഒരു ദിവസം വീട്ടിലില്ലെങ്കിൽ വീട്ടിനുതന്നെ താളം തെറ്റിയതുപോലെ. മണി ഏഴു കഴിഞ്ഞു. ഇതുവരെ ഒരെണ്ണം എണീറ്റിട്ടില്ല. ആശുപത്രിയിൽ കിടക്കുന്ന ഉമ്മയ്ക്ക് വല്ലതും അനത്തിക്കൊടുക്കണമെന്ന വിചാരം ആർക്കുമില്ല. ജോലിക്കാരി സൈനബയെ അവളുടെ കൂടെ നിർത്തിയിട്ടാണ് ഇന്നലെ പോന്നത്. രാത്രി അവിടെ കിടക്കാൻ അവൾ സമ്മതിച്ചില്ല.

"ഈ വയസുകാലത്ത് ഇബിടെക്കിടന്ന് വല്ല സൂക്കേടും വരുത്തിവെക്കണ്ട. സൈനബ കെടന്നാ മതി."

അതാണ് റാബിയ. ആരും ഒന്നിനും ബുദ്ധിമുട്ടരുത്. വീട്ടിലുള്ളവരുടെ മുഴുവൻ ഭാരവും അവൾ സ്വയം ചുമലിലേറ്റിക്കൊള്ളും.

നേരത്തെ എണീറ്റ് ആശുപത്രിയിൽ ചെല്ലണമെന്നു കരുതിയാണ് കിടന്നത്. പക്ഷേ, തലയ്ക്കകത്ത് വല്ലാത്ത കനം. എഴുന്നേൽക്കാൻ കഴിയുന്നില്ല. പണിപ്പെട്ടാണ് എഴുന്നേറ്റത്. ഭൂമിയാകെ തനിക്കുചുറ്റും കറങ്ങുന്നതുപോലെ. അഞ്ചുമിനിട്ട് വേണ്ടിവന്നു അതൊന്നു മാറിക്കിട്ടാൻ. അയാൾ എണീറ്റ് മുൻവശത്തേക്കു ചെന്നു. കടയിൽ ജോലിക്കു നിൽക്കുന്ന ചെറുക്കൻ ഉടുമുണ്ടു പുതച്ച് സുഖമായ ഉറക്കം. കാലത്തേ എണീറ്റ് കടതുറക്കണമെന്ന വിചാരം അവനില്ല. അവന്റെ മുതലാളിമാർക്കുമില്ല. ആശുപത്രിയിൽ ചെന്ന് ഉമ്മയുടെ കാര്യം അന്വേഷിക്കാൻപോലും ആർക്കും നേരമില്ല. അവൾ ജീവിച്ചതുതന്നെ മക്കൾക്കുവേണ്ടിയാണ്. ആ ചിന്ത വല്ലതും അവർക്കുണ്ടോ? കല്യാണം കഴിഞ്ഞതോടെ ഭാര്യമാർ മാത്രം മതി എന്നായിരിക്കുന്നു. ഉണ്ണണം. ഉടുത്തൊരുങ്ങി ഊരു ചുറ്റണം. ആഴ്ചയിലൊരിക്കൽ സിനിമ കാണണം. അതിനൊക്കെ ഭർത്താക്കന്മാരെ ഇട്ടു തുള്ളിക്കാൻ അവളുമാർക്ക് സാമർഥ്യക്കുറവൊന്നുമില്ല. ഇനിയും എത്രയുംകാലം ഈ ആഡംബരമൊക്കെ കൊണ്ടുനടക്കുമെന്ന് കണ്ടുതന്നെ അറിയണം. ബാപ്പയ്ക്കും ഉമ്മയ്ക്കും വയ്യാതായി എന്ന വിചാരം മക്കൾക്കില്ല.

"എടാ ചെറുക്കാ, എണീരെടാ, നേരം പരപരാ വെളുത്തു."

"അയ്യോ, ഇതെന്തര് പാട്. കാലത്തേ ഒന്നുറങ്ങാനും സമ്മതിക്കുലല്ല്."

"അവന്റെ ഒടുക്കത്തെയൊരുറക്കം. നേരം ഉച്ചയായെടാ. ഇനി നിന്റെ കുളിയും തേവാരവും കഴിഞ്ഞ് എപ്പഴാടാ ചെന്ന് കട തുറക്കുന്നത്?"

അവൻ മൂരി നിവർന്ന് എണീറ്റിരുന്നു. അയാളെ കണ്ടപ്പോൾ മുഖത്തു ചമ്മൽ. ചാടി എഴുന്നേറ്റിട്ടു പറഞ്ഞു:

"ഇതാര് മാമായോ? ഷാഹുലണ്ണന്റെ മോനെന്നല്ലേ ഞാൻ കരുതീത്. അവന് എന്നും കാലത്ത് ഇതുതന്നെ ജോലി. മാമിക്കു കൊറവുണ്ടോ?"

"ചെറുക്കന് വേഴം പറയാൻ കണ്ട നേരം. എണീരെടാ. ആ തൂക്കുപാത്രമെടുത്തോണ്ടുപോയി ഷംസുവിന്റെ കടയിൽച്ചെന്നു രണ്ടു ചായ വാങ്ങിച്ചോണ്ടു വാ. എനിക്കാന്നു പറഞ്ഞാ അവൻ സ്പെഷ്യൽ തരും."

കുളിമുറിയിൽ ചെന്ന് പല്ലുതേപ്പും മറ്റും കഴിച്ചു. കുളി വൈകുന്നേരമാകാം. മുമ്പൊക്കെ ഏഴരവെളുപ്പിനെണീറ്റാലും പച്ചവെള്ളത്തിൽ കുളിച്ചേ വെളിയിലേക്കിറങ്ങൂ. ഇപ്പോൾ പച്ചവെള്ളത്തിൽ കുളിച്ചാൽ സന്ധികളിൽ നീരിറങ്ങും. വീട് അപ്പോഴും ഉറക്കത്തിൽത്തന്നെ. ആശുപത്രിയിൽ ഇത്തിരി പൊടിയരിക്കഞ്ഞിയെങ്കിലും കൊടുത്തയയ്ക്കണമെന്ന വിചാരം ആർക്കുമില്ല.

അസനാരുകുഞ്ഞ് ഇളയമകന്റെ ജനലിൽ തട്ടി വിളിച്ചു.

"എടേയ് ഷാഹുലേ, എണീരെടാ നേരം എത്രയായെന്നാ വിചാരം?"

"ഈ മാമാ ഇതെന്തോന്ന്? കാലത്തേ കെടന്ന് വിളി തൊടങ്ങി."

ഭർത്താവിന്റെ മാറിൽ മയങ്ങിക്കിടന്നിരുന്ന റംലത്ത് പിറുപിറുത്തു. ഷാഹുൽ അവളുടെ വാപൊത്തി.

"ചുമ്മാതിരിയെടീ. നേരമെത്രയായെന്നാ വിചാരം? സൈനബാ ആശൂത്രിലല്ലേ? ഉമ്മയ്ക്കിത്തിരി പൊടിയരിക്കഞ്ഞിയെങ്കിലും അനത്തിക്കൊടുക്കണ്ടേ?"

"എന്നേപ്പോലൊരാള് അപ്പറത്തെ മുറിയിലും കെടന്നുറങ്ങുന്നുണ്ടെല്ല്? അവരെ വിളിച്ചുണർത്താത്തതെന്ത്?"

റംലത്തിന്റെ പിറുപിറുപ്പ് വകവയ്ക്കാതെ ഷാഹുൽ എണീറ്റു ചെന്ന് കതകു തുറന്നു.

"മജീദ്കാക്കാ കട തുറക്കാൻ ചെന്നില്ലേ വാപ്പാ?"

"ഇവിടെ ഒരുത്തനും നേരം വെളുത്തില്ലല്ല്."

അസനാരുകുഞ്ഞ് വീട്ടിനകത്തേക്കു നടക്കുമ്പോൾ പറഞ്ഞു. അപ്പോഴേക്കും നസീർ ചായയുമായി എത്തി. അവൻ അടുക്കളയിൽ ചെന്ന് ഒരു ഗ്ലാസ് എടുത്തുകൊണ്ടുവന്ന് ചായ ഒഴിച്ചുകൊടുത്തിട്ടു പറഞ്ഞു:

"ഇന്നരിൻ. ഫഷ്ക്ലാസ് ചായയാണ്. ഇത്തിപ്പോലം എനിക്കും വെച്ചേക്കണേ മാമാ."

"ബാക്കി നീ കുടിച്ചോടാ. നീ വെക്കം ചെന്ന് പാറോതി അക്കനെ വിളിച്ചോണ്ടു വാ. മാമിക്ക് ഇത്തിരി പൊടിയരിക്കഞ്ഞി അനത്തിത്തരാൻ പറ അവരോട്."

അത് കേട്ടുകൊണ്ടാണ് മജീദ് വന്നത്.

"അതെന്തര് വേല വാപ്പാ. ചുമ്മാ നാട്ടുകാരെക്കൊണ്ടു പറയിക്കാനല്ലേ. ദേ അവള് അടുക്കളയിൽച്ചെന്നു തീ പറ്റിച്ചല്ല്."

അസനാരുകുഞ്ഞ് ഒന്നും മിണ്ടാതെ മുണ്ടുമാറ്റി. അയയിൽ കിടന്ന ജുബ്ബാ തട്ടിക്കുടഞ്ഞ് എടുത്തിട്ടു മുടി ചീകാൻ ചീപ്പു നോക്കിയിട്ട് അവിടെയെങ്ങും കണ്ടില്ല. ഒരു സാധനം വെച്ചിടത്തു കാണില്ല. പിള്ളേരെടുത്തു വല്ലിടത്തും കൊണ്ടിട്ടതായിരിക്കും. മുടി കൈകൊണ്ട് മാടി ഒതുക്കി നസീറിനെ വിളിച്ചു.

"എടേയ്, ഞാൻ ഇറങ്ങുന്നു. ഇത്തിരി കഴീമ്പം നീ കാപ്പികളുമായി അങ്ങെത്തിയേക്കണേ."

"കാപ്പികളൊന്നും കുടിക്കാതെയാണോ വാപ്പാ പോണത്? വയ്യാതിരിക്കുമ്പം നിങ്ങളിപ്പം എന്തരിന് പോണത്? കുളി കഴിഞ്ഞാ ഞാനിതാ ഇറങ്ങി.

"ഇന്ന് കട തുറക്കേണ്ടെന്നുവെച്ചോ?"

"ലവനെവിടെ? അവന്റൂടിച്ചെന്ന് കട തുറക്കാൻ പറയാത്തതെന്ത്? ഞാൻ ആശുത്രീ പോയിട്ട് കടയിൽ ചെന്നോള്ളാം."

"നിങ്ങടെയൊക്കെ നേരോം കാലോം ഒത്തുവരുമ്പോഴാണോടാ കട തുറക്കുന്നത്? ഇന്നും വയസ്സാംകാലത്ത് വെളുപ്പിനെ ചെന്ന് കട തുറക്കാൻ ഞാൻ തന്നെ വേണമല്ലേ? കാലത്തേ കട തുറന്നാലേ കച്ചോടം വല്ലതും കിട്ടൂ. ഇങ്ങനെ പോയാ കട അധികകാലം തുറക്കേണ്ടിവരൂല്ലാ."

"എല്ലാം എനിക്കിട്ടിരിക്കട്ടെ. നീ കട തുറക്കാതെ ഇവിടെ ചുറ്റിപ്പറ്റി നിക്കണതെന്ത്? വെക്കം ചെന്ന് കട തൊറയെടാ."

മജീദ് നസീറിനോട് തട്ടിക്കയറി.

"ദേ പോണണ്ണാ. ഒന്നു കുളിച്ചോട്ട്."

"നീ ഇപ്പം കുളിക്കണ്ട. ഞാൻ കുളിക്കാൻ പോണ്. എടേയ് നദീറാ. ആ എണ്ണക്കുപ്പിയിങ്ങെടുത്തേ.'

"മാമാ കാപ്പികള് കുടിച്ചോണ്ടു പോയിൻ."

നദീറാ പിറകിൽനിന്നും വിളിച്ചതു കേട്ടിട്ടും അസനാരുകുഞ്ഞ് നിന്നില്ല.

"മാമാ എന്ത് രാവിലെ കെറുവിച്ചിറങ്ങിയത്? ഇന്നലെ കിടന്നപ്പം പാതിരാത്രി കഴിഞ്ഞു. കാലത്തേ കണ്ണു മിഴിയണില്ല. എഴീക്കാൻ ഇത്തിപ്പോലം താമസിച്ച്. എങ്കിലും കാപ്പികളെല്ലാം ആയല്ലോ. മാമിക്ക് കഞ്ഞിയും അനത്തിവെച്ചിട്ടുണ്ട്. നിങ്ങള് ആശൂത്രീ പോണില്ലേ? ഞാനൂടിവരട്ടോ?"

"നീയിപ്പം വന്നാലെങ്ങനാ? വീട്ടി ആളില്ലാതെ? സൈനബാ വരട്ട്. നിനക്ക് വയ്യൂട്ട് പോകാം. ആശൂത്രീ കൊണ്ടുപോകാനുള്ളതെല്ലാം വെക്കം എടുത്തുവെയ്. ഞാനിതാ എത്തി."

കുളിമുറിയിൽ ആരോ കുളിക്കുന്നതു കണ്ട് മജീദ് തട്ടിവിളിച്ചു.

"എടേയ്, ഇങ്ങെറങ്ങെടെ. കാലത്തേ തിരക്കിട്ട് പോകാനിറങ്ങുമ്പോ ഓരോരുത്തന്മാര് കുളിമുറിയിൽ കയറി കതകടച്ചോളും. എടേയ് തൊറ."

"ഇതെന്തര് പാട്. ഞങ്ങക്കെന്ത് കാലത്തേ കുളിച്ചൂടേ?"

മജീദിന്റെ ഏറ്റവും ഇളയ അനുജൻ ഷാജഹാൻ മറുപടി പറഞ്ഞു. "ഓ നിങ്ങളാരുന്നോ? കാലത്തേ എവിടെ പോകാനുള്ള ഒരുക്കമോ എന്തോ?" "പെട്ടെന്ന് എറങ്ങ് ചെറുക്കാ. എനിക്ക് ആശൂത്രീ പോവാനുള്ളതാ."

"ഞാനും ആശൂത്രീലോട്ടുതന്നെ. കുളിച്ചിട്ടിറങ്ങാം."

"ഈ ചെറുക്കൻ അല്ലെങ്കിലും ഇങ്ങനെതന്നെ. ചുമ്മാ ഉടക്കിനു വന്നോളും. എടേയ് ഒന്നിറങ്ങെടാ."

"കെടന്നു തുള്ളാതെ. കുളിച്ചുകഴീമ്പം ഇറങ്ങും."

"എന്റെ മുറിയോടു ചേർന്ന് ഒരു കുളിമുറി കെട്ടണമെന്ന് എത്ര നാളുകൊണ്ട് വാപ്പാടെ പറയണ്. കേക്കൂല്ലാ. എന്നും കാലത്തേ ഈ ചെറുക്കന്റെ വായിലുള്ളത് മുഴുവൻ കേക്കണം."

"പൊണ്ടാട്ടീടെ വീട്ടീച്ചെന്നു കുറെ കാശു കൊണ്ടുവരാത്തതെന്ത് കുളിമുറി കെട്ടാൻ? അവിടെ കാശ് കുമിഞ്ഞുകൂടിക്കിടക്കുകയാണെന്നാണല്ലോ അവര് പറയണത്."

കുളിമുറിയിൽനിന്നിറങ്ങിയ ഷാജി പറഞ്ഞതുകേട്ട് മജീദിന് അടിമുടി പെരുത്തു.

"എടാ ചെറുക്കാ. കാലത്തേ ഉടക്കാൻ വരല്ലേ! ഒന്നു വെച്ചുതന്നാലുണ്ടല്ലോ."

മജീദ് കുളിമുറിയിൽ കയറി കതകടച്ചിട്ടും ഷാജി വായിൽത്തോന്നിയത് വിളിച്ചുപറയുന്നുണ്ടായിരുന്നു. അതു കേൾക്കാതിരിക്കാനായി

മജീദ് വെള്ളത്തിന്റെ ടാപ്പ് തുറന്നിട്ടു. കുളികഴിഞ്ഞ് അടുക്കളയിൽ ചെന്നപ്പോൾ അവിടെ ബഹളം.

ഷാജഹാൻ നിന്നു കലിതുള്ളുന്നു.

"നിങ്ങടെ മാപ്പിളമാര് സമ്പാദിച്ചതൊന്നും ഞാനെടുത്തില്ലല്ല്?" എന്റെ വാപ്പാരെ ചെലവിൽ തന്നല്ലോ എല്ലാരും കഴിയണത്. പിന്നെന്ത് ഓരോരുത്തർക്കായിട്ട് സ്പെഷ്യല്? ഞങ്ങക്കെന്താ മുട്ട തിന്നാൽ ദഹിക്കില്ലേ?"

"എടേയ് ഷാജി നീ എന്തോന്നെടാ കാലത്തേ എല്ലാരുമായിട്ടും ഒടക്കിനുതന്നെ? നിനക്ക് വേറെ ജ്വാലികളൊന്നുമില്ലേ?"

"അവിടെ മുട്ട പൊരിച്ചതിരിക്കണതു കണ്ടപ്പോ ഞാനൊരു കഷണം പൊട്ടിച്ചു വായിലിട്ടു. ലതവരുടെ മാപ്പിളയ്ക്കു സ്പെഷ്യല് വെച്ചതാണെന്ന് ഞങ്ങളറിഞ്ഞോ?"

"ഇങ്ങനെയാണോടാ, മയിനിമാരോട് വർത്തമാനം പറയുന്നത്? നിനക്ക് മുട്ട വേണോങ്കി പറഞ്ഞുണ്ടാക്കിച്ചൂടെ."

നദീറാ മൂക്കുപിഴിഞ്ഞുകൊണ്ടു പറഞ്ഞു.

"ഇവന്റെ വായിലുള്ളതും കേട്ട് ഇവിടെ കഴിയാൻ എനിക്കെങ്ങും വയ്യ. എനിക്കിപ്പോ വീട്ടീപ്പോണം. നിങ്ങക്കു പെട്ടെന്ന് ആശുത്രീപോണം എന്നു പറഞ്ഞുകൊണ്ട് ഞാൻ മുട്ടയും പൊരിച്ച് പുട്ടും അവിച്ച് വെച്ചതാരുന്നു. എവനിക്ക് ഒടനെ കാപ്പിവേണം. ഇപ്പത്തരാമെന്നു പറഞ്ഞപ്പോ കേക്കൂലാ. അതുതന്നെ വേണം. എവൻ പറഞ്ഞതൊക്കെ നിങ്ങളും കേട്ടതാണേ. ഇങ്ങനെ കണ്ടവരുടെ വായിലെ പള്ളും കേട്ട് നിൽക്കണ്ട ഗതികേടൊന്നും എനിക്കില്ല."

"ചുമ്മായിരി കൊച്ചേ. എനിക്ക് കാപ്പിവേണ്ട. നീ ഉമ്മാക്കുള്ളതിങ്ങെടുത്തേ."

"നിങ്ങള് മുട്ടപൊരിച്ചതും പുട്ടുമൊക്കെത്തിന്ന് പതുക്കെ അങ്ങെത്തിയാ മതി."

ഷാജി പ്ലാസ്റ്റിക് കുടയുമെടുത്തു നടന്നു.

നദീറാ കുത്തിയിരുന്നു കരയുന്നതും മൂക്കുപിഴിയുന്നതുംകണ്ട് അവിടെയെത്തിയ റംലത്ത് പറഞ്ഞു:

"ഈ ചെറുക്കനു വിളച്ചില് ഇത്തിരി കൂടുതലു തന്നെ. മച്ചാ ഓങ്ങിയിരിക്കയാണ്. എപ്പഴാ രണ്ടു കിട്ടണതെന്ന് അറിഞ്ഞില്ല."

"പിന്നേ നിങ്ങടെ മച്ചാ ഞങ്ങളെ മൂക്കില് വലിച്ചുകയറ്റും. പേടിപ്പിക്കല്ലേ."

മുറ്റത്തിറങ്ങിയ ഷാജി ഉറക്കെ വിളിച്ചുപറയുന്നതു കേട്ട് ഷാഹുൽ അവനെ അടിക്കാനായി ഇറങ്ങി ഓടി. അപ്പോൾ അവിടെയെത്തിയ അസനാരുകുഞ്ഞിന്റെ മകൾ മുംതാസ് ഷാഹുലിനെ തടഞ്ഞു.

"എന്തര് ഷാഹുല്കാക്കാ ഇത്? കാലത്തേ വഴക്കുകള് തൊടങ്ങിയോ? ആശുത്രീലോട്ടൊന്നും ആരും പോയില്ലേ?"

"കൊച്ചേ വിട്, അവന് രണ്ട് കൊടുത്തിട്ട് വേറെ കാര്യം."

"അതിന് അവനങ്ങ് മുക്കിലെത്തിയല്ലോ തിരിച്ചുവരുമ്പം രണ്ടു കൊടുക്കാം എന്തര് മയിനീ ബഹളം?"

"എന്തെര് പറയാൻ? ഈ ചെറുക്കൻ ചേക്കതരൂലാ. ചുമ്മാ കെടന്ന് പ്നാട്ടുതന്നെ. ഞാൻ വീട്ടി പോണ്. മാമി വരുന്നതുവരെ നീ ഇവിടെ വന്ന് നില്ല് കൊച്ചേ."

"ആ ചെറുക്കൻ അങ്ങിനെതന്നെ. ചുമ്മാ വളവളാന്ന് സംസാരിക്കും. നിങ്ങളത് കാര്യമാക്കേണ്ട. ഇത്തിക്കഴീമ്പം അവനതങ്ങ് മറക്കും. കള മയിനി. ഉമ്മക്കെങ്ങിനെയുണ്ട്. ഇന്നാരും ആശൂത്രീ പോയില്ലേ? വാപ്പാ എഴീറ്റില്ലേ?"

"വാപ്പാ കാലത്തേ ആശൂത്രീലോട്ടുപോയി. ഞാനും ഇറങ്ങിയതാ. അപ്പഴല്ലേ, അവന്റെവക യുദ്ധം തുടങ്ങിയത്. ഇനി ഞാനിപ്പോ പോണില്ല. അവിടെ ചെന്നാൽ അവൻ തറുതല വല്ലതും പറയും. ഞാൻ വല്ലതുമങ്ങോട്ടു പറഞ്ഞുപോകും. വെറുതേ ഉമ്മായേ വിഷമിപ്പിക്കണതെന്തരിന്? ഞാൻ കടയിൽ പോണു."

മജീദ് യാത്ര പറഞ്ഞു.

"ഈ ചെറുക്കൻ ഇങ്ങനെ തൊടങ്ങിയാ എന്തര് ചെയ്യും? പഠിക്കാൻ അവനു വയ്യ. അവനെ പഠിപ്പിച്ചു ഡോക്ടറാക്കണമെന്നായിരുന്നു ഉമ്മയുടെ മോഹം. പത്താംക്ലാസ് രണ്ടുതവണ എഴുതിത്തോറ്റു. ട്യൂഷനുമൊക്കെ ഉണ്ടായിരുന്നു. ഇനി അവനെ പഠിക്കാനയച്ചിട്ടു കാര്യമില്ല. ഗൾഫിലോ മറ്റോ പോട്ടെന്നു പറഞ്ഞാ, ഉമ്മ സമ്മതിക്കൂല്ല. ഇവിടെയിങ്ങിനെ നിന്നാ ചെറുക്കൻ ഇനിയും വഷളാകും. ഞാൻ ഉമ്മയെ കാണാൻ ഇറങ്ങിയതാ. ഇവിടുന്ന് ആരെങ്കിലും പോന്നുണ്ടോന്ന് അന്വേഷിക്കാമെന്നു കരുതി. ചെന്നിട്ടുവേണം ഉച്ചയ്ക്കലേക്കുള്ള അരി അടുപ്പിലിടാൻ. കൊച്ചിനെ ഉറക്കി തൊട്ടിലിൽ കിടത്തിയിട്ടാണു പോന്നത്. ഒണന്നു കരയുമോ എന്തോ!"

"നിന്റെ മാമി അവിടില്ലേ കൊച്ചേ?"

"ഓ ഒണ്ടായാലും മതി. ഒരു വഹ ചെയ്യില്ല. ചുമ്മാ അയലുവക്കങ്ങളിൽ കയറിയിറങ്ങി ഏഷണിയും പറഞ്ഞുനടക്കും. എന്റെ ഉമ്മയെപ്പോലൊരു മാമിയെ കിട്ടിയ നിങ്ങളു രണ്ടുപേരും ഭാഗ്യവതികളുതന്നെ."

"അതുള്ളതുതന്നെ. മാമിക്കു ഞങ്ങളെന്നുവെച്ചാ ഉയിരാ."

റംലത്തും നദീറയും ഒപ്പം സമ്മതിച്ചു.

"അയ്യോ നേരമങ്ങു പോയി. ഞാൻ ഇറങ്ങുന്നു."

മുംതാസ് യാത്ര പറഞ്ഞു.

രണ്ട്

"എന്തരാലോചിച്ചോണ്ട് കെടക്കണെത്?"

മച്ചിലേക്കു കണ്ണുംനട്ടു കിടക്കുന്ന ഭാര്യയുടെ നെറ്റി തടവിക്കൊണ്ട് അസനാരുകുഞ്ഞ് ചോദിച്ചു. അവളുടെ മുഖത്ത് കരുവാളിപ്പ്. കണ്ണിനു താഴെ കാക്കക്കാലുകൾ.

"വന്നോ?' അവൾ എണീറ്റിരുന്നു.

"സൈനബ എവിടെ?"

"അടുത്തമുറിയിൽ കാണും. അഞ്ചുമിനിട്ട് തെകച്ച് വായുംപൂട്ടി ഇരിക്കാൻ ഓക്കാവൂലാ."

അതു കേട്ടുകൊണ്ട് എത്തിയ നഴ്സ് റാബിയയുടെ സംസാരം കേട്ടിട്ടാകണം ഊറിച്ചിരിച്ചു.

"ഈ ഉമ്മാടെ നാടെവിടെയാ? ഭർത്താവും മക്കളും പറയുന്നത് ഞങ്ങടെ ഭാഷ. ഉമ്മ പറയുന്നത് എനിക്കും ഒട്ടും മനസിലാകത്തില്ല. കേട്ടോ."

"ഞാനിപ്പം ഇന്നാട്ടുകാരിതന്നെ. ഇവിടെ വന്നിട്ട് കൊല്ലമെത്രയായി. എന്നിട്ടും മട്ടും മാതിരിയും ഒന്നും മാറുന്നില്ല."

"കാക്കാ മലബാറീന്ന് തട്ടിക്കൊണ്ടുവന്നതായിരിക്കും. അല്യോ? അയ്യോ, അതു പറഞ്ഞപ്പം ഉമ്മാടെ മുഖത്തെ ചുവപ്പ് കണ്ടില്യോ?"

അതിനിടയിൽ നഴ്സ് അവളുടെ കൈത്തണ്ടയിൽ ഒരു കെട്ടുകെട്ടി. സിറിഞ്ച് ഞരമ്പിൽ കുത്തിക്കയറ്റി രക്തം കുത്തിയെടുത്തു.

"ഇത് ഇപ്പോത്തന്നെ ലാബിൽ കൊടുക്കണം."

"എന്റെ ചോരയൊക്കെ നിങ്ങള് കുത്തിയെടുത്ത് വറ്റിക്കും. തല ചുറ്റണ്."

"ചുമ്മാ പുളുവടിക്കല്ലേ ഉമ്മ. ഇത്തിപ്പോലം ബ്ലഡ്ഡല്ലേ എടുത്തുള്ളൂ. ഉമ്മാടെ ദേഹത്തിൽ നിറയെ രക്തമല്ലേ?"

കുടുകുടെ ചിരിച്ചുകൊണ്ടാണ് നഴ്സ് പറഞ്ഞത്.

"മാമീടെ ഫാഷ കേട്ടിട്ടുതന്നേ ചിരിക്കണത്?"

അവിടെ എത്തിയ സൈനബ ചോദിച്ചു. നഴ്സ് തലകുലുക്കി പുറത്തേക്കു പോയി.

"നിന്റെ സർക്കീട്ടു കഴിഞ്ഞോ?"

"ഞാനാ പത്താം നമ്പര് മുറീലാരുന്നു മാമാ. അവിടെ കെടക്കണ അമ്മേടെ വയറ്റീ പുണ്ണാണെന്ന്. എന്നെ കണ്ടതും കെളവി കരച്ചിലോടു കരച്ചില്. ആപ്പറേഷൻ വേണമെന്ന്. പാവം അമ്മച്ചി! മക്കളാരും സ്ഥലത്തില്ല. എല്ലാരും അങ്ങ് ഗൾഫിലാ. വകേലൊരു മരുമോളാ സഹായത്തിനൊള്ളത്. മക്കളെപ്പോലാവുമോ? മാമാ കൈയും വീശിയിങ്ങു പോന്നോ? മാമിക്കുള്ള കാപ്പികളൊന്നും കൊണ്ടുവന്നില്ലേ?"

"അവിടെ ഒരുത്തിക്കും നേരം വെളുത്തില്ല. ആ ചെറുക്കനെക്കൊണ്ട് കടയീന്ന് ചായ വാങ്ങിച്ച് കുടിച്ചിട്ട് ഞാനിങ്ങു പോന്നു."

"നദീറാത്തയും ഒണന്നില്ലേ? മറ്റത് പിന്നെ കണക്കുതന്നെ. മാമി കാലത്തേ ചായ പോലും കുടിച്ചില്ല."

കടയീന്ന് ചായ വാങ്ങിച്ചുകൊടുക്കാത്തതെന്ത്? ഫ്ളാസ്ക്കുണ്ടായിരുന്നല്ലോ."

"കടച്ചായ വേണ്ടെന്ന്. മാമിക്കതിന്റെ സ്വാദ് പിടിക്കൂല കേട്ടോ. പിന്നെ ഞാനാ അമ്മേടെ മുറീച്ചെന്ന് ഇത്തിപ്പോലം വെറുംചായ അനത്തിക്കൊണ്ടു വന്നു. അവിടെ എലക്ട്രിക് അടുപ്പുണ്ട്."

"നമ്മുക്കും ഒരു സ്റ്റൗ വാങ്ങിച്ചുവയ്ക്കാം. അപ്പോ ചായ ഇവിടെത്തന്നെ ഇടാമല്ലോ. മരുമക്കള് കൊടുത്തയച്ചിട്ട് തിന്നാമെന്നുള്ള മോഹമൊന്നും വേണ്ട."

"വെറുതെ അക്കുട്ട്യോളെ പഴി പറയണ്ട. അവരിക്ക് എടുത്താ തീരാത്ത പണിയുണ്ട്. നിങ്ങളെ മക്കള് പീട്യപൂട്ടി വരുമ്പം അന്തിപ്പാതിരയാകും. ചുടുചുടുങ്ങനെ വിളമ്പിയില്ലെങ്കില് ഓല് കലിതുള്ളും. തിന്നുകുടിച്ചുകെടക്കുമ്പം നേരം പാതിരാ കഴിയും. പിന്നെങ്ങനാ രാവിലെ കണ്ണ് മിഴിയണത്?"

"നീ ഒരുത്തിയാ മക്കളേം മരുമക്കളേയുമൊക്കെ വഷളാക്കുന്നത്. എല്ലാം സ്വയമങ്ങു തലയിലേറ്റിക്കൊള്ളും. ഇപ്പോക്കണ്ടില്ലേ. രണ്ടുദിവസം നീ കെടന്നപ്പം വീട്ടിൽ വെള്ളം അനത്താൻ ആളില്ല. അനുഭവീര്."

"എല്ലാം നേരെയാകും. നിങ്ങള് ബേജാറാവാണ്ടിരി."

അപ്പോഴേക്കും പ്ലാസ്റ്റിക് കൂടയുമായി ഷാജി എത്തി.

"മോനിങ്ങെത്തിയല്ലോ. ചായ കൊണ്ടുവന്നില്ലേടാ?"

"എനിക്കെങ്ങനെയറിയാം. അവരേതാണ്ട് കൂടയിലാക്കി വച്ചിരിക്കുന്നു. ഞാനതുമെടുത്തോണ്ടിങ്ങുപോന്നു."

"കാലത്തേ മയിനിമാരുമായിട്ട് ചണ്ടകൂടീട്ടുതന്നെ പിള്ള പോന്നത്?"

സൈനബ തിരക്കി.

"ഞാനാരോടും വഴക്കിനൊന്നും ചെന്നില്ല. എന്നോട് ചുമ്മാ ഒടക്കിനുവന്നാ ഞാൻ വിട്ടുകൊടുക്കയുമില്ല."

"ഓ, ആരുടീം വഴക്കിനുപോകാത്ത മോൻതന്നെ. നീയെന്തിനാണ് അവന്മാരോട് വഴക്കിനുപോണത്? ചേക്ക തരൂലല്ലോ ചെറുക്കൻ."

'അവന്മാര് പൊണ്ടാട്ടിമാരുടെ വാക്കും കേട്ട് ഞങ്ങടെ മേക്കിട്ട് കേറാൻ വരണതെന്തിന്? അല്ലെങ്കിലും ഞാനാണല്ലോ എല്ലാരുടേം കണ്ണിൽ കരട്. എങ്ങോട്ടെങ്കിലും പോയി രക്ഷപ്പെടാമെന്നുവെച്ചാ അതിനും സമ്മതിക്കൂലല്ല്."

"പോകാത്തതെന്ത്? ആരും വിലക്കിയിട്ടൊന്നുമില്ലല്ല്."

അസനാരുകുഞ്ഞ് കയർത്തു. വീണ്ടും എന്തോ പറയാനൊരുങ്ങിയ ഷാജഹാൻ ഉമ്മയുടെ മുഖത്തെ പാരവശ്യം കണ്ടതോടെ അടങ്ങി.

"മാമിക്ക് കാപ്പികള് തരട്ടോ? പുട്ടും പഴവുമാണ്. കഞ്ഞിയുമുണ്ട്."

"വേറൊന്നും കണ്ടില്ലേ കൊടുത്തയയ്ക്കാൻ. ആ കഞ്ഞി മാമിക്കൊഴിച്ചുകൊട് കൊച്ചേ."

"ഇപ്പൊ വേണ്ട."

"ഞാൻ കടയീച്ചെന്ന് അപ്പവും മുട്ടക്കറിയും വാങ്ങിച്ചോണ്ടു തരട്ടോ?"

ഷാജി ചോദിച്ചു.

റാബിയ ഉത്തരമൊന്നും പറഞ്ഞില്ല.

"നിങ്ങള് ആ ഡോക്ടറെച്ചെന്നൊന്ന് കാണ്. പൊരയിലെത്തിയാൽ എന്റെ സൂക്കേട് മാറിക്കൊള്ളും."

"അസുഖം നല്ലോണം മാറീട്ട് വീട്ടിപ്പോയാ മതി. അവിടെച്ചെന്ന് രാവെന്നും പകലെന്നുമില്ലാതെ മടയ്ക്കാനല്ലേ. കൊച്ചേ സൈനബാ. നീ വീട്ടീച്ചെന്ന് വല്ലതും വെച്ചുണ്ടാക്കാൻ നോക്ക്. അല്ലെങ്കിൽ ഇന്നെല്ലാരും പട്ടിണിയാകും. വാപ്പ കാലത്തേ കാപ്പിപോലും കുടിച്ചില്ല."

ഷാജി പറഞ്ഞത് കേട്ടിട്ടും അസനാരുകുഞ്ഞ് ഒന്നും മിണ്ടിയില്ല.

'മാമാ മിണ്ടാത്തതെന്ത്?" സൈനബ.

'മിണ്ടാനിവിടെ ആളുകള് ഒരുപാടൊണ്ടല്ലോ. വാ നിറയെ നാക്കുള്ളവർ."

അസനാരുകുഞ്ഞിന്റെ വാക്കുകൾക്ക് അപ്പോഴും മുഴക്കം.

"നിങ്ങളും കുട്ട്യോളെപ്പോലെ തുടങ്ങിയാലോ. നീ പോ സൈനബാ. അക്കുട്ട്യോള് അവിടെ നട്ടംതിരിയുന്നുണ്ടാകും."

"ഞാൻ പോട്ടാ മാമാ?"

"മാമിക്ക് കഞ്ഞി ഒഴിച്ചുകൊടുത്തിട്ട് ചെല്ല്. ഉച്ചയ്ക്കു ചോറുകള് നേരത്തെ കൊടുത്തയയ്ക്കണം. ഞാൻ വയ്യൂട്ടാവുമ്പം അങ്ങു വരും. കുളിക്കാൻ വെള്ളം അനത്തിയിട്ടേക്കണം. എന്റെ മുണ്ടും ജുബ്ബായും നനച്ചിടാൻ മറക്കണ്ട. രാത്രി ഞാൻ തന്നെ കെടന്നോളാം."

"ചില്ലറയുണ്ടെങ്കി രണ്ടുരൂപാ തരിൻ മാമാ. ബസിന്."

“പത്തുരൂപാ എനിക്കും താ വാപ്പാ. വയറു കത്തണ്. നിങ്ങക്കുള്ളതും വാങ്ങിച്ചോണ്ടു വരാം.”

അസനാരുകുഞ്ഞ് ഷാജഹാൻ പറഞ്ഞത് കേൾക്കാത്ത മട്ടിലിരുന്നു.

“നീ രാവിലെ ഒന്നും തിന്നില്ലേടാ?”

റാബിയയുടെ മുഖത്ത് അലിവ്.

“അവിടെ മദാമ്മമാർക്ക് നേരം വെളുക്കുന്നതേ ഒള്ളൂ. അവരുടെ മാപ്പിളമാർക്കുള്ള സ്പെഷ്യലുകളൊക്കെ കൊടുത്തുകഴിഞ്ഞാലല്ലേ ഞങ്ങക്ക് വല്ലതും കിട്ടൂ. എനിക്കും കൂടി ഒരു പെണ്ണുകെട്ടിച്ചുതാന്ന് പറഞ്ഞാലാരുണ്ട് കേൾക്കാൻ.”

“അയ്യോ, പിള്ള ഇനി ഒരു പെണ്ണുകൂടി കെട്ടിയാ എല്ലാം തെകഞ്ഞു.”

അവിടെ എത്തിയ മുംതാസിന്റെ കമന്റ്.

“കാലത്തേ ഇങ്ങെത്തിയോ? ഇനി ഉമ്മാക്ക് ചെവിതലകേട്ട് കെടക്കാനൊക്കൂലല്ല്.”

“നീയെന്റെ കൈയീന്ന് വാങ്ങിക്കും പറഞ്ഞേക്കാം. നേരത്തെ ഷാഹുല്കാക്കാ ഇട്ട് ഓട്ടിച്ചപ്പോ പാവം കരുതിയാ തടുത്തത്. ചെറുക്കന്റെ വെളച്ചില് കൊറച്ച് ഏറുന്നുണ്ട്. കേട്ടോ ഉമ്മാ. ചുമ്മാ മയിനിമാരോട് തട്ടിക്കേറും. വാ തുറന്നാ പള്ള്. നദീറാമയിനി അവിടെ കരച്ചിലോടു കരച്ചില്. എവൻ പള്ളുപറഞ്ഞെന്നും പറഞ്ഞ്. അവര് കെറുവിച്ച് വീട്ടിപ്പോവാൻ നിക്കുന്നു.”

“അവർ വീട്ടിലൊണ്ടായാലും മതി....”

“നിങ്ങള് രണ്ടുപേരും ചുമ്മായിരിക്കുന്നുണ്ടോ? അല്ലെങ്കി ഞാനിപ്പോ രണ്ടിനേം അടിച്ചു വെളിയിലാക്കും.”

അസനാരുകുഞ്ഞ് താക്കീതുനൽകി.

“എന്തിനാടാ, നീയിങ്ങനെ എല്ലാരെക്കൊണ്ടും പറയിക്കാൻ നടക്കുന്നത്. നീ ഒരു കാര്യം ചെയ്യ്. ഞാൻ വരുന്നതുവരെ വലിയാക്കാന്റാടെ ച്ചെന്ന് നിക്ക്. എന്നാ ഉമ്മാക്കിവിടെ സമാധാനമായിട്ട് കെടക്കാം.”

“അയ്യോ, ഞാനില്ലേ. പരീക്ഷയിൽ തോറ്റെന്നും പറഞ്ഞ് വലിയാക്ക എന്നോടിപ്പോൾ മിണ്ടാറില്ല. എനിക്കെങ്ങും വയ്യ.”

“പരീക്ഷയിൽ തോറ്റാൽ വഴക്കുപറയാതെ നിന്നെ മടിയിലിരുത്തി ലാളിക്കാം.”

“ദേ, നിങ്ങളോട് പറഞ്ഞില്ല, കേട്ടോ.”

“കൊച്ചേ മുംതാസേ, നിന്റെ വീട്ടിൽ മാമി തനിച്ചല്ലേയുള്ളൂ. വെക്കം വീട്ടിലെത്താൻ നോക്ക്. കൊച്ച് കെടന്നു കരയുന്നുണ്ടാകും.”

ബാപ്പാ പരിഹസിക്കുന്നതു കേട്ട് മുംതാസിന്റെ കണ്ണു നിറഞ്ഞു.

“കണ്ടില്ലേ ഉമ്മാ, ഈ വാപ്പാക്കെന്നെ കണ്ണെടുത്താ കണ്ടൂടാ. ചുമ്മാ അതുമിതും പറഞ്ഞു കരയിക്കും.”

“സാരമില്ല മോളേ, ബാപ്പാ കളി പറഞ്ഞതല്ലേ. നിന്റെ പുതിയാപ്ല നാട്ടിലില്ലേ? ഇന്നലേം കണ്ടില്ല.”

"മച്ചാ ഇന്നലെ തിരക്കിലായിരുന്നു. ഇന്നു വരും. ഉമ്മാക്കിപ്പോ എങ്ങനെയൊണ്ട്? ഡോക്ടർ എന്തരാന്ന് പറയണത്?"

"ഓലെ കൈയിൽ വന്നുപെട്ടാൽ വെറുതെവിടുമോ? ഓരോരോ പരിശോധനകളെന്നും പറഞ്ഞ് മനുഷ്യനെ പാടുപെടുത്തുന്നു എന്റെ ചോര മുയുമൻ ഓല് കുത്തിയെടുത്ത് വറ്റിച്ചു. അസീസിന്റെ പണിയാ. ആ വൈദ്യരെ കഷായം പതിനാലീസം അടുപ്പിച്ച് കുടിച്ചിര്ന്നെങ്കി എപ്പളേ മാറീര്ന്ന്."

"വലിയാക്കയും മയിനിയും വന്നില്ലേ?"

"അസീസ് ഇന്നലെ കുറേനേരം ഇവിടുണ്ടായിരുന്നു. അവക്ക് തലവേദനയാത്രെ."

"ചുമ്മാ പറഞ്ഞതായിരിക്കും. അവര് വലിയ മദാമ്മ. നമ്മളെയൊക്കെ കാണുന്നതേ ചതുർഥി. വലിയാക്കാടെ കാര്യം പറഞ്ഞ് നാക്കെടുത്തില്ല. അതിനുമുമ്പ് ഇങ്ങെത്തിയല്ലോ. മയിനി വന്നില്ലേ?"

പെട്ടെന്ന് കയറിവന്ന അസീസിനെ കണ്ടപ്പോൾ മുംതാസിന്റെ മുഖത്ത് പരുങ്ങൽ. ഷാജി ചിരി അടക്കി മുഖംതിരിഞ്ഞു നിന്നു.

"ഇല്ല. അവിടെ കുട്ടികളെ സ്കൂളിൽ അയക്കുന്ന തിരക്കാണ്. നീയെപ്പോ വന്നു? ഉമ്മാക്കെങ്ങിനെയുണ്ട്? ഉമ്മാക്കുള്ള കാപ്പിയാണ്. എടുത്തുകൊട്."

അസീസ് കൈയിലിരുന്ന കൂട മുംതാസിനെ ഏൽപ്പിച്ചു.

"ഇപ്പോ കുറവുണ്ട് മോനെ. ആ ഡോക്ടർ നിന്റെ ചങ്ങായി അല്ലേ? ഉമ്മാനെ ഇവിടന്നൊന്നു കൈച്ചലാക്കിത്തരാൻ നീയൊന്നു പറ."

"അസുഖം നല്ലോണം മാറാതെങ്ങനാ? ഉമ്മായെ ആസ്പത്രീന്ന് നേരെ അങ്ങോട്ട് കൂട്ടിക്കൊണ്ടു ചെല്ലണമെന്ന് സീനത്ത് പ്രത്യേകം പറഞ്ഞിട്ടുണ്ട്. അവിടെയാകുമ്പം റസ്റ്റ് കിട്ടും."

"അതാ നല്ലത്. വീട്ടീച്ചെന്നാ ഉമ്മാക്ക് അസുഖം ഏറുകയേ ഉള്ളൂ."

അപ്പോഴാണ് മുറിയുടെ മൂലയിൽ പതുങ്ങിനിന്ന ഷാജിയെ അസീസ് ശ്രദ്ധിച്ചത്. മുഖത്ത് അരിശം.

"ഓ, ഇവിടെയുണ്ടായിരുന്നോ? നീ എന്തു ഭാവിച്ചാ കഴുതേ നടക്കുന്നത്? നാണമുണ്ടോ നിനക്ക്? രണ്ടുപ്രാവശ്യം എസ് എസ് എൽ സി തോറ്റു. താടിയും മീശയും വെച്ച് മിനുട്ടിനു മിനുട്ടിനു ഡ്രസ്സും മാറി നടന്നാപ്പോരാ. പഠിക്കണം. അതിനെവിടെയാ നേരം? മുക്കിലെ ദാദയല്ലേ? നീ കഴിഞ്ഞാഴ്ച ആ റേഷൻകടക്കാരനുമായി വഴക്കിട്ടതെന്തിനാടേ?"

"ലതു പിന്നെ അങ്ങേരു തെറി പറയണതും കേട്ട് ഞാൻ കയ്യും കെട്ടി നിൽക്കണമെന്നാണോ വലിയാക്കാ പറയണത്?"

"ഓ തെറിപറയാൻ അറിഞ്ഞുകൂടാത്തൊരു പൊന്നുമോൻ. നീയൊക്കെ കാരണം പുറത്തിറങ്ങി നടക്കാൻ വയ്യാതായി."

"എങ്കിൽ വലിയാക്കാ എനിക്കെന്തെങ്കിലും ജോലി വാങ്ങിച്ചു തരാത്തതെന്ത്?"

"പത്താംക്ലാസ് തോറ്റ മണ്ടക്കഴുതയ്ക്ക് മജിസ്ട്രേട്ടുദ്യോഗം വാങ്ങിച്ചുതരാം."

“എന്നു ഞാൻ പറഞ്ഞില്ലല്ലോ. മയിനീടെ കാക്കാമാരൊക്കെ ഗൾഫി ലുണ്ടല്ലോ. അവരൂടിപ്പറഞ്ഞ് എന്നെയൊന്ന് അക്കരകടത്തിത്താ. പിന്നെ ശല്യം തീരുമല്ല്.”

“അവിടെച്ചെന്ന് എന്നെ പോരുദോഷം കേൾപ്പിക്കാനല്ലേ? ആദ്യം പത്താംക്ലാസ് പാസാക്. എന്നിട്ട് വല്ല തൊഴിലും പഠിക്ക്. അപ്പോ ആലോ ചിക്കാം.”

“അതാ മോനെ നല്ലത്. ഇക്കൊല്ലം മനസിരുത്തി പഠിച്ച് പരീക്ഷ എഴുതിയാ നീ ജയിക്കും. എന്തെങ്കിലും കൈത്തൊഴിലും കൂടി പഠിച്ചാൽ വലിയാക്കാ നിന്നെ അക്കരെ കടത്തിത്തരും. ഇല്ലെ അസീസെ?”

“നമുക്ക് ആലോചിക്കാം. വാപ്പാ ഒന്നും മിണ്ടാത്തതെന്ത്? രാവിലെ എന്ത് ഒരുമാതിരി?”

“നിങ്ങളൊക്കെ ആവശ്യത്തിലധികം മിണ്ടുന്നൊണ്ടല്ലോ. ദേ, ഡോക്ടർ വരുന്നു.”

“ഹലോ അസീസ്... ഉമ്മയ്ക്കെങ്ങിനെയുണ്ട്? റിപ്പോർട്ട് കണ്ടു പേടി ക്കാനൊന്നുമില്ല. കേട്ടോ തൽക്കാലം ഗുളിക കഴിച്ചാൽ മതി. ഇന്ന് ഒരു എക്സ്റേ കൂടി എടുക്കണം. രണ്ടു ദിവസം കൂടി ഇവിടെ കിടക്കാം. എന്താ ഉമ്മാ?”

“വേണ്ട മോനേ, ഇവിടെ ശരിയാവൂല. പോട്ടേ.”

“ഇവിടെ എന്താ സൗകര്യക്കുറവ്?”

‘അതല്ല. എന്റെ നിസ്കാരവും ഓത്തുമൊന്നും ശരിയാകൂലാ. അതോണ്ടാ പൊരേച്ചെന്നാ എന്റെ സൂക്കേട് മാറിക്കൊള്ളും.”

“ദെൻ ഓക്കെ. അസീസ് ഇപ്പോത്തന്നെ ചെന്ന് എക്സറേ എടുപ്പി ച്ചോളൂ. സിസ്റ്റർ, എക്സറേ കിട്ടിയാലുടൻ എന്നെ കാണിക്കണം. ഉമ്മയെ വൈകുന്നേരത്തിനകം വിട്ടേക്കാം പോരേ?”

“വലിയ ഉപകാരം.”

“ഉമ്മാടെ മുഖം തെളിഞ്ഞല്ലോ. ഞാൻ പോട്ടോ. ഉമ്മിച്ചി കൊച്ചു കെടന്ന് കരച്ചിലു തൊടങ്ങീട്ടുണ്ടാവും. പോയിട്ടുവരാം. വലിയാക്കാ.”

“നീ തനിയെ പോകുമോ? ഞാൻ കൊണ്ടുവിടണോ?”

“അയ്യോ പിള്ളയ്ക്ക് വഴിയറിയി...”

“മുംതാസ് അവനെ മുഴുമിപ്പിക്കാൻ സമ്മതിച്ചില്ല.

“ആളാകല്ലേ...”

“അവളെ ബസുകയറ്റിവിട്ടിട്ട് വാടേ.”

അസീസ് പറഞ്ഞതു കേട്ട് ഷാജി മനമില്ലാമനസോടെ മുംതാസിന്റെ പുറകേ ഇറങ്ങി.

മൂന്ന്

പള്ളിയിൽ ബാങ്കു വിളിക്കുന്നതു കേട്ടാണ് ഉണർന്നത്. അയാൾ പതിവുപോലെ ഭാര്യയെ വിളിച്ചു:

"എടേയ് എണീരെടേ, ദേ ബാങ്കുവിളിക്കുന്നു."

വിളിച്ചുകഴിഞ്ഞപ്പോഴാണ് റാബിയ അസീസിന്റെ വീട്ടിലാണെന്ന കാര്യം ഓർത്തത്. ആശുപത്രിയിൽ നിന്ന് ഡിസ്ചാർജ് ചെയ്തപ്പോൾ ഉമ്മ അവന്റെ വീട്ടിലേക്കു പോകണമെന്ന് അസീസിന് ഒരേ നിർബന്ധം. എതിർത്തൊന്നും പറഞ്ഞില്ല. റാബിയയ്ക്ക് ഒട്ടും മനസില്ലായിരുന്നു. അയാൾ നിർബന്ധിച്ചപ്പോൾ സമ്മതിച്ചെന്നുമാത്രം. ഇവിടെയാകുമ്പോൾ അവൾ അടങ്ങിയിരിക്കില്ല. അസുഖം തീർത്തും മാറിയിട്ട് ഇങ്ങോട്ടു വന്നാ മതിയെന്നു പറഞ്ഞിട്ടുണ്ട്.പക്ഷേ, ഒരാഴ്ച തീർത്ത് അവൾ അവിടെ നിൽക്കുമെന്ന് തോന്നുന്നില്ല. അസീസിന്റെ ഭാര്യ ആളൊരു പാവമാണ്. പക്ഷേ, കല്യാണം കഴിഞ്ഞ ഉടനെ മാറിത്താമസിച്ചെന്നും പറഞ്ഞ് റാബിയയ്ക്ക് അവളോടു കെറുവാണ്. അവൾക്കതിൽ വിരോധമൊന്നും തോന്നിയില്ല. ആ കുട്ടിയുടെ ബാപ്പ റാബിയയുടെ അകന്ന ബന്ധു. ഉമ്മയും വടക്കുള്ളതുതന്നെ. വാപ്പ ഉദ്യോഗമായി തിരുവനന്തപുരത്തുവന്നതാണ്. ഇപ്പോൾ ഇവിടെത്തന്നെ സ്ഥിരതാമസം. ആൺമക്കൾ മൂന്നുപേരും ഗൾഫിൽ. ഇഷ്ടംപോലെ പണം. ഏകമകൾ. ഇവിടെ വന്നുകയറിയതുമുതൽ ആ കുട്ടിക്കു പരാതികൾതന്നെ. ഇവിടത്തെ രീതികളുമായി ഇണങ്ങാൻ അവൾക്കായില്ല. അവൾ ജീവിച്ച ചുറ്റുപാട് നോക്കുമ്പോൾ അവളെ കുറ്റപ്പെടുത്താനും വയ്യ. അവളുടെ വീടുമായി താരതമ്യപ്പെടുത്തുമ്പോൾ ഇവിടെ സൗകര്യങ്ങൾ കഷ്ടിതന്നെ. അതുകൊണ്ടാണ് അവർക്ക് സ്വന്തമായി ഒരുവീട് വാങ്ങിച്ചുകൊടുത്താലോ എന്ന നിർദേശവുമായി അവളുടെ വാപ്പ വന്നപ്പോൾ എതിർക്കാതിരുന്നത്. കാലം മാറി. അതു പറ

ഞാൽ റാബിയയ്ക്ക് മനസിലാകില്ല. മക്കളെ അവരുടെ രീതിക്കനുസരിച്ചു വിടുക. ഓരോരുത്തർ അവരുടെ സൗകര്യമനുസരിച്ചു ജീവിക്കട്ടെ എന്നും മക്കളെല്ലാം കൂടെവേണമെന്ന് നിർബന്ധം പിടിക്കുന്നതെന്തിന്? അസീസ് പോയത് വാപ്പയുടെ പിടിപ്പുകേടുകൊണ്ടാണെന്നാണ് അവളിപ്പോഴും പറയുന്നത്. മജീദിനും ഷാഹുലിനും കഴിവുണ്ടെങ്കിൽ അവരും മാറിത്താമസിക്കട്ടെ എന്ന അഭിപ്രായക്കാരനാണ് അയാൾ. പത്തുസെന്റ് സ്ഥലം വീതം കൊടുക്കാം. അവർ സ്വന്തമായി വീടുവയ്ക്കട്ടെ. എങ്കിൽ എതിർപ്പും തമ്മിൽപ്പോരും കുറയും. പക്ഷേ, അവൾക്ക് കേൾക്കുമ്പോൾ കലി.

വിവാഹം എന്നു പറയുന്നത് തീർച്ചയായും ഒരു നറുക്കെടുപ്പു തന്നെയാണ്. ഭാഗ്യമുള്ളവന് നല്ല നറുക്ക് വീഴുന്നു. എല്ലാംകൂടി ഒത്തു കിട്ടുന്നവർ വളരെ ചുരുക്കമായിരിക്കും. മനപ്പൊരുത്തം വേണം. അതുണ്ടെങ്കിൽ മറ്റെല്ലാം താനേ ഉണ്ടാകും. റാബിയയുടെ ജീവിതം അതിന് ഏറ്റവും വലിയ ഉദാഹരണമാണ്. വടക്കേ മലബാറുകാരിയായ റാബിയ ഇങ്ങു തെക്കേ അറ്റത്തു കിടക്കുന്ന അയാളെ വിവാഹം കഴിക്കുമെന്ന് ആരും സ്വപ്നത്തിൽപോലും കരുതിയതല്ല. അയാളുടെ വാപ്പയ്ക്ക് പണ്ടു മുതലേ ജൗളിക്കടയായിരുന്നു. അത്ര വലുതൊന്നുമല്ല. ഒരിടത്തരം കട. അത്യാവശ്യം കഴിഞ്ഞുകൂടാനുള്ളത് കിട്ടും. അവിടെത്തന്നെയുള്ള ഒരു വലിയ കടയിൽച്ചെന്ന് മൊത്തമായി ചരക്കെടുത്തുകൊണ്ടുവരും. വിറ്റു കഴിഞ്ഞ് പണം തിരിച്ചടയ്ക്കും. അതു കാരണം ചുരുങ്ങിയ ലാഭമേ കിട്ടിയിരുന്നുള്ളൂ. പെൺമക്കളെ കെട്ടിച്ചയച്ചതോടെ കട വെളുത്തു. അപ്പോഴാണ് അയാൾ പഠിത്തം മതിയാക്കി കട ഏറ്റെടുത്തത്. പത്തിൽ പഠിക്കുകയായിരുന്നു. എങ്ങനെയെങ്കിലും കുറച്ചു കാശുണ്ടാക്കണമെന്നുള്ളത് അന്നേയുള്ള മോഹമായിരുന്നു. കഠിനമായി അധ്വാനിച്ചു.

ആയിടയ്ക്ക് മൊത്തക്കടയിൽ ചരക്കെടുക്കാൻ ചെന്നപ്പോഴാണ് മദിരാശിക്കാരൻ ചെട്ടിയാരെ പരിചയപ്പെട്ടത്. രണ്ടുമൂന്നു തവണ കണ്ടപ്പോൾ ചെട്ടിയാർക്ക് അയാളെ വിശ്വാസമായി. കുറച്ചുപണം മുൻകൂറായി അടച്ചാൽ മിൽവിലയ്ക്ക് ചരക്കുതരാൻ ചെട്ടിയാർ തയാറായി. ഉമ്മയുടെ ഉരുപ്പടികൾ വിറ്റും കടം വാങ്ങിയും പണമൊപ്പിച്ച് മദ്രാസിൽച്ചെന്നു ചരക്കെടുത്തു. അങ്ങനെയാകുമ്പോൾ ഇരട്ടിയാണ് ലാഭം. രണ്ടുമൂന്നു തവണ കൃത്യമായി പണമൊടുക്കി ചരക്കെടുത്തതോടെ ചെട്ടിയാരുടെ വിശ്വാസപാത്രമായി. എപ്പോഴും എത്ര ചരക്കു വേണമെങ്കിലും തരാൻ ചെട്ടിയാർ തയാറായി. മിക്കവാറും മാസത്തിലൊരിക്കൽ ചരക്കെടുക്കാൻ മദിരാശിക്കു പോകും. അങ്ങനെ ഒരു യാത്രയ്ക്കിടയിലാണ് പോക്കർ സാഹിബിനെ പരിചയപ്പെട്ടത്.

"ഇങ്ങളെ ബർത്തേതാ?"

അടുത്തുചെന്നിരുന്നതും ഹാജിയാർ ചോദിച്ചു.

"താഴത്തേതാ."

"ഇന്റാൻ ഒരുപകാരം ചെയ്യ്വോ?"

"എന്താ വേണ്ടത്?"

ഹാജിയാരുടെ ഭാഷ ചിരിപ്പിച്ചെങ്കിലും ചിരി അടക്കിയാണ് ചോദിച്ചത്.

"ഞമ്മക്ക് മോളിലാ കിട്ട്യത്. മോളില് കേറിയാ കെതപ്പ് ബരും. ഇങ്ങള് മോളില് കെടക്കോ?"

"അതിനെന്താ."

"പെരുത്തു സന്തോഷം."

സംസാരിച്ചപ്പോൾ ഹാജിയാരോട് അയാൾക്കും എന്തോ ഒരിഷ്ടം തോന്നി. തലശ്ശേരിക്കാരനാണ്. അരിക്കച്ചവടവും മറ്റിടപാടുകളുമൊക്കെയുണ്ട്. അരിക്കച്ചവടത്തിൽ ചതിച്ച സേട്ടുവിനെ തിരക്കി ഇറങ്ങിയതാണ് ഹാജിയാർ. തിരുവനന്തപുരത്ത് വന്നാൽ കാണണമെന്ന് സേട്ടു അറിയിച്ചിട്ടാണ് അങ്ങോട്ടു ചെന്നത്. സേട്ടു മദിരാശിയിൽ പോയെന്ന് അവിടെ എത്തിയപ്പോഴാണ് അറിഞ്ഞത്.

'ഞമ്മക്ക് കളവും വഞ്ചനയും അറിയില്ല കുട്ട്യേ. അയിന്റെ പൊല്ലാപ്പാ ഇപ്പം അനുഭവിക്കുന്നത്. എന്തു ബന്നാലും ശരി അപ്പഹയനെ കണ്ടിട്ടേ ഇനി മടക്കമുള്ളൂ."

രാത്രി ഏറെനേരം സംസാരിച്ചിട്ടാണ് ഹാജിയാർ കിടന്നത്. ഒന്നിച്ചാണ് ഭക്ഷണം കഴിച്ചതും. രാവിലെ എഴുന്നേറ്റ് താഴെ ഇറങ്ങിനോക്കിയപ്പോൾ ഹാജിയാർ സീറ്റിലുണ്ടായിരുന്നില്ല. കുളിമുറിയിൽ ചെന്നപ്പോൾ വാതിൽക്കൽ കുഴഞ്ഞുവീണു കിടക്കുന്നു. മുഖം വിളറിയിരിക്കുന്നു. ദേഹം ആകെ വിയർത്തിട്ടുമുണ്ട്. തൊട്ടടുത്ത സീറ്റിൽ കിടന്ന ആളെ വിളിച്ചുണർത്തി അയാളുടെ സഹായത്തോടെ ഹാജിയാരെ സീറ്റിൽ കിടത്തി മുഖത്ത് വെള്ളം തളിച്ചു. ഹാജിയാർ പതുക്കെ കണ്ണുതുറന്നു. വണ്ടി സ്റ്റേഷനിലെത്തിയ ഉടനെ ഒരു ടാക്സി പിടിച്ച് ഹാജിയാരെ ആശുപത്രിയിൽ എത്തിച്ചു. രോഗം മാറുന്നതുവരെ കൂടെ നിന്നു ഹാജിയാരുടെ കൈയിൽ പത്തുപതിനായിരം രൂപ ഉണ്ടായിരുന്നു. ഓർമ തെളിഞ്ഞപ്പോൾ പഴ്സ് ഹാജിയാരുടെ പോക്കലിട്ടിട്ടു പറഞ്ഞു.

"ഒന്ന് എണ്ണിനോക്കിൻ ഹാജ്യാരേ."

അതു കേട്ടപ്പോൾ ഹാജിയാരുടെ കണ്ണുനിറഞ്ഞു.

"മോനെ, ഇത് മരിച്ചാലും മറക്കൂലാ. സൂക്കേട് മാറി എണീച്ചു നടക്കാനായാൽ പടച്ചോനെത്തിച്ചാൽ ഞങ്ങള് നിന്റെ നാട്ടിലെത്തും.'"

അയാളുടെ കൈപിടിച്ചുകൊണ്ടു ഹാജിയാർ പറഞ്ഞു. അയാളുടെ കൈയിൽനിന്ന് ചെലവായ പണം നിർബന്ധിച്ച് തിരിച്ചേൽപ്പിക്കുകയും ചെയ്തു.

"ഒന്നും വിചാരിക്കരുത് മോനെ. ഞങ്ങളെ കൈയില് പണമുണ്ടായിട്ട് നിന്നെക്കൊണ്ട് ചെലവാക്കിച്ചാൽ ഞമ്മള് പടച്ചോന്റെ മുമ്പില് കുറ്റക്കാരനാകും."

അസുഖം മാറിയപ്പോൾ അയാൾ തന്നെയാണ് ഹാജിയാരെ നാട്ടിലേക്കു വണ്ടി കയറ്റിയത്. മദിരാശിയിൽ നിന്ന് മടങ്ങിയതോടെ അസ

ന്നാരുകുഞ്ഞ് അക്കാര്യം മറന്നു. പക്ഷേ ഹാജിയാർ മറന്നില്ല. അയാൾ വീടന്വേഷിച്ചെത്തി. മകളുടെ വിവാഹാലോചനയുമായി. അസനാരുകുഞ്ഞിന്റെ വാപ്പാ അലിയാരുകുഞ്ഞ് അന്തംവിട്ടു.

"നിങ്ങളെന്തു മണ്ടത്തരമാ ഹാജ്യാരേ പറയുന്നത്? അവനേതാണ്ട് സഹായിച്ചെന്നും പറഞ്ഞ്... ഇത്രയും ദൂരെ... നിങ്ങളുടെ ബന്ധുക്കൾ സമ്മതിക്കുമോ? മകൾക്ക് പ്രയാസമാവില്ലേ? അതൊന്നും വേണ്ട..."

"നിങ്ങളെ മോനില്ലെങ്കിൽ എന്റെ മയ്യത്തുകൂടി എന്റെ മക്കൾ കാണില്ലേനും. ഉപകാരം ചെയ്താലേ പോക്കരാജി മറക്കൂല."

"അതൊക്കെ ശരിതന്നെ. എന്നാലും... പെട്ടെന്ന് ഒരു തീരുമാനവും എടുക്കണ്ട."

"നിങ്ങളും മോനുംകൂടെ ഞമ്മളെ നാട്ടിലോളം ഒന്നു ബരണം. അതിനു നിങ്ങള് തടസം പറയരുത്. ബാക്കി തീരുമാനം അവിടെയെത്തിയിട്ടു മതി."

ഹാജിയാരെ വേദനിപ്പിക്കേണ്ടെന്നു കരുതിയാണ് തലശ്ശേരിക്കു പുറപ്പെട്ടത്. വിവാഹക്കാര്യം അപ്പോഴും തീരുമാനിച്ചിരുന്നില്ല. ഹാജിയാരുടെ വീടും നാടുമൊക്കെ കണ്ട് സൗഹൃദം പുതുക്കി തിരിച്ചുപോരാം എന്നേ കരുതിയുള്ളൂ.

ഹാജിയാരുടെ വീടും പരിസരവും കണ്ട് വാപ്പയും മകനും അതിശയിച്ചു. അങ്ങനെയൊരു വീടതിനുമുമ്പ് അവർ കണ്ടതേയില്ല. കോട്ട പോലെ പരന്നുകിടക്കുന്നു. അകത്തു കയറിയാൽ നിറയെ മുറികൾ. വഴി തെറ്റിപ്പോകുമോ എന്നുപോലും ഭയന്നു. വിവാഹം വേണ്ടെന്ന് മനസു കൊണ്ട് ഉറപ്പിക്കുകയും ചെയ്തു. വീട്ടിൽ നിറയെ ആൾക്കാർ. ജോലിക്കാരുടെ ഒരു പടതന്നെയുണ്ട്. ഓരോ പേരു വിളിക്കുമ്പോൾ ഓരോരുത്തർ ഹാജർ.

"കല്യാണക്കാര്യം നിങ്ങളെന്തു തീരുമാനിച്ചു? മോളെ കാണണമെങ്കിൽ കാണിച്ചുതരാം. പക്ഷേങ്കില് നിങ്ങള് പെണ്ണുകാണാൻ ബന്നതാണെന്ന് ഈടെ ആരോടും പറയരുത്. ഞമ്മക്കാ പതിവില്ല. അതോണ്ടാ."

"അതു വേണോ?"

"ഇവിടെ വരെ വന്ന സ്ഥിതിക്ക് കുട്ടിയെ ഒന്നു കാണാം."

അയാളുടെ വാപ്പയ്ക്ക് ആ വീടും അവിടുത്തെ ആൾക്കാരെയുമൊക്കെ അപ്പോഴേയ്ക്കും ഏറെ ഇഷ്ടപ്പെട്ടുകഴിഞ്ഞിരുന്നു.

"മോളെ ഇതാണ് ബാപ്പ പറഞ്ഞ അസനാര്. ഇക്കുട്ടിയുള്ളതോണ്ടാ. നിങ്ങള് ബാപ്പാനെ ജീവനോടെ കണ്ടത്. ഇത് ഓന്റെ ബാപ്പാ. നല്ല കൂട്ടരാ."

ഹാജ്യാര് മോളെ വിളിച്ചു പരിചയപ്പെടുത്തി. പാവാടയും ബ്ലൗസും തലയിൽ തട്ടനുമിട്ട് കൊലുന്നനെ ഒരു പെൺകുട്ടി തലയും കുനിച്ച് വാതിലിന്റെ മറവിൽ നിൽക്കുന്നുണ്ടായിരുന്നു. ഒറ്റനോട്ടത്തിൽ ആ രൂപം ഇഷ്ടപ്പെട്ടു. ഇരുനിറം, ചെറിയ കണ്ണുകൾ, ഐശ്വര്യമുള്ള മുഖം, ആരും കണ്ടാൽ രണ്ടാമതൊന്ന് നോക്കിപ്പോകും.

"മാമാ ഇതുവരെ എഴീറ്റില്ലേ... നേരമൊരുപാടായി കേട്ടോ. ഇന്ന് കടയീ പോണില്ലേ?"

ജോലിക്കാരി സൈനബാ വിളിച്ചതു കേട്ട് അസനാരുകുഞ്ഞ് എണീറ്റിരുന്നു.

"മണി എത്രയായി കൊച്ചേ? ചായ ഇട്ടില്ലേ? ഞാൻ ചെന്ന് പല്ലു തേച്ചിട്ടു വരാം."

"ചായ എപ്പഴേ ഇട്ടുവെച്ചേക്കണ്. മാമാ എഴീക്കണത് കാണാത്തോണ്ടല്ലേ ഞാൻ വന്നു നോക്കിയത്."

പല്ലുതേച്ചു വന്ന് മുണ്ടും മാറുമ്പോഴേയ്ക്ക് സൈനബാ ചായയുമായി എത്തി. ചായകുടി കഴിഞ്ഞ് കടയിലേക്കു പുറപ്പെടുമ്പോൾ അവളോടു പറഞ്ഞു.

"എട്ടു മണിയാകുമ്പോഴേക്ക് ഷാഹുലിനോട് കടയിലോട്ടു വരാമ്പറ കേട്ടോ. എനിക്ക് അത്യാവശ്യമായി ഒരിടംവരെ പോകാനുള്ളതാണെന്നു പറഞ്ഞേക്കണം."

താക്കോലും പോക്കറ്റിലിട്ട് റോഡിലിറങ്ങിയപ്പോൾ കണികണ്ടത് പാർവതിയെ.

"അണ്ണൻ കാലത്തേ കടേലോട്ട് തന്നെ? റാബിയാക്ക് എങ്ങനെയൊണ്ട്? ലിങ്ങോട്ട് വരണില്ല്യോ?"

"രണ്ടു ദിവസം കഴിഞ്ഞ് വരും."

"ഉമ്മായെ രണ്ടുദെവസി കൂടെ നിർത്തണമെന്ന് അവനും ആശ കാണില്ല്യോ?"

"നീ കാലത്തേ എവിടെ പോണത്?"

"കാലത്തേ ഇത്തിരിപ്പോരം ചായ കുടിച്ചില്ലെങ്കി തലപെരുക്കും."

"ചെല്ലപ്പൻ വീട്ടിലില്ലേ?"

"ഒണ്ടായിട്ടെന്തര് കാരിയം? അർധരാത്രിക്ക് കേറിവരും. ഇനീം ഉച്ചയാകുമ്പം കുളിച്ചൊരുങ്ങി അങ്ങു പോവേം ചെയ്യും. ഇപ്പഴും അമ്മ അധ്വാനിച്ച് ചാറുകള് കൊടുക്കണം."

"ഇപ്പഴത്തെ പിള്ളാരെല്ലാം അങ്ങിനെതന്നന്നേ. ഉത്തരവാദിത്തമില്ലാത്തവന്മാര്. അവിടെ രണ്ടെണ്ണത്തിനെ കണ്ടില്ലേ. മൂക്കില് വെയിലുദിച്ചാലും കട തുറക്കൂല. ഈ വയസുകാലത്തും കാലത്തേ കട തുറക്കാൻ ഞാൻ തന്നെ വേണം. നേരം ഒരുപാടായി. പാറോതി വരട്ടേ."

"ശരിയണ്ണാ, ജൗളിക്കട തുറക്കാൻ ഇത്തിപ്പോലം താമസിച്ചാലും വേണ്ടൂല്ല. അങ്ങനാണോ മുറുക്കാൻകട."

പാർവതി പോയപ്പോൾ അയാൾ നടത്തത്തിന് വേഗം കൂട്ടി. ജോലിക്കാരൻ പാക്കരൻ കാത്തുനിൽക്കുന്നു. താക്കോല് അവനെ ഏൽപ്പിച്ചു. അവൻ ഷട്ടർ തുറക്കുന്നതു നോക്കി പുറത്തു നിന്നു. പാക്കനർ സാമ്പ്രാണിത്തിരി കത്തിച്ച് സ്റ്റാൻഡിൽ വച്ചു. മേശയും കസേരയും പൊടി തുടച്ചു കഴിഞ്ഞപ്പോൾ കൗണ്ടറിൽ ചെന്നിരുന്നു. അപ്പോഴേക്ക് അയാളുടെ കൂട്ടുകാരൻ മീരക്കണ്ണ് എത്തി. എന്നും രാവിലെ മീരാക്കണ്ണിന്റേതാണ് കൈനീട്ടം. നല്ല വർക്കത്തുള്ള കൈയാ.

'എടേയ് ഒരു പാക്കറ്റ് സിഗരറ്റ് എടുത്ത് കൊട്."

കാശു വാങ്ങി കണ്ണിൽവെച്ച് മേശവലിപ്പിലെ പെട്ടിയിലിടുമ്പോൾ അസനാരുകുഞ്ഞ് പറഞ്ഞു:

"താത്താക്കെങ്ങനെയുണ്ട്? കൊറവില്ലേ? ലങ്ങോട്ട് പോയതെന്ത്?"

"ഭേദമുണ്ട്. രണ്ടുദെവസി അവിടെച്ചെന്നു നിക്കണമെന്ന് അസീസിനും പെണ്ണിനും ഒരേ നിർബന്ധം."

"ആ പെണ്ണ് കാര്യമായിട്ടൊക്കെ അന്നഴിക്കുമോ?"

"ഓ, അതിനൊന്നും കൊറവില്ല."

"എങ്കി നിക്കട്ട്, അല്ലേ?"

"അതുതന്നെ ഞാനും കരുതിയത്."

"എനിക്കിന്ന് ആറ്റിങ്ങലുവരെ ഒന്നുപോണം. ജുമൈലാക്ക് ഒരാലോചന. ട്രാൻസ്പോർട്ടിലെ ജ്വാലിയാ പയ്യന്. എന്തൊരൊക്കെയാ ചോദിക്കണതെന്ന് അറിഞ്ഞില്ല. ചെന്നൊന്ന് നോക്കട്ട്. വയ്യൂട്ട് കാണാം."

ജുമൈല മുംതാസിന്റെ പ്രായക്കാരിയാണ്. മുംതാസ് വിവാഹം കഴിഞ്ഞ് ഒന്നു പ്രസവിച്ചു. ജുമൈലായ്ക്കിതുവരെ കല്യാണമായില്ല. മുംതാസിനെ അത്ര തിടുക്കംകൂട്ടി കെട്ടിക്കേണ്ടെന്ന് അസീസ് അന്നേ പറഞ്ഞതാ. അയാളും എതിരായിരുന്നു. ഷഹീദിന്റെ ആലോചന വന്നപ്പോൾ അതുതന്നെ നടത്തണമെന്ന് റാബിയയ്ക്ക് ഒരേ നിർബന്ധം. ഷഹീദിന്റെ വീട് വളരെ അടുത്താണ്. നടന്നുപോകാനുള്ള ദൂരമേയുള്ളൂ. അതിനു മുമ്പ് ആലോചനകൾ പലതും വന്നതാണ്. ദൂരെ അയയ്ക്കില്ലെന്നും പറഞ്ഞാണ് പലതും അവൾ നിരസിച്ചത്. പയ്യൻ ബി എ പാസായിട്ടുണ്ട്. സെക്രട്ടറിയേറ്റിൽ ക്ലാർക്കാണ്. ക്ലാർക്കിന് വലിയ ശമ്പളമൊന്നും കിട്ടില്ലെന്നു പറഞ്ഞിട്ട് അവൾക്ക് മനസിലായില്ല.

"എന്നാലും മാസാമാസം, കൃത്യമായി ഒരു തുക കൈയിൽ കിട്ടുമല്ലോ. കച്ചോടക്കാർ ഏതായാലും വേണ്ട."

ഷഹീദിന്റെ വാപ്പ പാളയം ചന്തയിലെ എണ്ണപ്പെട്ട മുതലാളി ആയിരുന്നു. ജൗളിക്കടതന്നെ. ഹോൾസെയിൽ. മൂത്തമകളെ നൂറുപവന്റെ ഉരുപ്പടി കൊടുത്താണ് കെട്ടിച്ചയച്ചത്. നാടടക്കി സദ്യയും കൊടുത്തു. അതും കോഴിബിരിയാണി. അങ്ങനെ ചെയ്യാൻ കഴിയുന്ന മേത്തന്മാർ അന്നിവിടെ വിരലിലെണ്ണാവുന്നവർമാത്രം. മിക്കവരും നെയ്ച്ചോറും ഇറച്ചിയുമാണ് വിവാഹസദ്യയ്ക്ക് വിളമ്പുന്നത്.

'നിങ്ങളെ നാട്ടിലെ ബിരിയാണി കാണുമ്പോതന്നെ ഓക്കാനംവരും. കൈയിൽ കിട്ടുന്നതെല്ലാമിട്ട് എല്ലംകൂടി കൂട്ടിക്കൊഴിച്ച് നായച്ചോറുപോലെ."

റാബിയ എപ്പോഴും പറയും. റാബിയയുടെ നാട്ടിലെ ബിരിയാണിയുടെ സ്വാദറിഞ്ഞതോടെ അയാൾക്കും അങ്ങനെ തോന്നിയിട്ടുണ്ട്. അവിടത്തെ നെയ്ച്ചോറിന്റെ അരിതന്നെ വേറെ. ഒന്ന് ഒന്നിനോട് തൊടാതെ പിച്ചിപ്പൂപോലുള്ള ചോറ്. എത്ര കഴിച്ചാലും മതിവരില്ല.

ഷഹീദിന്റെ വാപ്പയ്ക്ക് കാറുണ്ടായിരുന്നു. എന്നും രാവിലെ കാറിലാണ് തുണിക്കടയിൽ ചെല്ലുന്നത്. മൂത്തമകളുടെ വിവാഹം കഴിഞ്ഞതോടെയാണ് ഇടിവ് തുടങ്ങിയത്. കല്യാണസദ്യയും ഉരുപ്പടിയും മറ്റ് ആർഭാടങ്ങളുമൊക്കെ ആയതോടെ കട ഏകദേശം വെളുത്തു. കുറേക്കാലം പുറത്താരും അറിഞ്ഞില്ല. കടത്തിൽ മുങ്ങിനിന്ന അവസരത്തിലാണ് മുംതാസ് ആലോചന വന്നത്. സംഗതികൾ ഏതാണ്ടൊക്കെ അയാളും കേട്ടിരുന്നു. എന്നാലും ഈ നിലയിലാണെന്ന കാര്യം അറിഞ്ഞില്ല. അറിഞ്ഞിടത്തോളം കാര്യങ്ങൾ റാബിയയോട് പറഞ്ഞതാണ്. അവൾ വിശ്വസിച്ചില്ല.

"ആൾക്കാര് അസൂയകൊണ്ടു പറയുന്നതായിരിക്കും. പീരുക്കണ്ണു മുതലാളിന്റെ മോനെ പുതിയാപ്ലയായി നമ്മക്ക് കിട്ടുന്നത് അവരിക്ക് സഹിക്വോ?"

"അവര് വലിയ സംഖ്യയാ സ്ത്രീധനം ചോദിക്കുന്നത്. എവിടെച്ചെന്നുണ്ടാക്കും?"

"അതൊക്കെ എങ്ങനെയെങ്കിലും ശരിയാക്കാം."

കൈനിറച്ചു കൊടുക്കുകയും ചെയ്തു. ഇരുപത്തയ്യായിരം രൂപാ, ഇരുപത്തഞ്ചുസെന്റ് സ്ഥലം, അൻപതു പവന്റെ ആഭരണം.

ഉരുപ്പടികൾ കുറേശ്ശെയായി അവൾ നേരത്തെ ഉണ്ടാക്കിവെച്ചിരുന്നു. കൂടാതെ അവൾക്ക് പത്തുമുപ്പതു പവന്റെ ആഭരണങ്ങളുണ്ടായിരുന്നു. അവളുടെ വാപ്പ കൊടുത്തത്. കൂടുതലുണ്ടായിരുന്നു. ബിസിനസ് വിപുലപ്പെടുത്താനും മറ്റുമായി മുമ്പ് കുറച്ചു വിൽക്കേണ്ടിവന്നു. അയാൾക്ക് ഒട്ടും ഇഷ്ടമുണ്ടായിട്ടല്ല. അവൾ നിർബന്ധിച്ചു. പണത്തിന് വേറെ വഴിയും കണ്ടില്ല. കൈയിലും കഴുത്തിലുമൊക്കെ നിറയെ ഇട്ടുതന്നെയാണ് ഹാജിയാർ മകളെ ഇങ്ങോട്ടയച്ചത്. വാപ്പ സ്ത്രീധനത്തിന്റെ കാര്യം മിണ്ടിയതേ ഇല്ല. പക്ഷേ, ഹാജിയാർ എല്ലാം അറിഞ്ഞു ചെയ്തു.

"പൊരയൊന്ന് നന്നാക്കണ്ടേ?"

വിവാഹം ഉറപ്പിച്ചതോടെ റാബിയയ്ക്ക് വേവലാതി തീർന്ന നേരമില്ല.

"അവര് വലിയ കൂട്ടരാ. അപ്പോ നമ്മളും അതിനൊത്ത് നിൽക്കണ്ടേ?"

"ഈ വീട് അവർ കണ്ടതാണ്. എല്ലാം അറിഞ്ഞുകൊണ്ടുതന്നെയാണ് അവർ ഈ ആലോചനയുമായി വന്നത്. ഉള്ളതൊക്കെ മതി."

"എന്നാലും മുംതാസിന് അറ കൊടുക്കേണ്ടേ?"

"അറയോ? എന്തോന്നിന്? പെണ്ണുവീട്ടിൽ അടിഞ്ഞുകൂടാനോ? ഇവിടെ ആ പതിവൊന്നുമില്ല."

"ഓളും പുതിയാപ്ലയും വല്ലപ്പളും വിരുന്നുവരുമ്പോൾ കിടക്കാനൊരു മുറി വേണ്ടേ?"

അവളുടെ നിർബന്ധം സഹിക്കാൻ കഴിയാതെ ഒരു മുറികൂടി പണിയേണ്ടിവന്നു. വീടാകെയൊന്നു മോടികൂട്ടി. മുംതാസിന്റെ മുറിയിലേക്കു പുതിയ ഫർണീച്ചറും വാങ്ങിപ്പിച്ചു. വിവാഹനിശ്ചയം കഴിഞ്ഞ ഉടൻ

അവൾ ഷാജിയേയും കൂട്ടി നാട്ടിലേക്കു പുറപ്പെട്ടു. ബന്ധുക്കളെ വിവാഹത്തിനു ക്ഷണിക്കാൻ. അവളുടെ ഇത്താത്തമാരും മക്കളുമൊക്കെയായി ബന്ധുക്കൾ ഒരുപാടുണ്ട്. ഒരാങ്ങളയുള്ളത് നേരത്തെ മരിച്ചുപോയി. യാത്രചെയ്യാൻ കഴിവുള്ളവരെല്ലാം മുംതാസിന്റെ വിവാഹത്തിനു വന്നിരുന്നു. അവരൊക്കെ കഴിയുന്നതുപോലെ സഹായിക്കുകയും ചെയ്തു. എന്നിട്ടും കുറച്ചു കടം വന്നു. നിവർന്നു വരുന്നതേയുള്ളൂ.

ഷഹീദിന് കുഴപ്പമൊന്നുമില്ല. മുംതാസിനെ കാര്യമായി അന്വേഷിക്കുന്നുമുണ്ട്. ധാരാളിയാണെന്നുമാത്രം. കിട്ടുന്നതിന്റെ പത്തിരട്ടിയാണ് ചെലവ്. ശമ്പളം കിട്ടുന്നത് പത്തുദിവസം കൊണ്ട് തീർക്കും. ഇടയ്ക്കിടെ ഓരോ ആവശ്യം പറഞ്ഞ് മുംതാസിനെ വീട്ടിലേക്കയയ്ക്കും. അവൾക്കാണെങ്കിൽ അവൻ പറയുന്നതിനപ്പുറമില്ല. അതു പിന്നെ അവളുടെ ഉമ്മയും അങ്ങനെതന്നെ. ഭർത്താവ് പറയുന്നതുതന്നെ പ്രമാണം. പക്ഷേ, റാബിയ കാര്യം വിട്ടു കളിക്കില്ല. നയത്തിൽ നിന്ന് കാര്യം നേടാനും അറിയാം. പെണ്ണങ്ങനെയല്ല ചുമ്മാ നിന്ന് നാക്കിട്ടടിക്കാനും ആരെങ്കിലുമെന്തെങ്കിലും പറഞ്ഞാൽ നിന്ന് കിണുങ്ങാനുമേ അവൾക്കറിയൂ. അവൻ പണം ആവശ്യപ്പെടുന്നതിനുമുമ്പേ അവളിങ്ങെത്തും. കരഞ്ഞും പറഞ്ഞും കിട്ടാനുള്ളത് കിട്ടിയേ മടങ്ങൂ.

"കാശില്ലാതെ ചെന്നാൽ മച്ചാ എന്നെ ബാക്കിവെച്ചേക്കില്ല."

"നീയിനി അങ്ങോട്ടു പോണ്ട."

പലവട്ടം കയർത്തുതന്നെ പറഞ്ഞിട്ടുണ്ട്.

"അങ്ങനെ പറേല്ലേ. പുതിയാപ്ല ഇങ്ങനെ തുടങ്ങിയാ അവളെന്തു ചെയ്യും?"

ഉമ്മ താങ്ങാനെത്തും.

"നിന്റെ ഒരു പുതിയാപ്ല. അവനിപ്പോ പഴയാപ്ല ആയടേ."

"അതു നിങ്ങക്ക്. ഞങ്ങക്ക് മരിച്ചാലും പുതിയാപ്ല തന്നെ..."

പെണ്ണിന്റെ കണ്ണീരു കാണുമ്പോൾ ഇല്ലാത്ത പണം ഉണ്ടാക്കിക്കൊടുക്കും. എന്തുകൊടുത്തിട്ടെന്താ? അവർക്ക് മുംതാസിനെയും അവളുടെ വീട്ടുകാരെയും പുച്ഛമാണ്. പ്രതാപം കുറഞ്ഞെങ്കിലും പീരുക്കണ്ണിന്റെ അഹങ്കാരം ഒട്ടും കുറഞ്ഞില്ല. വലിയ മുതലാളിയാണന്ന നാട്യം. അവിടെച്ചെന്നാൽ അയാളെ കാണണമെങ്കിൽ അരമണിക്കൂറെങ്കിലും കാത്തിരിക്കണം. മനമില്ലാമനസ്സോടെ ഒരു വരവുണ്ട്. കാണുമ്പോൾ പെരുവിരൽതൊട്ട് തരിപ്പുകയറും. അതുകൊണ്ട് കഴിയുന്നതും അങ്ങോട്ടു പോകാറില്ല. പേരും പെരുമയും കുറവാണെങ്കിലും അന്തസ്സായിട്ടു തന്നെ കഴിയുന്നത്. അയാളെപ്പോലെ മരുമകളുടെ വീട്ടിൽനിന്ന് കൊണ്ടുവന്നിട്ട് കഴിയേണ്ട ഗതികേടൊന്നും ഇതുവരെ ഉണ്ടായിട്ടില്ല. ആരേയും താങ്ങാനും തടവാനും അസനാരുകുഞ്ഞിനെ കിട്ടില്ല. ഇതുവരെ ഒരാളുടെ മുന്നിലും തലകുനിക്കേണ്ട ഗതികേട് വന്നിട്ടില്ല. അധ്വാനിച്ചു കഴിയുന്നു. ഇനിയുള്ള കാലവും അങ്ങനെതന്നെ കഴിയണമെന്നേ ആഗ്രഹമുള്ളൂ.

"വാപ്പാ വീട്ടിപ്പോണില്ലേ?"

മജീദിന്റെ വിളികേട്ടാണ് തല ഉയർത്തിയത്.

"എത്തിയോ? ജനാളിക്കട തുറന്നില്ലേ?"

"അവൻ ഇത്തിരി നേരത്തേ ഇറങ്ങിയതല്ലേ. അവിടെ അവൻതന്നെ ഇരിക്കട്ടെ. അതവന്റേതാണെന്നു പറഞ്ഞല്ലേ നടപ്പ്."

"ഇതെല്ലാം എന്റെയാണ്. നിങ്ങക്കൊന്നും എഴുതിത്തരാൻ വിചാരിച്ചിട്ടില്ല. മരിക്കുന്നതുവരെ."

വീട്ടിലേക്കു നടക്കുമ്പോൾ അസനാരുകുഞ്ഞ് കടുപ്പിച്ചുതന്നെ പറഞ്ഞു.

നാല്

അസനാരുകുഞ്ഞ് വീട്ടിലെത്തിയപ്പോൾ മുംതാസ് വീടിന്റെ നടയിൽ നിൽക്കുന്നു.

"വാപ്പാ, വല്യാക്കാടവിടെ പോയില്ലേ? ഉമ്മ എപ്പഴാണ് വരണത്?"

"നീ എപ്പഴ് വന്നത്?"

"ഇപ്പ വന്നുകേറിയതേയൊള്ള്."

"വന്നിട്ടിവിടെത്തന്നെ നിന്നുകളഞ്ഞതെന്ത്? പിള്ളാരെ പള്ളിക്കൂടത്തിക്കൊണ്ട് വിട്ടിട്ട് ഞാനിപ്പ വരാമേ." റംലത്ത് അവളുടെ മകനേയും മജീദിന്റെ മകൻ സുൾഫിക്കറേയും കൊണ്ട് റോഡിലിറങ്ങുമ്പോൾ മുംതാസിനോട് പറഞ്ഞു. ഉമ്മ പോകുന്നതു കണ്ട് റംലത്തിന്റെ ഇളയമകൾ ഷംന ചിണുങ്ങാൻ തുടങ്ങി.

"ഇമ്മച്ചി, ഞായും വരണ്. ഇനിച്ചും പോണം പള്ളിക്കൂടത്തി..."

"മക്കള് ഉപ്പൂപ്പാരെക്കൂടെ ഇവിടെ നില്ല്. ഉമ്മച്ചി ദാ വരണൂ."

"വാ മക്കളേ ഉപ്പൂപ്പ നാരങ്ങാമിഠായി വാങ്ങിപ്പിച്ചുതരാം. കേട്ടോ."

അസനാരുകുഞ്ഞ് പറഞ്ഞതു കേട്ട് അവൾ ചിണുക്കം നിർത്തി.

"ആൺമക്കളുടെ മക്കളെമാത്രം പുന്നാരിച്ചാ മതി. കേട്ടോ. ഇതുപോലൊരെണ്ണം എനിക്കും ഒണ്ടല്ല്. അഞ്ചുപൈസേര മിഠായി ഇതുവരെ വാങ്ങിച്ചുകൊടുത്തിട്ടൊണ്ടോ?"

മുംതാസ് പരിഭവം പറഞ്ഞു.

'മനസില്ല വാങ്ങിച്ചു കൊടുക്കാൻ. നിന്റെ മാമാ ഒരു മുതലാളിയുണ്ടല്ലോ അയാളൂടി പറ. റോട്ടീ നിന്നു കിണുങ്ങാതെ അകത്തു കയറിപ്പോ കൊച്ചേ. കാലത്തേ എന്തു ഡിമാന്റുമായിട്ടാ മാപ്പള വിട്ടത്?"

"നിങ്ങള ഒരുമാതിരി വർത്തമാനം എന്റുടി പറയല്ലേ. ഞാനെന്റെ ഉമ്മായെ കാണാൻ വന്നതാ. ഇഷ്ടമില്ലെങ്കിൽ ദേ പോണ്."

അവൾ കരഞ്ഞുകൊണ്ട് പറഞ്ഞു.

"എന്തരാണ് വാപ്പായും മോളുംകൂട കാലത്തേ ചണ്ടകള്? മക്കള് കരയണോ?"

ഒക്കത്ത് വട്ടിയുമായി കടയിലേക്കു തിരിച്ച പാർവതിയാണ്.

"ഈ വാപ്പക്ക് എന്നെ കണ്ണെടുത്താ കണ്ടുകൂടാ. മിണ്ടിപ്പോയാ കുറ്റം വാപ്പാ അവിടെ വരാത്തെന്താന്നു ചോദിച്ചതിനാ ഈ പ്നാട്ട്."

"അങ്ങനെ പറയല്ലേ അപ്പീ. വാപ്പാക്ക് മക്കളെന്നുവെച്ചാ ഉയിരാ. ഉമ്മാ വീട്ടിലില്ലാത്തതുകാരണം വാപ്പാ വല്ലാതെ നിക്കേണ്. മക്കളത് കാര്യമാക്കണ്ട്."

"അക്കൻ ചന്തയിലേക്കുതന്നെ? ഇത്ര താമസിച്ചതെന്ത്? ചൂര ഉണ്ടെന്നു പറയണതു കേട്ടു."

'ചെല്ലപ്പന്റൂടി ഒന്നും രണ്ടും പറഞ്ഞുനിന്ന് നേരംപോയതറിഞ്ഞില്ല. കാശുവല്ലതും ഉണ്ടെങ്കി താ എന്നു ചോദിച്ചതിന് അവന്റെ വായിലുള്ളത് മുഴുക്കെ കേട്ടു. ഈ വയസാംകാലത്ത് അവനു ഞാൻ കൊറ്റിന് അന്നഴിച്ചുകൊടുക്കണം. അക്കൻ പോയിട്ടു പിന്നെ വരാം." പാർവതി കണ്ണു തുടച്ചുകൊണ്ട് യാത്ര പറഞ്ഞു.

"എടീ പെണ്ണേ, ഉപ്പൂപ്പാടെ എളിയീ കേറി ഇരുന്നപ്പം അവക്കു മാമിയെ വേണ്ടല്ല്. വാ മക്കളെ മാമി എടുത്തോളാം. ഉപ്പൂപ്പാക്ക് നിന്നേം എളിയിലേറ്റി നടക്കാനൊന്നും വയ്യ."

അവൾ ഷംനയെയും എടുത്ത് അകത്തേക്കു നടക്കുമ്പോൾ ചോദിച്ചു.

"വാപ്പാക്ക് കാപ്പികളൊന്നും വേണ്ടേ?"

"ദാ വരണു. നീ ചെല്ല്."

അയാൾ കുളിമുറിയിൽച്ചെന്ന് കൈയും കാലും കഴുകി അടുക്കളയ്ക്കു തൊട്ടുള്ള ഊൺമുറിയിലെ മേശയ്ക്കരികിൽ ചെന്നിരുന്നു. അടുക്കളയിൽ നാത്തൂന്മാർ കൊണ്ടുപിടിച്ച സംസാരം. റംലത്ത് തിരിച്ചെത്തിയിരിക്കുന്നു. റംലത്തും നദീറയും ഷാജിയുടെ കുറ്റങ്ങൾ മുംതാസിന്റെ മുന്നിൽ അക്കമിട്ടു നിരത്തുകയാണ്. അതിൽ രണ്ടുപേർക്കും യോജിപ്പു കേടൊന്നുമില്ല.

"ആ ചെറുക്കൻ അങ്ങനെ ആയിപ്പോയി. തറുതലപറയാനേ അറിയൂ. ഉമ്മ ചെല്ലംകൊടുത്താ ചെറുക്കനിങ്ങനെ വഷളായത്. വല്യക്കയുടെ വീട്ടിൽ പിടിച്ചുനിർത്തിയിരുന്നെങ്കില് അവൻ നന്നായിപ്പോയേന. അതിന് മയിനി സമ്മതിക്കേണ്ടേ? വല്യാക്ക എന്തര് ചെയ്യും?" മുംതാസ്.

"ഓ അവരൊക്കെ വലിയ ആളുകള് എന്തുമാവാം."

റംലത്ത് കുത്തിപ്പറഞ്ഞു.

"കൊച്ചേ, കാപ്പികള് വല്ലതും ഉണ്ടെങ്കിലെട്."

വാപ്പയുടെ വിളികേട്ടു മുംതാസ് അങ്ങോട്ടുചെന്നു.

"ഇവിടെ വന്ന് പതുങ്ങിയിരിക്കണത് കണ്ടില്ലേ, മിണ്ടാട്ടമില്ലാതെ. ഈ ചെറുക്കനെ ഇങ്ങനെ വിട്ടാലോ വാപ്പാ? എന്നാപ്പിന്നെ ജ്വാലിക്കു വല്ലതും ശ്രമിക്കാത്തതെന്ത്?"

"പത്താം ക്ലാസുപോലും പാസാകത്തവന് ആരാ ജോലികൊടുക്കണത്?"

"ഷോർട്ട്ഹാൻഡും ടൈപ്പും പഠിക്കാനയക്കാത്തതെന്ത്?"

"അയക്കാഞ്ഞിട്ടാണോ? അവൻ ഗൾഫീ പോണമെന്നും പറഞ്ഞ് ഒറ്റക്കാലിൽ നിൽപ്പാ. മുപ്പതിനായിരം രൂപാ വേണമെന്ന്."

"മച്ചാടെ ഒരു കൂട്ടുകാരന് വിസയുടെ ഏർപ്പാടുണ്ട്. ഞാൻ മച്ചാടെ പറയട്ടോ വാപ്പാ?"

"വേണ്ടാ. ഇനി അതും പറഞ്ഞ് അവനുമായിട്ട് വഴക്കിന് പോകാൻ എനിക്കു വയ്യാ. വല്ല തൊഴിലും പഠിച്ചാ എന്തെങ്കിലും ചെയ്തുകൊടുക്കാമെന്ന് അസീസ് ഏറ്റിട്ടൊണ്ട്."

"ഓ അതു നടന്നതുതന്നെ. മയിനി സമ്മതിച്ചെങ്കിലല്ലേ. വാപ്പാക്ക് മച്ചായെമാത്രമെ വിശ്വാസമില്ലാത്തത്."

"അവന്റെ ഉള്ളിലിരുപ്പ് അങ്ങനെ ആയതുകൊണ്ടല്ലേ. നീ അസീസിന്റെ പെണ്ണിനെക്കുറിച്ച് ചുമ്മാ അതുമിതും പറയണതെന്തരിന്?"

"അവരെ വാപ്പാക്കറിയാഞ്ഞിട്ടാ. എന്താ മൊതല്? ഇന്നാളവിടെച്ചെന്നപ്പം കട്ടിലില് പട്ടുസാരി രണ്ടെണ്ണം കെടക്കണ്. ഒന്നെനിക്ക് താന്നു പറഞ്ഞപ്പം കേൾക്കാത്തമട്ടിൽ അലമാരിക്കകത്തു വെച്ചു."

"നീ എന്തിരനാ അവിടെച്ചെന്ന് ചുമ്മാ അതുമിതും കേക്കണത്?"

"എന്റെ വല്യാക്ക കൊടുക്കുന്നതുതന്നല്ലോ. മുമ്പൊക്കെ വല്യാക്ക എന്തെല്ലാം വാങ്ങിച്ചുതരുമായിരുന്നു. ലവര് വന്നതിനുശേഷം വല്യാക്ക മാറിപ്പോയി."

"നിനക്ക് ചുമ്മാ ഓരോന്ന് തോന്നണതാ. അവള് അങ്ങനെയൊന്നുമല്ല."

"ഓ, തന്നെ. മതി. പുട്ടും പയറുംകൂടി വെരവി അങ്ങോട്ട് തിന്നിൻ. ഉമ്മാ ആസുപത്രീപ്പോയേപ്പിന്നെ വാപ്പാ ആഹാരമൊന്നും ചൊവവിനു കഴിക്കാറില്ലെന്നാ മയിനിമാര് പറയണത്. ഉമ്മാ വരുമ്പളത്തിന് വാപ്പാ കെടപ്പിലാകും."

"നീ ചെന്ന് ചായ വാങ്ങിച്ചോണ്ട് വാ."

ഊണുമുറിക്കു പുറത്തുള്ള വരാന്തയിൽ കൈകഴുകാൻ വെള്ളം വെച്ചിരുന്നു. അസനാരുകുഞ്ഞ് കൈയും വായും കഴുകി കട്ടിലിൽ ചെന്നിരുന്നു. ഒരു ബീഡിക്കു തീ കൊളുത്തി. അപ്പോഴേക്കും മുംതാസെത്തി.

"ഒരഞ്ഞൂറ് രൂപയെങ്കിലും താ വാപ്പാ. ആറ്റിങ്കരച്ചെന്ന് ഒരു നേർച്ച നടത്താനൊണ്ടായിരുന്ന്. കൊച്ചിനു പനിയായിരുന്നപ്പോ നേർന്നതാണ്."

"എന്റേ കാശൊന്നുമില്ല കൊച്ചേ. ഇപ്പൊ പിള്ളാരാ കട നടത്തണത്. ആശൂത്രീല് കാശൊരുപാടായി."

"അതു വലിയാക്കയല്ലേ കൊടുത്തത്?"

"എന്റെ ഭാര്യയ്ക്ക് അസുഖം വന്നതിന് അവനെന്തിനാ ചെലവാക്കുന്നത്?"

"ഇതാണെനിക്കു പിടിക്കാത്തത്. വല്യാക്ക ഉമ്മാക്കുവേണ്ടി ചെല വാക്കുന്നതിനു വാപ്പ തടസംപറയണ്ട കാര്യമുണ്ടോ? എന്നിട്ടെന്റെ കാര്യം?"

"എന്റേ കാശില്ലെന്നുപറഞ്ഞില്ലേ?"

"അല്ലെങ്കി എപ്പഴാണ് തന്നിട്ടൊള്ളത്?"

"ഉമ്മാക്ക് സ്നേഹമുണ്ട്. ഇവിടെയിങ്ങനെ തർക്കിച്ചുനിക്കാൻ എനിക്കു നേരമില്ല. ഞാൻ പോണ്. ചെന്നിട്ടുവേണം അരിയടുപ്പത്തിടാൻ."

"നിന്റെ മാമി അവിടില്ലേ?"

"ഇല്ലാതെവിടെപ്പോകാൻ? എന്നേക്കാൾ ആരോഗ്യമുണ്ട്. എന്നാലും ദേഹമനങ്ങി ഒരു വക ചെയ്യൂല. അപ്പുറത്തും ഇപ്പുറത്തും കയറിയിറങ്ങി കുന്നായ്മ പറഞ്ഞു നടന്നോളും. കിഴവീടെ നാക്കിന്റെ നീളം... എന്റു മ്മോ... നാക്കിട്ടടിക്കാൻ തൊടങ്ങിയാ നിർത്തൂല."

"നാക്കിന് നീളമില്ലാത്ത മോള്. നിന്റെ ഉമ്മാ ആവശ്യമില്ലാതെ ഒര ക്ഷരം ആരോടും ഉരിയാടൂല്ല. നീ എന്തിനാ പെണ്ണേ ഇങ്ങനെ ആയിപ്പോ യത്?"

"നിങ്ങള മോളായിട്ടുതന്നെ. ചുമ്മാ ഇരിക്കിൻ. ഞാൻ പോയിട്ടു പിന്നെ വരാം."

"മുംതാസേ. കാപ്പി എടുത്തുവെച്ചു കുടിച്ചിട്ട് പോ."

നദീറാ നീട്ടിവിളിച്ചു.

"കാപ്പി മാത്രം മതി മയിനി. കാക്കാ വരുമ്പം ഞാൻ പറഞ്ഞ കാര്യം ഓർമിപ്പിക്കാൻ മറക്കല്ലേ മയിനി. വാപ്പാ, പോണേ."

അവൾ വിളിച്ചു പറഞ്ഞു.

അവളുടെ ആവശ്യങ്ങൾക്ക് അതിരില്ല. വല്ല സാരിയോ തുണിയോ വേണമെന്ന് മജീദിനോട് പറഞ്ഞിട്ടുണ്ടാകും. അതാ ഓർമിപ്പിക്കാൻ ഏൽപ്പിച്ചത്. പാവം കുട്ടി. അല്ലലറിയാതെയാണ് അവളെ വളർത്തിയത്. നാലാണിനെ പ്രസവിച്ചതിനുശേഷം കിട്ടിയ പെൺതരി. അതിനുമുമ്പ് രണ്ടെണ്ണം അലസിപ്പോയിരുന്നു. പ്രസവം നിർത്താൻ ഡോക്ടർ നിർബ ന്ധിച്ചതാണ്. റാബിയ കൂട്ടാക്കിയില്ല. ഷാജിയെ പ്രസവിച്ചപ്പോൾ ഏറെ ബുദ്ധിമുട്ടി. അവളുടെ എതിർപ്പ് വകവയ്ക്കാതെയാണ് ഡോക്ടർ പ്രസവം നിർത്തിയത്.

ആങ്ങളമാർ തറയിൽ വയ്ക്കാതെയാണ് മുംതാസിനെ വളർത്തിയ ത്. ഉമ്മ കൈവളയും കൈൽത്തളയും ഉണ്ടാക്കിച്ചു. പട്ടുകുപ്പായം ഇടു വിച്ചു. ആരും മുഖം കറുപ്പിച്ച് അവളോടൊരു വാക്കുപോലും പറയാറി ല്ല. എല്ലാം തലവിധിപോലെയേ വന്നു ഭവിക്കൂ. പേരുകേട്ട കുടുംബമാ ണെന്നു പറഞ്ഞിട്ടെന്താ കാര്യം? അവൾക്കവിടെ സ്വൈര്യമില്ല. പഴയ പ്രതാപവും പറഞ്ഞിരുന്നതുകൊണ്ട് കാര്യങ്ങൾ നടക്കുമോ? എന്തിനും പൊങ്ങച്ചം. പുറത്തിറങ്ങണമെങ്കിൽ ടാക്സി വേണം. ഇതിനെക്കാൾ പേരും പേരുമയും ഉള്ള കുടുംബത്തിൽനിന്നാണ് റാബിയ വന്നത്. ഇവിടെ

വന്നതോടെ അവൾ ഇവിടത്തെ ഒരാളായി. പഴയ പ്രതാപങ്ങളെക്കുറിച്ച് അവൾ ഒരക്ഷരം മിണ്ടാറില്ല. കുടുംബത്തിൽ പിറന്നവർ അങ്ങനെയാണ്.

വിവാഹം കഴിഞ്ഞ് ആദ്യവിരുന്നിന് ഹാജിയാരും മൂത്തരണ്ടു പെൺമക്കളും വന്നിരുന്നു. "പൊരയും കുടിയുമൊക്കെ ചെറുതാണെങ്കിലും മനുഷ്യപ്പറ്റുള്ള ആൾക്കാരാണെന്നു തോന്നുന്നു. അല്ലേ ബാപ്പാ?" മൂത്ത സഹോദരി.

"എന്നാലും ഇതു വേണ്ടീരുന്നില്ല ബാപ്പാ. പൂച്ചന്റെ കണ്ണില് മുളകുംതേച്ച് വിട്ടതുപോലത്തെ സ്ഥിതിയായി. ഇനി ഓളെന്നും ഇവിടെ കഴിയണ്ടേ?"

രണ്ടാമത്തെ സഹോദരി പരിഭവം പറഞ്ഞു. അയാൾ ഒളിഞ്ഞു നിന്ന് ശ്രദ്ധിച്ചു.

"പുതിയാപ്ല നല്ല കുട്ടിയാ. അലിയാരുകുഞ്ഞാണെങ്കിൽ പട്ടുപോലത്തെ മനുഷ്യൻ. ഓക്കിവിടെ ഒന്നിനും കൊറവുണ്ടാവൂലാ."

ഹാജിയാർ മക്കളെ സമാധാനിപ്പിച്ചു. വാപ്പയും ഇത്താത്തമാരും യാത്ര ചോദിച്ചിറങ്ങിയപ്പോൾ റാബിയ ഏങ്ങലടിച്ചു കരയാൻ തുടങ്ങി. ഇത്താത്തമാർക്കും കരച്ചിലടക്കാൻ കഴിഞ്ഞില്ല. ഹാജിയാരുടെ കണ്ണും നിറഞ്ഞു. അതോടെ കൂട്ടക്കരച്ചിൽ അസനാരുകുഞ്ഞിന്റെ ഉമ്മ എല്ലവരേയും ആശ്വസിപ്പിച്ചു.

"എന്തരിന് കരയണത്? നിങ്ങളെ മോക്കിവിടെ ഒന്നിനും ഒരു കൊറവും വരൂല്ല. ഞങ്ങക്ക് ഒരു തുണയായിട്ട് ഇവനൊരുത്തനേയുള്ളൂ. അല്ലെങ്കീ ഇവനെക്കൂടി അങ്ങോട്ടു വിട്ടേനെ. ഇടയ്ക്കിടെ നാട്ടീ വന്ന് എല്ലാവരേയും കാണാമല്ല്."

ഉമ്മ മരിക്കുന്നതുവരെ റാബിയയെ ഒരു പണിയും ചെയ്യാൻ സമ്മതിച്ചില്ല.

"നിങ്ങളൊറ്റയ്ക്കിങ്ങനെ പെടാപാട് പെടണതെന്തിരിന്? അവളെക്കൂടി സഹായത്തിന് വിളിക്കാത്തതെന്ത്?"

അയാൾ പലവട്ടം ചോദിച്ചിട്ടുണ്ട്.

"അതിന് ജോലികളൊന്നും ശീലമില്ലപ്പീ. ഇത്തിക്കഴീമ്പം എല്ലാം പഠിച്ചോളും."

ആദ്യനാളുകളിൽ ഭാഷ അറിയാതെ അവൾ തീർത്തും വിഷമിച്ചു. അയൽപ്പക്കങ്ങളിലുള്ളവർ അവളെ പരിഹസിക്കാനായി കൂട്ടത്തോടെ എത്തും.

"നിങ്ങടെ നാട്ടീ മരച്ചീനിക്ക് എന്തരാണ് കൊച്ചേ പറേണത്? എന്നു ചോദിച്ചുകൊണ്ട് കൂട്ടച്ചിരിയാണ്. അവളുടെ കണ്ണുനിറയും. ഉമ്മ സഹായത്തിനെത്തും.

"പോട്ട് മോളെ, നാക്കിനെല്ലില്ലാത്ത വഹകളാ. മക്കള് മിണ്ടണ്ട."

"വടക്കത്തി മരുമോളെ കിട്ടിയപ്പോ അസനാരുകുഞ്ഞിന്റെ ഉമ്മാക്ക് ഞങ്ങളെയൊന്നും വേണ്ടല്ല്."

അവർ പരിഭവം പറയും.

"അതല്ല. ആ കൊച്ചൊരു പാവം പിടിച്ചതാ. ഉറ്റവരേം ഉടയവരേം കാണാതെ വെഷമിച്ചിരിക്കണ അതിനെ നമ്മളാനിട്ടെന്തരിനാ നോവിക്കണത്? നിങ്ങള് കെറീക്കാൻ പറഞ്ഞതല്ല."

ഉമ്മാ അവതാ പറയും.

റാബിയ വന്നതോടെ ജീവിതരീതിതന്നെ മാറി. അവൾക്ക് ഒന്നിനും ബുദ്ധിമുട്ടുണ്ടാകരുതെന്ന് നിർബന്ധമായിരുന്നു. തന്നെ വിശ്വസിച്ചാണ് ഹാജിയാർ മകളെ കണ്ണെത്താദൂരത്ത് അയച്ചിരിക്കുന്നത്. ഹാജിയാർക്ക് ഒരിക്കലും മനസ്താപത്തിന് ഇടയുണ്ടാക്കരുത്. ജൗളിക്കടമാത്രം പോരെന്നു തോന്നി. കടയിലെ കാര്യം വാപ്പ നോക്കിക്കൊള്ളും. കൂപ്പ് ലേലത്തിൽ പിടിച്ചു. തെങ്ങിൻതോട്ടം പാട്ടത്തിനെടുത്തു. അത്യാവശ്യം കോൺട്രാക്ട് പണിയും ഉണ്ടായിരുന്നു. രാവിലെ എണീറ്റ് റാബിയയുടെ കൈനീട്ടം വാങ്ങി ഇറങ്ങിയാൽ വിചാരിച്ച കാര്യം നടക്കാതെ ഒരിക്കലും തിരിച്ചുവരേണ്ടിവന്നിട്ടില്ല. വാപ്പ മരിച്ചപ്പോൾ ശ്രദ്ധ കടയിൽമാത്രമായി. ജൗളിക്കട ഒന്നുകൂടെ വിപുലമാക്കി. അതിനോടു ചേർന്ന് ഒരു സ്റ്റേഷനറി കട തുടങ്ങി. വീട് പുതുക്കിപ്പണിതു. കുറഞ്ഞ വിലയ്ക്ക് ഒരു തെങ്ങിൻതോപ്പ് ഒത്തുകിട്ടി. അവളുടെ മനോഗുണം തന്നെ എല്ലാ ഐശ്വര്യങ്ങൾക്കും കാരണം. കഴിഞ്ഞുകൂടാനുള്ളത് ഇന്നും കിട്ടുന്നുണ്ട്. മക്കളെ പഠിപ്പിച്ച് ഉദ്യോഗസ്ഥരാക്കണമെന്ന അവളുടെ മോഹം മാത്രം നടന്നില്ല. പണത്തിന്റെ കുറവുകൊണ്ടല്ല പഠിക്കാതിരുന്നത്. അവർക്ക് താൽപ്പര്യമില്ലാഞ്ഞാൽ എന്തുചെയ്യാനാവും? അസീസ് മാത്രം നന്നായി പഠിച്ചു. അവന് മാന്യമായ ജോലി കിട്ടുകയും ചെയ്തു. ബാങ്കിൽ. ബാക്കി മൂന്നെണ്ണവും കണക്കുതന്നെ. സൗകര്യം ഏറിയപ്പോയതുകൊണ്ട് പറ്റിയതാണ്. പഠിക്കാനുള്ള സമയത്ത് കളിച്ചുനടന്നു. ഷാഹുലും മജീദും കടകൊണ്ട് കഴിയുന്നു. ഷാജിക്കും കടയിലിരിക്കാൻ തന്നെയാണ് മോഹം.

കൈപൊള്ളിയപ്പോൾ ഞെട്ടി. കൈയിലിരുന്ന ബീഡി എരിഞ്ഞു തീരാറായിരിക്കുന്നു. ബീഡിക്കുറ്റി അണച്ച് ജനലിൽക്കൂടി വെളിയിലേക്കിട്ടു. അയയിൽ കിടന്ന മുണ്ടും ജൂബയും കൈയിലെടുത്ത് ഊൺതളത്തിലേക്കു ചെന്നു. നദീറ മലക്കറി നുറുക്കുന്നു. മീൻ അരിയുകയാണ് റംല. ജോലിക്കാരി സൈനബ തറയിൽ പടിഞ്ഞിരുന്ന് കാപ്പികുടിക്കുകയാണ്. മൂന്നുപേരും വാതോരാതെ സംസാരിക്കുന്നുണ്ട്.

"കൊച്ചേ സൈനബാ, കാപ്പികുടി കഴിഞ്ഞിട്ട് ഇതൊന്ന് കഴുകി ഇട്ടേക്കണേ."

അസനാരുകുഞ്ഞ് പറഞ്ഞപ്പോൾ സംസാരം പൊടുന്നനെ നിന്നു.

"ചെറുക്കൻ സോപ്പു കൊണ്ടുവന്നാൽ ഉടനെ കഴുകിയിട്ടേക്കാം. മാമാ."

സൈനബ ആഹാരം കഴിക്കുന്നതിനിടയിൽ പറഞ്ഞു.

"സോപ്പ് കുളിമുറിയിലിരുപ്പുണ്ട് കൊച്ചേ." നദീറയാണ്.

"തേച്ച മുണ്ടുണ്ടോ മോളേ? എനിക്ക് വയ്യൂട്ട് വെളിയിലോട്ടിറങ്ങാ

നുള്ളതാ. ഇല്ലെങ്കിൽ ആ ചെറുക്കൻ വരുമ്പോൾ കൊടുത്തയച്ചു തേപ്പിക്കണേ."

"മെനഞ്ഞാന്ന് കഴുകിയ ചെവലക്കരമുണ്ടും സിൽക്കുജൂബായും തേച്ചത് മാമാടെ അലമാരീടെ മേളിലെ തട്ടിലിരിപ്പുണ്ട്." റംലത്ത്

"ഉച്ചയാകുമ്പം ആ അണ്ടാവിലിത്തിരി വെള്ളം പിടിച്ച് അനത്തിയിട്ടേക്കണേ." അകത്തേക്കു നടക്കുമ്പോൾ അയാൾ സൈനബയോട് പറഞ്ഞു.

"അനത്തിയിട്ടേക്കാം. മാമാ കിടക്കാൻ പോണോ?"

"ഉം."

അയാൾ വെറുതെ മൂളി.

"ഒരാഴ്ച കൊണ്ട് മാമാ വല്ലാതങ്ങുണങ്ങിപ്പോയി. കേട്ടോ. മാമിയില്ലാത്തോണ്ടാ. അവരിതുവരെ പിരിഞ്ഞുകഴിഞ്ഞിട്ടില്ലല്ല്." സൈനബയുടെ വകയാണ്.

ജൂബ അഴിച്ചു കട്ടിലിൽ കിടക്കാൻ തുടങ്ങുമ്പോഴാണ് ഇറയത്തു നിന്ന് ആരോ വിളിക്കുന്നതു കേട്ടത്.

"മാമാ, മാമാ... ഇവിടാരുമില്ലേ?"

"ആരാ?" എന്തരാണ്?"

"നമ്മുടെ പീരുക്കണ്ണ്സായിപ്പിന് ഒട്ടുംവയ്യ. പെട്ടെന്നാ തുടങ്ങിയത്. മെഡിക്കക്കോളജി കൊണ്ടുപോയി."

"എന്തരസുഖം? ഷഹീദുണ്ടായിരുന്നോ?"

"എന്തരാണെന്നൊന്നും അറിഞ്ഞില്ല. ശഹീദണ്ണൻ ആപ്പീസിലേക്ക് പോയതാരുന്നു. എന്തരോ പേപ്പറെടുക്കാൻ മറന്നിട്ട് തിരിച്ചുവന്നപ്പഴാ വാപ്പാ കെടന്ന് വെപ്രാളം കാണിക്കണത് കണ്ടത്. ഒടനേ കാറു വിളിപ്പിച്ചു. ദാ ഇപ്പോ കാറിൽക്കയറ്റി കൊണ്ടുപോയതേ ഒള്ളൂ. മുംതാസ് ചേച്ചി പറഞ്ഞതാ ഇവിടെ വന്ന് വിവരം പറയാൻ."

മുംതാസിന്റെ വീട്ടിനടുത്തുള്ള തങ്കമ്മയുടെ മകനാണ്. വിവരം പറഞ്ഞതും അവൻ ഓടിപ്പോയി.

അലമാരി തുറന്ന് തേച്ചുവെച്ചിരുന്ന മുണ്ടെടുത്തു. സിൽക്ക് ജൂബ്ബ വേണോ? ഒരു നിമിഷം സംശയിച്ചു. ങ്ആ, കെടക്കട്ടെ. തിരിച്ചുനോക്കിയപ്പോൾ പെണ്ണുങ്ങൾ മൂന്നുപേരും പിന്നിൽ അണിനിരന്നിരിക്കുന്നു.

"ആരു മാമാ വന്നത്? എന്തര് പറഞ്ഞോണ്ട് പോയത്?"

എല്ലാവരും കൂടി ഒറ്റശ്വാസത്തിൽ തിരക്കി.

"മുംതാസിന്റെ മാമാക്ക് അസുഖം കൂടുതലായിട്ട് ആശുത്രികൊണ്ട്പോയ വിവരം പറയാൻ വന്നതാണ്. ഞാൻ ചെന്നൊന്ന് നോക്കീട്ട് വരാം. കടയിൽ ആരെയെങ്കിലും പറഞ്ഞയച്ച് വിവരമറിയിക്ക്."

മുണ്ടു മാറുന്നതിനിടയിൽ പറഞ്ഞു.

അഞ്ച്

അസനാരുകുഞ്ഞ് ചെല്ലുമ്പോൾ മുംതാസ് വീട്ടിന്റെ നടയിൽ ത്തന്നെ ഉണ്ടായിരുന്നു. ചുറ്റും അയൽപ്പക്കങ്ങളിലെ ഒരുപറ്റം സ്ത്രീക ളും. അവൾ കൈയും കലാശവും കാണിച്ച് നടന്ന സംഭവങ്ങൾ വിവരി ക്കുകയാണ്. വാപ്പയെ കണ്ടതും. അവൾ കരച്ചിൽ തുടങ്ങി.

"മാമാക്ക് കാപ്പികളെല്ലാം കൊടുത്തിട്ടാണ് ഞാനങ്ങോട്ട് വന്നത്. പരിപ്പുംകൂട്ടി രണ്ടപ്പവും തിന്നു. ഒരു ഗ്ലാസ് നിറയെ കാപ്പിയും കുടിച്ചു. പാത്രം കഴുകിവച്ചിട്ടാണ് ഞാനിറങ്ങിയത്. ഞാൻ പോകുമ്പം മച്ചാ ഇല്ലാ രുന്നു. ഞാനിങ്ങോട്ട് കയറിവരുമ്പോഴേ കേട്ട് ബഹളങ്ങള്. ഓടിച്ചെന്നു നോക്കുമ്പോഴത്തെ സ്ഥിതി. അയ്യോ. മാമാ കസേരേന്ന് താഴെ വീണു കെടക്കണ്. മാമി കെടന്ന് വിളിയോട് വിളി. അതുകേട്ടാണ് മച്ചാ ഓടിയെ ത്തിയത്. അപ്പഴാണ് മച്ചാ ഇവിടെയുള്ള കാര്യംതന്നെ ഞാനറിയണത്."

അസനാരുകുഞ്ഞിന് ക്ഷമകെട്ടു.

"എന്തരാണുണ്ടായതെന്നു പറ കൊച്ചേ."

"എനിക്കൊന്നും അറിഞ്ഞൂടായേ.. എല്ലാവരുംകൂടെ എടുത്താണ് കാറിലിട്ടു കൊണ്ടുപോയത്. ശ്വാസംകിട്ടാതെ കെടന്ന് വെപ്രാളം കാണി ക്കണത് കണ്ടപ്പം എന്റെ തലയങ്ങു പെരുത്തു. എന്തരു പാടോ എന്തോ? വീട്ടിലാരുമില്ല. കൊച്ചാണെങ്കിൽ തൊട്ടിലിൽ കെടന്നൊറങ്ങുന്നു. വീടും തൊറന്നിട്ട് കൂടെപ്പോവാനൊക്കുമോ? എനിക്കു വയ്യായേ.."

അവൾ വീണ്ടും കരച്ചിൽ തുടങ്ങി.

"അപ്പി, ചുമ്മാ കെടന്ന് കരയല്ലേ, മാമാക്ക് ഒന്നും വരൂല്ല. മക്കള് വാപ്പായെ അകത്തോട്ട് വിളിച്ചോണ്ടുപോയി ഇരുത്ത്."

"ഞാനൊന്ന് ആശുത്രിവരെ പോയിട്ട് വരാം. വിവരം അറിയാമല്ലോ."

അപ്പോഴേക്കും വിവരമറിഞ്ഞ് ഷാഹുലെത്തി.

"ആശൂത്രില് ഞാൻ പോകാം. വാപ്പാ ഇവിടെ നില്ല്. ഇവള് തനിച്ചല്ലേ ഒള്ള്." അവൻ ആദ്യം കണ്ട ഓട്ടോയിൽ കയറിപ്പോയി. അകത്ത് കൊച്ച് കരയുന്നത് കേട്ടു.

"അപ്പീ, ദേ കൊച്ച് കെടന്ന് കരയണ്. അകത്തോട്ട് ചെല്ല്. മോക്ക് വാപ്പാ കൂട്ടുണ്ടല്ലോ. പിള്ളയെ തനിച്ചാക്കി പോകാൻ മനസ് വന്നില്ല. അതാ ഇവിടെത്തന്നങ്ങു നിന്നുകളഞ്ഞത്. ഞങ്ങള് പെയ്യിട്ട് ഇത്തിപ്പോലം കഴിഞ്ഞ് വരാം."

ഓരോരുത്തരായി യാത്ര പറഞ്ഞു പിരിഞ്ഞു. മുംതാസിന്റെ പിന്നാലെ അകത്തേക്കു നടന്നു. കസേര മറിഞ്ഞ നിലയിൽത്തന്നെ കിടക്കുന്നു. അടുത്തുതന്നെ പേപ്പറും പൊട്ടിയ കണ്ണടയും. പേപ്പർ വായിച്ചുകൊണ്ടിരുന്നപ്പോഴായിരിക്കും വീണത്. കസേര നേരെയിട്ടു കണ്ണട മേശപ്പുറത്തു വച്ചു. ചില്ല് ഉടഞ്ഞിട്ടില്ല. പേപ്പറുമായി കസേരയിലിരുന്നപ്പോഴേക്ക് മുംതാസെത്തി. കൊച്ചിനെ വീണ്ടും ആട്ടി ഉറക്കിയെന്നു തോന്നുന്നു.

"വാപ്പാക്ക് വെള്ളങ്ങള് വല്ലതും വേണോ?"

"ഒന്നും വേണ്ട. കാപ്പിക്കുടിച്ചിട്ടാ പോന്നത്. കുറച്ചുനേരം ഇരുന്നു നോക്കാം. വിവരമൊന്നും അറിഞ്ഞില്ലെങ്കിൽ ഞാൻ ആശൂത്രിവരെ ഒന്നു പോകാം."

"അടുക്കളയിലെന്തര് പാടോ എന്തോ? ചെന്നു നോക്കട്ടെ. ചട്ടിയിൽ മീനൊണ്ടായിരുന്നു. പൂച്ച കൊണ്ടുപോയെങ്കി മാരീടെ വായിലുള്ള പള്ളത്രയും കേട്ടതുതന്നെ."

പീരുകണ്ണിന്റെ അന്തസ്സിനൊത്ത വീടുതന്നെ. പുറത്ത് കാർഷെഡ്ഡും ഡ്രൈവർക്ക് കിടക്കാനുള്ള മുറിയും. അരമതിലുകെട്ടിയ ഇറയം. ചുറ്റും ജനാലകളുള്ള വലിയ ഇരുപ്പുമുറി. അകത്തെ ഹാളിൽ മൂന്ന് വലിയ കിടപ്പുമുറികൾ. അതു കഴിഞ്ഞാണ് ഊൺതളം. അകത്ത് വേറെയും മുറികളുണ്ടെന്നു തോന്നുന്നു. വീടിന്റെ അകം ഇതുവരെ കണ്ടിട്ടില്ല. ഊൺതളത്തിൽ കൈകഴുകാൻ ബെയ്സിൻ. കിടപ്പുമുറികളോടു ചേർന്ന് കുളിമുറികൾ. മിനുങ്ങുന്ന മൊസെക്ക് തറ. ഇതൊന്നും ഇവിടങ്ങളിൽ പതിവുള്ളതല്ല. ഇപ്പോൾ ഗൾഫുകാരിൽ ചിലർ ബംഗ്ലാവുകൾപണിയുന്നുണ്ട്. ഇതൊക്കെ കണ്ടാണ് റാബിയ വീണുപോയത്.

പേപ്പറുമായി കസേരയിൽ ചെന്നിരുന്നതേയുള്ളൂ. നടയിൽ കാറു വന്നു നിൽക്കുന്ന ഒച്ചകേട്ടു. കൂടെ ഉറക്കെയുള്ള ഒപ്പാരിയും. ഓടിച്ചെന്നു. അന്തംവിട്ടുപോയി. ഉറക്കെ കരയുന്ന ഹമീദുകണ്ണിന്റെ ഭാര്യ ഐഷാകണ്ണിനെ ഷാഹുൽ താങ്ങിപ്പിടിച്ച് അകത്തേക്കു കൊണ്ടുവന്നു. അവർ നേര്യതു കൊണ്ട് മുഖം ഒട്ടാകെ മറച്ചിട്ടുണ്ട്. വാപ്പയുടെ മയ്യത്തും താങ്ങി ഷഹീദും മറ്റുള്ളവരും കാറിൽ നിന്നിറങ്ങി. എല്ലാം കഴിഞ്ഞു. ഇനി അന്തം വിട്ടു നിന്നിട്ട് കാര്യമില്ല.

"തൽക്കാലം പെരയ്ക്കകത്ത് കിടത്തിൻ പിള്ളേരെ."

അകത്തേക്കു നടക്കുമ്പോൾ അയാൾ പറഞ്ഞു. അപ്പോഴേക്ക് വീടു നിറയെ ആളുകൾ കൂടിക്കഴിഞ്ഞിരുന്നു. അകത്തെ ഹാളിലെ കസേര

കൾ മാറ്റി മുറിക്കകത്തു കിടന്നിരുന്ന തട്ടുപടി ഹാളിനു നടുവിൽ കിഴക്കുപടിഞ്ഞാറായി ഇടുവിച്ചു. ഹമീദുകണ്ണിനെ തല പടിഞ്ഞാറു വശത്തായിട്ട് കിടത്തി.

ഷഹീദേ, വെള്ളത്തുണി കൊണ്ടുവന്ന് വാപ്പാടെ മയ്യം മൂട്."

ഷഹീദിന്റെ വിങ്ങിക്കരച്ചിൽ.

അടുക്കളയിൽ കൂടിനിൽക്കുന്നവരോടായി പറഞ്ഞു. "വെള്ളം അനത്ത്."

"അളിയന്മാരെയൊക്കെ വിവരമറിയിച്ചോ മരുമോനെ?"

"വലിയാത്തായെ ഫോൺവിളിച്ച് അറിയിച്ചിട്ടുണ്ട്. ഉമൈബാനെ അറിയിക്കാൻ ഒത്തില്ല."

"എടാ ഷാഹുലേ, വെക്കം ചെല്ല്, പെട്ടെന്ന് എല്ലാരേം വിവരമറിയിക്ക്. നമ്മടെ കട രണ്ടും അടച്ച് പിള്ളാരെയെല്ലാം ഇങ്ങോട്ടു വരാൻ പറ. പള്ളീച്ചെന്ന് വിവരം പറഞ്ഞോ? അസീസിനെ അറിയിക്കാൻ മറക്കല്ലേ. ആദ്യം കാറെടുത്ത് ഉമൈബാനെച്ചെന്ന് വിളിച്ചോണ്ട് വാ. നീ തന്നെ ചെല്ല്."

"പള്ളിക്കാരെ അറിയിക്കാൻ മറക്കല്ലേ. ഖബറ് കുഴിക്കാനുള്ള ഏർപ്പാടാക്കാൻ മജീദിനോട് പറ."

അസനാരുകുഞ്ഞ് ഓരോന്ന് ഓർമിപ്പിച്ചു. ഷഹീദ് അന്തംവിട്ടു നിൽക്കുകയാണ്.

അപ്പോഴേക്കും കനലിട്ട് സാമ്പ്രാണി പുകച്ചു. സാമ്പ്രാണിത്തിരി കൂടി കത്തിച്ചുവച്ചതോടെ മുറിക്കകത്ത് രൂക്ഷഗന്ധം. അകത്ത് പെണ്ണുങ്ങൾ അലയും മുറയും. കസേരയിലിരുന്ന് തേങ്ങിക്കരയുന്ന ഷഹീദിന്റെ തോളിൽ കൈവച്ചപ്പോൾ അവൻ തലയുയർത്തി.

"ഇങ്ങനെ ഇരുന്നാലോ? ഉമ്മാടെ വീട്ടിൽ ആളെ അയക്കണ്ടേ? വഴി അറിയുന്നവർ ആരുണ്ട്? അഡ്രസ് എഴുതിക്കൊട്. ആരെയെങ്കിലും അയക്കട്ടെ."

അവൻ കണ്ണു തുടച്ച് എണീറ്റുചെന്ന് ഡയറി തപ്പിയെടുത്ത് അഡ്രസ് കണ്ടുപിടിച്ചു.

നെയ്യാറ്റിൻകര ബസ്സ്റ്റാന്റിനടുത്തുതന്നെയാ മാമാടെ വീട്. ബസ് സ്റ്റാന്റിനു മുൻവശത്തായിട്ടാ കട. കണ്ടുപിടിക്കാൻ വിഷമമില്ല. അവിടങ്ങളിൽ എല്ലാവർക്കും അറിയാം. മാമാടെ ചെന്നു പറഞ്ഞാ ബാക്കി എല്ലാരേം മാമാ അറിയിച്ചോളും. ഒരു കാറുപിടിച്ചു വെക്കം ചെല്ലാൻപറ."

"വാപ്പാക്ക് ഒരു സഹോദരി ഇല്ലേ? അവരെവിടെ താമസിക്കണത്?"

"ലവരങ്ങ് തൈക്കാട്ടാ അവിടെ ഫോണുണ്ട്. നമ്പര് തരാം. ആരേം വിട്ടുപോകല്ലേ."

അപ്പോഴേക്കും പള്ളിയിലെ ഖത്തീബും മറ്റു പ്രമാണിമാരും എത്തി. മയ്യത്ത് ആദ്യത്തെ കുളിപ്പിക്കൽ കഴിഞ്ഞ് ഒരുക്കിക്കിടത്തി. മരിച്ചുകിടക്കുകയാണെന്നു തോന്നുകയില്ല. മുഖത്തൊരു വാട്ടംപോലുമില്ല. പള്ളിപ്പെരയിലെ പിള്ളേർ ഖുർആൻ ഓതിത്തുടങ്ങി.

ഷഹീദിന്റെ മൂത്തസഹോദരിമാരും ഭർത്താവുമാണ്. ആദ്യം എത്തിയത്. അവൾ വാപ്പയുടെ ദേഹത്ത് മറിഞ്ഞുവീണ് ഉറക്കെ കരഞ്ഞു. അപ്പോഴാണ് വാതിൽക്കൽ നിൽക്കുന്ന ഷഹീദിനെ കണ്ടത്.

"നാട്ടുകാരെ മുഴുക്കെ അറിയിച്ചിട്ടാണല്ലോടാ നീ എന്നെ വിവരമറിയിച്ചത്. വാപ്പാക്ക് അസുഖം ഏറിയിട്ട് എന്നോടാരും പറഞ്ഞില്ലല്ലോ. എന്റെ വാപ്പായെ ഹയാത്തോടെ കാണാൻ എനിക്കൊത്തില്ലേ.."

"ഞാൻ കാലത്തെ ആപ്പീസിപ്പോകുമ്പം വാപ്പാക്ക് ഒന്നുമില്ലായിരുന്നു. പെട്ടെന്നാ.."

ഷഹീദിനെ മുഴുമിപ്പിക്കാൻ അവൾ അനുവദിച്ചില്ല.

"നിന്റെ ഫാര്യവീട്ടുകാര് മുഴുക്കെ ആശൂത്രീലെത്തിയല്ലോ. ഞങ്ങളിപ്പോ അന്യരല്ലേ."

ഷഹീദ് ഒന്നും മിണ്ടിയില്ല. ആരോ വന്ന് അവളെ പിടിച്ചെഴുന്നേൽപ്പിച്ച് അകത്തേക്കു കൊണ്ടുപോയി. അവളുടെ ഭർത്താവ് ആരോടും ഒന്നും മിണ്ടാതെ മുഖം കനപ്പിച്ച് ഇറയത്തെ ചാരുകസേരയിൽ ചെന്നിരുന്നു. കുറച്ചുകഴിഞ്ഞ് അവൾ പുറത്തു വന്ന് കണ്ണു തുടച്ചുകൊണ്ട് ചോദിച്ചു.

"മാമാ, മച്ചാടെ വീട്ടിലറിയിച്ചോ? അവിടെ മൂത്ത കാക്കായുണ്ട്. ഒരൊടപ്രന്നോളങ്ങ് പേട്ടയിലാ. ഇളയ രണ്ടൊടപ്രന്നോന്മാരുള്ളത് മണക്കാട്ടാ. രണ്ടുപേരും അടുത്തടുത്ത് തന്നെ താമസം. മുക്കിത്തന്നെ. വലിയ ഇരുനിലക്കെട്ടിടങ്ങളാ. മാമാ കണ്ടുകാണും. ഇതുവരെ അറിയിച്ചില്ലെന്നു കേട്ടാ. ഇനി അതുമതി മച്ചാക്ക്. വെക്കം ആരെയെങ്കിലും അയക്കിൻ മാമാ."

"അഡ്രസ് താ മക്കളെ."

അപ്പോഴാണ് മൂലയിൽ പതുങ്ങിനിൽക്കുന്ന ഷാജിയെ ശ്രദ്ധിച്ചത്.

"ബീമാക്കണ്ണേ, സ്ഥലവും പേരുമൊക്കെ ഇവനോട് പറഞ്ഞുകൊട്. എടാ, ഒരോട്ടോ പിടിച്ച് വെക്കം ചെല്ല്."

"എന്റെ കൂട്ടുകാരന്റെ സ്കൂട്ടറുണ്ട്. ഞാനതീ പൊയ്ക്കോളാം."

"എന്തര് കുന്തത്തിലായാലും വേണ്ടൂലാ. വെക്കം വേണം. കേട്ടല്ലോ."

അസനാരുകുഞ്ഞ് മയ്യത്തിന്റെ തലയ്ക്കൽ ഒരു കസേരയിട്ട് ഇരുന്നു. വരുന്നവർക്ക് മുഖം തുറന്നുകാണിച്ചുകൊടുക്കാമല്ലോ. സാമ്പ്രാണിച്ചട്ടിയിൽ തീ അണയുന്നതിനനുസരിച്ച് കനലിട്ടു മജീദ് വന്നു സ്വകാര്യമായി ചോദിച്ചു.

'മയ്യത്ത് കഫംചെയ്യാനുള്ള തുണി നമ്മടെ കടയീന്ന് എടുക്കട്ടോ?"

"ഷഹീദിന്റെ അളിയന്മാർ തുണിയൊന്നും കൊണ്ടുവന്നില്ലേ?"

"ഇതുവരെ കണ്ടില്ല."

"ഏതായാലും അവനോടൊന്ന് ചോദീര്. പിന്നീടൊരു പരാതിയായി വരണ്ട. മയ്യത്തിനുള്ള തുണി മരുമക്കൾ കൊണ്ടുവരണമെന്ന് ചിലയിടങ്ങളിൽ ഒരു ചടങ്ങുണ്ട്. അസനാരുകുഞ്ഞും മക്കളും ഇവിടെ അധികാരം കൈയാളി എന്നു പറയിക്കേണ്ട."

കുറച്ചുകഴിഞ്ഞ് മജീദ് വന്നുപറഞ്ഞു.

"തുണി കൊണ്ടുവാരൻ പറഞ്ഞു. അളിയൻ."

"എങ്കി താമസിക്കണ്ട."

"വാപ്പാ ഇവിടിങ്ങനെ ഇരിക്കണ്ട. വെളിയിലോട്ട് ചെന്നിരി."

"സാരമില്ല."

"അപ്പോഴേക്കും ഉറക്കെയുള്ള കരച്ചിൽ കേട്ടു. ഉമൈബാനായിരിക്കും.

"എന്റെ വാപ്പിച്ചിയെ എനിക്കൊരു നോക്ക് കാണാൻ ഒത്തില്ലല്ലോ.... എന്നാലും കാക്കാ എന്നോടിത് ചെയ്തല്ലോ... എല്ലാം കഴിഞ്ഞിട്ടല്ലേ എന്നെ അറിയിച്ചത് എനിക്കാരുമില്ലാതായല്ലോ... എന്റെ വാപ്പച്ചിയേ.."

സ്ത്രീകളാരോ വന്ന് അവളെ പിടിച്ചുവലിച്ച് അകത്തേക്കു കൊണ്ടുപോയി. അവൾ ബാധയിളകിയതുപോലെ തലയടിച്ച് അലറി വിളിക്കുന്നുണ്ടായിരുന്നു. അവളുടെ അലമുറ കേട്ടായിരിക്കാം അതുവരെ അനക്കമൊന്നുമില്ലാതിരുന്ന ഐഷാക്കണ്ണും വിളി തുടങ്ങി. അതോടെ കൂട്ടക്കരച്ചിൽ.

"എങ്ങനെ കഴിഞ്ഞിരുന്ന വീടാ. ഇവിടെ ഒരുത്തി കയറിവന്നതോടെ മുച്ചൂടും നശിച്ചില്ലേ. അവരെ കാല് ഇതിനകത്ത് കുത്തിയ അന്നുതൊടങ്ങിയതാ നാശം. കുലം മുടിഞ്ഞു. ഇപ്പോ വാപ്പായും പോയി. എല്ലാം തെക്കഞ്ഞു. ഇനി തന്നത്താൻ കയറിയങ്ങു ഭരിക്കാമല്ലോ."

മുംതാസിന്റെ ഉറക്കെയുള്ള കരച്ചിൽ കേട്ട് അകത്തേക്കോടാൻ തുടങ്ങിയ ഷാഹുലിനെ തടഞ്ഞു. അവൻ മുൻകോപിയാണ്. നാക്കിന് എല്ലില്ലാത്തവൻ. വല്ലതുമൊക്കെ വിളിച്ചുകൂവിയാൽ ആകെ അലങ്കോലമാകും. അവൻ ചുണ്ടുകടിച്ചു പുറത്തേക്കിറങ്ങി. ഉമൈബാന്റെ ഭർത്താവ് വന്നു ചോദിച്ചു.

"എപ്പഴാ പള്ളിയിലേക്കെടുക്കുന്നത്? ഒരുക്കങ്ങളൊക്കെ ആയോ?"

"ഷഹീദിനോട് ചോദീരപ്പി."

ഒഴിഞ്ഞുമാറി.

ആരുമില്ലാതിരുന്നതുകൊണ്ട് ഇതുവരെ കാര്യങ്ങൾ നടത്തി. ബന്ധുക്കളെല്ലാം എത്തിച്ചേർന്നല്ലോ. അവർ എന്താണെന്നുവെച്ചാൽ ചെയ്യട്ടെ. എല്ലാവരും എത്തിയെന്നാണ് തോന്നുന്നത്. ഓരോരുത്തർ വന്നു കയറുമ്പോഴും ഒപ്പാരിയും എണ്ണിപ്പെറക്കലും നടന്നു. മിക്കവരും മുംതാസിനെ പഴിക്കാൻ മറന്നില്ല. പീരുക്കണ്ണിന്റെ സഹോദരി പറഞ്ഞതു കേട്ടു അയാൾക്കു നൊന്തു.

"ഞാനന്നേ അവനോടു പറഞ്ഞതാ. ഈ ബന്ധം നമുക്ക് വേണ്ടാന്ന് കേട്ടില്ല. ഊരും പേരുമൊന്നും നോക്കാതെ കണ്ണുമടച്ചല്ലേ സമ്മതിച്ചത്. വന്നുകയറിയതും നാശം തൊടങ്ങിയല്ലോ. എന്തെരു കൂടോത്രമാണോ ചെയ്തത്? ഇന്നിപ്പം അവനും പോയല്ലോ... എന്റെ ഒടപ്രന്നോനെ എല്ലാരുംകൂടി കൊന്നില്ലേ?"

സഹിക്കാൻ കഴിയാതായപ്പോൾ അസനാരുകുഞ്ഞ് എഴുന്നേറ്റ് വെളിയിലേക്കിറങ്ങി. മുറ്റത്ത് കസേര നിരത്തിയിട്ടിരിക്കുന്നു. അതിലൊന്നിലി

രുന്ന് ബീഡിക്കായി പോക്കറ്റിൽ തപ്പി. അപ്പോഴാണ് ബീഡിയും തീപ്പെട്ടിയും എടുത്തില്ലെന്നോർത്തത്. തലയുയർത്തി നോക്കിയത് അസീസിന്റെ മുഖത്തേക്കാണ്.

"നീ എപ്പോ വന്നെടാ? ഉമ്മാക്കെങ്ങനെയുണ്ട്?"

"കുറച്ചുനേരമായി. ഉമ്മായും വന്നിട്ടുണ്ട്."

"വയ്യാതിരിക്കുമ്പോ അവളെ കൊണ്ടുവന്നതെന്തരിന്?"

"പറഞ്ഞിട്ട് കേക്കണ്ടേ? നിർബന്ധംപിടിച്ചാ പോന്നത്. ഇനി ഇതൊക്കെ കേൾക്കുമ്പൊ... വാപ്പാ ഉമ്മായെ വിളിച്ച് വീട്ടിൽ പറഞ്ഞയയ്ക്ക്."

"വേണ്ട ഏതായാലും വന്നില്ലേ മയ്യം പുറത്തിറങ്ങട്ടെ... പിള്ളാരെ ആരെയെങ്കിലും വിട്ട് ഒരുകെട്ട് ബീഡിയും തീപ്പെട്ടിയും വാങ്ങീര്.

"ഞാൻ ചെന്ന് വാങ്ങിച്ചോണ്ടു വരാം."

അകത്തു പറഞ്ഞതെല്ലാം അവനും കേട്ടിരിക്കുന്നു. മുഖം ചുവന്നു തുടുത്തിട്ടുണ്ട്. സഹോദരിയെ അവനു പ്രാണനാണ്. പക്ഷേ, ഷാഹുലിനെപ്പോലെ എടുത്തുചാടി ഒന്നും ചെയ്യാനും പറയാനും മുതിരില്ല. ഉമ്മയുടെ മട്ടാണ്. അവളും ഇതെല്ലാം കേട്ട് ആകെ വല്ലാതായിട്ടുണ്ടാകും. കണ്ണേ പൊന്നേ എന്നു പറഞ്ഞാണ് മകളെ വളർത്തിയത്. വിവാഹത്തിന് ഒരു കുറവും വരുത്തിയില്ല. സഹോദരന്മാർ മത്സരിച്ചു നിന്ന് ആർഭാടമായിട്ടുതന്നെ എല്ലാം നടത്തി. ഇതെല്ലാം കേട്ട് അവന്മാർ എടുത്തുചാടി വല്ലതും പറയാതിരുന്നാൽ മതി. ഈ സമയത്ത് ഇറങ്ങിപ്പോയാൽ അതിനും അപവാദം പറഞ്ഞുണ്ടാക്കും. അപ്പോഴും സൈ്വര്യക്കേട് ആ പെണ്ണിനു തന്നെ. അസീസ് ബീഡിയും തീപ്പെട്ടിയുമായി എത്തി. ഒരു കസേര മുന്നിൽ വലിച്ചിട്ട് കാലും നീട്ടിയിരുന്നു. ചുറ്റുവട്ടത്തുള്ളവരെല്ലാം എത്തിയിട്ടുണ്ട്. ഹമീദുക്കണ്ണിന്റെ ബന്ധുക്കളും സുഹൃത്തുക്കളുമായി മുറ്റവും അകവും നിറയെ ആൾക്കാർ. റോഡിൽ നിറയെ കാറുകൾ. അപ്പോഴാണ് മുറ്റത്തൊരു സ്കൂട്ടർ വന്നുനിന്നത്. സ്കൂട്ടറിന്റെ പിറകിൽനിന്നിറങ്ങിയ യുവതി അന്നനട നടന്ന് അകത്തേക്കു പോയി. അവൾ സാമാന്യം നന്നായി അണിഞ്ഞൊരുങ്ങിയിട്ടുണ്ട്. തോളിൽ ഒരു പൊങ്ങച്ചസഞ്ചി തൂക്കിയിരിക്കുന്നു. ചെന്നു കയറുന്നതിനുമുമ്പ് എണ്ണിപ്പെറുക്കിയുള്ള കരച്ചിൽ കേട്ടു. വെള്ളപ്പാന്റും പുള്ളിഷർട്ടും ധരിച്ച ചെറുപ്പക്കാരൻ കണ്ണിലെ കറുത്ത കണ്ണാടി ഊരി കർച്ചീഫുകൊണ്ട് തുടച്ചിട്ട് ഇറയത്തേക്കു കയറി. അപ്പോഴാണ് ഇറയത്തെ ചാരുകസേരയിൽ കാലിന്മേൽ കാലും കയറ്റിവെച്ച് ചാരിക്കിടക്കുന്ന ഷഹീദിന്റെ മൂത്ത അളിയനെ കണ്ടത്.

"ഹലോ, കാക്കാ ഇവിടിരിക്കുകയായിരുന്നോ? ഞങ്ങളിപ്പഴാ വിവരമറിഞ്ഞത്. ലൈല മന്ത്രിയുടെ കോൺഫ്രൻസ് റൂമിലായിരുന്നു. വിവരമറിഞ്ഞതും മന്ത്രിതന്നെ അവളെ ഇങ്ങോട്ട് പറഞ്ഞയച്ചു. എങ്ങനെയിരിക്കുന്നു ബിസിനസ്സൊക്കെ?"

അയാൾ ചുണ്ടൊന്ന് വിടർത്തി മിണ്ടാതിരുന്നു. യുവാവ് ഇളിഭ്യനായ മട്ടിൽ അടുത്തു കണ്ട ഒരു കസേരയിലിരുന്നു. ഇടയ്ക്കിടെ വാച്ചു നോക്കു

ന്നുണ്ടായിരുന്നു. അയാൾ എല്ലാവരും ശ്രദ്ധിക്കണമെന്നമട്ടിൽ അടുത്തിരിക്കുന്ന ആളോട് പറഞ്ഞു:

"മന്ത്രിമാരുടെ പേഴ്സണൽ സ്റ്റാഫിൽപ്പെട്ടാൽ പിന്നെ നിന്നുതിരിയാൻ ഇടം കിട്ടില്ല കേട്ടോ. അതല്ലേ അവിടെ പോസ്റ്റ് കിട്ടിയിട്ടും ഞാൻ വേണ്ടെന്നു വെച്ചത്. ദേ അവളുടെ കാര്യംതന്നെ നോക്ക് അവിടന്നൊന്ന് ഊരിക്കിട്ടാനുള്ളൊരു പാട് അറിഞ്ഞവരില്ല. അവിടെ പത്തിരുപതെണ്ണമുണ്ട്. ഒന്നിനേം ഒരു വഹയ്ക്ക് കൊള്ളൂല. ഇവളില്ലെങ്കിൽ മന്ത്രിക്ക് ഒന്നും ശരിയാകില്ലാന്നേ." അപ്പോഴേക്ക് അകത്തുപോയ യുവതി അതേ വേഗത്തിൽ തിരിച്ചെത്തി.

"മച്ചാ, ഇവിടെ വിശേഷം പറഞ്ഞോണ്ട് നിക്കുവാന്നോ? മാമിയെ കാണണ്ടേ? വെക്കം കണ്ടിട്ടുവരിൻ."

പിന്നീടവൾ ഷഹീദിന്റെ അളിയനോടായി പറഞ്ഞു:

"അയ്യോ എനിക്കാ കിടപ്പു കാണാൻ വയ്യായേ! അവിടെ അധികം നിന്നാ എനിക്കു തലകറങ്ങും. ഇപ്പഴേ എന്റെ തലയങ്ങു പെരുത്തുകേറുകാ. കഴിഞ്ഞാഴ്ച ഫൈനാൻസ് മിനിസ്റ്ററുടെ ബന്ധു മരിച്ചു. മിനിസ്റ്ററുടെകൂടെ ഞാനും പോയിരുന്നു. ശവം കണ്ടതും എനിക്കങ്ങു തലകറക്കം വന്നു. മന്ത്രി ഉടനെ ടാക്സിക്ക് ആളയച്ചു. ലൈലാ ഇന്നിനി ആപ്പീസി പോണ്ടാ. വീട്ടീച്ചെന്ന് റസ്റ്റെടുക്കെന്നു പറഞ്ഞാ എന്നെ അയച്ചത്. അങ്ങേരിക്ക് എന്റ്യൂടി അത്ര വലിയ കാര്യമാ. അയ്യോ, ഈ മച്ചായെ കാണുന്നില്ലല്ലോ."

അപ്പോഴേക്കും യുവാവെത്തി.

"നീ മാമിയെ കണ്ടില്ലേ?"

"എല്ലാരേം കണ്ടു. ഷഹീദുമച്ചായെ കണ്ടില്ല. നമുക്ക് വയ്യിട്ട് വന്നു കാണാം. ഇറങ്ങ് ഓ, എന്റെ തല പെരുക്കുന്നു. ഇനി ഇവിടെ നിന്നാ ഞാനിപ്പോ വീഴുമേ."

അവർ രണ്ടുപേരും സ്കൂട്ടറിൽ കയറി സ്ഥലം വിട്ടു.

"ആ വന്നതാര്?"

അടുത്തിരിക്കുന്ന ആളോട് അസനാരുകുഞ്ഞ് ചോദിച്ചു.

"അത് സായിപ്പിന്റെ വകേലൊരൊടപ്രന്നോളുടെ മോളാ. അത്ര അകന്ന ബന്ധമൊന്നുമല്ല കേട്ടോ. ഉമ്മാടെ ചേട്ടത്തീടെ മോളാ. അവടെ ഒരു പത്രാസ്. അതിന്റെ വാപ്പാ മരിച്ചപ്പം വീട്ടി മുഴുപട്ടിണി. ഒടുക്കം സായിപ്പ് ചെന്ന് പെണ്ണിനെ വിളിച്ചോണ്ട് വന്ന് ഇവിടെ നിർത്തി പഠിപ്പിച്ചു. മന്ത്രീടെ ആപ്പീസില് ജ്വാലിയും വാങ്ങിച്ചുകൊടുത്തു. ആ ചെറുക്കന് പതിനായിരം രൂപാ സ്ത്രീധനം കൊടുത്ത് കെട്ടിച്ചതും ദേ, ആ കെടക്കണ മനുഷ്യൻതന്നെ. അങ്ങേരുടെ മയ്യം പള്ളിയിലെടുക്കണവരെ കാത്തുനിക്കാൻ അവക്ക് നേരമില്ല. അവരില്ലെങ്കിൽ ലവിടെ മന്ത്രിസഭ താഴെ വീഴും."

"നിങ്ങളേതോ? മനസിലായില്ലല്ലോ."

"ഞാൻ കൊറച്ചകലേന്നാ. മുമ്പ് സായിപ്പിന്റെ ജൗളിക്കടയി ജോലി ചെയ്തിരുന്നു. ഇപ്പോ സ്വന്തമായിട്ട് ഒരു മുറുക്കാൻ കട നടത്തുന്നു.

അതിന് സഹായിച്ചതും സായിപ്പുതന്നെ. കേട്ടതും കടയടച്ചു ഞാനിങ്ങു പോന്നു."

"അളിയോ മച്ചോ, കുളിപ്പിക്കാനെടുക്കട്ടോ. അസറിന് പള്ളിയിലെത്തിക്കണമെന്ന് മുസലിയാർ പറഞ്ഞു."

ഷഹീദ് വന്ന് അളിയനോട് സമ്മതം ചോദിച്ചു. അവൻ അയാളോടും വന്ന് വിവരം പറഞ്ഞു.

"എല്ലാം ചോദിച്ചും പറഞ്ഞും ചെയ്തില്ലെങ്കിൽ പിന്നെ അതു മതി പിണങ്ങാൻ. പീരുകണ്ണ് വലിയ പ്രതാപിയാണെന്നു പറഞ്ഞിട്ടെന്താ കാര്യം. മരിക്കാൻ നേരത്ത് കടമാണ് മിച്ചം. ഇനിയിപ്പോൾ അതെല്ലാം ഷഹീദിന്റെ തലയിൽത്തന്നെ. അകത്ത് കുളിപ്പിക്കാനെടുക്കുന്ന ബഹളം.

"ആ തട്ടുപടിയെടുത്ത് വെളിയിലിട്."

"കുളിപ്പെരേല് വേറെ തട്ടുപടിയൊണ്ടോ?'

"ഉണ്ടെടന്നേ."

"അകത്ത് കുളിമുറി രണ്ടുമൂന്നെണ്ണമുണ്ടല്ലോ. പിന്നെ വെളിയിൽ പെര കെട്ടിയതെന്തരിന്?"

"അവിടെ തട്ടുപടിയിട്ടാ പിന്നെ നിന്നു തിരിയാനെടമില്ല."

"ചുമ്മാ അതുമിതും പറയാതെ ദിക്കറ് ചെല്ലിൻ പിള്ളാരെ. ലാഹിലാഹാ ഇല്ലല്ലാഹ്.." ആരൊക്കെയോ ഏറ്റുചൊല്ലുന്നുണ്ടായിരുന്നു. രണ്ടു തവണ മയ്യത്ത് കുളിപ്പിക്കുന്നത് റാബിയയ്ക്ക് അതിശയമായിരുന്നു. അവരുടെ നാട്ടിൽ മരിച്ചയുടൻ കുളിപ്പിക്കുന്ന പതിവില്ല.

"ഞാനിതൊക്കെ ആദ്യം കാണ്ആ റബ്ബേ. ഞങ്ങളെ നാട്ടില് ഹിന്ദുക്കളെച്ചെലരെ ഇങ്ങനെ കുളിപ്പിക്കലുണ്ടെന്ന് പറഞ്ഞുകേട്ടിട്ടുണ്ട്."

അങ്ങനെ എന്തെല്ലാം വ്യത്യാസങ്ങളാണ്! അവൾ ഒരുനേരത്തെ നിസ്കാരം ഒഴിയാറില്ല. ഒരു ദിവസം പോലും വിടാതെ ഖുർ ആൻ ഓതും. ഇപ്പോഴും ആ ചിട്ടകളൊന്നും വിടാതെ കൊണ്ടുനടക്കുന്നു. അയാളോ? കുട്ടിക്കാലത്ത് പള്ളിപ്പെരയിൽ ചെന്ന് ഖുർ ആൻ മുപ്പതും ഓതിപ്പഠിച്ചതാണ്. പള്ളിപ്പെര വിട്ടതോടെ അതെല്ലാം നിർത്തി. ഉമ്മ വഴക്കുപറയുമ്പോൾ കേൾക്കാത്തമട്ടിൽ നിന്നു. വെള്ളിയാഴ്ച ജുമ്ആ ഒഴിവാക്കാൻ ഉമ്മ അനുവദിച്ചിരുന്നില്ല. വെള്ളിയാഴ്ച പള്ളിയിൽച്ചെന്നില്ലെങ്കിൽ മുസലിയാർ പിഴകെട്ടും. മരിച്ചാൽ മയ്യം മറവുചെയ്യാൻ പിഴ ഒടുക്കേണ്ടിവരും. നോമ്പിന് കുട്ടിക്കാലത്തേ മഹാകള്ളൻ. ഉമ്മയുടെ നിർബന്ധം സഹിക്കാതെ അത്താഴം കഴിക്കും. രാവിലെ സ്കൂളിൽച്ചെന്നാൽ വെള്ളം കുടിക്കും. കൈയിൽ കാശുണ്ടെങ്കിൽ നെല്ലിക്കയോ കപ്പലണ്ടിയോ വാങ്ങിച്ചു തിന്നുകയും ചെയ്യും. റാബിയയുടെ നിർബന്ധം സഹിക്കാൻ കഴിയാതെയാണ് നോമ്പ് പിടിക്കാൻ തുടങ്ങിയത്. ഇന്നും മുഴുവനും പിടിക്കാൻ കഴിയാറില്ല. നോമ്പ് പിടിക്കുന്നവരും പിടിക്കാത്തവരും പെരുന്നാൾ കാര്യമായിട്ടു തന്നെ ആഘോഷിക്കും. നെയ്ച്ചോറും ഇറച്ചിയും ഇഷ്ടംപോലെയുണ്ടാകും. അതേ ഉത്സാഹത്തോടെ ഓണവും ആഘോഷിക്കും. ഒരോണത്തിന് അയാൾ റാബിയയ്ക്ക് ഒരു കോടിസാരി വാങ്ങിച്ചുകൊടുത്തു.

അവൾ വീട്ടിൽ സാരി ഉടുക്കാറില്ല. മുണ്ടും കുപ്പായവും തട്ടവുമാണ് വേഷം.

"ഓണമായിട്ട് നീയി സാരിയൊന്നുടുത്തേ."

"എന്റെ റബ്ബേ. നിങ്ങക്കെന്തിന്റെ കേടാ? ഓണം ഹിന്ദുക്കക്കല്ലേ."

"അങ്ങനെയൊന്നുമില്ല. ഓണം എല്ലാരിക്കുമുണ്ട്."

'ബാപ്പ മരിച്ചത് നന്നായി. ഇതു കേട്ടാ മൂപ്പരെ ഖൽബ് കരിഞ്ഞു പോയീര്ന്നു. ഇവിടുള്ളവർക്ക് തീരെ ദീനില്ല. ഞങ്ങളെ നാട്ടില് ഹിന്ദുക്കക്ക് ഓലെ നടപ്പ്, ഇസ്ലാമിങ്ങക്ക് ഓലെ നടപ്പ്. ഇതങ്ങനെയല്ല. എല്ലാം കൂട്ടിക്കൊയച്ചുള്ള കളിയാ."

"ഇപ്പൊ വാപ്പായോട് പിണക്കം തോന്നുന്നുണ്ട്. അല്ലേ?"

"എന്ന് ഞാൻ പറഞ്ഞോ? മരിച്ചു മണ്ണാവണ്ട തടിയല്ലേ. പടച്ചോനെ ഓർമ വേണ്ടേ?"

"മയ്യത്ത്മുഖം കാണേണ്ടവരൊക്കെ വന്നോളൂ."

ആരോ വിളിച്ചുപറഞ്ഞതു കേട്ട് അകത്തേക്കു ചെന്നു. അവിടെ തിക്കും തിരക്കും. സ്ത്രീകളുടെ കൂട്ടനിലവിളി.

"ഇങ്ങനെ ഒപ്പാരിവെച്ച് മയ്യത്തിന് അലമ്പുണ്ടാക്കല്ലേ."

മാറിനിന്നു കഫം ചെയ്ത മയ്യം മയ്യത്തുകട്ടിലിൽ കിടത്തി പുറത്തേക്കു കൊണ്ടുവന്നു. അതിന്റെ മേൽ മൂടിയിട്ടു. മീതെ കോടികസവു നേര്യത്. ഷാഹുലും മജീദും കട്ടിൽ പിടിക്കാനുണ്ടായിരുന്നു. മുസലിയാർ ഉറക്കെ ഫാത്തിഹ വിളിച്ചു. ദുവാ എരന്നു. എല്ലാവരും ഉറക്കെ ചൊല്ലി.

ലാഹിലാഹാ ഇല്ലല്ലാഹ് മുഹമ്മദുറസ്സുലുല്ലാഹ്...

അള്ളാഹു അല്ലാതെ വേറൊരു ഇലാഹുമില്ല.

മുഹമ്മദ് നബി അവന്റെ റസൂലാകുന്നു.

പള്ളിയിലെത്തുന്നതുവരേ എല്ലാരും ഏറ്റുചൊല്ലിക്കൊണ്ടിരിക്കും.

അസനാരുകുഞ്ഞ് അവരുടെ പിന്നാലെ നടന്നു.

ആറ്

"സുബഹിബാങ്കു കൊടുക്കുന്നതു കേട്ടിട്ടും മൂടിപ്പുതച്ചുകിടക്കുന്നതു കണ്ടില്ലേ?" റാബിയ ഭർത്താവിനെ തട്ടിവിളിച്ചു.

അസനാരുകുഞ്ഞ് പുതപ്പ് തലവഴി മൂടി തിരിഞ്ഞു കിടന്നു.

"മൂത്തുനരച്ചു. എന്നിട്ടും പടച്ചോനെ ഓർമയില്ല. വെറുതേയല്ല മക്കളിങ്ങനെ തലതിരിഞ്ഞത്."

റാബിയയുടെ വാക്കുകൾ ഇടറി.

"വെളുപ്പിനേ മൂടിപ്പുതച്ചുകിടന്നുറങ്ങാനുള്ളതിന്.. എന്തര് പിള്ളേ. രാവിലേ..."

എഴുന്നേറ്റിരുന്ന അസനാരുകുഞ്ഞ് റാബിയയുടെ മുഖത്തെ ഭാവപ്പകർച്ച കണ്ട് വാക്കുകൾ വിഴുങ്ങി.

"എന്തര് വേണം പറ?"

അയാൾ അലിവോടെ ചോദിച്ചു.

"ഒന്നും വേണ്ട. പത്തുനാൽപ്പതു കൊല്ലമായി ഞാൻ നാവിട്ടടിക്കുന്നു. എന്നിട്ടും... ഓരോരുത്തരുടെ ഇഷ്ടംപോലെ ആയിക്കോളീ. ഞാനിനി എത്രകാലമുണ്ടെന്ന് ആരിക്കറിയാം."

റാബിയയുടെ കണ്ണ് നിറഞ്ഞുതുളുമ്പി.

"നീ കാലത്തേ അറംപറ്റിയ വാക്കുകളൊന്നും പറയാതെ. ഞാൻ ദേ പള്ളിയിലേക്കു പോണു."

അസനാരുകുഞ്ഞ് എഴുന്നേറ്റ് കുളിമുറിയിലേക്ക് പോകുന്നതു കണ്ടപ്പോൾ നെഞ്ചിലെ ഭാരം കുറഞ്ഞതുപോലെ തോന്നി റാബിയയ്ക്ക്. ഈയിടെയായി മനസിനെന്നും കലക്കംതന്നെ. മുംതാസിന്റെ ഭർത്താവിന്റെ വീട്ടുകാരുടെ കുത്തിക്കുത്തിയുള്ള പറച്ചിൽ കേട്ട് മനസ് കുറച്ചൊന്നുമല്ല നൊന്തത്. ഷഹീദിന്റെ ബാപ്പ മരിച്ച വിവരമറിഞ്ഞപ്പോൾ അസീസ് വിലക്കിയിട്ടും കൂടെ ഇറങ്ങി. നാട്ടുനടപ്പ് മാനിക്കണ്ടേ?

"ഊരും പേരും അറിയാത്ത ഉമ്മ. അതിനൊത്ത മക്കളും..."

വാക്കുകൾ കാതിലിപ്പോഴും മുഴങ്ങുന്നു. തലപിളർക്കുന്ന വേദന. അടിവയറ്റിൽ കത്തികൊണ്ട് അരിയുന്നതുപോലെ. എപ്പോഴും സന്തോഷമായിട്ടിരിക്കണം. അല്ലെങ്കിൽ വേദന ഏറും. ഡോക്ടർ പറഞ്ഞിരുന്നു. സന്തോഷം എന്താന്നറിഞ്ഞിട്ട് നാളുകളെത്രയായി?

സമൃദ്ധിയുടെ നടുവിലാണ് ജനിച്ചുവീണത്. അല്ലലറിയാതെ വളരുകയും ചെയ്തു. എന്നിട്ടും ബാപ്പയെ പലപ്പോഴും ശപിക്കാൻ തോന്നിയിട്ടുണ്ട്. നന്ദികാണിക്കാൻ വേറെന്തെല്ലാം വഴികളുണ്ടായിരുന്നു ബാപ്പയ്ക്ക്? എന്നിട്ടും അവളെ എന്തിന് ബലിയാടാക്കി? ഒന്നിനും ഉത്തരമില്ല. അവസാനം എല്ലാം വിധിയായിരുന്നു എന്നു സമാധാനിക്കുന്നു. എല്ലാം മറന്ന് പുതിയൊരു ജീവിതം കെട്ടിപ്പടുക്കുവാനുള്ള ശ്രമത്തിലായിരുന്നു. മക്കളെ നന്നായി വളർത്തുക എന്നൊരു ലക്ഷ്യം മാത്രമേ മുന്നിലുണ്ടായിരുന്നുള്ളൂ. അവിടെയും പരാജയപ്പെട്ടതോടെ സഹിക്കാനാവുന്നില്ല.

"ഊരും പേരുമറിയാത്ത ഉമ്മ..."

റാബിയയ്ക്ക് നാടും വീടുമില്ലെന്നോ? പോക്കർഹാജിയുടെ പ്രതാപം ഇവരെവിടെ കണ്ടിരിക്കുന്നു! തലശ്ശേരിയിൽ ആദ്യമായി ബംഗ്ലാവു പണിതത് പോക്കർ സാഹിബായിരുന്നു. മുകളിലും താഴെയുമായി ഒരുപാട് മുറികളുള്ള ഊക്കൻ ഇരുനിലമാളിക. അവിടെ ഇംഗ്ലീഷ്‌രീതിയിലുള്ള മരസാമാനങ്ങൾ. അത് ബാപ്പയ്ക്കു പെരുമാറാനുള്ളതാണ്. അതിനോടുചേർന്ന് പഴയരീതിയിലുള്ള നാലുകെട്ടും നടുമുറ്റവും പടിപ്പുരയും. അടുക്കളക്കെട്ട് വേറെ. അത്തരമൊരു വീട് ഷഹീദിന്റെ വീട്ടുകാർ സ്വപ്നത്തിൽപ്പോലും കണ്ടിട്ടുണ്ടാവില്ല. ഈ തിരുവനന്തപുരം നഗരത്തിൽ അങ്ങനെയൊരു വീട് ഇത്രയും വർഷങ്ങൾ താമസിച്ചിട്ടും അവളും കണ്ടിട്ടില്ല. ഇത്താത്തമാരും അവരുടെ മക്കളുമൊക്കെ ഇന്നും പഴയ പ്രതാപത്തിൽത്തന്നെ കഴിയുന്നു. ഇതൊക്കെ ഉറക്കെ പറഞ്ഞു നടക്കുന്നത് ചെറ്റത്തരമല്ലേ? ഷഹീദിന്റെ ബാപ്പയുടെ സഹോദരി വായിൽത്തോന്നിയത് വിളിച്ചുപറഞ്ഞപ്പോൾ ഇതൊക്കെ ഉറക്കെ പറയാൻ നാവു തരിച്ചതാണ്. പിന്നെ അവരും താനും തമ്മിലെന്താ വ്യത്യാസം?

കല്യാണം കഴിയുന്നതുവരെ അടുക്കള എന്താണെന്ന് കണ്ടിട്ടില്ല. അടുക്കള നിറയെ പണിക്കാരുണ്ട്. ഉമ്മ അറയിലിരുന്ന് കൽപ്പന കൊടുത്താൽ മതി. വീട്ടുഭരണം മുറപോലെ നടന്നോളും. അരയിലെ ഭാരിച്ച താക്കോൽക്കൂട്ടം ഉമ്മ നടക്കുമ്പോൾ തമ്മിലുരസി മുഴങ്ങും. വെള്ളപ്പട്ടിന്റെ കുപ്പായവും മിനുമിനുത്ത വെള്ളത്തുണിയും കസവുകരത്തട്ടവുമാണ് ഉമ്മയുടെ നിത്യവേഷം. പുറത്തിറങ്ങുമ്പോൾ ഉടുക്കാൻ ബനാറസ് പട്ടിന്റെ തുണിയും കസവുപണിയുള്ള കുപ്പായവും. കൈയിലും കാതിലും കഴുത്തിലും നിറയെ പൊന്ന്. ഉമ്മ പോകുന്ന വഴിയിൽ എസ്ജെ റോസ് അത്തറിന്റെ നറുമണം. കൂടെ എപ്പോഴും രണ്ടു പണിക്കാരികൾ. രാവിലെയും വൈകുന്നേരവും ഉമ്മ സ്റ്റോർമുറി തുറന്ന് ആവശ്യ

മുള്ള സാധനങ്ങൾ കദീശുമ്മയെ ഏൽപ്പിക്കുന്നു. അടുക്കളയുടെ മേൽനോട്ടം അവർക്കാണ്. അവരുടെ കീഴിൽ പണിക്കാർ ഏറെയുണ്ട്.

ഓരോ നേരവും ഒരു വിരുന്നിനുള്ള ആൾക്കാർ വീട്ടിൽത്തന്നെയുണ്ട്. വിരുന്നുകാർ വേറെ. ബാപ്പയ്ക്ക് തിരക്കൊഴിഞ്ഞ നേരമില്ല. വീട്ടിലുണ്ടെങ്കിൽ കൂടെ സേവകപ്പടതന്നെ കാണും. നെരിയാണിക്കുമേലുടുത്ത തൂവെള്ള മുണ്ട്. വെള്ളക്കുപ്പായത്തിനുമീതെ മിനുങ്ങുന്ന കോട്ട്. കാലിൽ ബൂട്ട്സ്. കൈയിൽ വെള്ളികെട്ടിച്ച വടി. തലയിൽ കറുത്ത തുർക്കിത്തൊപ്പി. ബാപ്പ അധികനാളും യാത്രയിലായിരിക്കും. പല നാടുകളിലാണ് ബാപ്പയ്ക്ക് കച്ചവടം. ബാപ്പ റയിൽവേസ്റ്റേഷനിൽ നിന്നെത്തുന്നതിനു മുമ്പേ തലച്ചുമടുകളുമായി കൂലിക്കാരെത്തും. സ്റ്റേഷനിൽനിന്ന് നടന്നെത്താനുള്ള ദൂരമേ വീട്ടിലേക്കുള്ളൂ. എന്നാലും ബാപ്പ കുതിരവണ്ടിയിലേ വരാറുള്ളൂ. ഏതോ ഒരാൾ ചതിച്ചെന്നും അതുകൊണ്ട് ബാപ്പയ്ക്ക് കാര്യമായ നഷ്ടമുണ്ടായെന്നുമൊക്കെ ഉമ്മ പറയുന്നതു കേട്ടിരുന്നു. ഏതായാലും അവൾ മുതിർന്നപ്പോൾ പഴയ പ്രതാപങ്ങളൊക്കെ കുറഞ്ഞിരുന്നു. എന്നാലും ജീവിതം പഴയ പകിട്ടിൽത്തന്നെയായിരുന്നു മുന്നോട്ടു നീങ്ങിയിരുന്നത്. ഉമ്മയ്ക്കും മക്കൾക്കും ഒന്നിനും കുറവുണ്ടായിരുന്നില്ല.

"എന്തരടേ. കാലത്തേ മുനിഞ്ഞിരിക്കണത്?"

പള്ളിയിൽനിന്നെത്തിയ അസനാരുകുഞ്ഞ് വിളിച്ചപ്പോഴാണ് റാബിയ ചിന്തയിൽനിന്നുണർന്നത്. കൈയിൽ തുറന്നിരിക്കുന്ന മുസഅബ് മടക്കിവെച്ചിട്ട് അവൾ ഒന്നും മിണ്ടാതെ അടുക്കളയിലേക്കു നടന്നു.

സൈനബ ചായ ആറ്റി ഗ്ലാസിലൊഴിച്ചുവെച്ചിരുന്നു.

ചായയുമായി ചെന്നപ്പോൾ അസനാരുകുഞ്ഞ് ബീഡി കത്തിക്കാനുള്ള ശ്രമത്തിലാണ്.

"രാവിലെ തുടങ്ങിയല്ലോ."

റാബിയ കുറ്റപ്പെടുത്തി അയാൾ എതിർത്തൊന്നും പറയാതെ ബീഡിയും തീപ്പെട്ടിയും മേശപ്പുറത്തു വെച്ച് ചായഗ്ലാസ് കൈയിലെടുത്തു.

"മുംതാസിന്റെ വീട്ടീന്ന് വന്നതോടെ മനസാകെ കലങ്ങിയിരിക്കയാ. എന്തൊക്കെയാ അവരെന്റെ മോളെപ്പറ്റി പറഞ്ഞത്? ഞാനെന്താ. നാടും വീടുമില്ലാത്തോളാ? ഈ നശിച്ച നാട്ടിൽ വന്നതോടെ എന്തെല്ലാം കേൾക്കേണ്ടിവന്നു എന്റെ റബ്ബേ.."

റാബിയ തേങ്ങി.

അസനാരുകുഞ്ഞ് കുറ്റബോധത്തോടെ തലതാഴ്ത്തി. അതു കണ്ടപ്പോൾ റാബിയയുടെ മനസലിഞ്ഞു.

"നിങ്ങളെ വെഷമിപ്പിക്കാൻ പറഞ്ഞതല്ല. എന്റെ സങ്കടം ഞാൻ വേറെ ആരോടു പറയും."

"നീ എന്തു വേണമെങ്കിലും പറഞ്ഞോ. നിന്റെ വെഷമം എനിക്കു മനസിലാകും."

"പൊരപോലും പണയത്തിലാണെന്ന് നാട്ടാരു പറയുന്നു. നേരാണോ?"

"പലതും കേൾക്കുന്നു. എന്നിട്ടും പൊങ്ങച്ചം പറച്ചിലിന് കുറവില്ല. ഇനിയിപ്പോ അതിനും നമ്മളെത്തന്നെ പിടിക്കുന്നാ തോന്നണത്. ആ പെണ്ണിനോട് കണ്ടും കേട്ടും നിന്നോളാൻ പറ."

"ഷാഹുലിനും റഷീദിനും ഏതുനേരവും തമ്മിലടിക്കാനേ നേരമുള്ളൂ. ഉള്ളതെല്ലാം ഭാഗിച്ചുകൊടുത്ത് ഓരോരുത്തരെ അവരവരുടെ വഴിക്കു വിട്ടാലോ?"

"എന്റെ കൊക്കില് ജീവനുള്ള കാലം കടകളൊന്നും ആരുടെപേരിലും എഴുതിക്കൊടുക്കില്ല. അവന്മാര് സമ്പാദിച്ചുണ്ടാക്കട്ട്."

"എന്നാപ്പിന്നെ അടിപിടി ഒഴിഞ്ഞ നേരവും കാണൂല്ല. കുട്ട്യോളെ പഠിപ്പിച്ച് എന്തെങ്കിലും ഉദ്യോഗത്തിലാക്കീരുന്നെങ്കില്..."

"അവന്മാര് പഠിക്കാത്തതിനും കുറ്റം എനിക്കുതന്നെ, അല്ലേ?"

"പഠിക്കുന്ന കാലത്ത് ഓലെപ്പിടിച്ച് പീട്യേലിരുത്തരുതെന്ന് ഞാൻ അന്നും പറഞ്ഞു."

"എന്നിട്ട് അസീസും അതുപോലെ വന്നിരുന്നതാണല്ലോ."

"തലവര നന്നാകണം. അതിനും വേണം ഒരു യോഗം."

"എന്നെ കല്യാണം കഴിച്ചതുകൊണ്ടല്ലേ നിന്റെ വിധി ഈ വിധമായത്. ഹാജ്യാരെ ട്രെയിനിൽവെച്ച് എന്തിന് കണ്ടുമുട്ടി എന്ന് എനിക്കും പലപ്പോഴും തോന്നിയിട്ടുണ്ട്."

റാബിയ ഒന്നും മിണ്ടാതെ തലയും കുനിച്ചിരുന്നതേയുള്ളൂ. ഇത്തരം രംഗങ്ങൾ പതിവുള്ളതാണ്. റാബിയയുടെ ജീവിതം താനായിട്ട് താറുമാറാക്കിയല്ലോ എന്ന ചിന്ത അസനാരുകുഞ്ഞിനെ എന്നും അലട്ടാറുണ്ട്. റാബിയയ്ക്ക് ഭർത്താവിനോട് ഇഷ്ടക്കേടൊന്നുമില്ല. എന്തിനും താങ്ങായി കൂടെ നിൽക്കാറുണ്ട്. എന്നാലും എവിടെയോ ഒരു വിടവ്. ഇവിടെ വന്നയിടയ്ക്ക് അവൾ വല്ലാതെ വിഷമിച്ചു. ആഹാരം, സംസാരം, ജീവിതരീതി ഒന്നുമായും പൊരുത്തപ്പെടാൻ അവൾക്കു കഴിഞ്ഞില്ല. മുറിയടച്ചിരുന്ന് എന്നും കരച്ചിലായിരുന്നു. അവളുടെ വിഷമം കാണുമ്പോൾ അസനാരുകുഞ്ഞ് ചോദിക്കും.

"നിനക്ക് വീട്ടിപ്പോണോ കൊച്ചേ?"

അതിനുമില്ല ഉത്തരം.

"ഇതു വലിയ ശല്യമായല്ലോ."

"സാരമില്ലെടാ. കൊറച്ചുകാലം കഴീമ്പം എല്ലാം നേരെയാകും."

മാമി സമാധാനിപ്പിക്കും. ആദ്യകാലങ്ങളിൽ അവൾ ഇടയ്ക്കിടെ വീട്ടിൽ പോകുമായിരുന്നു. പോയാൽ രണ്ടും മൂന്നും മാസം താമസിച്ചേ വരാറുള്ളൂ.

"എന്നാലും എന്റെ മോളോടിതു ചെയ്തല്ലോ."

ഉമ്മ മരിക്കുന്നതുവരെ ബാപ്പയെ കുറ്റപ്പെടുത്താത്ത ദിവസങ്ങളില്ല. തെറ്റുചെയ്തോ എന്നൊരു ചിന്ത ഒടുക്കമായപ്പോൾ ബാപ്പയേയും അലട്ടിയിരുന്നു. ബാപ്പയും ഉമ്മയും ഉണ്ടായിരുന്നപ്പോൾ ഇടയ്ക്കിടെ നാട്ടിൽ ചെല്ലുമായിരുന്നു. അസീസിന്റെ പ്രസവം നാട്ടിൽവെച്ചായിരുന്നു. ഏഴാം

മാസത്തിൽ കൂട്ടിക്കൊണ്ടുപോകാൻ ബാപ്പ തന്നെയാണ് എത്തിയത്. കൂടെ രണ്ടാമത്തെ ഇത്താത്തയുമുണ്ടായിരുന്നു. നാട്ടുനടപ്പനുസരിച്ച് ഒരു പാട് പലഹാരങ്ങളും കൊണ്ടുവന്നിരുന്നു. വയറ്റുനേർച്ചയെന്ന പേരിൽ ഇവിടെ നടത്തിയ ചടങ്ങുകൾ കണ്ട് ബാപ്പയും ഇത്താത്തയും അമ്പരന്നു. തലേദിവസം തന്നെ സ്ത്രീകൾ അരിയിടിക്കാനും നെയ്യപ്പം ചുടാനും തുടങ്ങിയിരുന്നു. അയൽക്കാരും ബന്ധുക്കളും നേരത്തേയെത്തി. പിറ്റേന്നായപ്പോൾ കുട്ടയിൽ നെയ്യപ്പക്കൂമ്പാരം. വിരുന്നുകാരെത്തിയപ്പോൾ അവളെ കോടി ഉടുപ്പിച്ചു. കൈയിൽ മയിലാഞ്ചി അണിയിച്ചു. മുസലിയാർ മന്ത്രിച്ചൂതിയ ചരട് കൈയിൽ കെട്ടി. അതുകഴിഞ്ഞാണ് ശരിയായ ചടങ്ങ്. ഒരു വെറ്റിലയിൽ രണ്ടോ മൂന്നോ നെയ്യപ്പം വീതം വെച്ച് ആദ്യം ഏഴു സുമംഗലികൾക്ക് അവളെക്കൊണ്ട് കൊടുപ്പിച്ചു. അതുകഴിഞ്ഞ് ഏഴു കന്യകമാർക്ക്. പിന്നെ എന്തൊക്കെയോ ചടങ്ങുകൾ. എല്ലാം കഴിഞ്ഞപ്പോൾ അവൾ ആകെ തകർന്നിരുന്നു.

"ഇന്ദുക്കളെ മട്ടും മാതിരിയും തന്നെ."

ഇത്താത്ത പിറുപിറുത്തു. ബാപ്പയും വല്ലാതെ അമ്പരന്നിരുന്നു. ഇറങ്ങാൻനേരം ഭർത്താവിന്റെ ഉമ്മ കെട്ടിപ്പിടിച്ച് കരച്ചിലായിരുന്നു. അപ്പോൾ അവളുടെ കണ്ണും നിറഞ്ഞു. ഉമ്മ മുഖം കറുപ്പിച്ചൊരു വാക്ക് അവളോട് പറയാറില്ല. അവളുടെ മുഖമൊന്നു വാടിയാൽ അവരറിയും.

"എന്തര് മക്കളേ, വല്ലാതിരിക്കണത്? ഉമ്മാടെ വിചാരം വന്നായിരിക്കും. എടാ ചെറുക്കാ. നീ ഇതിനേം കൂട്ടി നാട്ടിലോളം ഒന്നുപോയിട്ടു വാടാ."

ഉടനെ ശുപാർശയുമായി മകന്റടുത്ത് എത്തുന്നു.

"നിങ്ങള് ചുമ്മാതിരിക്കിൻ. കൊല്ലത്തും കായംകുളത്തുമൊന്നുമല്ല. അങ്ങ് തലശ്ശേരി എത്തണം. ഇങ്ങനെ തോന്നുമ്പം തോന്നുമ്പം പോയി വരാൻ രൂപാ എത്ര വേണമെന്നാ നിങ്ങള വിചാരം?"

"രൂപാ ചെലവാക്കാനുള്ളതുതന്നെ. നീ ചെന്ന് ടിക്കറ്റ് വാങ്ങീരെടാ."

"പിന്നൊരു കാര്യം. നാലു ദിവസം കഴിഞ്ഞ് അവളെ വിളിച്ചോണ്ടു വാന്നുംപറഞ്ഞ് ശല്യപ്പെടുത്തിയാൽ എന്നെക്കിട്ടൂലാ."

അതു നേരായിരുന്നു. അവൾ പോകാനിറങ്ങുമ്പോൾ മുഖം കറുപ്പിച്ച് പിറുപിറുത്താണ് അയാളിറങ്ങുക. അവളെ വീട്ടിലാക്കി അന്നുതന്നെ തിരിച്ചുപോരുകയും ചെയ്യും.

"ഉമ്മാടേം വാപ്പാടേംകൂടെ നിന്ന് ആശ തീരുമ്പം അറിയിച്ചേക്കണം കേട്ടോ..." എന്നു പറഞ്ഞാണ് ഇറങ്ങുക. ഒരാഴ്ചത്തേക്ക് അവിടത്തെ കാര്യങ്ങൾ പാടെ മറക്കും. അതുകഴിഞ്ഞാൽ അങ്ങെത്തിയാൽ മതിയെന്നാകും.

"ആടത്തെ വിവരമൊന്നുമറിഞ്ഞില്ല. ബാപ്പ ഒരു കത്തെഴുതി നോക്ക്."

കേൾക്കുമ്പോൾ ബാപ്പയുടെ മുഖത്ത് കുസൃതിച്ചിരി.

'മോളേ ഞാൻ നാടുകടത്തീന്നും പറഞ്ഞ് നീ എന്നും കരച്ചിലല്ലേ. ഇപ്പം കണ്ടോ ഈടെ നാലീസം നിക്കമ്പളത്തിന് ഓക്ക് പോകാൻ തെരക്കായി." ബാപ്പ ഉമ്മയെ വിളിച്ചുപറയും.

"ഓവല് ആള്ളോളൊക്കെ നല്ലോരുതന്നെ. പക്കേങ്കില് ഞമ്മലെ രീതികളൊന്നുമായിട്ടും ഒരു പൊരുത്തമില്ല."

"മനപ്പൊരുത്തമാ മേണ്ടത്." ബാപ്പ സമാധാനിപ്പിച്ചു.

ഉമ്മ പറഞ്ഞതുപോലെ ആ രീതികളുമായി പൊരുത്തപ്പെടാനാണ് അവർക്കിന്നും കഴിയാത്തത്. മക്കൾ അങ്ങനെ വളരരുതെന്ന് ആശിച്ചിരുന്നു. ചേരയെത്തിന്നുന്ന നാട്ടിലാകുമ്പോൾ ചേരയുടെ നടുക്കഷണം തിന്നുക എന്നാണല്ലോ പഴഞ്ചൊല്ല്. അതുപോലെ ഈ നാട്ടിൽ വളർന്ന മക്കൾ ഇവിടത്തെ രീതികളാണ് ശീലിച്ചത്. എന്നിട്ടും ഇന്നും പൂർണമായി ഒന്നുമായും പൊരുത്തപ്പെടാൻ കഴിയുന്നില്ല.

"എന്തരടേ വല്ലാതിരിക്കണത്? വയറ് വേദനിക്കണോ? ഡാക്ടറെ ഒന്നു കണ്ടാലോ?"

കുളികഴിഞ്ഞെത്തിയ അസനാരുകുഞ്ഞ് ആകെ മുഷിഞ്ഞ മട്ടിലിരിക്കുന്ന ഭാര്യയോടു ചോദിച്ചു.

"ഓ ഒന്നുമില്ല. വെറുതെ ഓരോന്നാലോചിച്ചുപോയി. എന്താണെന്നറിയില്ല. കുറച്ചുദിവസമായിട്ട് മനസിനൊരു സുഖവുമില്ല. ബാപ്പാനെ ഇടയ്ക്കിടെ കിനാക്കാണുന്നു."

"ലങ്ങേരാണല്ലോ നിന്നെ ഈ ഊരാക്കുടുക്കിൽ കൊണ്ടിട്ടത്, അല്ലേ?"

റാബിയ പതിവുപോലെ തലകുനിച്ചു മിണ്ടാതിരുന്നതേ ഉള്ളൂ.

"നേരം ഒരുപാടായി. കാപ്പികള് വല്ലതുമുണ്ടെങ്കി താ. കടയിലോട്ട് ചെല്ലട്ടെ. നീ ആവശ്യമില്ലാതെ ഓരോന്നാലോചിച്ച് തല പുണ്ണാക്കണ്ട. കാര്യങ്ങളൊക്കെ അതിന്റെ വഴിപോലെ നടക്കും. നമ്മള് കെടന്ന് തല കുത്തി മറിഞ്ഞതോണ്ടൊന്നും ഒരു കാര്യവുമില്ല. മോളിലിരിക്കുന്നവൻ തന്നെ കനിയണം."

"ആ വിചാരം നിങ്ങക്കും മക്കക്കുമുണ്ടെങ്കില് ഇങ്ങനെ ദീനുംദുനിയാവുമില്ലാതെ നടക്കോ?"

'ഞാനിപ്പോ എത്ര മാറിയെന്ന് നെനക്കും നിശ്ചയമുള്ളതാണല്ലോ. നിന്നെ വേദനിപ്പിക്കുന്നതൊന്നും ചെയ്യാൻ എനിക്ക് കഴിയൂല. എന്നിട്ടും നീയിങ്ങനെ എന്നുമെന്നും നീറിനീറിക്കഴിയുന്നത് കാണാൻ എനിക്ക് വയ്യ.

"നിങ്ങള് വരീൻ. പീടേന്യപ്പോകാൻ നേരം വൈകി."

റാബിയ എഴുന്നേറ്റ് അടുക്കളയിലേക്ക് നടന്നു. അവരുടെ മുഖം തെളിഞ്ഞതു കണ്ട് അസനാരുകുഞ്ഞിന് ആശ്വാസമായി.

ഏഴ്

അടുക്കള വരാന്തയിലിരുന്ന് മകൾക്ക് ഭക്ഷണം കൊടുക്കുകയായിരുന്നു മുംതാസ്.

"മക്കള് എന്തര് തിന്നണത്?"

ബാപ്പ കൊഞ്ചിച്ചപ്പോൾ അവൾ ഉമ്മയുടെ കൈ തട്ടിമാറ്റി ബാപ്പയുടെ അരികിലെത്തി.

"എന്തര് മച്ചാ കാണിക്കണത്? പെണ്ണിനി വാപ്പിച്ചിയോട് കൊഞ്ചിക്കൊണ്ട് നിന്നോളും. വെക്കം തിന്ന് പെണ്ണേ. ബാക്കിയുള്ളോർക്ക് ഒരു നൂറുകൂട്ടം ജ്വാലികളുണ്ട്."

അവൾ മകളോട് കയർത്തു.

"വെക്കം തിന്നിൻ മക്കളേ. വാപ്പച്ചി കഥകള് പറഞ്ഞുതരാം."

മകളെ മുംതാസിന്റെ മടിയിൽ പിടിച്ചിരുത്തിയിട്ട് അയാൾ പറഞ്ഞു.

"കേട്ടോടേയ്, സംഗതിയൊക്കെ കൊഴഞ്ഞിരിക്കയാ."

"ഇനിയിപ്പം എന്തരാണോ പുതിയ സംഗതി. ഇവിടത്തെ സംഗതികള് തീരുലല്ല്."

"എന്തരാണെന്ന് പറയാൻ സമ്മതിക്കൂലല്ല്. അതിനുമുമ്പേ ഉടക്കിനു വന്നാലെന്തര് ചെയ്യണത്?"

"എന്തരായാലും ഞങ്ങളെ തലയിൽ അടി വീണതുതന്നെ. എങ്കിലും പറയിൻ."

"നീ ഒന്നടങ്ങിയിരുന്ന് കേള് കൊച്ചേ. ഈ വീടും പെരയിടവും വാപ്പാ എന്റെ പേർക്കാ എഴുതി വെച്ചിരിക്കണത്. പക്ഷേങ്കിലൊരു തടസമുണ്ട്. വാപ്പാക്ക് കടം വന്നപ്പം ബീമാക്കണ്ണ് താത്താരെ മച്ചാ പതിനായിരം രൂപാ കൊടുത്ത് സഹായിച്ചിരുന്നു. അത് ഉടനെ വേണമെന്നും പറഞ്ഞ് അവര് ഒറ്റക്കാലിൽ നിൽക്കണ്. അല്ലെങ്കിൽ വീടിന്റെ ഒരുപങ്ക് അവർക്ക് എഴുതിക്കൊടുക്കണംപോലും."

"നിങ്ങടെ വീട്. നിങ്ങടെ താത്താ. ഞാനെന്തര് പറയാൻ. മച്ചാടെ ഇഷ്ടംപോലെ ചെയ്യ്."

"മുംതാസ് ഒഴിഞ്ഞുമാറാനുള്ള ശ്രമമാണെന്നു കണ്ടപ്പോൾ ഷഹീദിന്റെ സ്വരം കടുത്തു.

"അതെന്തര് സംസാരമെടേ? ഇതെന്റെമാത്രം പ്രശ്നമാണോ? നിനക്കിതിലൊരു കാര്യവുമില്ലെന്നോ?"

"ഞാനെന്തരു വേണമെന്നാ മച്ചാ പറേന്നത്?"

"വാപ്പാരേച്ചെന്ന് ഒരയ്യായിരം രൂപ തരാൻ പറ. ചുമ്മാ വേണ്ട. കടമായിട്ടു മതി. ബാക്കി ഞാനെങ്ങനെയെങ്കിലും ഒപ്പിച്ചോളാം."

"വാപ്പാടേലിപ്പം കാശൊന്നും കാണൂലാ. ഉമ്മാക്ക് അസുഖം വന്നപ്പോ ആശൂത്രീലും മരുന്നിനുമൊക്കെയായിട്ട് കാശൊരുപാടായി."

"എന്നു പറഞ്ഞാലെങ്ങനെ? ഇപ്പോ എന്തരെങ്കിലും ചെയ്തില്ലെങ്കീ ആമ്പിള്ളേര് വീട് കൊണ്ടുപോകും. നിങ്ങടെ ചക്കാത്തൊന്നും ചോദിച്ചില്ല. കടമായിട്ടു മതിയെന്നു പറഞ്ഞല്ലോ."

"പണ്ടുമങ്ങനെ കടമായിട്ട് കുറെ വാങ്ങിച്ചതാണല്ലോ. അതൊന്നും ഇതുവരെ തിരിച്ചുകൊടുക്കുന്നത് കണ്ടില്ലല്ലോ. ഊരും പേരുമില്ലാത്ത ഞങ്ങടേലെവിടുന്നാ കാശ്? നിങ്ങടെ കൂട്ടരൊക്കെ വലിയവർ. ഞങ്ങടെ കാശു വാങ്ങുന്നതേ കൊറച്ചില്."

"നീ എന്തോന്ന് കുത്തും മുനയും വെച്ച് സംസാരിക്കണത്?"

"പിന്നെ എങ്ങനെ പറയണം? മാമാ മരിച്ചന്ന് അവര് പറഞ്ഞതെല്ലാം മച്ചായും കേട്ടതാണല്ലോ. നാട്ടുകാര് മുഴുക്കെ കേൾക്കെയാണല്ലോ അവര് തോന്നിയതൊക്കെ വിളിച്ചുപറഞ്ഞത്. എന്റെ ഉമ്മായും വാപ്പായും പോക്കില്ലാത്തോര്. എന്നാലും അവരുടെ കാശിനു അയിത്തമൊന്നുമില്ല."

"അവര് വിവരമില്ലാതെ വല്ലതും വിളിച്ചുപറഞ്ഞതിന് നീ കെടന്ന് തുള്ളാതെ. ഇപ്പോ എന്തെരെങ്കിലും ചെയ്തില്ലെങ്കില് പിന്നീട് അബദ്ധമാകുമേ. പറഞ്ഞില്ലെന്നുവേണ്ട."

"എന്തര് വന്നാലും ശരി, ഇനി കാശിനൊന്നും പറഞ്ഞ് ഞാനങ്ങോട്ടേക്കില്ല. അതൊറപ്പാ. എന്റെ വാപ്പായും കാക്കാമാരും തലയും കുനിച്ചു നിൽക്കുന്നത് ഞാൻ കണ്ടതാ. ഷാഹുല്കാക്കായെ വാപ്പാ അടക്കി നിർത്തിയതാ. അല്ലെങ്കില് ഇവിടെ യുദ്ധം നടന്നേനെ."

"ഓ, പിന്നേ, നിന്റെ ഷാഹുല്കാക്കാ ആര്, പട്ടാള ആപ്പീസറാ? ചട്ടമ്പിത്തരവും കൊണ്ട് നടന്ന് കട വെളുക്കാറായല്ല്."

"കട വെളുത്തത് ചട്ടമ്പിത്തരം കൊണ്ടുമാത്രമല്ല, ചോദിക്കുമ്പം ചോദിക്കുമ്പം കാശെടുത്തുതരുന്നത് അവിടന്നാ, നിങ്ങടെ സഹോദരിയെ കെട്ടിക്കാനും വീട് റിപ്പേറിനുമൊക്കെയായിട്ട് എത്ര വാങ്ങിയെന്ന് വല്ല ഓർമയുമുണ്ടോ?"

"അധികം വെളച്ചില് കാണിക്കല്ലേ. ചവിട്ടി എല്ല് ഞാനൂരും. പിന്നെ വീട്ടിച്ചെന്നു കിടക്കാം."

"അതാ ഇതിലും ഭേദം. ആട്ടും തുപ്പും കേട്ട് എനിക്ക് മതിയായി. വയറ്റുകണ്ണിയാണെന്ന വിചാരംപോലുമില്ലാതല്ലേ ചവിട്ടാൻ കാലോങ്ങിയത്.. അള്ളാ നീ.. എന്നെ അങ്ങ് വിളിക്കുന്നില്ലല്ലോ."

മുംതാസിന്റെ ഉറക്കെയുള്ള കരച്ചിൽ കേട്ടെത്തിയ ഷഹീദിന്റെ ഉമ്മ ശാസിച്ചു. "എന്തരാണ് കൊച്ചേ ഇവിടെ? കരച്ചിലും ഒപ്പാരിയും. ഇതൊരു മരിച്ച വീടാണെന്ന ഓർമ വേണം. വല്ലവരും കയറിവന്നാൽ എന്തര് കരുതും? നാഥനില്ലാതായപ്പോ ആർക്കും തോന്നിയതുപോലാകാമെന്നാരിക്കും? ഞാനുള്ളിടത്തോളം അതങ്ങ് മനസില് വെച്ചാ മതി."

"ഇനി നിങ്ങടെ വായിലുള്ളതുകൂടി കേക്കാം. ഞാനിവിടെ തലയിൽ തീയുമായിട്ട് നടക്കുമ്പഴാ അവടെ ഒരു മുതലക്കണ്ണീര്. ഉടനെ കാശു കൊടുക്കണമെന്നും പറഞ്ഞ് താത്താ സത്യാഗ്രഹത്തിനു വന്ന കാര്യം പറഞ്ഞപ്പം എവള് ദാ ചാടിക്കടിക്കാൻ നിക്കണ്. ഇനി നിങ്ങടെ പങ്കും കൂടി ആയാ തെകഞ്ഞു."

"അവക്ക് വീട് വേണ്ടെങ്കി നീയായിട്ടെന്തിനു കെടന്ന് വെപ്രാളപ്പെടണത്? പതിനായിരം രൂപായ്ക്കുള്ള പങ്ക് ബീമാക്കണ്ണിന് എഴുതിക്കൊട്. ചുമ്മാ വഴക്കിനും വക്കാണത്തിനും പോണ്ട. തീർന്നല്ലോ."

അതിനിടയിൽ കുഞ്ഞ് പാത്രത്തിലിരുന്നതെല്ലാം അവിടം മുഴുൻ വിതറി. മകൾക്ക് മുംതാസ് രണ്ടു കൊടുത്തു.

"എന്തര് പെണ്ണേ, കാണിച്ചുവെച്ചിരിക്കണത്? അല്ലെങ്കിലേ വയ്യാതിരിക്കണ്. ഇനി ഇവിടം വൃത്തിയാക്കട്ടെ."

അവൾ കുട്ടിയുടെ തുടയിൽ പിച്ചി. ഉറക്കെക്കരയുന്ന കുഞ്ഞിനെ വലിച്ചിഴച്ച് കുളിമുറിയിലേക്കു നടന്നു. കുഞ്ഞിനെ കുളിപ്പിക്കുന്നതിനിടയിലും അവൾ കരയുന്നുണ്ടായിരുന്നു. കുഞ്ഞും കരച്ചിൽ നിർത്തിയില്ല. പോയ അതേ ആരവാരത്തോടെ കരയുന്ന കുഞ്ഞിനേയും കൊണ്ട് അവൾ മുറിയിൽ തിരിച്ചെത്തി. തിണ്ണയിലിരിക്കുന്ന ഷഹീദിനെ കണ്ടപ്പോൾ കുഞ്ഞിന് ഒരു പിച്ചുകൂടി കിട്ടി. അവളുടെ കരച്ചിലിന് ശക്തി ഏറി. ഷഹീദ് കാണാത്തമട്ടിൽ എഴുന്നേറ്റ് അകത്തേക്കു പോയി. അവൾ കുഞ്ഞിനെ തോർത്തിച്ച് ദേഹത്ത് പൗഡറിട്ട് ഉടുപ്പു മാറ്റി. അപ്പോഴും കുഞ്ഞ് തേങ്ങിക്കൊണ്ടിരുന്നു. അത് കണ്ട് മുംതാസിന്റെ മനസലിഞ്ഞു.

"മോക്ക് നൊന്തോ? പോട്ട് മക്കളേ. ഉമ്മാടെ തങ്കക്കുട്ടിയല്ലേ ഒറങ്ങിക്കോ."

കുഞ്ഞ് ആദ്യം കെറുവിച്ചു. ഉമ്മ വീണ്ടും മാറോടണച്ച് ഉമ്മ വെച്ചപ്പോൾ കുഞ്ഞ് ആ മാറിൽ പറ്റിച്ചേർന്ന് തേങ്ങി. മുംതാസിന്റെ കണ്ണ് അപ്പോഴും നിറഞ്ഞൊഴുകുന്നുണ്ടായിരുന്നു. കുഞ്ഞുറങ്ങിയിട്ടും അവൾ അതിനെ മാറോടണച്ചുകൊണ്ട് അങ്ങനെ ഇരുന്നു.

അവളുടെ ഉള്ളം പുകയുകയായിരുന്നു. എന്നുമെന്നും കാശിനു വേണ്ടി വീട്ടിൽച്ചെന്ന് കൈനീട്ടുക! മനുഷ്യരായാൽ നാണം വേണ്ടേ? വാപ്പായും ആങ്ങളമാരും ഇപ്പോൾ അവളെ കണ്ടാൽ ഒഴിഞ്ഞുമാറുന്നത് അറിയുന്നുണ്ട്. ഉമ്മയാണ് എപ്പോഴും ശരണം. ഉമ്മയ്ക്കും മടുത്തിട്ടുണ്ടാ

കും. മിണ്ടുന്നില്ലെന്നുമാത്രം. ഒരു കറവപ്പശുവിന്റെ സ്ഥാനമേ അവൾക്കീ വീട്ടിലുള്ളൂ. കൈ നിറയെ കാശുമായി തിരിച്ചെത്തുമ്പോൾ എല്ലാവർക്കും സന്തോഷം. അല്ലാത്തപ്പോൾ കുത്തും മുനയുംവെച്ചുള്ള സംസാരം മതിയായി.

ഇവിടെ വന്നുകയറിയതുമുതൽ ഇതുതന്നെ സ്ഥിതി. അവൾ കാലെടുത്തുകുത്തിയതോടെയാണത്രേ കുടുംബം മുടിഞ്ഞത്. നാട്ടുകാർ തിരിച്ചാണ് പറയുന്നത്. മരുമകൻ കയറിയതോടെ അസനാരുകുഞ്ഞിന്റെ കുടുംബം വെളുത്തു എന്നു പറയുന്നവരാണ് കൂടുതൽ. തലയിലെഴുത്തെന്നല്ലാതെ എന്തു പറയാൻ? വീട്ടിൽ ഉമ്മയോ വാപ്പായോ സഹോദരന്മാരോ മുഖം കറുപ്പിച്ച് ഒരു വാക്കുപോലും പറയാറില്ല. ആരെങ്കിലും ഒന്ന് ഉച്ചത്തിൽ പറഞ്ഞാൽ അന്നു മുഴുവൻ കണ്ണും നിറച്ച് നടക്കും. പരീക്ഷയിൽ തോൽക്കുന്നതിനാണ് വലിയാക്ക വല്ലപ്പോഴും വഴക്കു പറയുന്നത്. കരച്ചില് കേട്ടെത്തുന്ന ഉമ്മ അവളുടെ പക്ഷം ചേരും.

"വെറുതേ ഇരിയെടാ. അവക്കത്തറ പഠിത്തം മതി. നീ അവക്ക് നല്ലൊരു പുതിയാപ്ലയെ കണ്ടുപിടിക്ക്."

"ഇവക്ക് പുതിയാപ്ലയെ കിട്ടണമെങ്കിൽ ഉമ്മയുടെ നാട്ടിൽത്തന്നെ പോകേണ്ടിവരും. പഠിപ്പും വിവരവുമില്ലാത്തവരെ ഇവിടങ്ങളിലാരും കെട്ടാൻ വരില്ല."

"നീ നോക്കിക്കോ എന്റെ മോളെ കെട്ടാൻ രാശകുമാരൻ വരും."

"എടീ കൊച്ചേ, നീയിതും വിശ്വസിച്ചോണ്ടിരി. വരും രാശാവ്. നിന്നു ചിണുങ്ങാതെ വല്ലതും ചെന്ന് പഠിക്കാൻ നോക്ക്."

കരഞ്ഞുകൊണ്ട് നടന്നകലുന്ന അവളെ നോക്കി ഉമ്മ ചോദിക്കും.

"എന്തിനാടാ, അപ്പെണ്ണിനെ അതുമിതും പറഞ്ഞ് കരയിക്കുന്നത്. ഇന്നിനി ഓക്ക് ഇതു മതി. തിന്നലുമില്ല. കുടിക്കലുമില്ല."

"ഇവളിങ്ങനെ തൊട്ടാവാടി ആയാൽ എന്തു ചെയ്യുമോ എന്തോ? ഈ ശീലം മാറ്റിക്കണം. അല്ലെങ്കി പിന്നീട് പാടാവും."

"അതൊക്കെ നേരെയാവും." ഉമ്മ സമാധാനിപ്പിക്കും.

കുട്ടിക്കാലത്ത് ഉമ്മയോടൊപ്പം ഉമ്മയുടെ ജ്യേഷ്ഠത്തിയുടെ മകളുടെ വിവാഹത്തിനു പോയിരുന്നു. വിവാഹം എന്നു കേൾക്കുമ്പോൾ ഇന്നും അതാണ് മനസു നിറയെ. അന്നവൾക്ക് അഞ്ചോ ആറോ വയസു കാണും. തലകുനിച്ചിരിക്കുന്ന മണവാട്ടിയുടെ കാതിലും കഴുത്തിലും കൈയിലും നിറയെ പൊന്ന്. തലയിൽ മിന്നുന്ന നെറ്റ്. ചുറ്റും ചുവടുവെച്ച് കൈമുട്ടിപ്പാടുന്ന ഒപ്പനക്കാരികൾ. കാച്ചിത്തുണിയും വെള്ളക്കുപ്പായവും കസവുതട്ടവുമണിഞ്ഞ് ഓടിനടക്കുന്ന വെളുത്ത തുടുത്ത ഒരുപാട് പെണ്ണുങ്ങൾ. അവരുടെ കാതിൽ ഞാന്നുകിടക്കുന്ന അലക്കുള്ള വളയങ്ങൾ. തട്ടുകാതിൽ തൂങ്ങിയാടുന്ന ലോലാക്ക്. മുറുക്കിച്ചുവപ്പിച്ച ചുണ്ടുകൾ. പൊന്നിൽക്കുളിച്ച പെണ്ണുങ്ങളെ കാണാൻ എന്തു ചന്തമായിരുന്നു! അതുപോലൊരു വിവാഹം അവളുടെ മനസിലുമുണ്ടായിരുന്നു. പട്ടുസാരിയും പൊന്നും മിന്നും ഉമ്മ ഒരുക്കികൊടുത്തു. ഒപ്പനക്കാ

രികളെ വരുത്താൻ ഉമ്മയ്ക്ക് മോഹമുണ്ടായിരുന്നു. അവരുടെ പ്രതിഫലത്തുക കേട്ടപ്പോൾ ബാപ്പ സമ്മതിച്ചില്ല.

ഒഴിവുകിട്ടുമ്പോൾ മക്കളെ ചുറ്റിലുമിരുത്തി നാട്ടിലെ കഥകൾ കേൾപ്പിക്കുക ഉമ്മയുടെ പതിവായിരുന്നു. ആ വലിയ വീട് ഇന്നില്ല. ഉമ്മുമ്മയും ഉപ്പൂപ്പയും മരിച്ചതോടെ മക്കൾ ഓരോരുത്തരായി മാറിത്താമസിച്ചു. ഉമ്മയുടെ ഏറ്റവും മൂത്ത ജ്യേഷ്ഠത്തിക്കായിരുന്നു ഭാഗത്തിൽ തറവാട് കിട്ടിയത്. അവർ അതിൽ ഏറിയപങ്കും പൊളിച്ചുമാറ്റി പരിഷ്കരിച്ചു. ഓട് മാറ്റി വാർപ്പിട്ടു. ചിത്രപ്പണികൾ ചെയ്ത തൂണുകളും വാതിൽപ്പാളികളും ഇന്നും ഓർമയിലുണ്ട്. മുറികൾ ഓരോന്നിനും എന്തു വിസ്താരം! എല്ലാ മുറികളിലും നിറയെ ആളുകൾ. ഉമ്മയ്ക്ക് രണ്ട് ഇത്താത്തമാർ ഒരേ വീട്ടിൽ കഴിയുമ്പോഴും വെപ്പും തീനും വെവ്വേറെ, അതേ സമയം എല്ലാവരും ഒത്തൊരുമയോടെ കഴിയുകയും ചെയ്യുമായിരുന്നു. ഉമ്മയുടെ മൂത്ത ഇത്താത്ത ഈയിടെയാണ് മരിച്ചത്. ഉമ്മയും വലിയാക്കയും പോയിരുന്നു.

കുട്ടികളെ ഇസ്ലാം മതാചാരങ്ങളും ഖുർആനും പഠിപ്പിക്കുന്നതിൽ ഉമ്മ പ്രത്യേകം ശ്രദ്ധിച്ചിരുന്നു.

“അലിയാർ, അസനാർ എന്നൊക്കെ പേരിട്ടതുകൊണ്ടുമാത്രം ആരും ഇസ്ലാമാകൂലാ. നോമ്പും നിസ്കാരവും ഒയിഞ്ഞാ പിന്നെ കാഫറാ. മരിച്ചുചെന്നാൽ നരകത്തീയിൽ കെടന്ന് വെന്തുരുകണം.”

വാപ്പകൂടി കേൾക്കാൻവേണ്ടിയാണ്.

“നീ എന്തായാലും സ്വർഗത്തിൽ ചെല്ലുമല്ലോ. അപ്പോ ഞങ്ങക്കും കൂടി ഓരോ സീറ്റ് ബുക്ക് ചെയ്തേക്കണേ.”

ബാപ്പയുടെ തമാശകൾ കേൾക്കുമ്പോൾ ഉമ്മയുടെ മുഖം കറുക്കും.

കുട്ടിക്കാലത്ത് ഉമ്മ മക്കളെക്കൊണ്ട് നിർബന്ധമായും നോമ്പ് പിടിപ്പിക്കുമായിരുന്നു. വീട്ടിലുള്ള ദിവസം ബാപ്പയും നോമ്പുപിടിക്കും. സുബഹിക്ക് കുറേമുമ്പ് ഉമ്മ എഴുന്നേറ്റ് അടുക്കളയിൽ കയറി കാപ്പിയും പലഹാരങ്ങളുമുണ്ടാക്കി എല്ലാവരേയും വിളിച്ചുണർത്തും. ചോറ് ആർക്കും വേണ്ട. ആവി പറക്കുന്ന പലഹാരങ്ങൾ വേണം. അതിലൊന്നും ഉമ്മയ്ക്ക് രാതി ഏതുമില്ല. ഭക്ഷണം കഴിഞ്ഞ് പള്ളിയിൽ സുബഹി ബാങ്കുവിളിക്കുന്നതുവരെ ഖുർ ആൻ ഓതിക്കൊള്ളണം. വലിയാക്കമാത്രം ഇറയത്തിരുന്ന് ഉറക്കെ ഓതും. മറ്റുള്ളവർ ഉമ്മ കാണാതെ മുറിക്കകത്ത് ഉറക്കമായിരിക്കും. ഉമ്മ തിരക്കിലായതിനാൽ അക്കാര്യം അറിയുകയുമില്ല..

സുബഹിനിസ്കാരം കഴിഞ്ഞുകിടക്കുന്ന ഉമ്മ വൈകിയേ ഉണരൂ. നോമ്പുകാലത്ത് പകൽ ഉമ്മ അടുക്കളയിൽ കയറില്ല. നോമ്പുപിടിക്കാത്ത ദിവസങ്ങളിൽ ബാപ്പ കാലത്തെഴുന്നേറ്റ് അടുക്കളയിൽ കയറി ചായ ഉണ്ടാക്കി കുടിച്ചിട്ട് കടയിൽ പോകും. പകലെന്തെങ്കിലും കഴിക്കണമെങ്കിൽ ഹോട്ടൽ തന്നെ ശരണം. അങ്ങനെയാണ് ബാപ്പയും സ്ഥിരം നോമ്പ് പിടിക്കാൻ തുടങ്ങിയത്. മഗരിബ് ബാങ്കുകൊടുക്കാൻ നേരം എല്ലാവരും വീട്ടിലുണ്ടാകണമെന്ന് ഉമ്മയ്ക്ക് നിർബന്ധമാണ്. ബാപ്പ നേരത്തിനെ

ത്തിയില്ലെങ്കിൽ അതിന് വഴക്കും ബഹളവുമില്ല. ഉമ്മ ഒന്നും മിണ്ടാതെ ആഹാരം ഉപേക്ഷിച്ച് നടന്നുകളയുമെന്നുമാത്രം. അതായിരുന്നു ഉമ്മയുടെ രീതി. എല്ലാറ്റിനും സ്വയം ശിക്ഷ. അത് ബാപ്പയ്ക്ക് സഹിക്കാനാവില്ല. അതുകൊണ്ട്തന്നെ ഉമ്മയെ വിഷമിപ്പിക്കുന്നതൊന്നും ചെയ്യാതിരിക്കാൻ വാപ്പ ശ്രദ്ധിച്ചിരുന്നു.

വലിയാക്ക ഉമ്മ പഠിപ്പിച്ച ചിട്ടകളൊക്കെ മുറതെറ്റാതെ ഇന്നും കൊണ്ടു നടക്കുന്നു. അവളും നിസ്കാരം ഒഴിയാറില്ല. ബാക്കിയെല്ലാവരും കണക്കുതന്നെ. ഷാജിയാണ് മഹാകള്ളൻ. ഖുർആൻ മുപ്പതും ഓതിതികഞ്ഞതുപോലുമില്ല. വീട്ടിനു മുന്നിൽത്തന്നെയാണ് പള്ളി, പള്ളിക്കൂടത്തിൽനിന്നെത്തിയാൽ ഊണും കഴിച്ച് ഉടനെ പള്ളിപ്പുരയിൽ ചെന്നോളണമെന്നാണ് ഉമ്മയുടെ നിയമം. മഗരിബുവരെ ഓത്തുണ്ടാകും. ആൺകുട്ടികൾ മഗരിബ് നിസ്കാരവും കഴിഞ്ഞാണ് വീട്ടിലെത്തുക. ഷാജി പള്ളിപ്പുരയിലേക്കെന്നും പറഞ്ഞ് നേരെ ചെല്ലുന്നത് മൈതാനത്തേക്കാണ്. കളിക്കാൻ. മഗരിബ് കഴിഞ്ഞാൽ ഓടിക്കിതച്ചെത്തും. ഉമ്മയ്ക്ക് അടുക്കളയിൽ നൂറുകൂട്ടം ജോലികൾ കാണും. അതിനിടയിൽ പള്ളിപ്പുരയിൽത്തന്നെയുണ്ടോ എന്ന് ചെന്നുനോക്കാനൊന്നും നേരം കിട്ടിയെന്നുവരില്ല. ഷാജിയുടെ കളവ് ഉമ്മയെ അറിയിക്കുന്നത് അവളാണ്. അതിനവന് പൊതിരെ തല്ലുംകിട്ടാറുണ്ട്. എന്നാലും പിറ്റേന്ന് അവനതുതന്നെ ആവർത്തിക്കും അതോടെ ഉമ്മയ്ക്കും മടുത്തു.

പഠിക്കാനിരുന്നാലും അതേ തമ്മിൽത്തല്ലുണ്ടാക്കുക അവന്റെ പതിവാണ്. ഇന്നും അവനതുതന്നെ ജോലി. എത്ര പറഞ്ഞാലും മനസിലാകില്ല. അന്ന് മനസിരുത്തി പഠിക്കാത്തതിൽ അവളിപ്പോൾ ഖേദിക്കുകയാണ്. പഠിച്ച് ഒരു തൊഴിൽ നേടിയിരുന്നെങ്കിൽ ആരേയും ആശ്രയിക്കാതെ കഴിയാമായിരുന്നു. അതൊന്നും നടക്കാത്ത കാര്യങ്ങളാണെന്ന് അറിഞ്ഞുകൊണ്ടുതന്നെ വെറുതെ ഓരോന്നു മോഹിക്കുന്നു.

ഉമ്മയുടെ നിർബന്ധം കാരണമാണ് തിടുക്കപ്പെട്ട് വിവാഹം നടത്തിയത്. ഏകമകളെ ദൂരെ അയയ്ക്കാൻ ഉമ്മയ്ക്ക് ഇഷ്ടമില്ലായിരുന്നു. പേരുകേട്ട കുടുംബം, വലിയ വീട്, ഉദ്യോഗമുള്ള ചെറുക്കൻ ഇതൊക്കെയാണല്ലോ എല്ലാവരും നോക്കുന്നത്. തലവര നന്നാകാത്തതിന് മറ്റുള്ളവരെ എന്തിനു കുറ്റപ്പെടുത്തുന്നു? മോടിയായിട്ടുതന്നെ വിവാഹം നടത്തി. ഇവിടത്തെ ഏറ്റവും വലിയ കല്യാണമണ്ഡപത്തിൽവെച്ച്. വലിയ വീട്ടുകാരുമായുള്ള ബന്ധം. ഒന്നിനും കുറവു വരുത്തരുതെന്ന് എല്ലാവർക്കും നിർബന്ധമായിരുന്നു അടിതൊട്ടു മുടിയോളം ഉരുപ്പടികൾ അണിയിച്ചാണ് ഉമ്മ അവളെ പറഞ്ഞയച്ചത്.

ആഭരണങ്ങൾ ഉമ്മ ആദ്യമേ സ്വരുക്കൂട്ടി വച്ചിരുന്നു. മുടങ്ങാതെ ഓരോ ചിട്ടിയുണ്ടാകും ഉമ്മയ്ക്ക്. ചിട്ടിപിടിച്ചതും ബാപ്പയെക്കൊണ്ട് പവൻ വാങ്ങിപ്പിക്കും. നാട്ടിൽച്ചെന്നാണ് അവളുടെ കാശുമാല ഉമ്മ പണിയിച്ചത്. കാലിൽ പാദസരവും നെറ്റിക്കുറിയും പണിയിച്ചു. കല്യാണത്തിന് മച്ചയുടെ വീട്ടുകാരും കുറവൊന്നും വരുത്തിയില്ല. അമ്പതിനായിരം രൂപാ

സ്ത്രീധനം വാങ്ങി. അതുകൊണ്ട് വിവാഹം പൊടിപൊടിച്ചു നടത്തുകയുംചെയ്തു. അഞ്ചുപവന്റെ താലിമാല, വിലകൂടിയ സാരി. എല്ലാം അന്തസ്സിനൊത്തവിധംതന്നെ. പൊങ്ങച്ചക്കാരനാണെന്ന് ആദ്യമേ തോന്നി. വായ് തുറന്നാൽ തന്നത്താൻ പൊക്കാനേ നേരമുള്ളൂ. ആകെ മുടിഞ്ഞു നിന്ന നേരത്തായിരുന്നു വിവാഹം. എന്നിട്ട് ഇപ്പോൾ പറയുന്നത്, അവൾ കയറിയതും എല്ലാം നശിച്ചെന്നാണ്.

രണ്ടുകൂട്ടരും ഒരുമിച്ചാണ് ആൾക്കാരെ ക്ഷണിച്ചത്. എന്നിട്ട് ചെലവു മുഴുവൻ ബാപ്പയെക്കൊണ്ട് ചെയ്യിച്ചു. കല്യാണം കഴിഞ്ഞിട്ടും ആവശ്യങ്ങൾക്ക് അതിരില്ലായിരുന്നു. ഇത്രയും നാൾ അവളും കൂട്ടുനിന്നു. ഇനി വയ്യ. കൈയിലെ കാശില്ലാതെ പ്രതാപം പറഞ്ഞിരുന്നിട്ട് കാര്യമില്ല. രാജാക്കന്മാരുടെ നിലയാണ്. മച്ചയും അങ്ങനെതന്നെ. മാസാമാസം ശമ്പളം കിട്ടുന്നതുകൊണ്ട് ഒതുങ്ങിജീവിച്ചാൽ അതുകൊണ്ട് കഴിയാം. അതുപോരാ. പത്രാസു കാണിക്കണം. അതിനു കടംവാങ്ങാനും മടിയില്ല. കടം വീട്ടാൻ അവളെ ഇരക്കാൻ അയയ്ക്കുമെന്നുമാത്രം.

പുറത്തിറങ്ങണമെങ്കിൽ ഉമ്മയ്ക്കും മക്കൾക്കും ടാക്സി വേണം. മൂത്ത സഹോദരിക്ക് ആവശ്യത്തിലേറെയുണ്ട്. എന്നാലും ഇടയ്ക്കിടെ അവിടെവന്ന് എന്തെങ്കിലും തട്ടിക്കൊണ്ടുപോയില്ലെങ്കിൽ ഉറക്കം വരില്ല. എന്തൊക്കെയോ കണക്കുകൾ ബോധിപ്പിച്ച് ജൗളിക്കട അവരുടെ ഭർത്താവിന്റെ പേരിലാക്കി. ഇനി വീടും കൈക്കലാക്കാനുള്ള പുറപ്പാടാണ്. സ്വന്തം ഭാര്യയെ വിരട്ടിയും തൊഴിച്ചും കാര്യം നടത്താനേ മച്ചയ്ക്കറിയൂ. അളിയന്റെ മുന്നിലെത്തുമ്പോൾ നാവില്ല.

അണിഞ്ഞ് ആശ തീരുന്നതിനുമുമ്പ് ഉരുപ്പടികൾ പകുതിയും ബാങ്കിലായി. അളിയന്റെ കടം വീട്ടി വീടിന്റെ കടം തീർക്കേണ്ടത് അത്യാവശ്യം തന്നെ. പക്ഷേ, അതിനൊക്കെ വേണ്ട വ്യവസ്ഥകളുണ്ടാക്കണം. അയാൾ ആളൊരു കുറുക്കനാണ്. മാമായെ പറ്റിച്ചപോലെ അളിയനെയും പറ്റിക്കാൻ മടിയൊന്നുമുണ്ടാകില്ല. അതുപറയുമ്പോൾ ഉമ്മയും മോനും അവൾക്കെതിരെ തിരിയും. അരയിലെ ബെൽറ്റും കാശുമാലയുമാണ് കാര്യപ്പെട്ട ഉരുപ്പടിയായി ബാക്കിയുള്ളത്. കാശുമാല കൊടുത്താൽ ഉമ്മയ്ക്ക് സഹിക്കില്ല. ബെൽറ്റും കൊടുക്കില്ല. പിന്നെയുള്ളത് അഞ്ചുപവന്റെ കല്ലുമാലയാണ്. അതുകൊണ്ടുപോയി വിറ്റ് പെങ്ങളുടെ കടം തീർക്കട്ടെ എന്നാലെങ്കിലും സ്വൈരം കിട്ടുമല്ലോ.

“എടേയ് മണി എട്ടടിച്ചു. നീ ഉറങ്ങിയോ? ഇന്ന് കാപ്പികളൊന്നുമില്ലേ?”

ഭർത്താവിന്റെ വിളികേട്ട് എഴുന്നേറ്റു. ഓരോന്നാലോചിച്ചു കിടന്ന് നേരം പോയതറിഞ്ഞില്ല. മോൾ ഉറക്കത്തിലും വിതുമ്പുന്നു. കുഞ്ഞിന്റെ നെറ്റിയിൽ ഉമ്മവെച്ചിട്ട് പതുക്കെ കട്ടിലിൽ കിടത്തി അടുക്കളയിലേക്കു നടന്നു. മാമി മുഖം കറുപ്പിച്ചുതുടങ്ങിയിരിക്കും. നേരത്തിന് കാപ്പി കിട്ടിയില്ലെങ്കിൽ അവരുടെ കോലം മാറും. ഉച്ചയ്ക്കുതന്നെ കൊഞ്ച് വറുത്തരച്ച് പ്രത്യേകം വെച്ചിരുന്നു. രണ്ടുകുറ്റി പുട്ടവിച്ചാൽ മതി.

"എന്റെ കല്ലുമാല തരാം. അതുകൊണ്ടുപോയി മയിനീടെ കടം വീട്ട്. ഇനിയെങ്കിലും എല്ലാറ്റിനുമൊരു വ്യവസ്ഥയുണ്ടാക്കിയാൽ നിങ്ങൾക്കു തന്നെ നല്ലത്. വീട് മച്ചായയുടെ പേരിൽ എഴുതിച്ചില്ലെങ്കിൽ ഇനിയും ഓരോരുത്തർ അവകാശവുമായിട്ടു വരും. അപ്പൊ എന്നെ ചവിട്ടാനും തൊഴിക്കാനും വന്നിട്ട് കാര്യമില്ല."

"അതൊക്കെ വേണ്ടതുപോലെ ചെയ്യാം. വെക്കം അടുക്കളയിലോട്ട് ചെല്ല്. ഉമ്മ കെടന്ന് പ്നാട്ടാൻ തൊടങ്ങീട്ടുണ്ട്."

അവൾ അടുക്കളയിൽ ചെന്നപ്പോൾ മാമി പുട്ടിനു മാവു നനയ്ക്കുന്നു. അടുപ്പിൽ വെള്ളം തിളയ്ക്കുന്നുണ്ട്.

"ഇങ്ങു തരീൻ മാമി. ഞാനവിച്ചോളാം. തലവേദനയായിട്ട് ഇത്തിപ്പോലം കെടന്നു ഒന്നു മയങ്ങിപ്പോയി."

അവർ ചിറഞ്ഞുനോക്കി സ്ഥലംവിട്ടു.

എട്ട്

കാലത്തേ കുളികഴിഞ്ഞ് കണ്ണാടിയിൽ ചാഞ്ഞും ചരിഞ്ഞും നോക്കി മുടി ചീകുന്നതിനിടയിൽ ഷാഹുൽ ഉറക്കെ വിളിച്ചു.

"എടേയ് ഒന്നിവിടെ വന്നേ..."

അഞ്ചുമിനുട്ട് കഴിഞ്ഞിട്ടും ഉത്തരം കിട്ടാതായപ്പോൾ സ്വരം കടുത്തു.

"എടേയ് റംലത്തേ, ഇങ്ങോട്ടൊന്നു വരാൻപറഞ്ഞത് കേട്ടില്ലേ?"

അടുക്കളയിൽ എന്തോ ചെയ്തുകൊണ്ടിരുന്നു റംലത്ത് കൈ സാരിയിൽ തുടച്ചുകൊണ്ട് മുറിയിലെത്തി.

"എന്തര് മച്ചാ, കാലത്തേ കെടന്ന് കീറണത്?"

"എത്രനേരം കൊണ്ട് വിളിക്കണ്? ചെവി കേട്ടൂടെ? നിന്റെ ഒരുമാതിരിയുള്ള വേഷംകെട്ട് എന്നോട് കാണിച്ചാലുണ്ടല്ലോ... ഒറ്റച്ചവിട്ടിന്..."

"ചുമ്മാ നിന്നതൊന്നുമല്ലല്ല്. ഡ്രസ്സുചെയ്തുവരുമ്പം മേശപ്പുറത്ത് കാപ്പികള് കണ്ടില്ലെങ്കില് അതിനും കേക്കണം പള്ള്. വിളിച്ചതെന്തരിന്?"

"ഇന്നലെ കഴുകിയിട്ട എന്റെ കള്ളിഷർട്ടെവിടെ?"

"ലതിന്നലെ കഴുകിയിട്ടപ്പഴേ ഷാജി എടുത്തോണ്ടുപോയി. എടുക്കരുതെന്ന് പറഞ്ഞതിന് അവന്റെ വായിലുള്ളത് മുഴുക്കെ കേട്ടു."

"എന്റെ സാധനങ്ങള് സൂക്ഷിച്ച് വെയ്ക്കണമെന്ന് നിന്റൂടി ഞാൻ എപ്പോഴും പറഞ്ഞോണ്ടിരിക്കണോ? ഒരു വഹയ്ക്ക് കൊള്ളാത്ത മണ്ടക്കഴുതേ!"

"ഇതെന്തര്പാട്? വല്ലോം പറഞ്ഞാൽ അവൻ കീറിക്കടിക്കാൻ വരും. ഇങ്ങനെ എല്ലാരുടെ വായിലുള്ളതും കേട്ട് ഇവിടിങ്ങനെ ചടഞ്ഞുകൂടേണ്ട ഗതികേടൊന്നും ഞങ്ങക്കില്ല. എന്നെ എന്റെ വീട്ടീ.."

റംലത്ത് പറഞ്ഞുമുഴുമിപ്പിക്കുന്നതിനുമുമ്പേ അടിക്കാനായി കൈയോങ്ങി. റംലത്ത് ഒഴിഞ്ഞുമാറുന്നതിനുമുമ്പേ അടിവീണു. മുഖമട

ച്ചാണ് കിട്ടിയത്. അവൾ ഉറക്കെ കരഞ്ഞു. ഉമ്മയുടെ വിളികേട്ട് ഓടിയെത്തിയ മക്കളും ഉറക്കെ വിളിതുടങ്ങി. ബഹളം കേട്ട് റാബിയ ഓടിയെത്തി.

"രാവിലെ തുടങ്ങിയല്ലോ. ഉളുപ്പുണ്ടോടാ നിനക്ക്? കെട്ടിയ പെണ്ണിന് നേരെയാണോടാ പരാക്രമം? ഇതെന്താ ചന്തയോ?"

"നാക്ക് വായിൽ കിടന്നില്ലെങ്കില് ഇനിയും കിട്ടും. അല്ല പിന്നെ... എന്തു ചോദിച്ചാലും തറുതലയേ പറയൂ."

"അതിനുമാത്രം ഞാനിപ്പം എന്തരു പറഞ്ഞെന്നാ? ഇവരുടെ ഷർട്ട് ഷാജി എടുത്തിട്ടോണ്ട് പോയതിന് എന്റുടി ചാടിയിട്ട് കാര്യമൊണ്ടോ? ഇങ്ങനെ എന്നുമെന്നും അടിയും കൊണ്ട് കഴിയാൻ എനിക്കെങ്ങും വയ്യ. എനിക്കിപ്പ വീട്ടിപ്പോണം. കൈനിറയെത്തന്നുതന്നെ പറഞ്ഞയച്ചത്..."

"നീ ഇനിയും എന്റെ കൈയീന്നു മേടിക്കും."

റംലത്തിനെ വീണ്ടും അടിക്കാനായിച്ചെന്ന ഷാഹുലിനെ മജീദ് തടുത്തു.

"നീ ചുമ്മാ ആ കൊച്ചിന്റെ മേക്കിട്ട് കേറണതെന്തരിന്? ലവൻ ഷർട്ടിട്ടോണ്ട് പോയതിന് ആ കൊച്ച് എന്തര് ചെയ്യട്ട്? ഈ ചെറുക്കൻ കാരണം തോറ്റു. ഉമ്മ ഒരാളാ ചെല്ലംകൊടുത്ത് അവനെയിങ്ങനെ..."

"തന്നെടാ. എല്ലാത്തിനും കാരണം ഉമ്മതന്നെ. ഉമ്മ പോയാലേ നിങ്ങക്ക് സ്വൈര്യം കിട്ടൂ."

ഭർത്താവ് റംലത്തിന്റെ പക്ഷംപറഞ്ഞത് ഒട്ടും ഇഷ്ടമായില്ലെന്ന് നദീറയുടെ മുഖം കണ്ടാലറിയാം. അവൾ മുഖം കറുപ്പിച്ച് മാമിയുടെ പിറകിലായി നിന്നു. പെട്ടെന്നാണ് റാബിയ താഴെ ഇരുന്നത്. കൈകൊണ്ട് വയറ് പൊത്തിപ്പിടിച്ചിരുന്നു. പിന്നിലുണ്ടായിരുന്ന നദീറ താങ്ങിയതുകൊണ്ട് മറിഞ്ഞുവീണില്ല.

"അയ്യോ മാമിക്കിതെന്തുപറ്റി? നിങ്ങളവിടെ ന്യായംപറഞ്ഞോണ്ട് നിക്കാതെ വെക്കം മാമിയെ ആശൂത്രീലെത്തിക്കുന്നൊണ്ടോ?"

ഭർത്താവിനോട് തട്ടിക്കയറാൻ കിട്ടിയ അവസരം നദീറ ശരിക്കും ഉപയോഗപ്പെടുത്തി.

"ഉമ്മാ, എന്തുപറ്റി? ആശൂത്രിപ്പോവാമോ?"

മജീദ് ഉമ്മയെ താങ്ങി കട്ടിലിൽ കിടത്തുന്നതിനിടയിൽ ചോദിച്ചു.

"വേണ്ട. മോള് ചെന്ന് ആ വേദനയ്ക്കുള്ള ഗുളിക എടുത്തുതാ. കുറച്ചുകഴീമ്പം ഇതങ്ങു മാറും."

ഷാഹുൽ വല്ലാതായി. ഉമ്മയോടെന്തെങ്കിലും പറയണമെന്നുണ്ടായിരുന്നു, പക്ഷേ ആ മുഖത്തു നോക്കാനുള്ള ചങ്കുറപ്പില്ല. അവൻ അലമാരി തുറന്ന് കൈയിൽകിട്ടിയ ഷർട്ടെടുത്തിട്ട് പുറത്തേക്കു നടന്നു.

"കാപ്പി കുടിച്ചിട്ടു പോടാ."

ഉമ്മ പറഞ്ഞതു കേട്ടപ്പോൾ ഷാഹുലിന്റെ കണ്ണ് നിറഞ്ഞു. അവൻ കണ്ണു തുടച്ചുകൊണ്ട് ഒന്നും മിണ്ടാതെ പുറത്തേക്കിറങ്ങി. റംലത്ത് കട്ടിലിൽ കിടന്ന് അപ്പോഴും ഏങ്ങലടിക്കുന്നുണ്ടായിരുന്നു.

"മോളേ കുട്ട്യോളെ സ്കൂളിൽ പറഞ്ഞയയ്ക്കാൻ നോക്ക്."

നദീറയെ അടുക്കളയിലേക്കയച്ചിട്ട് റാബിയ റംലത്തിന്റെ പുറം തട വിക്കൊണ്ടു പറഞ്ഞു.

"സാരമില്ല മോളേ. ഓനങ്ങനെ ഒരു ചൂടനായിപ്പോയി. ഇപ്പമിങ്ങെ ത്തും ഇണക്കാൻ."

റംലത്തിനെ കരയാൻവിട്ട് അവർ അടുക്കളയിലേക്കു നടന്നു.

റോഡിലിറങ്ങിയ ഷാഹുൽ തെല്ലുനേരം അമ്പരന്നുനിന്നു. വയറു പൊത്തിപ്പിടിച്ച് വേദന കടിച്ചമർത്തുന്ന ഉമ്മ, കട്ടിലിൽ കിടന്ന് ഏങ്ങലടി ക്കുന്ന റംലത്ത്. രണ്ടുപേരെയും ചെന്ന് ആശ്വസിപ്പിക്കണമെന്നുണ്ട്. കുറച്ചു നേരം ആലോചിച്ചുനിന്നു.

"ആ, ഇത്തിക്കഴിയട്ട്. അപ്പോ രംഗം തണുക്കും."

സ്വയം സമാധാനിപ്പിച്ചിട്ട് കടയിലേക്കു നടന്നു. കാലത്തേ ചായ പോലും കുടിച്ചിരുന്നില്ല. ഹോട്ടലിന്റെ മുന്നിലെത്തിയപ്പോൾ വയറെരി ച്ചിൽ ഏറി. രണ്ടാമതൊന്നാലോചിച്ചില്ല. അപ്പവും ഇറച്ചിക്കറിയും കഴിച്ച് പുറത്തിറങ്ങിയപ്പോൾ അരിശം തീർത്തും മാറിയിരുന്നു. വാപ്പ സ്റ്റേഷന റിക്കടയിൽ കാഷിലിരിക്കുന്നുണ്ടായിരുന്നു. കടയിൽ നല്ല തിരക്ക്. പള്ളി ക്കൂടംപിള്ളേർ റൂളർ, പെൻസിൽ, മിഠായി എന്നൊക്കെ പറഞ്ഞ് തിരക്കു കൂട്ടുന്നുണ്ടായിരുന്നു. ഷാഹുലിനെ കണ്ടതും വാപ്പ എഴുന്നേറ്റ് ജൗളി ക്കടയിലേക്കു നടന്നു.

ജൗളിക്കടയിൽ ചരക്കു നന്നേ കുറവ്. അതുകൊണ്ടുതന്നെ കച്ചവ ടവുമില്ല. കല്യാണസമയത്ത് കിട്ടിയ സ്ത്രീധനത്തുകയിൽ പകുതിയും അവിടെ ചരക്കു വാങ്ങാൻ കൊടുത്തത് അബദ്ധമായി. റംലത്ത് അന്നും എതിർത്തതാണ്. അന്നും അവളോട് തട്ടിക്കയറി. ഇന്നു കാലത്തു തന്നെ ഒരാവശ്യമില്ലാതെയാണ് അവളോട് വഴക്കിട്ടത്. അവളിപ്പോഴും അവിടെ കിടന്നു കരയുകയായിരിക്കും. ഉമ്മയോടും ഒന്നും മിണ്ടാതെയാണ് പോന്ന ത്. ഛേ, മോശമായിപ്പോയി. ഒന്നു വീടുവരെ ചെന്നാലോ? പക്ഷേ വാപ്പ... ഏതായാലും മജീദ്കാക്ക വരട്ടെ.

കാശു വാങ്ങി പെട്ടിയിലിടുമ്പോഴും ശ്രദ്ധ റോഡിലായിരുന്നു. വാച്ചിൽ നോക്കി മണി ഒമ്പത്. ബാപ്പ പോകാതെ എഴുന്നേൽക്കുന്നത് ബുദ്ധിയല്ല. മജീദ് എത്തിയതും ഷാഹുൽ ചോദിച്ചു:

"ഉമ്മാക്ക് കൊറവൊണ്ടോ? അവളെന്തര് ചെയ്യണ്?"

"ഉമ്മാ കെടപ്പുതന്നെ. റംലത്ത് ഇത്രനേരം കരച്ചിലായിരുന്നു. ഇപ്പോ പിള്ളേരെ പള്ളിക്കൂടത്തി വിടാനായിട്ടെറങ്ങി."

മജീദിനെ കണ്ടപ്പോൾ അസനാരുകുഞ്ഞ് വീട്ടിലേക്കു നടന്നു. വാപ്പ പോയതും ഷാഹുൽ കാഷ് ബോക്സിൽനിന്നും ഇരുനൂറു രൂപാ എടുത്ത് പോക്കറ്റിലിട്ട് നസീറിനോടായി പറഞ്ഞു:

"എടേയ് ഞാനൊന്നു വീടുവരെ പോയിട്ടുവരാം."

"ഇപ്പഴവിടന്നിങ്ങ് പോന്നതല്ലേ ഒള്ള്?"

"നീ ചുമ്മാ വാചകമടിച്ചോണ്ട് നിക്കാതെ നോക്കീം കണ്ടുമൊക്കെ നില്ല്."

ഇന്നിനി വൈകുന്നേരത്തിനുമുമ്പ് തിരിച്ചുവരുന്ന കോളില്ല. നസീർ ഉറപ്പിച്ചു.

പോണവഴി അവൻ ഉമ്മയ്ക്കായി ആപ്പിളും മുന്തിരിയും വാങ്ങി. ഗേറ്റു കടന്നതും നടയിൽ പല്ലുതേച്ചുകൊണ്ടുനിൽക്കുന്ന ഷാജിയെയാണ് കണ്ടത്. അവൻ തന്റെ കള്ളിഷർട്ടുമിട്ട് സ്റ്റൈലനായി നിൽക്കുകയാണ്. കണ്ടതും കോപം ഇരച്ചുകയറി. ചെറുക്കന്റെ മുഖത്ത് പരിഹാസം.

"എന്റെ സാധനങ്ങളൊന്നും പൊക്കിക്കൊണ്ട് പോവരുതെന്ന് നിന്നോട് ഞാൻ പറഞ്ഞിട്ടില്ലേടാ?"

"നിങ്ങടെ എന്തോന്നാ ഞാൻ പൊക്കിക്കൊണ്ടുപോയത്?"

"ഈ ഷർട്ട് ആരുടേതാടാ?"

"എനിക്കെങ്ങനെ അറിയും? അശയിൽ കഴുകി ഇട്ടതുകണ്ടപ്പം ഞാനെടുത്ത് തേച്ച് ഇട്ടോണ്ടുപോയി."

"അതെടുക്കരുതെന്ന് റംലത്ത് നിന്നോട് പറഞ്ഞതല്ലേ?"

"ഈ വീട്ടിലെ സാധനം എന്നോട് എടുക്കരുതെന്നു പറയാൻ അവ രാര്?"

"അവളെന്റെ ഭാര്യയാണെന്ന് മുതലാളി മറന്നോ. ഞാൻ പറഞ്ഞിട്ടാ അതെടുക്കരുതെന്ന് അവൾ വിലക്കിയത്."

"കല്യാണം കഴിയുന്നതുവരെ നിന്റെ ഷർട്ട് ഞാനിടുന്നതിൽ പരാതിയൊന്നുമില്ലായിരുന്നല്ലോ. ദേ കിടക്കുന്നു നിങ്ങട ഷർട്ട്. എന്റെ പട്ടിക്കും വേണ്ട."

അവൻ ഷർട്ടൂരി മുറ്റത്തേക്കിട്ടു. വഴക്കു കേട്ട് അസനാരുകുഞ്ഞെത്തി.

"ജീവിക്കാൻ സമ്മതിക്കൂലാ, അല്ലേ? കാലത്തേ കടയിൽപോയിട്ട് അവിടെ ഇരിക്കാതെ ഇങ്ങു പോന്നതെന്ത്?"

"ഇവനോട് മര്യാദയ്ക്കു സംസാരിക്കാൻ പറയണം. അല്ലെങ്കിൽ കരണക്കുറ്റി..."

"പിന്നേ, പുളിക്കും ഇങ്ങു വന്നാട്ടെ."

ചന്തയിലേക്കിറങ്ങിയ പെണ്ണുങ്ങൾ വഴക്കുകേട്ട് രസിച്ചു നിൽക്കുന്നതു കണ്ടപ്പോൾ അസനാരുകുഞ്ഞ് തലയും കുനിച്ച് അകത്തേക്കു കയറിപ്പോയി. ഷാജി അപ്പോഴും വെട്ടുപോത്തിനെപ്പോലെ പോരിനു നിൽക്കുകയാണ്. ഉമ്മയെ ഓർത്ത് ഷാഹുൽ അടങ്ങി. അകത്തു ചെന്നപ്പോൾ ഉമ്മ കട്ടിലിൽ മയങ്ങിക്കിടക്കുന്നു. ഗുളികയുടെ മയക്കമായിരിക്കും. കൈയിലിരുന്ന പൊതി മേശപ്പുറത്തു വച്ചിട്ട് ബാപ്പയോടു പറഞ്ഞു:

"ഉമ്മ വയ്യാതെ കിടക്കുന്നത് കണ്ടിട്ടാണ് പോയത്. ഒന്നന്വേഷിക്കാമെന്നുവെച്ചാ പോന്നത്. അപ്പോഴേക്കും ആ ചെറുക്കൻ."

വാപ്പായുടെ നോട്ടം നേരിടാൻവയ്യാതെ അവൻ നിർത്തി. റംലത്തിനെ മുറിയിൽ കാണാഞ്ഞപ്പോൾ അടുക്കളയിൽ ചെന്നു. റംലത്തും നദീറാമദ്നിയും സൈനബയും കാപ്പി കുടിക്കുന്നു. തകൃതിയായി സംസാരിക്കുന്നുമുണ്ട്.

“നസീമാത്താടെ കാക്കാ വിസ ശരിയാക്കിക്കൊടുക്കാമെന്നു പറഞ്ഞിട്ടുണ്ട്. ഒന്നു പോയിക്കിട്ടിയാ ബാക്കിള്ളോരെങ്കിലും ചേക്ക കിട്ടുമല്ലോ.”

“അവിടെ ചെന്നൂട്ടാലും മതി. ഇവനൊക്കെ ആര് ജ്വാലി കൊടുക്കാമ്പോണത്? റോഡ് തൂക്കണ ജ്വാലി കിട്ടിയാലായി.”

“അടുത്തയാഴ്ച മുതല് വല്യാക്കാടെ വീട്ടിച്ചെന്നുനിന്ന് എന്തരോ പടിക്കാമ്പോണെന്ന് ഇന്നലെ എന്റൂടി പറഞ്ഞു. എങ്ങനേങ്കിലും രക്ഷപ്പെട്ട് പെയ്യാ മതിയായിരുന്നു. എങ്കി മാമാക്കും മാമിക്കും ഇത്തിപ്പോലം ചേക്ക കിട്ടിയേനെ.” സൈനബയാണ്.

“എവൻ കൊറെ പഠിച്ചതുതന്നെ. എവന്റെ ചെളിമണ്ടേൽ വല്ലതും കേറുമോ കൊച്ചേ?”

“കേറിയാലും ഇല്ലെങ്കിലും വേണ്ടൂല്ലാ. ഇവിടെന്നൊന്ന്പോയിക്കിട്ടിയാ മതി.”

കേട്ടപ്പോൾ ഷാഹുലിനും ആശ്വാസമായി. അവൻ പോയാൽ വീട്ടിൽ വഴക്കും വക്കാണവും കുറയും. ഈയിടെയായിട്ടാണ് അവനിങ്ങനെ തലതിരിഞ്ഞത്. അവനെ നേരെയാക്കാൻ വലിയാക്കതന്നെ വിചാരിക്കണം. കാപ്പികുടികഴിഞ്ഞ് എഴുന്നേറ്റ നദീറ വാതിൽക്കൽ പതുങ്ങിനിൽക്കുന്ന ഷാഹുലിനെ കണ്ടപ്പോൾ ചിരിതുടങ്ങി.

“ഇവിടെ വന്നു നിൽക്കുകാ അല്ലേ?”

“പെണ്ടാട്ടിയെ എണക്കാൻ വന്നതുതന്നെ ഷാഹുല്കാക്കാ?” സൈനബ

“പെണ്ടാട്ടി ചത്തോന്ന് നോക്കാൻ വന്നതാരിക്കും.”

റംലത്തിന്റെ കോപം മുഴുവനും ഇറങ്ങിയിട്ടില്ല.

“ചെല്ല് ചെല്ല് ഇന്നു കോളടിച്ചതുതന്നെ. സിനിമായും കണ്ട് കേത്തലിന്റെ കടേലിരുന്ന് ക്വാഴി തിന്നുമ്പം ഞങ്ങളെക്കൂടി ഓർക്കണേ.”

നദീറാമദ്നിയുടെ പരിഹാസം.

“നിങ്ങളും മജീദ്കാക്കടെ കൂടെ വഴക്കിട്ട് നോക്ക്. അപ്പം നിങ്ങക്കും പൂവ്വാം സിനിമയ്ക്ക്.” സൈനബ എരികയറ്റി.

“അതിനും വേണം കൊച്ചേ, ഒരു യോഗം. ഞാൻ ചാകാൻ കിടക്കുന്നെന്നു കേട്ടാലും അങ്ങേര് കടവിട്ട് വരൂലാ.”

നദീറയുടെ കുത്തുവാക്ക് കേൾക്കാത്തമട്ടിൽ റംലത്തിനോടു പറഞ്ഞു.

“വെക്കം ജോലിയൊക്കെ ഒതുക്കി ഒരുങ്ങിക്കോ. നമുക്ക് മാറ്റിനിക്കു പോകാം.”

‘നിങ്ങളുംകൂടി വരിൻ മയിനി.”

“ഓ. ഞങ്ങളില്ലേ! നിങ്ങള് പെണ്ടാട്ടീം മാപ്പളേംകൂടി പോയാ മതി.”

വലിച്ചുകയറ്റിവെച്ചിരുന്ന റംലത്തിന്റെ മുഖം അയഞ്ഞു. ഷാഹുൽ മുണ്ടും ഷർട്ടും മാറ്റി കയിലി ഉടുത്ത് കട്ടിലിൽ കയറി കിടന്നു. മനസ്സ് തണുത്തു.

മക്കളെ പഠിപ്പിച്ച് ഉദ്യോഗസ്ഥരാക്കണമെന്നായിരുന്നു ഉമ്മയുടെ മോഹം. കച്ചവടംകൊണ്ടേ നാലുകാശ് സമ്പാദിക്കാനൊക്കൂ എന്നായിരുന്നു ബാപ്പ പറയുക. എന്നാലും പഠിക്കാൻ താൽപ്പര്യമുള്ളവരെ എത്ര വേണമെങ്കിലും പഠിപ്പിക്കാൻ ബാപ്പ തയാറുമായിരുന്നു. വലിയാക്ക നന്നായി പഠിച്ചു. എം കോം. കഴിഞ്ഞ ഉടനെ ബാങ്കിൽ ജോലിയും കിട്ടി.

പത്താം ക്ലാസ് ഒന്നാം ക്ലാസോടെയാണ് വിജയിച്ചത്. കോളേജിൽ കയറിയതോടെയാണ് തലതിരിഞ്ഞത്. ചാലകമ്പോളത്തിലെ പേരുകേട്ട ജൗളിക്കടമുതലാളി നൈസുദ്ദീൻരാവുത്തരുടെ മകൻ സലീമും സോപ്പു ഫാക്ടറി ഉടമ ചന്ദ്രൻമുതലാളിയുടെ മകൻ രവീന്ദ്രനും ഒക്കെയായിരുന്നു കൂട്ട്. രണ്ടുപേരും സ്വന്തം കാറിലാണ് കോളേജിലെത്തുക. ഫസ്റ്റ് ഔവർ ക്ലാസിൽ കയറി അറ്റൻഡൻസ് മാർക്ക് ചെയ്ത് ആവുന്നത്ര വികൃതികളൊപ്പിച്ച് അവർ രണ്ടുപേരും കറങ്ങാനിറങ്ങും. അവരുടെ വാലായി കൂടുക അഭിമാനമായി കരുതി. ഉമ്മയെ പറഞ്ഞുമയക്കി വല്ലവിധേനയും കാശൊപ്പിച്ച് വിലസിനടന്നു. വിവരമറിഞ്ഞ വലിയാക്ക പലപ്പോഴുംവിളിച്ചു ശാസിച്ചു. വകവെച്ചില്ല. അവസാനം പരീക്ഷ വന്നപ്പോൾ പൊട്ടുകയും ചെയ്തു.

വീണ്ടും പരീക്ഷ എഴുതുവാൻ ഉമ്മ ഏറെ നിർബന്ധിച്ചെങ്കിലും കൂട്ടാക്കിയില്ല. സലീമിനും രവീന്ദ്രനും തോൽക്കുന്നത് ഒരു പ്രശ്നമായിരുന്നില്ല. രണ്ടുപേരുടെ വീട്ടിലും കാശിനു പഞ്ഞമില്ല. വാപ്പായുടെ കൈയിലും ഇഷ്ടംപോലെ പണമുണ്ടെന്നായിരുന്നു ധാരണ. വീട്ടിൽ ഒന്നിനും കുറവില്ല. ആവശ്യപ്പെടുമ്പോഴൊക്കെ ഉമ്മ പണം തരാറുമുണ്ട്. കഷ്ടിച്ചു കഴിയാനുള്ള വകയേ കടകൊണ്ട് കിട്ടാറുള്ളൂ എന്ന് മുംതാസിന്റെ വിവാഹത്തോടെയാണ് മനസിലായത്. ബാപ്പയും ഉമ്മയും അതുവരെ സ്വരുക്കൂട്ടിവെച്ചിരുന്നതൊക്കെ അതോടെ തീർന്നു. കല്യാണത്തിന് ആവശ്യത്തിലേറെ മോടി കാണിച്ചില്ലേ എന്ന് ഇപ്പോൾ തോന്നുന്നു. ബാപ്പയെക്കൊണ്ട് നിർബന്ധിച്ചാണ് ഓരോന്ന് ചെയ്യിച്ചത്. അളിയന്റെ വീട്ടുകാരുടെ മുന്നിൽ മേനിനടിക്കണം എന്ന ചിന്തയേ അപ്പോഴുണ്ടായിരുന്നുള്ളൂ. ഇപ്പോൾ കടയിൽ ചരക്ക് കടം വാങ്ങണമെന്നായിരിക്കുന്നു.

വിദ്യാഭ്യാസവും ഉദ്യോഗവുമുള്ളതുകൊണ്ട് വലിയാക്കയ്ക്ക് പണക്കാരിയായ ഭാര്യയെക്കിട്ടി. അതുകൊണ്ട് ജീവിതം സുഖം. റംലത്തിന്റെ വീട്ടുകാരും മോശക്കാരൊന്നുമല്ല. കുടുംബക്കാർതന്നെ. അവളുടെ ബാപ്പായ്ക്ക് പണ്ടുമുതലേ ഹോട്ടൽകച്ചവടമാണ്. തരക്കേടില്ലാതെ നടന്നുപോകുന്നുമുണ്ട്. വലിയാക്കായുടെ ഭാര്യവീട്ടുകാരുടെ അത്രയും പകിട്ടൊന്നുമില്ലെന്നുമാത്രം. എങ്കിലും ഇരുപത്തയ്യായിരം രൂപയും ഇരുപത്തഞ്ചു പവനിലേറെ ഉരുപ്പടിയും അവരു തന്നു. കൂടാതെ പത്തു സെന്റ് സ്ഥലം അവളുടെ പേരിൽ എഴുതിവെച്ചിട്ടുമുണ്ട്. സ്ത്രീധനം കിട്ടിയതിൽ ഒരുകാശും ബാപ്പ എടുത്തില്ല. കുറേ കല്യാണച്ചെലവെന്നും പറഞ്ഞ് ധൂർത്തടിച്ചു. കുറച്ചു കടയിലുമിട്ടു. ജൗളിക്കട തന്റെ പേരിൽ എഴുതിച്ചാൽ കുറച്ചു കാശുതന്ന് സഹായിക്കാമെന്ന് മാമാ ഈയിടേയും പറഞ്ഞു. കേട്ടാൽ വാപ്പ കലിതുള്ളും.

ഭാഗം വാങ്ങി പിരിയണമെന്ന് മോഹമില്ല. ഉമ്മയും വാപ്പയും ഉള്ളിടത്തോളം ഒന്നിച്ചുതന്നെ കഴിയണമെന്നാണ് ആഗ്രഹം. ഷാജിയുടെ പെരുമാറ്റം കാണുമ്പോഴാണ് വേണ്ടാത്തതോരോന്നു തോന്നുക. കൂടെ റംലത്തിന്റെ ഉപദേശവും. വലിയാക്ക വിചാരിച്ചാൽ കുടുംബം കരകയറുമെന്ന് ഉറപ്പുണ്ട്. മദനിയുടെ കൈയിൽ പൂത്ത പണമുണ്ട്. ഒന്നാന്തരം ബംഗ്ലാവ്, ടി വി, ഫ്രിഡ്ജ്, വീട്ടിൽ രണ്ടു ജോലിക്കാർ. ഒന്നിനും കുറവില്ല. എങ്കിലും എന്തെങ്കിലും സഹായമാവശ്യപ്പെട്ടാൽ വലിയാക്ക കൈമലർത്തും.

"എന്റേലെവിടെന്നാടാ കാശ്? കൈയിൽ കിട്ടുന്ന ശമ്പളം വീട്ടുചെലവിനുതന്നെ തികയുന്നില്ല."

"മയിനീടെ പേരിൽ വലിയൊരു തുക ബാങ്കിലിട്ടിരിക്കയാണെന്ന് അവരുടെ ഉമ്മ ഇന്നാളും പറയുന്നത് കേട്ടല്ല്. അതീന്നൊരമ്പതിനായിരം രൂപാ കടമായിട്ടു താ. വെറുതെ വേണ്ട. കട ഈടുതരാം. എങ്കി നമ്മുടെ കട രക്ഷപ്പെടും."

"അതീന്ന് ഒരു ചില്ലിക്കാശു ഞാൻ തൊടില്ല. അവരുടെ ഒരു സഹായത്തിനും ഞാൻ പോകാറുമില്ല."

"ആദർശമൊന്നും അധികം പറയണ്ട. അവരുടെ വാപ്പാ വാങ്ങിത്തന്ന വീട്ടിത്തന്നല്ലോ താമസിക്കുന്നത്. വലിയാക്ക മനസിരുത്തിയിരുന്നെങ്കി നമ്മുടെ കുടുംബം രക്ഷപ്പെട്ടേനെ."

"എന്റെ കുറ്റംകൊണ്ടാണോടാ നീ പരീക്ഷയിൽ തോറ്റത്? നിനക്കൊക്കെ ധൂർത്തടിക്കാൻ കാശിനുവേണ്ടി ഞാൻ അന്യരുടെ മുന്നിൽ കൈ നീട്ടണം. അല്ലേ? ചുമ്മാ അനാവശ്യം പറഞ്ഞാലുണ്ടല്ലോ."

വഴക്കു കേട്ടെത്തുന്ന ഉമ്മ നല്ലവാക്കുപറഞ്ഞ് വലിയാക്കയെ സമാധാനിക്കുകയാണ് പതിവ്. വലിയാക്കയെ കാണുമ്പോഴൊക്കെ ഇങ്ങനെ എന്തെങ്കിലുമൊക്കെ പറഞ്ഞു വഴക്കുണ്ടാക്കുക ഇപ്പോൾ പതിവായിരിക്കുന്നു. പച്ചപ്പാവം നടിച്ചുകൊണ്ടുള്ള സീനത്ത് മദ്നിയുടെ നിൽപ്പു കാണുമ്പോഴാണ് പലപ്പോഴും അരിശം തോന്നുക. അതെന്തു പറഞ്ഞാലും വാതുറന്ന് ഒരക്ഷരം മിണ്ടില്ല. മിണ്ടാപ്പൂച്ചയെപ്പോലെ കണ്ണുനിറച്ച് പതുങ്ങിയുള്ള ആ നിൽപ്പുതന്നെ കള്ളലക്ഷണമാണ്. ഉമ്മയ്ക്കും വാപ്പയ്ക്കും അവരെക്കഴിഞ്ഞേ മറ്റു മരുമക്കളുള്ളൂ. അവർക്കാകട്ടെ ഇവിടെയുള്ളവരോട് ഒരു കൂറുമില്ല. അവരുടെ ആങ്ങളമാരൊക്കെ ഗൾഫിൽ ഉയർന്ന വരുമാനക്കാർ. വരുമ്പോഴൊക്കെ ഇഷ്ടംപോലെ തുണിത്തരങ്ങൾ കൊണ്ടുകൊടുക്കും. അവരുടെ കണ്ണിൽപ്പിടിക്കാത്തതൊക്കെ കെട്ടിവാരി റംലത്തിനും നദീറാമദ്നിക്കും കൊടുക്കും. റംലത്താണെങ്കിൽ ആളൊരു പൊട്ടി. ഫോറിൻ സാധനം കാണുന്നതോടെ മയങ്ങിപ്പോകും.

ഉമ്മ ഒരാളാണ് സീനത്ത് മദ്നിയെ ചീത്തയാക്കിയത്. വന്നു കയറിയപ്പോഴെ കൊമ്പത്ത് പിടിച്ചിരുത്തി. അടുക്കളയിൽപ്പോലും കയറ്റാതെ പെരയ്ക്കകത്തു ചടഞ്ഞിരുന്നാലും ഒന്നും പറയില്ല. അവർ അതുതന്നെ തരമെന്നു കണ്ടു. വീട്ടിൽ നിന്നു വരുമ്പോൾ ചുമടു കണക്കിനാണ് പല

ഹാരങ്ങളും മറ്റും കൊണ്ടുവരിക. ആങ്ങളമാർ വരുമ്പോഴും ഉമ്മയ്ക്കും വാപ്പയ്ക്കും ആവശ്യമുള്ളതൊക്കെ കൊണ്ടുവരും. കൊണ്ടുവരട്ടെ. ഇഷ്ടം പോലെയുണ്ടല്ലോ. അവരൊക്കെ നല്ലവരാണ്. വലിയാക്ക പറഞ്ഞാൽ അവർ എന്തുവേണമെങ്കിലും ചെയ്യും. ഒന്നും പറയില്ലെന്നുവെച്ചാൽ എന്തു ചെയ്യും?

തലവര നന്നാകണം. അല്ലാതെ മറ്റുള്ളവരെ കുറ്റം പറഞ്ഞതു കൊണ്ട് എന്തു കാര്യം? ഇരുപത്തയ്യായിരം രൂപ കിട്ടിയിരുന്നെങ്കിൽ ജൗളി ക്കട ഒട്ടാകെ ഒന്നു പരിഷ്കരിക്കാമായിരുന്നു. കാലത്തിനുചേർന്ന മാറ്റ ങ്ങൾ വരുത്തിയാലേ ബിസിനസിൽ പുരോഗതി ഉണ്ടാവുകയുള്ളൂ. അതു പറഞ്ഞാൽ ബാപ്പയുടെ തലയിൽകയറില്ല. ഉള്ളത് നോക്കി നടത്തിയാൽ മതിയെന്നാണ് പറയുന്നത്.

"മണി ഒന്നടിച്ചത് കേട്ടില്ലേ മച്ചാ? എന്തൊരൊറക്കം? എണീറ്റേ പോണ്ടേ?"

റംലത്തിന്റെ വിളികേട്ട് തല ഉയർത്തി. അവൾ കുളികഴിഞ്ഞുവന്ന് കണ്ണാടിയിൽ നോക്കി മുടി ചീവുകയാണ്. ജമ്പറും അടിപ്പാവാടയുമാണ് വേഷം. ഉടുക്കുവാനുള്ള സാരി കട്ടിലിൽ തേച്ചുവെച്ചിരിക്കുന്നു. ശരീരവ ടിവു കണ്ടാൽ രണ്ടു പ്രസവിച്ചതാണെന്നു പറയില്ല. അവളുടെ മിനുമി നുത്ത അടിവയറു കണ്ടപ്പോൾ ഷാഹുൽ വിളിച്ചു.

"ഇങ്ങുവന്നേടീ, മച്ചാടടുത്ത് ഇത്തിരിനേരം ഇരുന്നിട്ടു പോകാം."

"ഓ, ചുമ്മായിരി മച്ചാ, പട്ടാപ്പകലാ ശൃംഗാരം."

അവളുടെ മുഖം ചുവന്നു.

ഒൻപത്

ഊണു കഴിഞ്ഞ് ഇറയത്തിരുന്ന് ഭർത്താവിന് മുറുക്കാൻ ഒരുക്കുകയായിരുന്നു റാബിയ. കുനിഞ്ഞിരുന്ന് കൊച്ചുപേനാക്കത്തി കൊണ്ട് പാക്ക് കഷണിക്കുന്നതിൽ മാത്രമായിരുന്നു ശ്രദ്ധ. അസനാരുകുഞ്ഞ് ചുണ്ടത്ത് ബീഡിയുമായി ഗഹനമായ ആലോചനയിലാണ്. ബീഡിവലി കഴിഞ്ഞാണ് മുറുക്ക്. മുറുക്കിത്തുപ്പി നാലുവിശേഷം പറയുമ്പോഴേക്ക് പള്ളിയിൽ അസർബാങ്കു വിളിക്കും. അപ്പോൾ റാബിയ നിസ്കരിക്കാനും അസനാരുകുഞ്ഞ് കുളിക്കാനും പോകും. കുളിയും ചായകുടിയും കഴിഞ്ഞ് കടയിലേക്കിറങ്ങിയാൽ കട അടച്ചേ അയാൾ തിരിച്ചെത്താറുള്ളൂ.

"രണ്ടുപേരും കാര്യമായ ആലോചനയിലാണല്ല്. ഗേറ്റ് തൊറന്ന അനക്കംപോലും കേട്ടില്ല. ചാറുകളെല്ലാം തിന്നാ?"

അയൽക്കാരി ഹമീദുമ്മയുടെ ചോദ്യംകേട്ട് രണ്ടുപേരും ഒന്നിച്ചാണ് തലയുയർത്തിയത്.

"ഇതാര്? ഇങ്ങോട്ടൊന്നും കാണാറേ ഇല്ലല്ലോ. എന്തരൊക്കെയാണ് വിശേഷങ്ങള്? സുഖങ്ങള്തന്നെ?"

"എന്തര് സുഖം കാക്കാ? നിങ്ങള കൂട്ടുകാരൻ പോയതിപ്പിന്നെ എന്റെ വിശേഷങ്ങളെല്ലാം തീർന്നില്ലേ!"

ഹമീദുമ്മ കണ്ണുതുടച്ചു. അവരുടെ ഭർത്താവ് അസനാരുകുഞ്ഞിന്റെ അടുത്ത കൂട്ടുകാരനായിരുന്നു.

"കരയണതെന്തരിന്? മുകളിലുള്ളവൻ വിളിക്കുമ്പം ഞാനും നീയുമെല്ലാം പോണ്ടേ?'

അസനാരുകുഞ്ഞു സമാധാനിപ്പിച്ചു.

"പിള്ളേള റാബിയാ. നീ വല്ലാതങ്ങുണങ്ങിപ്പോയല്ല്. നേരത്തിനും കാലത്തിനും വല്ലതും വെച്ചുവെളമ്പിത്തരാനും അന്നഴിക്കാനും മരുമക്കക്കെ

വിടെ നേരം? അവരിക്ക് ചണ്ടകൂടാനേ നേരമുള്ളൂ. അല്യേ? പിള്ളകള് എന്നും വഴക്കാന്ന് പാറോതി പറേണത് കേട്ടു. അസ്വീസിന്റവിടെ നിക്കാതെ ഇങ്ങുപോന്നുകളഞ്ഞതെന്ത്?'

"മുംതാസിന്റെ മാമാ മരിച്ചെന്നു കേട്ടപ്പോ പോന്നതാ. പിന്നെ പോയില്ല. വീടാകുമ്പം വാക്കും വക്കാണവും പതിവല്ലേ? എന്നെ അടുക്കളയിൽ കയറാൻ ഇപ്പോ കുട്ട്യോള് സമ്മതിക്കാറില്ല. നിങ്ങളിരിക്ക്."

സംസാരം തുടരാനാഗ്രഹമില്ല എന്ന് വ്യക്തമാക്കാനെന്നോണം ഇത്രയും പറഞ്ഞിട്ട് റാബിയ അകത്തേക്കു നടന്നു. ഹമീദുമ്മയുടെ മുഖം ഇരുണ്ടു.

"നിന്റെ മോന്റെ കത്തൊക്കെ വരാറില്ലേ? മരുമോളിവിടത്തന്നെ?"

രംഗം ശാന്തമാക്കാനായി അസനാരുകുഞ്ഞ് ലോഹ്യം ചോദിച്ചു.

"മൂത്തവന്റെ കാര്യമാണോ? അവന്റെ കാര്യം പറയാതിരിക്കണതാ നല്ലത്. എന്നാലും കാക്കായോടു പറേന്നതിൽ എനിക്കൊരു കൊറച്ചിലുമില്ല. ഇവിടെ ഓരോരുത്തരെക്കൂട്ട്.." അത് റാബിയയ്ക്കുള്ള കുത്തായിരുന്നു.

"അവൻ കാശൊക്കെ അയയ്ക്കുമോ?"

'ഒരെഴുത്തയച്ചിട്ട് മാസങ്ങളായി. എന്നിട്ടല്ലേ കാശ്? എന്തുമാത്രം പാടുപെട്ടാ ഞാനവനെ പഠിപ്പിച്ചതെന്ന് കാക്കാക്ക് അറിയാവുന്നതാണല്ല്. അവന്റെ വാപ്പച്ചി മരിക്കുമ്പം അവൻ ബി എ രണ്ടാംവർഷമായതേ ഒള്ള്. കഴിവുണ്ടായിട്ടല്ല പിന്നേം പഠിപ്പിച്ചത്. അവനൊരു തൊഴിലായാ എളയത്തുങ്ങൾക്ക് ഒരു തൊണയായല്ലോ എന്നു കരുതി. ആ എമ്മെല്ലേയ്ക്ക് രൂപാ അയ്യായിരം എണ്ണിക്കൊടുത്തിട്ടാ അവനൊരു ജോലി തരമാക്കിയത്. പെണ്ണുകെട്ടിയപ്പം അവന് ആ ജോലി പോരാ. ദേ ഗൾഫിച്ചെന്ന് കെടക്കണ്. അതുകൊണ്ട് അവക്കു കൊള്ളാം. കിട്ടണതു മുഴുക്കെ ഫാര്യയുടെ പേർക്കല്ലേ അയയ്ക്കണത്."

ഹമീദുമ്മ മൂക്കു പിഴിഞ്ഞു.

"അവന്റെ അളിയന്മാരല്ലേ അവന് വിസ അയച്ചുകൊടുത്തത്? അവന്മാരിക്ക് കുറേ രൂപാ കൊടുക്കാനുണ്ടെന്ന് എല്ലാവരും പറയുന്നല്ലോ."

"ദേ ഇതുതന്നെ എല്ലാരും കേക്കണത്. വിസ അയച്ചുകൊടുത്തത് അവരല്ലെന്ന് വല്ലോരും പറഞ്ഞോ? എന്നുംവെച്ച് കിട്ടുന്നത് മുഴുക്കെ അവരിക്ക് കൊടുത്താലോ? ഉമ്മാക്ക് തരണ്ട. അവന്റെ പേരിൽ അഞ്ചു സെന്റ് പെരയിടം വാങ്ങിച്ചിടാത്തതെന്ത്? പെണ്ടാട്ടീടെ പേരിലല്ലേ വാങ്ങിച്ചുകൂട്ടുന്നത്."

"രണ്ടായാലും ഒന്നുതന്നല്ലാ. അതിന് നീയെന്തരിനു പിള്ളേ കെടന്ന് തുള്ളുന്നത്?"

"അവന്റെ എളയത്തുങ്ങള് എങ്ങനെകഴിയണെന്ന് അവൻ അന്നഴിക്കാത്തതെന്ത്? ഒരുത്തൻ ജ്വാലിയും കൂലിയുമില്ലാതെ ഇവിടെ തേരാപാരാ നടക്കണ്. അവനൊരു വിസ അയച്ചുകൊടുക്കാൻ എത്ര നാളുകൊണ്ടെഴുതണ്. മറുപടിയില്ല. അവള് സമ്മതിക്കൂലെന്ന."

"വിസ ആരിക്ക്? നിന്റെ എളയവന്റെ പഠിത്തം കഴിഞ്ഞോ?"

"പത്താംതരം ഒരുവിധം കടന്നു. മാർക്കില്ലാതെ ഇപ്പോ കാളേജി സീറ്റുവല്ലോം കിട്ടുമോ? ടിവീം മറ്റും നന്നാക്കണത് പഠിച്ചാ ഗൾഫീ നല്ല ജ്വാലികള് കിട്ടുമെന്ന് ആരാണ്ടോ പറഞ്ഞത് കേട്ട് അതിനു ചേർന്നു. കാശും ഒരുപാടായി. പക്ഷേങ്കി പാസായി സർട്ടിഫിക്കേറ്റും കിട്ടി. ആ വിവരത്തിന് ലവന് ഞാൻ നാലെഴുത്തിട്ടു ഒരു മറുപടീം.. ഊഹൂം."

"നടുവിലത്തവന്റെ ബേക്കറി നന്നായി നടക്കുന്നുണ്ടോ?"

"എന്റെ പിള്ള ഒള്ളതുകൊണ്ട് മൂന്നുനേരം വെള്ളം കുടിച്ചുകെടക്കണ്. വാപ്പാ മരിച്ചതോടെ ബേക്കറിക്കച്ചോടം ആകെ താറുമാറായതാണ്. എത്രകഷ്ടപ്പാടുണ്ടായിട്ടും കട ഞാൻ വിട്ടുകൊടുത്തില്ല. വാടക കൊടുത്ത് ഇട്ടിരുന്നു. എന്റെ പിള്ളയ്ക്ക് കിട്ടിയ സ്ത്രീധനത്തുകകൊണ്ടാ വീണ്ടും കച്ചവടം തുടങ്ങിയത്. അതുകൊണ്ടിപ്പോ ഒരാളെ ആശ്രയിക്കാതെ കഴിയാം."

"മരുമോള് ഇവിടൊണ്ടോ?"

"ഉണ്ട് കാക്കാ. നല്ല തങ്കംപോലൊരു കൊച്ച്. എല്ലാറ്റിനും അവന് സഹായമായിട്ടു നിന്നോളും. ബേക്കറിയിൽ മാവുകുഴയ്ക്കാനും പലഹാരമുണ്ടാക്കാനുമൊന്നും അവക്ക് മടിയില്ല. അതിന്റെ രണ്ടോടപ്രന്നോന്മാർ ഗൾഫിലൊണ്ട്. അതിന്റെ പവറൊന്നും അവക്കില്ല കേട്ടോ. അവളവിടെ തനിച്ചാ. രണ്ട് പൊടിപ്പിള്ളേരുള്ളത് അവക്ക് ചേക്ക കൊടുക്കൂലാ. അവുത്തുങ്ങളെ ഞാനാ നോക്കണത്. വിശേഷം പറഞ്ഞിരുന്ന് നേരമങ്ങു പോയി. ദേ അസറുബാങ്കു വിളിക്കണ്. ഞാൻ പോണു കാക്കാ."

"അങ്ങനെ പോയാലോ? ചായ കുടിച്ചിട്ടു പോകാം."

അപ്പോൾ അവിടെ എത്തിയ റാബിയ ക്ഷണിച്ചു. ഹമീദുമ്മ മുഖം വെട്ടിച്ചിട്ടു ചോദിച്ചു:

"പിള്ളേരൊക്കെ എവിടെപ്പോയി പിള്ളേ?"

"ഞങ്ങളിവിടുണ്ടേ! മാമീരെ വിശേഷംപറച്ചില് കഴിയട്ടെന്നു കരുതി."

ചായയുമായി എത്തിയ നദീറ പറഞ്ഞു.

"നീ ഇവിടുണ്ടായിരുന്നോ മക്കളേ? കാക്കയെ സൗകര്യത്തിനുകിട്ടിയപ്പം എന്റെ വിഷമങ്ങളും സങ്കടങ്ങളും പറഞ്ഞങ്ങു നിന്നുപോയി. എനിക്ക് വേറാരുണ്ട് ഇതുപോലെ പറയാൻ? റംലത്തിവിടെ ഇല്ലേ?"

"പെരയ്ക്കകത്ത് കേറിപ്പോണത് കണ്ടു. ഉറങ്ങിപ്പോയായിരിക്കും."

"മുംതാസ് വരാറില്ലേ? അതിന്റെ കാര്യം വലിയ കഷ്ടം തന്നെ. അവര് ചേക്ക കൊടുക്കൂലാ. ഇന്നാള് എന്നെ കണ്ടപ്പോ കരച്ചിലോട് കരച്ചില്."

നദീറാ ഒന്നും മിണ്ടിയില്ല.

"നിന്നെ വിഷമിപ്പിക്കാൻ ചോദിച്ചതല്ല പിള്ളേ. നിന്റെ കൂട്ട് എല്ലാം മനസിലാക്കി മുനിയെപ്പോലിരിക്കാൻ എനിക്കാവൂലാ. വിഷം കടിച്ചിറക്കിത്തന്നെ വയറ്റിൽ പുണ്ണ് മാറാത്തത്."

തലയും കുനിച്ചിരിക്കുന്ന റാബിയയുടെ തോളത്തുപിടിച്ച് ആശ്വസിപ്പിച്ചിട്ട് ഹമീദുമ്മ യാത്രപറഞ്ഞിറങ്ങി.

അവർ ദൂരത്തു കണ്ണുംനട്ട് മിണ്ടാതിരുന്നതേ ഉള്ളൂ.

കുളിച്ചൊരുങ്ങി ചായകുടിയും കഴിഞ്ഞ് അസനാരുകുഞ്ഞ് കടയിലേക്കിറങ്ങിയപ്പോൾ റാബിയ അടുക്കളയിലേക്കു ചെന്നു. സൈനബ ദോശയ്ക്ക് അരിയാട്ടുന്നു.

"ഞാൻ ആട്ടിക്കോളാം. നീ ചെന്നു കുളിച്ചോ."

റാബിയ പറഞ്ഞു.

"ഇതിപ്പക്കഴിയും. കുളിമുറിയിൽ നദീറാത്ത കുളിക്കുന്നു."

"കുട്ട്യോള് വരാനായില്ലേ?"

"കുളി കഴിഞ്ഞിട്ട് നദീറാത്ത ചെന്നു വിളിച്ചോണ്ടുവരാമെന്നു പറഞ്ഞു. മാമി ഇത്തിപ്പോലം ചെന്ന് കെടക്കാത്തതെന്ത്?"

"അസറ് കഴിഞ്ഞിട്ടാണോ കെടത്തം?"

വെറുതെ ഇരിക്കുമ്പോൾ ക്ഷീണം ഏറുകയാണ്. ഇറയത്തെ ചൂരൽകസേരയിൽ ചെന്നിരുന്നു. ആശുപത്രിയിൽ നിന്ന് തിരിച്ചെത്തിയതോടെ അടുക്കളക്കാര്യം നദീറ സ്വയം ഏറ്റെടുത്തിരിക്കയാണ്. ഇടയ്ക്കു ചെന്ന് ഒരു മേൽനോട്ടം നടത്തും. രാവിലെ ചെന്ന് മീനും മലക്കറിയും നുറുക്കിക്കൊടുക്കും. അതു കഴിഞ്ഞാൽ ഇരിപ്പും കിടപ്പും തന്നെ. റംലത്ത് ആളെ കാണിക്കാൻവേണ്ടി എന്തെങ്കിലുമൊക്കെ കാട്ടിക്കൂട്ടിയിട്ട് മുറിക്കകത്തു കയറി വാതിലടച്ചൊരു കിടപ്പാണ്. എന്നാലും വേണ്ടില്ല. തമ്മിൽ തല്ലുകൂടാഞ്ഞാൽ മതി.

വിവാഹം കഴിഞ്ഞ് ഇവിടെയെത്തുമ്പോൾ വെപ്പുപണിയൊന്നും അറിയില്ലായിരുന്നു. വീട്ടിൽ അടുക്കളയിൽ കയറേണ്ട ആവശ്യം വന്നിട്ടില്ല. ഇളയതായതുകാരണം പുന്നാരിച്ചാണ് വളർത്തിയത്. ഇവിടെയും പുന്നാരത്തിന് കുറവൊന്നുമില്ലായിരുന്നു. മുഖം കറുപ്പിച്ചൊരു വാക്ക് ഭർത്താവിന്റെ ഉമ്മ പറഞ്ഞിട്ടില്ല. അടുക്കളപ്പണി പഠിപ്പിച്ചതും അവർ തന്നെ. ദോശയും ഇഡ്ഡലിയും അപ്പവുമൊക്കെ കാണുന്നതുതന്നെ ഇവിടെ വന്നതിനുശേഷമാണ്. നാട്ടിലാകുമ്പോൾ രാവിലെ പൂട്ട് അല്ലെങ്കിൽ പത്തിരി. രാത്രിയിലും പത്തിരി തന്നെ. വിശേഷാവസരങ്ങളിൽ നെയ്പ്പത്തിരി, നെയ്ച്ചോറ്, ബിരിയാണി എന്നിവ ഉണ്ടാക്കും. എണ്ണപ്പലഹാരങ്ങൾ പലതരമുണ്ട്. പേരു കേൾക്കുമ്പോൾ ഇവിടുള്ളവർക്ക് ചിരി. ഇറച്ചിയും മീനും വയ്ക്കുന്ന രീതിപോലും വ്യത്യസ്തം. ധാരാളം ഇഞ്ചിയും ചുവന്നുള്ളിയും പച്ചമുളകും ചതച്ചു ചേർത്ത് മസാല വറുത്തരച്ചുണ്ടാക്കുന്ന ഇവിടത്തെ ഇറച്ചിക്കറി കഴിച്ചാൽ കണ്ണുനിറയും. അത്ര എരിവാണ്. സവാള എണ്ണയിൽ വഴറ്റി മസാലചേർത്ത് തേങ്ങ വറുത്തരച്ച് അവളുടെ നാട്ടിൽ ഉണ്ടാക്കുന്ന ഇറച്ചിക്കൂട്ടാന് മിതമായ എരിവേ ഉണ്ടാകൂ.

"നിങ്ങള നാട്ടിലെ ഇറച്ചിക്കറിക്ക് ഇനിപ്പാണ്. മീനിനാണെങ്കിൽ എരിവും പുളിയുമില്ല."

നാട്ടിലെത്തുമ്പോൾ ഭർത്താവിന് പരാതി പറയാനേ നേരമുള്ളൂ. ആദ്യകാലങ്ങളിൽ അവർ ഇടയ്ക്കിടെ നാട്ടിൽ പോകാറുണ്ടായിരുന്നു.

വീട്ടിൽ അവൾക്കായി അറയും അറസാമാനങ്ങളും ഒരുക്കിയിരുന്നു. അധികകാലം ഉപയോഗിക്കാനുള്ള ഭാഗ്യമുണ്ടായില്ലെന്നു മാത്രം.

ചോറും കൂട്ടാനുമൊന്നും വെക്കാനറിയില്ലെങ്കിലും പലഹാരപ്പണികളൊക്കെ അറിയാമായിരുന്നു. നോമ്പുകാലങ്ങളിൽ നോമ്പു തുറക്കാൻ നാട്ടുപ്രമാണിമാരും മുസലിയാക്കന്മാരും ബാപ്പയുടെ ചങ്ങാതിമാരുമൊക്കെയായി ഒരുകൂട്ടം ആൾക്കാരുണ്ടാകും. പണിക്കാരികൾ മാത്രം ശ്രമിച്ചാൽ നോമ്പുതുറക്കാൻ നേരം എല്ലാം കാലമായെന്നു വരില്ല. പച്ചവെള്ളവും ഈത്തപ്പഴവും കഴിച്ച് മഗരിബ് നമസ്കാരം കഴിഞ്ഞാണ് ചെറിയനോമ്പുതുറ. ചായയും പലവിധം പലഹാരങ്ങളും പാനീയങ്ങളും കൺകുളിർക്കെ കാണണം വാപ്പയ്ക്ക്. വെറ്റിലമുറുക്കും ബീഡിവലിയും കഴിഞ്ഞാൽ വലിയനോമ്പുതുറ. പത്തിരി, ഇറച്ചി, കോഴി, മീൻ, നെയ്ച്ചോർ അങ്ങനെ പലതും. ഉച്ചയ്ക്ക് ളൊഹറ് നിസ്കാരം കഴിഞ്ഞാൽ വീട്ടിലെ പെണ്ണുങ്ങൾ അടുക്കളയിൽ ഒത്തുകൂടുന്നു. കുട്ടികളും നിർബന്ധമായും കൂടണം. അങ്ങനെയാണ് പലഹാരപ്പണി പഠിച്ചത്.

ഇവിടെ വന്നയിടയ്ക്ക് അവൾ ചിലതെല്ലാം ഉണ്ടാക്കുമായിരുന്നു.

"ഈ ഉരുണ്ട സാധനത്തിന്റെ പേരെന്തരെടേ?"

ഭർത്താവ് ചോദിക്കും.

"ഇതാണ് ഉന്നക്കായി."

അഭിമാനത്തോടെയാണ് പറച്ചിൽ.

"ഉന്നക്കായി അല്ല. ഉന്നക്കാ എന്നാ പറയേണ്ടത്."

അവളെ ശുണ്ഠിപിടിപ്പിക്കാനായുള്ള തർക്കമാണ്.

"ഉന്നക്കായീന്ന്തന്ന്യാ അയിന്റെ പേര്. നിങ്ങക്ക് വേണ്ടെങ്കില് തിന്നണ്ട."

അവൾ മുഖം വീർപ്പിക്കും. നേന്ത്രപ്പഴം പുഴുങ്ങി അരച്ച് മുട്ടയും നെയ്യും പഞ്ചസാരയുമെല്ലാം ചേർത്ത് വളരെ പാടുപെട്ടാണ് അവൾ അതുണ്ടാക്കിയത്. അപ്പോഴാണ് പരിഹാസം. മാമിയാണ് രക്ഷയ്ക്കെത്തുക.

"അത് സാധനങ്ങളൊക്കെ കൊള്ളാം കേട്ടോ.പക്ഷേ ഇതൊക്കെ ഒണ്ടാക്കാനെക്കൊണ്ട് മുട്ടയും നെയ്യും പഞ്ചസാരയുമൊക്കെ ഒരുപാട് വേണ്ടേ? അവനാണെങ്കി ഇനിപ്പ് വലിയ പ്രിയമില്ല. നല്ല എരിവുള്ള മീൻകറിയും ഇറച്ചിക്കറിയും റൊട്ടിയുമൊക്കെ മതി അവന്. ഉമ്മ എന്നും കാണുമോ? ഇന്നല്ലെങ്കിൽ നാളെ നീ തന്നെ വേണ്ടേ ഇതെല്ലാം ചെയ്യാൻ?"

അങ്ങനെ മയത്തിലും നയത്തിലും നിന്നാണ് മാമി ഇവിടത്തെ രീതികളോരോന്നായി പഠിപ്പിച്ചത്. ആദ്യകാലത്ത് നോമ്പ് തുടങ്ങാറാവുമ്പോഴേക്ക് ആധി തുടങ്ങുമായിരുന്നു. വീട്ടിൽ ഒരുമാസം മുമ്പേ നോമ്പിന്റെ ഒരുക്കങ്ങൾ തുടങ്ങും. വീടുമുഴുവൻ പെയിന്റടിച്ച് മോടി കൂട്ടും. സ്റ്റോർമുറി നിറയെ സാധനങ്ങൾ കരുതിവയ്ക്കും. രാത്രിയിൽ അത്താഴം ഒരുക്കാനായി പ്രത്യേകം പണിക്കാരികൾ. തിരക്കും ബദ്ധപ്പാടും തന്നെ. ഇവിടെയാകട്ടെ യാതൊരു ഒരുക്കങ്ങളുമില്ല. മാമി കൃത്യമായി നോമ്പു പിടിക്കാറുണ്ട്. വാപ്പയും മകനും വല്ലപ്പോഴും പിടിച്ചാലായി. സഹോദരിമാർ

അവരുടെ ഭർത്താക്കന്മാരുടെ വീടുകളിലാണ് താമസം. അവരും ഇവിടെ വന്നാൽ നോമ്പുപിടിക്കാറില്ല.

നാട്ടിൽ അങ്ങനെയല്ല. ആരോഗ്യമുള്ള ആണും പെണ്ണും കുട്ടികളും നോമ്പ് ഒഴിയാറില്ല. നോമ്പുകാലത്ത് വൈകുന്നേരമാകുന്നതോടെ കല്യാണത്തിനുള്ള തിരക്കാണ്. ഇവിടെ അതൊന്നുമില്ല. ഉച്ചയ്ക്കുണ്ടാക്കുന്ന ചോറും കറിയും തന്നെയാണ് മാമി നോമ്പു തുറക്കുമ്പോൾ കഴിക്കുക. അതുകൊണ്ടുതന്നെ ആദ്യകാലങ്ങളിൽ എന്തെങ്കിലും കാരണമുണ്ടാക്കി നോമ്പിന് നാട്ടിലെത്തിയിരുന്നു. മാമ മരിച്ചതോടെ മാമിയെ ഒറ്റയ്ക്കാക്കി കൂടെച്ചെല്ലാൻ നിർബന്ധിക്കാൻ വിഷമമായി. മാമി കിടപ്പിലായപ്പോൾ വീട്ടുഭരണം അവളുടെ ചുമലിലായി. അടുത്തടുത്തുള്ള പ്രസവുംകൂടി ആയപ്പോൾ നിന്നുതിരിയാൻ നേരമില്ലാത്ത അവസ്ഥ. ഒന്നും ആലോചിക്കാൻ സമയം കിട്ടാറില്ല.

"ആവശ്യമുള്ളതെന്താന്നുവെച്ചാ എന്റെ മോള് ഉണ്ടാക്കി കഴിച്ചോളണം. ഇനി ഇതുതന്നെ മോളെ നിന്റെ വീട്."

മാമിയുടെ സാന്ത്വനം പലതും മറക്കാൻ പ്രേരിപ്പിച്ചു. എങ്കിലും ഉള്ളിലെപ്പോഴും വിങ്ങലായിരുന്നു. എന്തിനായിരുന്നു എന്നോടീ പരീക്ഷണം? പലപ്പോഴും മേൽപ്പോട്ട് ചോദ്യമെറിഞ്ഞിട്ടുണ്ട്. ഓരോരുത്തർക്കും ഓരോരോ ധർമം നിറവേറ്റാനുണ്ട്. ഇതാണ് നിന്റെ ധർമം. അത് നന്നായി നിറവേറ്റിയാൽ നിനക്ക് പരലോകത്ത് എല്ലാവിധ സുഖസൗകര്യങ്ങളും നിറഞ്ഞ സ്വർഗപ്പൂന്തോപ്പിൽ ചെന്നെത്താം. അവിടം മാത്രമാണ് ശാശ്വതം. ഇതെല്ലാം ഒരു മായ. വിളി കാത്തു കഴിയുക. ഉള്ളിലിരുന്ന് ആരോ പറയും. കുട്ടികളെ നന്നായി വളർത്തുക എന്ന ഒറ്റച്ചിന്തയേ അപ്പോഴൊക്കെ ഉണ്ടായിരുന്നുള്ളൂ. നന്നേ ചെറുപ്പത്തിലേ എല്ലാവരേയും മദ്രസ്സയിൽ ചേർത്തു. അഞ്ചുനേരവും നിർബന്ധിച്ചു നിസ്കരിപ്പിച്ചു. നോമ്പ് ഒഴിയാനും അനുവദിക്കാറില്ല. അസീസ് അഞ്ചുവയസിൽത്തന്നെ നോമ്പു മുപ്പതും പിടിക്കുമായിരുന്നു.

"അവൻ നോമ്പു പിടിക്കാറായില്ല കൊച്ചേ. വയറുവെശന്നാ കൊച്ചിന് വല്ല അസുഖോം വരും കേട്ടോ."

മാമി പറയുന്നത് കേട്ട മട്ടു കാണിക്കില്ല.

അയൽപക്കങ്ങളിലെ കുട്ടികളൊന്നും നോമ്പുപിടിക്കുന്ന പതിവില്ല. അതു കാണുമ്പോൾ ഷാഹുലും മജീദും ചിണുങ്ങിനോക്കും.

"ചെറുപ്പത്തിലേ ശീലിച്ചില്ലെങ്കില് വലുതായാൽ ബുദ്ധിമുട്ടാകും. നോമ്പു തുറക്കാൻ ഉമ്മ മക്കക്ക് എന്തെല്ലാം ഉണ്ടാക്കിത്തരുമെന്നോ?"

നല്ലവാക്കു പറഞ്ഞ് മയക്കിയാണ് അവരെക്കൊണ്ട് നോമ്പു പിടിപ്പിക്കുക. വൈകിട്ടും അത്താഴത്തിനും അവർ പറയുന്നതെല്ലാം ഉണ്ടാക്കിക്കൊടുക്കുകയും ചെയ്യും. എന്നാലും ഷാഹുൽ കള്ളത്തരം കാണിക്കും. അവനെപ്രതി ഒരിക്കൽ അയൽക്കാരി ഹമീദയുമായി പിണങ്ങേണ്ടിയും വന്നു. ചിട്ടിക്കാശു കൊടുക്കാനായിട്ടാണ് ഒരു നോമ്പുനാളിൽ ഉച്ചനേരം ഹമീദയുടെ വീട്ടിൽ ചെന്നത്. അപ്പോൾ ഷാഹുൽ അവിടെയി

രുന്ന് മറ്റുകുട്ടികളോടൊപ്പം ചോറുണ്ണുന്നു. രാത്രിയിൽ അത്താഴത്തിന് അവന് ആവശ്യപ്പെട്ടതെല്ലാം ഉണ്ടാക്കിക്കൊടുത്തിരുന്നു. രാവിലെ മുതൽ ഒന്നും കഴിക്കാതെ ഇരുന്നതുമാണ്. അപ്പോൾ അവൻ വീട്ടിൽനിന്ന് ഇറങ്ങിയതേയുള്ളൂ. കണ്ടതും സഹിക്കാനായില്ല. ചോറുപാത്രത്തിനു മുന്നിൽനിന്ന് വലിച്ചെഴുന്നേൽപ്പിച്ച് കണക്കിനു കൊടുത്തു.

"എന്തര്പിള്ളേ കാണിക്കണത്? കൊച്ച് വിശന്നു തളർന്ന് ഇരിക്കണത് കണ്ടിട്ട് അവന് ചാറ് വിളമ്പാൻ അവന്റെ മാമായാ എന്റൂടി പറഞ്ഞത്."

"വീട്ടിൽ കഞ്ഞിക്ക് അരിയില്ലാഞ്ഞിട്ട് പട്ടിണികിടത്തിയതല്ലല്ലോ. നോമ്പുകാലത്ത് നോമ്പു നോക്കാതെ നടക്കുന്നത് ഹറാമാ. അതിന് ഹലാലും ഹറാമും എന്താന്നറിഞ്ഞിട്ടുവേണ്ടേ?"

"ഓ, പിന്നെ നിങ്ങക്കു മാത്രമല്ലേ ഇസ്ലാം ദീനിനെക്കുറിച്ച് വിവരമുള്ളൂ? അവരിടെ വർത്താനം കേട്ടാ തോന്നും ബാക്കീള്ളോരൊക്കെ ദീനില്ലാത്തവരാണെന്ന്. എനിക്ക് ചൊറിഞ്ഞു വരുന്നുണ്ട് കേട്ടോ. ഞങ്ങളും നോമ്പു പിടിക്കണവരുതന്നെ."

വല്ലാത്ത ദേഷ്യം വന്നു. അടങ്ങി. ഒന്നും മിണ്ടാതെ ഷാഹുലിനെയും വലിച്ചിഴച്ച് വീട്ടിലേക്കു നടന്നു. കുറേക്കാലം ഹമീദ പിണങ്ങി നടന്നു. ഇവിടെ വന്നകാലം മുതൽ എന്തിനും ഒരു താങ്ങായിരുന്നു അവൾ. ഇടയ്ക്കിടെ എന്തെങ്കിലും കുത്തിപ്പറഞ്ഞ് പിണങ്ങുക അവളുടെ സ്വഭാവമാണ്. കുറച്ചുകഴിയുമ്പോൾ അവൾ തന്നെ ഇണങ്ങാൻവരും.

"പോട്ട് പിള്ളേ, ഞാനറിയാതെ വല്ലതും പറഞ്ഞെന്നുംവെച്ച് നീയത് കാര്യമാക്കാമോ?"

ഇവിടുത്തുകാരെല്ലാം ഇങ്ങനെതന്നെ. പിണങ്ങുമ്പോൾ വായിൽ ത്തോന്നിയത് വിളിച്ചുപറയും. പറഞ്ഞുകഴിയുമ്പോൾ അവരത് മറക്കുകയും ചെയ്യും. വീട്ടുവഴക്ക് ചന്തയിലെത്തിച്ചാലേ സമാധാനമുള്ളൂ. എത്ര പിണക്കമുണ്ടെങ്കിലും ഒരാപത്തു വരുമ്പോൾ സഹായിക്കാൻ ഓടിഎത്തുകയും ചെയ്യും. ഇവരുമായൊക്കെ പൂർണമായും ഇണങ്ങിച്ചേരാൻ ഇന്നും കഴിയുന്നില്ല എന്നതാണ് വാസ്തവം.

"ഉമ്മച്ചി ഇരുട്ടത്തിരിക്കണതെന്ത്? പള്ളീല് മഹരിബ് ബാങ്ക് വിളിച്ചത് കേട്ടില്ലേ?"

മജീദിന്റെ മകൻ വന്നു കുലുക്കിവിളിച്ചപ്പോൾ മിഴിച്ചുനോക്കി.

പത്ത്

സീനത്ത് കുളികഴിഞ്ഞ് വരാന്തയിലെ റോക്കിംഗ് ചെയറിൽ വന്നിരുന്നതും ക്ലോക്കിൽ മണി പതിനൊന്നടിക്കുന്നതുകേട്ടു. സാധാരണ പത്തു മണിക്കുമുമ്പേ അവളുടെ കുളി കഴിയും. പിള്ളേരുടെ മുറി വൃത്തിയാക്കാൻ ചെന്നതിനാലാണ് കുളിക്കാൻ വൈകിയത്. മകന്റെ മുറി വൃത്തിയാക്കൽ ഭാരിച്ച പണിതന്നെ. എല്ലാം വാരിവലിച്ചിടും. അടുക്കിപ്പെറുക്കി വച്ചുകഴിഞ്ഞാൽ അവൻ സ്വൈരംതരുകയുമില്ല. എന്തെങ്കിലുമൊന്നു കണ്ടില്ലെങ്കിൽ ഉമ്മയുടെ നേരെയാണ് തിരിയുന്നത്.

"നിങ്ങക്ക് ജോലിയൊന്നുമില്ലെങ്കിൽ വല്ലതും വായിച്ചൂടെ? അടുക്കലും പെറുക്കലും കഴിഞ്ഞപ്പോൾ എന്റെ ബുക്കുകളൊന്നും കാണാനില്ല."

അലീമാത്ത ഉള്ളതുകൊണ്ട് അടുക്കളയിൽ കയറേണ്ട ആവശ്യമില്ല. അലീമാത്ത വാപ്പയുടെ അകന്ന ബന്ധുവാണ്. ഓർമ വെച്ചകാലംതൊട്ട് അവർ വീട്ടിലുണ്ട്. അവർക്ക് അടുത്ത ബന്ധുക്കളാരുമില്ലത്രെ. അറുപതുകവിഞ്ഞ ഒരു വയസന് പതിനേഴാം വയസിൽ കെട്ടിച്ചുകൊടുത്തു. അധികകാലം കഴിയുന്നതിനുമുമ്പ് അയാൾ മരിക്കുകയും ചെയ്തു. അന്നുമുതൽ ഞങ്ങളുടെ വീട്ടിലാണ് താമസം. കൂടപ്പിറപ്പിനെപ്പോലെയാണ് വാപ്പ അവരോട് എന്നും പെരുമാറാറുള്ളത്. അവളുടെ ഇഷ്ടാനിഷ്ടങ്ങൾ ഉമ്മയെക്കാൾ കൂടുതൽ നിശ്ചയം അലീമാത്തയ്ക്കാണ്. മാറിത്താമസിച്ചപ്പോൾ വാപ്പതന്നെയാണ് അവരെ നിർബന്ധിച്ച് ഇങ്ങോട്ടയച്ചത്. തൂത്തു തുടയ്ക്കാൻ ഒന്നരാടം ദിവസങ്ങൾ ഒരു സ്ത്രീവരും.

സ്റ്റൂളിൽ കിടന്ന പത്രമെടുത്ത് വിരസതയോടെ നിവർത്തി. ഒന്നാം പേജിലെ മെയിൻ ഹെഡ്ഡിങ്ങിൽ ഒന്നു കണ്ണോടിച്ചു. മന്ത്രിയുടെ അഴിമതി, തമ്മിലടി, മടുപ്പോടെ പത്രം മടക്കി മേശപ്പുറത്തിട്ടു. ഗേറ്റ് തുറക്കുന്ന

ശബ്ദംകേട്ട് എഴുന്നേറ്റു. ഷാജഹാനും ഒരു പയ്യനും ഉറക്കെ സംസാരിച്ചു കൊണ്ട് തിണ്ണയിലേക്കു കയറി.

"കാലത്തേ കുളികഴിഞ്ഞ് റെഡിയായിട്ടിരിക്കുന്നല്ലോ വല്ലിടത്തും പോണോ മയിനി?"

'നീ വീട്ടീന്നുതന്നെ? ഉമ്മാക്കെങ്ങനെയുണ്ട്?"

"അകത്തോട്ട് വാടേയ്."

സീനത്തിന്റെ ചോദ്യം കേട്ടതായിപ്പോലും ഭാവിക്കാതെ അവൻ കൂട്ടു കാരനെ ക്ഷണിച്ചു

"നിന്നോടു ചോദിച്ചതു കേട്ടില്ലേ? ഉമ്മാക്ക് കൊറവുണ്ടോ എന്ന്? അതന്വേഷിക്കാൻ നിനക്കെവിടെ നേരം അല്ലേ?"

"അവരിക്ക് വിശേഷമൊന്നുമില്ലെന്നേ. അടുക്കളേലൊക്കെ നിക്ക ണതു കണ്ടു. ഇടയ്ക്കിടെ വേദന കൂടും."

"ഞായറാഴ്ച ഞങ്ങളവിടെ വന്നപ്പോ നിന്നെ കണ്ടില്ലല്ലോ. നീ എവി ടെപ്പോയിരുന്നു ഷാജി! ഞങ്ങള് വൈകുന്നേരം നാലുമണിവരെ അവിടെ ഉണ്ടായിരുന്നു."

"എന്റെ കൂട്ടുകാരന്റെ അനിയത്തീടെ വിവാഹമായിരുന്നു. തലേദി വസംതൊട്ടേ ഞങ്ങളെല്ലാം അവിടാരുന്നു. ഉറക്കമിളച്ച് ഊപ്പാട് വന്നു. ഇപ്പഴും തലപെരുപ്പ് മാറിയില്ല."

"തലപെരുത്തത് ഉറക്കമിളച്ചിട്ടുമാത്രമാണോ? അല്ല പരിപാടികൾ വേറെയും ഉണ്ടായിരുന്നോ? നിന്നെക്കുറിച്ചുള്ള റിപ്പോർട്ടൊക്കെ ഇവിടെ കിട്ടുന്നുണ്ട്."

"എന്തര് മയിനി, കാലത്തേ ഒരുമാതിരി മുനവെച്ച സംസാരം? എന്തോന്നു പരിപാടി? എന്തോന്നു റിപ്പോർട്ട്?"

"നീ നല്ലപിള്ള ചമയുകയൊന്നും വേണ്ട. നിന്റെ വേലത്തരങ്ങൾ ഓരോന്നായി വലിയാക്കയുടെ ചെവിയിലെത്തിയിട്ടുണ്ട്. എപ്പഴാ പൊട്ടു ന്നതെന്ന് അറിയില്ല. മയിനി പറഞ്ഞില്ലെന്നുവേണ്ട."

ഷാജി ഒന്നും മിണ്ടാനാകാതെ പരുങ്ങിനിൽക്കുന്നതു കണ്ട് സീനത്ത് പറഞ്ഞു:

"അകത്തോട്ടിരി. കാപ്പികുടിച്ചോ? ഇല്ലെങ്കി പെട്ടെന്ന് ദോശ ചുട്ടു തരാം."

"കാപ്പികളൊന്നും വേണ്ട. രണ്ടുഗ്ലാസ് തണുത്ത ബോഞ്ചിതന്നാ മതി."

ഫ്രിഡ്ജ് തുറന്ന് തണുത്ത വെള്ളവും ചെറുനാരങ്ങയുമായി അടു ക്കളയിലെത്തിയപ്പോഴേക്ക് ഷാജിയും പിന്നാലെ എത്തി. അവന്റെ മുഖത്ത് അപ്പോഴും തെളിച്ചമില്ല.

"ഉമ്മാക്കെങ്ങനെയുണ്ട് മോനേ?"

അലീമാത്ത കുശലം ചോദിച്ചു.

"ഭേദമുണ്ട് താത്താ. ഷാഹുല്കാക്ക ഇവിടെ വന്നാരുന്നോ? അവന ല്ലാതെ മറ്റാരും എന്നെക്കുറിച്ച് അതുമിതും പറയൂല്ല. അവനു ഞാൻ വെച്ചി ട്ടുണ്ട്."

"എനിക്കു വേറെ തൊഴിലൊന്നുമില്ല, അല്ലേ. നിന്റേയും അവന്റേയും ഏഷണികേട്ടു നടക്കാൻ? വീട്ടിലെന്നും വഴക്കാണെന്ന് വലിയാക്കയോട് ഉമ്മയാ പറഞ്ഞത്. നീയാ കാരണക്കാരനെന്നും പറഞ്ഞു. വെറുതെയല്ല ഉമ്മാടെ വയറുവേദന മാറാത്തത്."

"അവിടെ മയിനിമാര് തമ്മില് എന്നും ചണ്ട. മജീദ്കാക്കായും ഷാഹുല്കാക്കായും അത് ഏറ്റുപിടിച്ചോളും. അതിനും കുറ്റം എനിക്കുതന്നെ."

"അല്ലാതെ നീയായിട്ടൊരു വഴക്കും ഉണ്ടാകാറില്ല അല്ലേ? നീ ഇങ്ങനെയൊന്നുമായിരുന്നില്ലല്ലോ. തേരാപാര നടക്കുന്ന നേരംകൊണ്ട് വല്ലതും പഠിച്ചൂടെ നിനക്ക്. നീ ഒരുകാര്യം ചെയ്യ്. കുറച്ചുകാലം ഇവിടെ വന്ന് നിന്നോ. എങ്ങനേങ്കിലും പത്താംക്ലാസ് കടന്നുകൂടാൻ നോക്ക്. ഇവിടെയാകുമ്പം വലിയാക്കാ വല്ലതും പറഞ്ഞുതരും."

"എന്നിട്ടുവേണം മൂപ്പരുടെ വായിലുള്ളതുകൂടി കേൾക്കാൻ. എനിക്കെങ്ങും വയ്യ. മയിനിക്ക് എന്റ്റൂടി സ്നേഹമുണ്ടെങ്കി നിങ്ങള കാക്കാരെ പറഞ്ഞ് ഒരു വിസ ശരിയാക്കിത്തരിൻ. പിന്നെ ഞാനാരേം ശല്യപ്പെടുത്താൻ വരൂല്ല. സത്യം."

"നിന്റെ ഈ സ്വഭാവത്തിന് ഗൾഫിൽ ചെന്നാൽ പിറ്റേന്നിങ്ങ് തിരിച്ചയയ്ക്കും. നിന്റെ വേണ്ടാത്ത കൂട്ടുകെട്ടുകളൊക്കെ ആദ്യം കള. പത്താംക്ലാസുപോലും പാസാകാതെ അവിടെച്ചെന്നാൽ റോഡ് തൂക്കുന്ന പണിപോലും കിട്ടില്ല. അപ്പോഴും എനിക്കായിരിക്കും കുറ്റം. പഠിക്കാൻ വയ്യെങ്കിൽ വല്ല കൈത്തൊഴിലെങ്കിലും പഠിക്ക്. വയ്യിട്ടു വന്നാൽ വലിയാക്കാടേ പറഞ്ഞ് വല്ല ഡിപ്ലോമാ കോഴ്സിനും ചേർക്കാൻ ഏർപ്പാടാക്കാം."

"മയിനി സംസാരിച്ചാ മതി. ആറുമാസത്തേക്കുള്ള വല്ല കോഴ്സും മതി. അതിൽക്കൂടുതൽ എനിക്കെങ്ങും വയ്യ. അതു കഴിയുമ്പം കൈമലർത്തിയാൽ എന്റെ ശവമായിരിക്കും എല്ലാരും കാണുക."

"പേടിപ്പിക്കാതെ, തൽക്കാലം ഈ പഴം തിന്ന്. മിക്സ്ചറ് വേണോ നിനക്ക്? ഇന്നാ ഈ വെള്ളം നിന്റെ കൂട്ടുകാരനു കൊടുക്ക്. പഴംകൂടെ എടുത്തോ."

"എടേയ് ശിവരാജാ, ഇങ്ങ് കേറിവാടേയ്. നീ അവിടെത്തന്നെ നിന്നുകളഞ്ഞതെന്ത്?"

"അവൻ അവിടെ ഇരിക്കട്ടെ."

അവനുള്ളത് ഒരുതട്ടത്തിലാക്കി പുറത്തേക്കു നടക്കുമ്പോൾ പറഞ്ഞു. അതു ഷാജിക്ക് ഒട്ടും ഇഷ്ടമായില്ലെന്ന് അവന്റെ മുഖം കണ്ടാലറിയാം. ഭർത്താവിന്റെ വീട്ടിലെ ഇത്തരം രീതികളോടാണ് പൊരുത്തപ്പെടാൻ കഴിയാത്തത്. ഒരിക്കൽ പരിചയപ്പെട്ടവർക്ക് അടുക്കള വരെ സ്വാതന്ത്ര്യം. അവിടത്തെ ഉമ്മയ്ക്കാണെങ്കിൽ ഒന്നിലും ഒരഭിപ്രായവുമില്ല. മക്കൾ പറയുന്നത് അപ്പടി വിശ്വസിക്കും.

"ഞങ്ങള് പോട്ടോ?" ഷാജി ചോദിച്ചു.

"ഊണു കഴിച്ചിട്ട് പോയാപ്പോരേ?"

"പോയിട്ട് കാര്യമുണ്ട്. ഞാൻ നാളെക്കഴിഞ്ഞു വരാം. അപ്പോഴേക്കും വലിയാക്കായെ മയപ്പെടുത്തി വച്ചേക്കണേ മയിനി."

യാത്ര പറഞ്ഞിറങ്ങുമ്പോഴും ഷാജിയുടെ മുഖത്ത് വല്ലായ്മ ബാക്കി. അവൾ വാതിലടച്ചു. കുറ്റിയിട്ട് പകുതി വായിച്ചു മടക്കിവെച്ച പുസ്തകവുമായി മുകളിലെ വരാന്തയിൽ ചെന്നിരുന്നെങ്കിലും വായിക്കാനായില്ല. മനസ്സ് മറ്റെങ്ങോ ആയിരുന്നു. എല്ലാം ഉണ്ട്. എന്നിട്ടും ഒന്നുമില്ല എന്ന തോന്നൽ ഈയിടെയായി വല്ലാതെ അലട്ടുന്നു. ആർക്കൊക്കെയോ വേണ്ടി ഉന്തിയുംതള്ളിയും ജീവിതം മുന്നോട്ടുനീക്കുന്നു. കാണുന്നവർക്ക് സന്തുഷ്ടദമ്പതികൾ. തമ്മിൽ പോരില്ല. എതിരഭിപ്രായങ്ങളുമില്ല. പക്ഷേ ആ പക്ഷേയ്ക്ക് വിവാഹം കഴിഞ്ഞതുമുതൽ ഉത്തരം കണ്ടെത്തുവാൻ ശ്രമിക്കുകയാണ്. കൊല്ലങ്ങളേറെ കടന്നുപോയിട്ടും ഉത്തരം കിട്ടിയിട്ടില്ല.

വിവാഹത്തെക്കുറിച്ച് സ്വപ്നങ്ങൾ ഒരുപാടു നെയ്തുകൂട്ടിയിരുന്നു. ജീവിതത്തിൽ അല്ലലെന്തെന്ന് അറിഞ്ഞിട്ടില്ല. എല്ലാ സൗകര്യങ്ങളുമുള്ള വീട്. മനസിൽ വിചാരിക്കുന്നത് ഉമ്മയും ആങ്ങളമാരും അപ്പപ്പോൾ സാധിച്ചുതരും. പഠിക്കാൻ താൽപര്യമുണ്ടായിരുന്നില്ലെങ്കിലും കഥാപുസ്തകങ്ങൾ വായിക്കാനിഷ്ടമായിരുന്നു. അതുകൊണ്ടുതന്നെ വിവാഹത്തെക്കുറിച്ചും മണവാളനെക്കുറിച്ചും നിറമുള്ള സ്വപ്നങ്ങളായിരുന്നു മനസുനിറയെ. കോട്ടും സൂട്ടുമണിഞ്ഞെത്തുന്ന മണവാളന് കാറുണ്ടായിരുന്നു. അതിൽ കയറി അവർ രണ്ടുപേരും കല്യാണപ്പിറ്റേന്ന് മധുവിധുവിന് തിരിക്കുന്നു. ഒരാഴ്ച നാടുകണ്ട് ചുറ്റിയടിച്ചു മടങ്ങിവരുന്നു. വൈകുന്നേരം നേരത്തേ ആപ്പീസിൽനിന്നെത്തുന്ന ഭർത്താവിനെ കാത്ത് അണിഞ്ഞൊരുങ്ങി ചുണ്ടിൽ പുഞ്ചിരിയുമായി കാത്തുനിൽക്കും. വന്നതും അവർ രണ്ടുപേരും കാറിൽ കയറി കടപ്പുറത്തും പാർക്കിലും ചുറ്റിക്കറങ്ങുന്നു. അല്ലെങ്കിൽ തിയേറ്ററിൽ തൊട്ടുരുമ്മിയിരുന്ന് സിനിമ കാണുന്നു. എല്ലാം സ്വപ്നങ്ങൾ മാത്രമായിരുന്നുവെന്ന് ഭർത്താവിന്റെ വീട്ടിൽ ചെന്ന ഉടനെ ബോധ്യമായി.

ചെന്നുകയറിയതും പരാതികളുടെ കൂമ്പാരം. മണവാട്ടിയോടൊപ്പം എത്തിയവർക്കും തണുത്ത സ്വീകരണമായിരുന്നു. ഉമ്മയുടെ ബന്ധുക്കളെല്ലാം പരിഷ്കാരികൾ. അവർക്ക് അവിടത്തെ രീതികൾ ഒട്ടും ഇഷ്ടപ്പെട്ടില്ല.

"കണ്ണേ കരളേന്നും പറഞ്ഞ് വളർത്തീട്ട് ഇങ്ങനൊരിടത്തേക്കാണല്ലോ ഇവളെ അയച്ചത്."

മുത്തമ്മ പറയുകയും ചെയ്തു.

വല്ലാത്തൊരു വിങ്ങലായിരുന്നു. പതിവുചടങ്ങുകളും കാപ്പികുടിയുമൊക്കെ കഴിഞ്ഞ് ബന്ധുക്കൾ പോകാനിറങ്ങിയതു കണ്ടപ്പോൾ കണ്ണീരടക്കാൻ കഴിഞ്ഞില്ല. അവരിറങ്ങിയതും വിങ്ങിപ്പൊട്ടി കട്ടിലിൽ വീണു. ഒരു പുതിയ കട്ടിൽപോലും വാങ്ങിച്ചിരുന്നില്ല. പിച്ചിപ്പൂക്കളുടെ നറുമണം തുളുമ്പുന്ന മണയറ പലതവണ സ്വപ്നംകണ്ടിട്ടുള്ളതാണ്. അവിടെ അലങ്കരിച്ച കട്ടിലിൽ പട്ടുവിരി. വീട്ടിൽ അവളുടെ ഇഷ്ടത്തിനൊത്ത് മണിയറ ഒരുക്കിയിരുന്നു. കല്യാണദിവസം അവിടെ താമസിക്കുമെന്നായിരുന്നു ആദ്യം പറഞ്ഞത്. പക്ഷേ, അന്നുപെട്ടെന്നാണ് മാമ തീരുമാനം മാറ്റി

യത്. ഉമ്മ മുറുമുറുത്തെങ്കിലും ബാപ്പതടസം പറഞ്ഞില്ല. ആകെ വിഷമി ച്ചിരിക്കുന്ന സമയത്താണ് തളത്തിൽ ബഹളം കേട്ടത്. മാമായുടെ ശബ്ദം ഉയർന്നു.

"നിന്റെ ഭാര്യവീട്ടുകാർ എന്തരടേ കരുതിയത്? കാശുണ്ടെന്നു കരുതി വരന്റെ പക്ഷത്തുള്ളവരെ അപമാനിക്കാമോ? പോയവർക്ക് ചൊവ്വിന് ചാറുകളൊന്നും കൊടുത്തില്ലെന്നാണല്ലോ കേട്ടത്. അതുകൊണ്ടുതന്നെ യാണ് ഇന്ന് നീ അവിടെ താമസിക്കേണ്ടെന്ന് വിലക്കിയത്."

"അതു മോശമായിപ്പോയി കേട്ടോ. അവരവിടെ എല്ലാ ഒരുക്കങ്ങളും ചെയ്തിരുന്നു. രാത്രി ഊണിന് ആളുകളേയും ക്ഷണിച്ചിരുന്നു."

ദുർബലസ്വരം.

"പിള്ളേർ പറഞ്ഞതു നേരുതന്നെ. അവിടത്തെ പകിട്ട് കണ്ടപ്പോൾ നീയങ്ങുവീണു അല്ലേ?"

"വാപ്പാ... ഞാൻ..."

"ഒന്നുംപറയണ്ട. ഇവിടന്നു പോയവരെ അവർ അപമാനിച്ചതു നേരാ."

"കച്ചവടക്കാരാണെന്നും പറഞ്ഞ് മാർക്കറ്റിൽ അലഞ്ഞുതിരിഞ്ഞു നടക്കുന്നവരെ മുഴുവൻ ബസിൽകയറ്റി അങ്ങോട്ടെഴുന്നള്ളിക്കേണ്ടെന്ന് ഞാൻ നേരത്തെ പറഞ്ഞതല്ലേ? ഒരു കാറിൽ കയറാനുള്ള ആളല്ലേ നമു ക്കുള്ളൂ? ഒരു ബസു നിറയെ..."

"വലിയിടത്ത് ചെന്നുകയറുമ്പോഴേക്ക് നമ്മുടെ ചുറ്റുവട്ടത്തുള്ളവ രൊക്കെ നിനക്ക് അലവലാതികളായിപ്പോയി അല്ലേ?"

"അങ്ങനെ ഞാൻ പറഞ്ഞില്ല.."

"പിന്നെ നീ എന്തരാമ് പറഞ്ഞോണ്ടുവന്നത്? അയൽപക്കക്കാർക്കും അടുത്തിരുന്ന് കച്ചോടം ചെയ്യുന്നവർക്കും നിന്റെ ഭാര്യവീട് കാണണ മെന്നു പറയുമ്പോ ഞാൻ വിലക്കണമായിരുന്നോ? അവര് വലിയ ആൾക്കാരാ. നിങ്ങള് വരണ്ടെന്നോ?"

"അവിടെച്ചെന്നപ്പോ വലിയാക്കയ്ക്ക് ഞങ്ങളെയൊന്നും ഒരു മൈൻഡില്ല. നിക്കാഹ് സമയത്ത് ഒന്ന് അടുത്ത് വിളിച്ച് ഇരുത്തിയതു പോലുമില്ല."

ഇവിടുന്നു ചെന്ന സ്ത്രീകളൊന്നും താലികെട്ടുകണ്ടില്ലാന്ന് അപ്പ റത്തെ മാമി പറേണതുകേട്ടു."

ഉറക്കെയുള്ള കുറ്റപ്പെടുത്തലുകൾ കേട്ട് വിങ്ങിപ്പൊട്ടിപ്പോയി.

"ഒന്ന് ചുമ്മായിരിക്കിൻ. മയിനി കെടന്നുകരയണു." ഷാജി.

"കരയാൻമാത്രം ഇവിടെ എന്തുണ്ടായി?" മാമ.

"ഒന്നു മിണ്ടാതിരിക്കിൻ കൂട്ടരേ. വന്നുകയറുന്നതിനുമുമ്പ് അക്കുട്ടി യുടെ മനസ് കലക്കല്ലേ.'

മാമി വന്ന് തോളത്തു കൈവെച്ചപ്പോൾ കരച്ചിലിന് ശക്തി കൂടി.

"അവര് ബാപ്പേം മക്കളും പറേന്നതു കേട്ട് നീ കരയണ്ട മോളേ. ഇപ്പറഞ്ഞത് നേരംവെളുക്കുമ്പളത്തിന് അവരു മറക്കും. ചെന്ന് സാരി

യൊക്കെ മാറി കിടക്കാൻ നോക്ക്. മുംതാസേ അതിന് മാറ്റാനുള്ളതൊക്കെ എടുത്തുകൊടുക്ക്." മാമി സഭ പിരിച്ചുവിട്ടു.

ഇത്തരംവഴക്കുകൾ പതിവായിരുന്നു. എല്ലാവർക്കും മൂക്കത്താണ് അരിശം. അരിശം വന്നാൽ വായിൽത്തോന്നിയത് വിളിച്ചുപറയും. അൽപ്പ നേരത്തിനകം അവരത് മറക്കും. കേൾവിക്കാരുടെ മനസിൽ അതങ്ങനെ നീറിപ്പുകഞ്ഞു കിടക്കുകയും ചെയ്യും. തരംകിട്ടിയാൽ ഷാഹുൽ വലി യാക്കയെ വിമർശിക്കാതിരിക്കില്ല. കല്യാണം കഴിഞ്ഞതോടെ വലിയാക്ക ആകെ മാറി എന്നാണ് പരാതി. മാറിയിരുന്നെങ്കിൽ എന്ന് ആശിച്ചിട്ടുണ്ട്.

"അവൻ പറയുന്നത് കാര്യമാക്കേണ്ട. ഒന്നും മിണ്ടാനും പോവണ്ട."

ഭർത്താവ് ആദ്യമേ താക്കീതു ചെയ്തിരുന്നു. എന്നാലും ഓരോന്നു കേൾക്കുമ്പോൾ വല്ലാതെ തോന്നും. രാവിലെ പോയാൽ അദ്ദേഹം ഇരു ട്ടിയാലേ തിരിച്ചെത്തൂ. എത്തിയിട്ടും വലിയ കാര്യമൊന്നുമില്ല. ഒരു പുസ്ത കവുമായി മുറിയിൽ അടയിരുന്നോളും. എവിടെയെങ്കിലും പോകണമെ ങ്കിൽ വീട്ടിലുള്ളവരെ മുഴുവൻ കൂടെ കൊണ്ടുപോകണം. കല്യാണം കഴിഞ്ഞ് ആദ്യദിവസം പുറത്തേക്കിറങ്ങിയപ്പോഴും മുംതാസും ഷാജിയും കൂടെ ഉണ്ടായിരുന്നു. അതോടെ പുറത്തേക്കിറങ്ങാനുള്ള ആശ ഇല്ലാ തായി. കാര്യമായി ഒന്നുംചെയ്യാനില്ലാത്തതു കൊണ്ടായിരിക്കാം പകലു കൾക്ക് നീളമേറി. അതുവരെ വീട്ടിൽ വെറുതെ ഇരുന്നിട്ടില്ല.ഡിഗ്രി പരീക്ഷ കഴിഞ്ഞ ഉടനെയായിരുന്നു വിവാഹം. കോളേജും കൂട്ടുകാരിക ളുമൊക്കെയായി നടന്നപ്പോൾ സമയംപോകുന്നതറിയാറില്ല.

വെറുതെയിരുന്നു മുഷിയുമ്പോൾ അടുക്കളവാതിൽക്കൽ ചെന്നുനിൽക്കും. മാമിക്ക് തിരക്കൊഴിഞ്ഞ് നേരമില്ല. രാവിലെ സുബഹി നിസ്കാരം കഴിഞ്ഞ് അടുക്കളയിൽ കയറിയാൽ ഉച്ചകഴിയും വരെ ജോലി തന്നെ. രാവിലെ പത്തുമണി കഴിഞ്ഞാണ് ഓരോരുത്തർക്ക് നേരം വെളു ക്കുന്നത്. എത്ര നേരം വൈകി ഉണരുന്നവർക്കും ചൂടോടെ കാപ്പിയും പലഹാരവും കിട്ടണം. കാപ്പികുടി കഴിയുമ്പോൾത്തന്നെ മണി പന്ത്രണ്ടു കഴിയും. ചോറും കറികളും തയാറാക്കിവെച്ച് മാമി അടുക്കള വിടും. ഉച്ചയ്ക്ക് എത്തുന്നവർ അവനവൻ വിളമ്പിക്കഴിക്കുകയാണ് പതിവ്. മാമി അടുക്കള വിടുന്നതിനുമുമ്പ് അവൾക്ക് ചോറു കൊടുക്കും.

"ഞാനെന്തെങ്കിലും ചെയ്യണോ?" ചോദിക്കാറുണ്ട്.

"വേണ്ട മോളേ, ഞാൻ ചെയ്തോളാം." മാമി പറയും.

"ചോദിക്കണതെന്തരിന്? അങ്ങോട്ട് കയറി വല്ലതുമൊക്കെചെയ്തു കൊടുക്കാത്തതെന്ത്? മജീദ് അന്നവൻ പത്താംക്ലാസ് തോറ്റ് കട യിൽപ്പോക്കു തുടങ്ങിയിരുന്നു. അവന്റെ വാക്കുകൾ സഹിക്കാം. ഷാഹു ലിന്റെ വാക്കുകൾ മനസ്സ് നീറ്റും.

"മരുമോളെ അണിയിച്ചൊരുക്കി പെരയ്ക്കകത്തിരുത്തിയിട്ട് നിങ്ങള് അടുക്കളയിൽ കെടന്ന് നരകിച്ചോ. അവര് പെണ്ണല്ലേ? ജോലി ചെയ്യു ന്നത് മാനക്കേടാ? നിങ്ങള് നോയിക്കോ, ഞാൻ കല്യാണം കഴിക്കട്ടെ. പിന്നെ നിങ്ങളെ അടുക്കളയിൽ കയറ്റൂല്ലാ."

"ഒന്ന് പതുക്കെപറ. ആ കുട്ടി കേൾക്കും." മാമി വിലക്കുമ്പോൾ അവന് വീറു കൂടും.

"കേട്ടാലെനിക്കെന്ത്? മുംതാസ് നിങ്ങളെ ഒറ്റമോളല്ലേ? അവളെ നിങ്ങള് അടുക്കള ജോലി പഠിപ്പിച്ചില്ലേ? ജ്വാലികളൊക്കെ തീർത്തിട്ടല്ലേ അവള് സ്കൂളിൽ പോണത്? ഇവരാര് മദാമ്മയോ?"

"നീ ഒന്നു മിണ്ടാതിരി, നീ കല്യാണം കഴിച്ചു കൊണ്ടുവരുന്ന പെണ്ണിനേം ഞാൻ അടുക്കളയിൽ കയറ്റൂലാ. പോരേ?"

"ഓ പിന്നേ അടുക്കളയിൽ കയറാൻ മനസുള്ള പെണ്ണിനെ മതി എനിക്ക്. ഇവരെപ്പോലുള്ള പത്രാസുകാരെയൊന്നും ഞങ്ങക്കു വേണ്ടായേ."

അവന്റെ ഇത്തരം സംസാരം കേട്ടാണ് അവിടന്ന് മാറിത്താമസിക്കണമെന്ന് മോഹമുണ്ടായത്. എന്തിനും ഏതിനും കുറ്റം. ഒന്നു പുറത്തിറങ്ങണമെങ്കിൽ പാത്തും പതുങ്ങിയും വേണം. മുംതാസിനെ കൂട്ടാതെ എങ്ങോട്ടെങ്കിലും ഇറങ്ങിയാൽ പിന്നെ അതിനെക്കുറിച്ചായി വഴക്ക്. അവളും ഏഷണിക്ക് കുറഞ്ഞവളല്ല. മാമിയും മാമയും ഒന്നും കേട്ടമട്ട് കാണിക്കില്ല. സഹികെട്ടപ്പോഴാണ് മാറിത്താമസിക്കണമെന്ന് ശാഠ്യം പിടിച്ചത്. അദ്ദേഹം കേൾക്കാത്ത മട്ടിൽ നടന്നു. ഇടയ്ക്കിടെ പിണങ്ങി വീട്ടിൽ പോവുക ആദ്യ നാളിൽ പതിവായിരുന്നു. അദ്ദേഹത്തിന്റെ മൗനം കാണുമ്പോഴാണ് കലി ഏറുക. വാപ്പ എപ്പോഴും അദ്ദേഹത്തിന്റെ പക്ഷമേ പിടിക്കൂ. ഉമ്മയാണ് ശരണം.

പിണങ്ങിപ്പോന്നാൽ അദ്ദേഹം ഒന്ന് വിളിച്ച് അന്വേഷിക്കുക പോലുമില്ല.

"വീടായാൽ അങ്ങനെയൊക്കെത്തന്നെ. കുറെയൊക്കെ കണ്ടില്ലെന്നും കേട്ടില്ലെന്നും വെക്കണം." വാപ്പ ഉപദേശിക്കും.

"ഞാൻ പോന്നിട്ട് ഇന്ന് ദിവസം മൂന്നായി. എന്നിട്ടിതുവരെ വന്നോ? അവിടെ നിൽക്കാൻ എനിക്കു വയ്യ. ഞാൻ എന്തെങ്കിലും പഠിക്കാൻ ചേരുകയാണ്."

"റാബിയ അന്നുതന്നെ വന്നില്ലേ? നീ പോകാഞ്ഞിട്ടല്ലേ?"

"അവരല്ലല്ലോ കല്യാണം കഴിച്ചത്."

"അവനോട് നീ മോശമായി പെരുമാറിയിട്ടുണ്ടാകും. അതാ വരാത്തത്. ഉമ്മാടെ മോളല്ലേ!"

"എല്ലാ കുറ്റവും ഉമ്മാക്കിരിക്കട്ടെ. ആ ബന്ധം വേണ്ടെന്ന് ഞാനന്നേ പറഞ്ഞതാ. നാട്ടുകാരാണെന്നും പറഞ്ഞ് നിങ്ങളാ മുന്നിട്ടിറങ്ങിയത്. ഇപ്പോ എന്റെ കുഞ്ഞിന്റെ കണ്ണീര് തോർന്ന നേരമില്ല."

ഉമ്മ മൂക്കുപിഴിഞ്ഞു. വാപ്പ ഓഫീസിൽ ചെന്ന് നിർബന്ധിക്കുമ്പോഴാണ് അദ്ദേഹം വിളിക്കാനെത്തുക. അവൾ ഇടഞ്ഞുതന്നെ നിൽക്കും. പക്ഷേ ആ മുഖത്തെ പാരവശ്യം കാണുമ്പോൾ ഏറെനേരം പിടിച്ചു നിൽക്കാനാവില്ല. ഒരു ദിവസം അവിടെ താമസിച്ച് പിണക്കം മാറ്റി സിനിമയ്ക്കും ബീച്ചിലുമൊക്കെ കൊണ്ടുപോകുമ്പോൾ പിണക്കം മറന്ന്

വീണ്ടും കൂടെച്ചെല്ലും. ഒരാഴ്ച കഴിയുമ്പോൾ ആ വീട്ടിലെ അന്തരീക്ഷം വീണ്ടും മനസ്സു മടുപ്പിക്കും. വീണ്ടും പിണക്കം, നിരാഹാരം.

"ഒറ്റ മോളാണെന്ന് കരുതി വീട്ടുകാർ നിന്റെ തളത്തിനൊത്തു തുള്ളി യെന്നിരിക്കും. പക്ഷേ എന്നെ അതിനു കിട്ടില്ല. മതിയായി. എന്നുമെന്നും പിണക്കം. ഇനി ഇണങ്ങാൻ വരുമെന്നു കരുതണ്ട."

ഒരിക്കൽപറഞ്ഞതു കേട്ടപ്പോൾ സഹിക്കാനായില്ല.

"ഇനി ഞാനങ്ങോട്ടു വരുമെന്ന് ആരും കരുതുകയും വേണ്ട."

വലിയ ബാഗും തൂക്കി ഓട്ടോയിൽ കയറുമ്പോൾ കടുപ്പിച്ചുതന്നെ പറഞ്ഞു. മാമി തടഞ്ഞിട്ടും വകവച്ചില്ല. വാപ്പ എത്ര നിർബന്ധിച്ചിട്ടും അങ്ങോട്ടുപോകാൻ കൂട്ടാക്കിയില്ല. എന്താണ് വരാത്തതെന്ന് അന്വേഷിച്ച് ഭർത്താവ് എത്തിയതുമില്ല. വീണ്ടും പഠിക്കണമെന്ന് ശാഠ്യം തുട ങ്ങിയപ്പോഴാണ് വാപ്പ ആങ്ങളമാർക്ക് എഴുതിയത്. വല്യാക്ക അദ്ദേഹത്തെ നേരിട്ടുവിളിച്ച് നിർബന്ധിച്ചിട്ടും അദ്ദേഹം ഇടഞ്ഞുതന്നെ നിന്നു. ഉമ്മയെ വേദനിപ്പിക്കുന്ന ഒരു കാര്യത്തിനും കൂട്ടുനിൽക്കില്ല എന്നായിരുന്നു മാറി ത്താമസിക്കുന്ന കാര്യം സൂചിപ്പിച്ചപ്പോൾ പറഞ്ഞത്. വാപ്പ മാമയെച്ചെന്നു കണ്ട് വിവരം പറഞ്ഞു. മാമ വിളിച്ച് ഉപദേശിച്ചപ്പോഴാണ് ഒടുവിൽ മാറി ത്താമസിക്കാമെന്നു സമ്മതിച്ചത്. മാമ കൂടെച്ചെന്നാണ് വീടും സ്ഥലവും അന്വേഷിച്ചതും വാങ്ങിയതും. മാമിയോട് തൽക്കാലം പറയേണ്ടെന്നും വിലക്കി. വാങ്ങുമ്പോൾ നല്ല വീടാകണമെന്ന് ഇക്കാക്കമാർക്ക് നിർബ ന്ധം. ഉമ്മയുടെ എറണാകുളത്തുള്ള വീടു വിറ്റവക കുറച്ച് കാശ് ആയിടെ കിട്ടിയിരുന്നു. ഇക്കാക്കമാരുടെ സഹകരണംകൂടി ആയപ്പോൾ നല്ല വീടു തന്നെ കിട്ടി. മാറിത്താമസിക്കുന്ന കാര്യം മാമിയോട് പറയാൻ മകന് വിഷമം. അവരെ വിട്ടുപോകുന്നതിൽ അവൾക്കും സങ്കടമില്ലാതില്ല. അവരെ ചെറുപ്പം മുതൽ അറിയാം. ഇഷ്ടവുമാണ്. പക്ഷേ, ആ വീടു മായി ഇണങ്ങാൻ കഴിഞ്ഞില്ല. അവൾ ഉറച്ചാണ് നിൽപ്പെന്ന് അറിഞ്ഞ പ്പോൾ മാമ തന്നെ കാര്യം പറഞ്ഞു. വിചാരിച്ചതുപോലെ മാമി വല്ലാതെ സങ്കടപ്പെട്ടു.

"നിന്നെ ഞാൻ സ്വന്തം മോളെപ്പോലെയല്ലേ നോക്കിയത്? എന്നി ട്ടും... എന്റെ മോനില്ലാതെ..."

അവർ വിതുമ്പുന്നതു കണ്ടപ്പോൾ അവളുടെ കണ്ണും നിറഞ്ഞു.

"പിള്ളേരെ അവരുടെ പാട്ടിന് വിട്ടേക്ക് റാബിയാ. അതാ ഭാവിക്കും നല്ലത്. നിന്റെ മോൻ ദൂരെയൊന്നും പോണില്ലല്ലോ. എന്നും അവനിവിടെ വരാമല്ലോ. നല്ല വീട്. ഞാൻ കൂടിച്ചെന്നാ അവളുടെ പേരിൽ എഴുതിച്ച ത്."

"എല്ലാരുംകൂടി ചേർന്നുള്ള ഒത്തുകളിയാ. അല്ലേ? ആയിക്കോട്ടെ."

അവരുടെ മുഖം പെട്ടെന്നു കടുത്തു. പാലുകാച്ചിന് ക്ഷണിക്കാൻ ഉമ്മ ചെന്നപ്പോൾ അവർ ഉമ്മയേയും കുറ്റപ്പെടുത്തി. പാലുകാച്ചിനു വരാൻ ആദ്യം കൂട്ടാക്കിയതുമില്ല. മകൻ അന്നം കഴിക്കാതെ കിടന്നപ്പോഴാണ് വന്നത്. വൈകുന്നേരംതന്നെ മടങ്ങുകയും ചെയ്തു. ഒന്നും പറയാറില്ലെ

ങ്കിലും അവരുടെ ഉള്ളിൽ ഇപ്പോഴും കറയുണ്ടെന്ന് പലപ്പോഴും തോന്നാറുണ്ട്. കഴിഞ്ഞയാഴ്ച അവിടെ ചെന്നിരുന്നു.

"നിനക്കിപ്പോ ഉമ്മാനെ ഓർമയില്ലാതായി. അല്ലേ?" എന്നു ചോദിച്ചതു കേട്ട് മകന്റെ മുഖം വിളറിവെളുത്തു. അവളും വല്ലാതായി. അവളുടെ മുന്നിൽവെച്ച് മറ്റു മരുമക്കളെ പുകഴ്ത്തിപ്പറയുകയും ചെയ്തു. ഷാഹുലും മജീദും വലിയാക്കയെ കുറ്റപ്പെടുത്തുന്നത് കേട്ടാൽ മാമി ഇപ്പോൾ ഒന്നും മിണ്ടാറില്ല. അതു ശരിയാണെന്ന മട്ടിൽ അനങ്ങാതിരിക്കും. വലിയാക്ക കിട്ടുന്നതു മുഴുവൻ ഭാര്യയുടെ കൈയിൽ ഏൽപ്പിക്കുന്നു. ഉമ്മയുടെ കാര്യംപോലും അന്വേഷിക്കുന്നില്ല. പരാതികളുടെ നിര തന്നെയുണ്ട്. ഉയർന്ന ശമ്പളമുണ്ടെന്നതു നേരുതന്നെ. അതുപോലെ ചെലവുമുണ്ട്. തട്ടിയും മുട്ടിയും അങ്ങനെ നീങ്ങുന്നു. അവളുടെ വീട്ടുകാരെ ഒന്നിനും ആശ്രയിക്കുന്നത് അദ്ദേഹത്തിനിഷ്ടമല്ല. കിട്ടുന്നതുകൊണ്ട് ചെലവു നടത്തിക്കോളണമെന്നാണ് നിയമം. ഉമ്മ ഇടയ്ക്കിടെ സാധനങ്ങളുമായി വരുന്നതുതന്നെ ഇഷ്ടപ്പെടാറില്ലെന്നറിയാം. ഒന്നും മിണ്ടാറില്ലെങ്കിലും ഭാവമാറ്റം പറയാതെ മനസിലാക്കാറുണ്ട്. കുറച്ചു കാശുകൊടുത്ത് സഹായിക്കണമെന്ന ആവശ്യവുമായി ഷാഹുൽ ഈയിടേയും വന്നിരുന്നു.

"എന്റേൽ കാശൊന്നുമില്ല. നീയൊക്കെ ബിസിനസു നടത്തി പുറകോട്ടാണോ പോകുന്നത്? വാപ്പ ഒറ്റയ്ക്ക് നടത്തിയിരുന്നപ്പോൾ ഇതിലും മെച്ചമായിരുന്നല്ലോ."

'മുംതാസിന്റെ കല്യാണം കഴിഞ്ഞതോടെ കട വെളുത്തില്ലേ? കടയിൽ ചരക്കില്ലാതെ കച്ചവടം നടക്കുമോ? ഇതെല്ലാം തിരക്കാൻ വലിയാക്കാക്ക് നേരമെവിടെ? നിങ്ങള് രക്ഷപ്പെട്ടല്ലോ."

'മനസിരുത്തി പഠിച്ചിരുന്നെങ്കിൽ നിനക്കും രക്ഷപ്പെടാമായിരുന്നല്ലോ. കോളേജിൽ ചേർന്നപ്പോൾ പഠിക്കാൻ നേരമില്ല. ചെത്തി നടക്കണം. അന്ന് പറഞ്ഞപ്പോൾ കേട്ടോ? ഇപ്പോൾ കുറ്റം എന്റെ തലയിൽ. കൊള്ളാമല്ലോ."

"ഞങ്ങളാരും കുറ്റപ്പെടുത്തുന്നില്ല. വിഷമം വന്നപ്പോൾ ചോദിച്ചു. ദേ തിരിച്ചെടുത്തു."

പിണങ്ങിയൊരു പോക്ക്. കുറച്ചു കഴിയുമ്പോൾ പുതിയൊരാവശ്യവുമായി വീണ്ടുമെത്തും. സാധിപ്പിച്ചുകൊടുത്താൽ വലിയാക്ക നല്ലവൻ. അല്ലെങ്കിൽ ചീത്ത. ഷാജിയും ഷാഹുലിന്റെ വഴിയേ നീങ്ങാനുള്ള പുറപ്പാടാണെന്നു തോന്നുന്നു. ഇപ്പോൾ അവനും വലിയാക്കയെ കുറ്റപ്പെടുത്താനേ നേരമുള്ളൂ. പത്താംക്ലാസുവരെ മിടുക്കനായി പഠിച്ചതാണ്. കൂട്ടുകെട്ടാണ് ചീത്തയാക്കിയത്. ഇനിയും ഇവിടെ നിർത്തിയാൽ വഷളായതുതന്നെ. അവനെ ഒരു വഴിക്കാക്കിയാൽ മാമിയുടെ വിഷമം പകുതി തീരും. അവന്റെ കാര്യം ഇക്കമാർക്ക് എഴുതുന്നത് അദ്ദേഹത്തിനിഷ്ടമാവില്ല. അറിയാതെ വേണം എഴുത്തിടാൻ.കാര്യം നടന്നിട്ട് അറിയിച്ചാൽ മതി. അവൾ എഴുതിയാൽ ഇളയ ആങ്ങള തട്ടിക്കളയില്ല. ഇന്നു തന്നെ എഴുതണം.

പതിനൊന്ന്

പുലരാറായപ്പോൾ പതിവുപോലെ ഉണർന്നു. ഒച്ചയുണ്ടാക്കാതെ എഴുന്നേറ്റ് കുളിമുറിയിലേക്കു നടന്നു. ചെറിയ അനക്കംപോലും സീനത്തിനെ ഉണർത്തും. പുലർച്ചേ എഴുന്നേൽക്കുന്നത് അവൾക്ക് ഒട്ടും ഇഷ്ടമുള്ള കാര്യമല്ല. സൂര്യനുദിച്ചുയർന്നാലും അവൾ മൂടിപ്പുതച്ചു ഉറങ്ങും. പലവട്ടം നിർബന്ധിച്ചിട്ടും അവളുടെ ശീലം മാറ്റാൻ സാധിച്ചിട്ടില്ല. നേരത്തെ വിളിച്ചുണർത്തിയാൽ അന്നേദിവസം സ്വൈരം കെട്ടതാകുമെന്ന് ഉറപ്പായതോടെ ആ പണി മതിയാക്കി.

കുളിമുറിയിൽ നിന്നിറങ്ങി പതുങ്ങി തളത്തിലെത്തി. നിസ്കരിക്കാനുള്ള കട്ടിൽ അവിടെയാണിട്ടിരിക്കുന്നത്. നിസ്കാരം കഴിഞ്ഞതും അലിമാത്ത പതിവുപോലെ ചായയുമായി എത്തി. ചായക്കപ്പ് മേശപ്പുറത്ത് വച്ച് ഉമ്മറവാതിൽ മലർക്കെ തുറന്നു. തണുത്ത കാറ്റ് മുഖത്തടിച്ചപ്പോൾ ആകെയൊരുന്മേഷം. പുറത്ത് ഇളംതണുപ്പ്. ആകാശത്ത് ചുവപ്പുരാശി മാറി നേരം വെളുത്തുവരുന്നതേയുള്ളൂ. ഇരുട്ടും വെളിച്ചവും കലർന്ന ചാരനിറമായിരുന്നു ആകാശത്തിന്. കാക്കയും കിളിയും ചിലച്ചുതുടങ്ങിയിരുന്നു. അടുത്തുനിന്നും അകലെനിന്നുമായി നാനാതരം ശബ്ദങ്ങൾ. തങ്ങളെ ഈ ലോകത്തിലേക്കയച്ചതിന് പറവകൾ അള്ളാഹുവിന് സ്തുതിപാടുകയാണെന്നാണ് ഉമ്മ പറയാറുള്ളത്.

ചായയുമായി ഉമ്മറത്തെ ആട്ടുകസേരയിൽ ചെന്നിരുന്നു. ഈട്ടിത്തടിയിൽ പണിത കസേരയ്ക്ക് കൈവെയ്ക്കാൻ അൽപ്പം ഉയർന്ന വളഞ്ഞ ചാരുകൾ. കസേരയിലിരുന്ന് അനങ്ങിയാൽ ഊഞ്ഞാലാടുന്ന സുഖം. കാണാനും നല്ല ചന്തം. സീനത്ത് ഡിസൈൻ വരച്ചുകൊടുത്ത് പണിയിച്ചതാണ്. കാശും കുറേയേറെ ആയിട്ടുണ്ടാകും. അവളുടെ ഇത്തരം ചില ആഡംബരങ്ങളൊക്കെ ഇപ്പോൾ കണ്ടില്ലെന്നു നടിക്കുകയാണ്

പതിവ്. അതിലിരുന്ന് ദിവാസ്വപ്നം കാണാൻ ഇഷ്ടംതന്നെ. സീനത്തിനെപ്പോലെയുള്ള മടിച്ചികൾക്ക് പറ്റിയ സാധനം.

പുലർച്ചേ ഉണരുക കുഞ്ഞുനാളിലേയുള്ള ശീലമാണ്. അതിരാവിലെ ഉണരുന്ന ഉമ്മ കുട്ടികളെ വിളിച്ചുണർത്തിയിട്ടാണ് കുളിക്കാൻ കയറുക. തലേദിവസമേ കുളിമുറിയിലെ അണ്ടാവിൽ വെള്ളം പിടിച്ചിട്ടിരിക്കും. അടുപ്പിൽ വിറകും കരുതിയിരിക്കും. അടുപ്പിൽ തീ പറ്റിച്ചിട്ടാണ് ഉമ്മ പല്ലു തേയ്ക്കുക. പല്ലുതേപ്പും മറ്റും കഴിയുമ്പോഴേക്കും വെള്ളത്തിനു ചൂടുപാകമായിരിക്കും. ഉമ്മ കുളി കഴിഞ്ഞെത്തുമ്പോഴും കുട്ടികൾ സുഖമായി ഉറങ്ങുന്നുണ്ടാകും. വീണ്ടും തട്ടിവിളിച്ച് കുളിമുറിയിലേക്കയച്ചിട്ടേ ഉമ്മ നിസ്കരിക്കാൻ കയറൂ. നിസ്കാരം കഴിഞ്ഞ് കുട്ടികൾക്ക് ചായ കൊടുത്ത് പഠിക്കാനിരുത്തിയിട്ടാണ് ഉമ്മ ഖുർആൻ ഓതാനിരിക്കുന്നത്. കുട്ടികൾ അടുത്തിരുന്ന് തലേദിവസം പള്ളിപ്പെരയിൽ പഠിച്ചതു മുഴുവൻ മനഃപാഠമാക്കണം. അതുകഴിഞ്ഞാൽ പഠിത്തം. ഉമ്മയുടെ അനുവാദം കിട്ടിയാലേ അവിടുന്ന് അനങ്ങാവൂ.

“കാലത്തേ കാക്കക്കൂട്ടിൽ കല്ലേറിഞ്ഞതുപോലെ തള്ളയും മക്കളും തുടങ്ങിയല്ലോ. ഒന്നുറങ്ങാനും സമ്മതിക്കൂലല്ല്.”

വാപ്പാ പിറുപിറുക്കും.

“ഇബ്ലീസിന്റെ ചങ്ങാതിയായിട്ട് ഒറങ്ങുന്നതും പോരാ...”

ഉമ്മയുടെ പരിഭവം.

വാപ്പ കട അടച്ചെത്തുമ്പോൾ ഒരുപാട് വൈകും. വീട്ടിലെത്തി കുളിയും ആഹാരവും കഴിഞ്ഞ് കിടക്കുമ്പോൾ ക്രിസ്ത്യൻ പള്ളിയിൽ മണി പതിനൊന്നടിക്കുന്നുണ്ടാകും. രാവിലെ ഏഴിനുമുമ്പ് വാപ്പ ഉണരും. ഉടനെ കടയിലേക്കിറങ്ങും. കടയിൽ കൈനീട്ടം വാപ്പയ്ക്കുതന്നെ വാങ്ങണം.

ഏഴരവെളുപ്പിന് എഴുന്നേൽക്കുന്ന ഉമ്മ അർധരാത്രി കഴിഞ്ഞാണ് ഒന്നു കിടക്കുന്നത്. കട അടച്ച് വീട്ടിലെത്തുന്ന വാപ്പ കുളികഴിഞ്ഞെത്തുമ്പോഴേക്ക് ഉമ്മചൂടുള്ള ആഹാരവുമായി കാത്തിരിക്കും. അതുകഴിഞ്ഞ് ഉമ്മയുടെ ആഹാരവും പാത്രം കഴുകലും കഴിയുന്നതുവരെ വാപ്പ വിശേഷങ്ങൾ പറഞ്ഞ് മുറുക്കാനും ചവച്ചുതുപ്പി ഊൺതളത്തിലുണ്ടാകും. ജോലിക്കിടയിൽ ഉമ്മക്ക് രാവിലെമുതലുള്ള കാര്യങ്ങൾ പറയാനുണ്ടാകും. ഉമ്മ അടുക്കളവാതിലടച്ചാലേ ബാപ്പ എഴുന്നേൽക്കൂ. വാപ്പകൊണ്ടുവരുന്ന കാശ് എണ്ണിത്തിട്ടപ്പെടുത്തി ബിസ്കറ്റ് തകരത്തിലിട്ട് അലമാരയിൽ മുണ്ടിനടിയിൽ ഒളിപ്പിച്ചുവെച്ച് താക്കോൽ അരയിലെ ചരടിൽ കെട്ടി ഉമ്മ കിടക്കുമ്പോൾ നേരം ഏറെ വൈകിയിരിക്കും. വാപ്പ വീട്ടിലില്ലാത്തപ്പോൾ മാത്രമേ ഇതിനു വ്യത്യാസം വരാറുള്ളൂ. വാപ്പ ചരക്കെടുക്കാനായി ഇടയ്ക്കിടെ മദ്രാസിലും മധുരയിലും മറ്റും പോവുക പതിവാണ്. അപ്പോൾ ഇശാഅ് നിസ്കാരം കഴിഞ്ഞാലുടൻ ഉമ്മയും മക്കളും ആഹാരം കഴിച്ച് വാതിലടച്ചു കിടക്കും.

വലിയൊരു പലഹാരപ്പൊതിയുമായാണ് വാപ്പ എന്നും വീട്ടിലെത്തുക. കുട്ടികൾ അപ്പോഴേക്കും ഉറങ്ങിയിട്ടുണ്ടാകും. രാവിലെ ആ പൊതി ഏൽപ്പിച്ച് ഉമ്മ പറയും:

“മോനേ എല്ലാരിക്കും ഒരുപോലെ പകുത്ത് കൊടുക്ക്.”

“ഉമ്മ കൊടുത്താ മതി.”

“ഒഴിയാൻ ശ്രമിക്കും. ഉമ്മ സമ്മതിക്കില്ല.

“നീയല്ലേ മൂത്തത്. നീ പകുത്താ മതി.”

എങ്ങനെ നീതി കാണിച്ചാലും ഷാഹുലിന് മുറുമുറുപ്പ് ബാക്കി. വലിയാക്കയുടെ ഓഹരി കൂടി കൈക്കലാക്കിയാലേ അവൻ അടങ്ങൂ.

അത് അറിയാവുന്നതുകൊണ്ടാണ് ഒഴിഞ്ഞുമാറാൻ നോക്കുന്നത്. ഇന്നും അങ്ങനെ തന്നെ. എന്തുകിട്ടിയാലും അവന് തൃപ്തിയില്ല. പരാതികൾക്ക് അവസാനവുമില്ല. ഉമ്മായ്ക്ക് വല്യാക്കയോടാണ് കൂറ് എന്നാണ് സ്ഥിരം പരാതി.

കുട്ടികളുടെ കാര്യങ്ങൾ നോക്കാൻ വാപ്പായ്ക്ക് സമയം കിട്ടാറില്ല. രാവിലെ ഇറങ്ങിയാൽ നേരമിരുട്ടിയാലാണ് എന്നും തിരിച്ചെത്തുക. ഞായറാഴ്ചകളിൽ പോലുമില്ല വിശ്രമം. എങ്ങനെയെങ്കിലും കുറെ കാശുണ്ടാക്കണം. എന്നിട്ടു വേണം ഉമ്മയെ രാജപദവിയിൽ വാഴിക്കാൻ എന്നായിരുന്നു വാപ്പയുടെ മോഹം. അതേസമയം പിശുക്ക് ഒട്ടുമില്ല. ഇവിടെ ഒന്നിനും മുട്ടില്ല. വാപ്പതന്നെ രാവിലെ ചന്തയിൽ ചെന്ന് മീനും മലക്കറിയും വാങ്ങിച്ചു കൊടുത്തയയ്ക്കും. ആഴ്ചയിൽ രണ്ടുംമൂന്നും ദിവസങ്ങളിൽ ഇറച്ചി. ഞായറാഴ്ചകളിൽ മുടങ്ങാതെ കോഴി. ഒക്കെ വാപ്പയ്ക്കു നിർബന്ധമായിരുന്നു. പുട്ടായാലും ദോശയായാലും അപ്പമായാലും വാപ്പയ്ക്ക് ചൂടോടെ വേണം. ഉച്ചയ്ക്ക് മീൻകറി വെച്ചതും പൊരിച്ചതും ഒഴിച്ചുകറിയും മെഴുക്കുപുരട്ടിയും അവിയലുമൊക്കെ നിത്യേന ഉണ്ടാകും. മീൻകറിക്ക് എരിവും പുളിയും നന്നായി ചേർക്കണം. മസാല വറുത്തരച്ചു വയ്ക്കുന്ന ഇറച്ചിക്കറി കഴിച്ചാൽ കണ്ണിൽ വെള്ളം നിറയണം എന്നാണ് വാപ്പയുടെ സിദ്ധാന്തം.

“അസീസിനെക്കൂടി കടയിലിരുത്തിയാൽ എനിക്ക് മറ്റു പണികൾ കൂടുതൽ ശ്രദ്ധിക്കാം.”

ഉപ്പൂപ്പ മരിച്ചപ്പോൾ വാപ്പ പലവട്ടം ഉമ്മയോട് പറഞ്ഞതാണ് എന്തെങ്കിലും ഒരുദ്യോഗം നേടണമെന്നത്. ചെറുപ്പംമുതലേയുള്ള മോഹമായിരുന്നു. വാപ്പയോട് നേരിട്ടു പറയാൻ ധൈര്യമില്ല. ഉമ്മയോടാണ് എല്ലാം തുറന്നുപറയുന്നത്. അതുകൊണ്ടുതന്നെ ഉമ്മ എതിർത്തു.

“അപ്പൂതി മനസിലുവെച്ചാ മതി. ഓനിക്ക് പഠിക്കാനാ ഇഷ്ടം.”

മജീദ് കൊച്ചിലേ മണ്ടൻ. ഓരോ ക്ലാസിലും രണ്ടും മൂന്നും വർഷം കഴിച്ചുകൂട്ടിയാണ് പത്തിലെത്തിയത്. ട്യൂഷനുണ്ടായിട്ടും പത്ത് കടന്നുകൂടിയില്ല. അവനെ വാപ്പ നിർബന്ധിച്ച് കടയിലിരുത്തിയപ്പോൾ ഉമ്മയ്ക്ക് എതിർക്കാനായില്ല. ഷാഹുൽ പക്ഷേ നന്നായി പഠിക്കുമായിരുന്നു. കോളേജിൽ കയറിയതോടെയാണ് തലതിരിഞ്ഞത്. പണക്കാരുടെ കൂട്ടുവേണ്ടെന്ന് പലവട്ടം വിലക്കിയതാണ്. കേട്ടില്ല.

"അവന്റെ പോക്ക് ശരിയല്ല. ചോദിക്കുന്ന കാശുകൊടുത്താ നിങ്ങ ളവനെ ചീത്തയാക്കുന്നത്."

ഉമ്മയെ പലവട്ടം താക്കീതു ചെയ്തതാണ്.

"ട്യൂഷനും ബുക്കിനുമൊക്കെയേ അവൻ പൈസ ചോദിക്കാറുള്ളൂ."

"അവൻ കാശെങ്ങനെയാ ചെലവാക്കുന്നതെന്ന് അകത്തിരിക്കുന്ന നിങ്ങക്ക് അറിയാമോ? അമിതമായി ലാളിച്ച് മക്കളെ ഒരുവിധം വഷളാക്കി."

'നിന്നെയും അങ്ങനെതന്നയല്ലേ ഞാൻ വളർത്തിയത്? എന്നിട്ട് നീ വഷളായോ?"

ഉമ്മയുടെ മറുചോദ്യത്തിന് ഒരിക്കലും ഉത്തരം പറയാൻ കഴിയാറില്ല.

പഴയ കാലമല്ല. അസീസല്ല ഷാഹുൽ. എന്നൊന്നും പറഞ്ഞാൽ ഉമ്മയ്ക്ക് മനസിലാവില്ല. മക്കൾ തന്നോട് കളവു പറയില്ല എന്നുതന്നെയാണ് ഉമ്മ ഇപ്പോഴും വിശ്വസിക്കുന്നത്. ഷാജഹാനും ഷാഹുലിന്റെ വഴിക്കാണ് നീങ്ങുന്നത്. ധൂർത്തടിച്ചുള്ള ജീവിതം. അവനോടൊക്കെ എന്തെങ്കിലും മിണ്ടിപ്പോയാൽ മാനനഷ്ടത്തിന് കേസുകൊടുക്കേണ്ടിവരും. അനിയന്മാരോട് ദയവില്ല എന്ന ഉമ്മയുടെ പരിഭവം ബാക്കിയും. മിണ്ടിയില്ലെങ്കിൽ അതും പരാതി. മൂത്തവന് താഴെയുള്ളവരുടെ കാര്യത്തിൽ ഒട്ടും ചിന്തയില്ല. കേട്ടു മടുത്തെങ്കിലും ഒന്നും പറയാറില്ല. സീനത്തിന്റെ നിർബന്ധംകാരണമാണ് അവിടന്ന് മാറിത്താമസിച്ചത്. അന്ന് അവളോട് അനിഷ്ടം തോന്നുകയും ചെയ്തു. ഉമ്മയെ വേദനിപ്പിക്കുന്നതിലായിരുന്നു ദുഃഖം. എന്തുവന്നാലും വേറെ താമസിക്കുകയില്ലെന്ന് ശഠിച്ചതുമാണ്. വാപ്പ ഇടപെട്ടപ്പോൾ മിണ്ടാൻ കഴിഞ്ഞില്ല. പക്ഷേ ഉമ്മ അത് വിശ്വസിക്കുന്നില്ല. ഉമ്മയെ പറ്റിച്ചു എന്നൊരു ധാരണ ഇപ്പോഴും കറയായി ഉമ്മയുടെ മനസിൽ കിടക്കുകയാണ്.

ഉമ്മയെക്കരുതി അവിടെത്തന്നെ നിന്നിരുന്നെങ്കിൽ ബന്ധങ്ങൾ കൂടുതൽ വഷളായേനെ. താമസം മാറ്റിയത് നന്നായെന്ന് ഇപ്പോൾ തോന്നാറുണ്ട്. അല്ലെങ്കിൽ അവളുമായി പിരിയേണ്ടിവന്നേനെ. വന്നു കയറിയതുമുതൽ പരാതിപ്പട്ടിക നികത്താനേ നേരമുണ്ടായിരുന്നുള്ളൂ. പുറത്തു കൊണ്ടുപോകുന്നില്ല. സ്വൈരമായിട്ടൊന്നു മിണ്ടാനുംപറയാനും പോലും ആളെക്കിട്ടുന്നില്ല. ഇഷ്ടമില്ലാതെ എന്തിനു കല്യാണം കഴിച്ചു എന്നുവരെ ചോദിച്ചിട്ടുണ്ട്. ഇഷ്ടമുണ്ടെന്ന് മാലോകരുടെ മുന്നിൽ വെച്ച് കാണിച്ചു കൊടുക്കാനാവുമോ? കഥകളിലും സിനിമയിലുമുള്ളതുപോലാണ് ജീവിതമെന്ന് കരുതിയാൽ എന്തുചെയ്യും? എങ്ങോട്ടെങ്കിലും പോകാനിറങ്ങുമ്പോൾ മുംതാസും കൂടെയിറങ്ങും. വരേണ്ടെന്നു പറയുന്നതെങ്ങനെ? ഉടനെ സീനത്തിനു പിണക്കം. വരുന്നില്ലെന്നുള്ള ശാഠ്യം. കരച്ചിൽ. സഹികെടുമ്പോൾ ഇറങ്ങിയങ്ങു പോകും. കുറച്ചുനേരം വെറുതേ എവിടെയെങ്കിലും ചുറ്റിനടന്ന് മനസ്സ് തണുപ്പിച്ചിട്ട് തിരിച്ചെത്തും. അവൾ അപ്പോഴും വലിച്ചുകയറ്റി നടക്കുന്നുണ്ടാകും. എന്തെങ്കിലുമൊക്കെ പറഞ്ഞ്

അവളെ ആശ്വസിപ്പിക്കണമെന്നു തോന്നാറുണ്ട്. പക്ഷേ അടുത്തു ചെന്നാൽ പിണക്കം ഏറുകയേ ഉള്ളൂ എന്നറിയാവുന്നതുകൊണ്ട് ഒന്നും മിണ്ടില്ല. ഒന്നും രണ്ടും ദിവസം നീണ്ടുനിന്ന പിണക്കങ്ങളുണ്ടായിട്ടുണ്ട്. കരച്ചിലും പട്ടിണിയും പിണങ്ങി വീട്ടിൽപ്പോക്കും സ്ഥിരം പരിപാടിയാണ്. ഉമ്മയാണ് ഇണക്കാൻ ചെല്ലാറുള്ളത്. പിണങ്ങിപ്പോന്നിട്ട് ഒന്നന്വേഷിച്ചു വന്നോ എന്നായിരിക്കും അടുത്ത പരാതി. മാമാ വന്ന് നിർബന്ധിക്കുമ്പോൾ വരില്ലെന്നു പറയാനാവില്ല.

ലാളിച്ചു വഷളാക്കിയെന്ന ഒരു കുറ്റമേ അവൾക്കുള്ളൂ. കൊച്ചുകുട്ടികളുടെ പെരുമാറ്റമാണ്. ചിലപ്പോൾ മനസിൽ വിചാരിക്കുന്നത് അപ്പോൾ സാധിക്കണം. പിണങ്ങുമ്പോൾ ഇണങ്ങാൻ ചെല്ലണം. എല്ലാം കുട്ടിക്കളി ആയിട്ടാണ് തോന്നിയത്. വീട്ടിലെ രീതികളും സൗകര്യങ്ങളുമൊക്കെ അറിഞ്ഞുകൊണ്ടാണ് അവളുടെ വാപ്പ വിവാഹാലോചനയുമായി എത്തിയത്.

"അതു ശരിയാകുമോ മാമാ?"

മാമാ കാര്യം പറഞ്ഞപ്പോൾ ചോദിച്ചതുമാണ്.

"എന്താ, ശരിയാകാതെ?"

"അവിടത്തെപ്പോലുള്ള സുഖസൗകര്യങ്ങളൊക്കെ..."

"അല്ലാതെ വേറെ തടസമൊന്നുമില്ലല്ലോ."

വെറുതേ തലയാട്ടി. അദ്ദേഹത്തെ ചെറുപ്പം മുതലറിയാം. ഏതു കാര്യത്തിനും ഉപദേശത്തിനു ചെല്ലുന്നത് അവിടെയാണ്. കോളേജിൽ ഏതു വിഷയമാണ് എടുക്കേണ്ടത്, ജോലിക്ക് എങ്ങനെ അപേക്ഷിക്കണം. ഇങ്ങനെ പല കാര്യങ്ങൾക്കായി മിക്കവാറും അവിടെ ചെല്ലാറുണ്ട്. അപ്പോഴൊക്കെയും അവളെ കാണാറുമുണ്ട്. ഒന്നുകിൽ ഫോണിൽ കൂട്ടുകാരികളോടു സംസാരിക്കുന്നുണ്ടാകും. അല്ലെങ്കിൽ ഏതെങ്കിലും കൂട്ടുകാരികൾ വീട്ടിലുണ്ടായിരിക്കും. അപ്പോൾ ചിരിയും ബഹളവും. ഒരു ഇളക്കക്കാരി. എപ്പോഴും തോന്നിയിട്ടുണ്ട്. കൊച്ചിലേ അറിയാം. ബന്ധുക്കളുമാണ്. അതുകൊണ്ട് കാണുമ്പോൾ എന്തെങ്കിലും ലോഹ്യം ചോദിക്കും.വധുവായി അവളെ മനസിൽപ്പോലും സങ്കൽപ്പിച്ചതല്ല. എന്നിട്ടും വിധി നടപ്പായി.

ഈ നാട്ടിൽ ഉമ്മയ്ക്ക് ആകെയുള്ള ബന്ധുവായിരുന്നു സീനത്തിന്റെ വാപ്പ. ഇടയ്ക്കിടെ വന്ന് ഉമ്മയുടെ കാര്യങ്ങൾ അന്വേഷിക്കുക പതിവായിരുന്നു. ചെറുപ്പത്തിൽ പലതവണ അവരുടെ വീട്ടിൽ താമസിച്ചിട്ടുണ്ട്. സീനത്തിന്റെ ഉമ്മ ഇത്തിരി ഭാവമൊക്കെ കാണിക്കുമെങ്കിലും വാപ്പയ്ക്ക് വലിയ കാര്യമായിരുന്നു. ഇന്നും അതെ. ഇപ്പോൾ അവളും ഏറെ മാറി. പഴയതുപോലെ ശാഠ്യമില്ല. പരാതിയുമില്ല. മാസാമാസം കൈയിലുള്ളത് അവളെ ഏൽപ്പിക്കും. ചുരുങ്ങി ജീവിക്കുകയാണെങ്കിൽ ഒരുവിധം ബുദ്ധിമുട്ടില്ലാതെ കഴിയാം. അതവൾക്കാവില്ല. ആങ്ങളമാർ മാസംതോറും പണം അയച്ചുകൊടുക്കുന്നത് കണ്ടില്ലെന്ന് നടിക്കുകയാണ് ബുദ്ധി എന്നുതോന്നി. വെറുതേ എന്തിന് വഴക്കുണ്ടാക്കണം? അവളുടെ ഉമ്മയും ഇടയ്ക്കിടെ

കെട്ടുകളുമായി വരുന്നത് കാണാറുണ്ട്. അവളെ വേദനിപ്പിക്കേണ്ടെന്നു കരുതി ഒന്നും പറയാറില്ല. മുൻശുണ്ഠിയുണ്ടെങ്കിലും സ്നേഹത്തിനു കുറവൊന്നുമില്ല. അത് മനസിലായതോടെ പലതുമായും പൊരുത്തപ്പെടാൻ പഠിച്ചു.

"മണ്ടയിലേ വരപോലെയൊക്കെ വരും."

തന്നത്താൻ പിറുപിറുത്തു.

"രാവിലെ ആരോടാ സല്ലാപം?" സീനത്ത് ചോദിച്ചതു കേട്ടാണ് സ്ഥലകാലബോധം വന്നത്. എന്നും ഇതാണ് പതിവ്. രാവിലെ ഓരോന്നാലോചിച്ചിരുന്നാൽ നേരം പോകുന്നത് അറിയില്ല.

നേരം പരപരാ വെളുത്തു. കുട്ടികൾ പത്രത്തിനുവേണ്ടി അടിപിടി കൂടുകയാണ്.

"രാവിലെ ചായ കിട്ടിയോ?"

"നിന്റെ തൃക്കൈകൊണ്ട് ഒന്നൂടി ആവാം."

അവൾ പിറകിലൊളിപ്പിച്ച ചായഗ്ലാസ് നീട്ടിയിട്ട് ചോദിച്ചു:

"ഇന്നത്തെ പരിപാടിയെന്താ?"

"എന്തു പരിപാടി? ആപ്പീസിൽ പോണ്ടേ?"

"ഇന്നു പോണ്ടെന്നെ. നമുക്കൊരു സിനിമയ്ക്കു പോകാം."

"ഞായറാഴ്ചയാവട്ടെ."

"ഹിപ്പ് ഹിപ്പ് ഹുറേ... ഉമ്മച്ചി ഗോളടിച്ചു." മകൻ ആർത്തു.

അയാൾ അപ്പോഴും അന്തംവിട്ടിരിക്കുന്നത് കണ്ടിട്ടാവണം മകൾ തുണയ്ക്കെത്തി.

"വാപ്പച്ചി മറന്നോ? ഇന്ന് ഞായറാഴ്ചയല്ലേ?"

"സത്യമായിട്ടും ഞാൻ ഓർത്തില്ല കേട്ടോ. മക്കളാ പേപ്പറിങ്ങു തന്നേ. വായിച്ചിട്ട് വാപ്പച്ചി കുളിയും കഴിഞ്ഞ് വാപ്പുമ്മയെച്ചെന്നു കണ്ടിട്ടുവരാം. ഉച്ചയ്ക്കു ഊണും കഴിഞ്ഞ് സിനിമ. പോരേ?"

മക്കളും ഭാര്യയും ഉത്സാഹത്തോടെ അകത്തേക്കു നടന്നപ്പോൾ അയാൾ പത്രത്തിൽ മുഖം പൂഴ്ത്തി.

പന്ത്രണ്ട്

അരി ഇടിക്കുന്നത് നിർത്തി മാറത്തിട്ട തോർത്തിന്റെ അറ്റംകൊണ്ട് മുഖത്തെ വിയർപ്പ് ഒപ്പിയിട്ട് സൈനബ ചോദിച്ചു:

"താത്താ, സിനിമയ്ക്ക് പെയ്യിട്ട് നാളൊരുപാടായി. അല്ലേ? മജീദ് കാക്കാടൂടി പറയാത്തതെന്ത് കൊണ്ടുപൂവ്വാൻ?"

"പറയാത്ത കുഴപ്പമേ ഉള്ളൂ. ദേ പെണ്ണേ, ഒന്നുമറിയാത്ത കണക്ക് സംസാരിക്കല്ല് കേട്ടോ. എന്റെ താത്താ ഒരുത്തീടെ വേലയാ. ഇനി പറഞ്ഞിട്ട് എന്തര് കാരിയം? തലയിലെഴുത്ത് മാച്ചാ മായുമോ?"

"പടച്ചവനെ മറന്നൊന്നും പറയല്ലേ താത്താ. മജീദ്കാക്കായെ കല്യാണം കഴിച്ചെന്നുംവെച്ച് ഇപ്പഴെന്തര് കൊഴപ്പം പറ്റി? കാക്കാക്ക് നിങ്ങളെന്നുവെച്ചാ ഉയിരുതന്നല്ലോ. മാമാക്കും മാമിക്കും അങ്ങനെതന്നെ. നൊണയാന്നോ?"

"എന്നു ഞാൻ പറഞ്ഞില്ലല്ലോ. നാട്ടാരിക്ക് മുഴുക്കെ വെച്ചും വിളമ്പീം ഇതിനകത്ത് കഴിയാനായിരിക്കും എന്റെ വിധി."

"അതു പിന്നെ എല്ലാ പെണ്ണുങ്ങളും അങ്ങനെതന്നല്ല്."

"എന്നിട്ട് ഇവിടെ വേറൊരുത്തീടെ സ്ഥിതി അതല്ലല്ലാ. അടുക്കളേ കയറിയാ അവള വള ഊരിപ്പോവ്വോ?"

"ലതങ്ങനൊരു ജന്മം. താത്താക്ക് നേരിട്ട് ചോദിച്ചൂടേ? പിന്നൊരു കാരിയം കേട്ടോ മാമിക്ക് ആവുമായിരുന്നെങ്കി നിങ്ങളെ രണ്ടുപേരേം അടുക്കളേല നാലയലത്തും കേറ്റൂലാരുന്നു. പാവം അവരിക്ക് ഒട്ടും വയ്യാ കേട്ടോ. എല്ലാം ഉള്ളിലൊതുക്കി കഴിയേണ്."

"അവരക്കരുതിത്തന്നെ കൊച്ചേ ഞാനും കണ്ടില്ലെന്നു കേട്ടില്ലെന്നും നിയ്ക്കണത്. എനിക്കതൊന്നുമല്ല പേടി. ഇങ്ങനെ പോയാ ഷാഹുല് കട വെളുപ്പിക്കും. നിന്റെ മജീദ്കാക്കായെ എന്തരിനു കൊള്ളാം? പിള്ളേര് രണ്ടായെന്ന വിചാരം ആ മനുഷ്യനുണ്ടോ?"

"കാക്കാ കൊച്ചിലേ അങ്ങനെതന്ന. പതിഞ്ഞ മട്ടാ. നാലക്ഷരം പഠിയെടാന്നും പറഞ്ഞ് മാമി എത്ര പെറകേ നടന്നെന്നോ. കേട്ടില്ല."

"എല്ലാം തലവിധിയെന്നു കരുതി സമാധാനിക്കാം. പിള്ളേര് കഷ്ടപ്പെടാതിരുന്നാ മതി."

"എല്ലാം നേരെയാകും താത്താ. ഒന്നൂല്ലെങ്കിലും കാക്കാക്ക് സ്നേഹക്കുറവില്ലല്ലോ. എന്റെ പാട് കണ്ടില്ലേ? കെട്ടി മൂന്നുമാസം കാതികെടന്ന കമ്മലും ഊരിവാങ്ങിച്ച് ലങ്ങേര് സ്ഥലംവിട്ടു. ബോംബെയില് ജ്വാലി കിട്ടി. വണ്ടിക്കൂലിക്ക് കാശുവേണമെന്നല്ലേ എന്നോട് പറഞ്ഞത്. ഞാനൊരു പൊട്ടി. അങ്ങേരിക്കൊരു വഴി ആയാ ഞാനും രക്ഷപ്പെടുമല്ലോ എന്നു കരുതി. പെയ്യിട്ടിപ്പം വർഷം ആറായി. ഒരു കത്തുപോലും അയച്ചില്ല. ചത്തോ ഉയിരോടെ ഒണ്ടോ എന്തോ!"

"അതു പിന്നെ നിന്റെ ഉമ്മാ അറിഞ്ഞും വെച്ച് കൊലച്ചതി ചെയ്തിറ്റല്ലേ! സ്ത്രീധനം വേണ്ടെന്നു കേട്ടപ്പോ ലവരങ്ങു വീണുപോയി. എങ്ങാണ്ടുന്നോ വലിഞ്ഞുകയറി വന്നവന് പെണ്ണു കൊടുക്കുരതെന്ന് മാമായും മാമിയും വിലക്കിയിട്ട് നിന്റെ ഉമ്മ കേട്ടില്ലല്ല്."

"ഗതികേടുകൊണ്ടാരിക്കും. ഉമ്മായെ എങ്ങനെ കുറ്റപ്പെടുത്തും താത്താ? കാണാൻ നന്ന്. മാർക്കറ്റിൽ ചുമടിറക്കുന്ന ജോലി. നല്ല പെരുമാറ്റം. ചക്കയാണോ ചൂഴ്ന്നു നോക്കാൻ? ദോഷം പറയരുതല്ല്. കൂടനിന്ന മൂന്നുമാസം എന്നെ നന്നായി അന്നഴിച്ചു കേട്ടാ. ആഴ്ചയിലൊരു സിനിമാ. വയ്യൂട്ടാവുമ്പം കൈനിറയെ കാശും തരുമായിരുന്നു. ഒന്നിനും ഒരു മുട്ടുമില്ലായിരുന്നു. ദാ ഈ സാരിപോലും അന്ന് അങ്ങേര് വാങ്ങിച്ചുതന്നതാ. എന്റൂടി ഉയിരാരുന്നു കേട്ടോ. വരാതിരിക്കാൻ കാരണമൊന്നും ഞാന് കാണുന്നില്ല. എന്തരോ അബദ്ധത്തിൽ കുടുങ്ങിപ്പോയതാരിക്കും. എന്നെങ്കിലും വരുമായിരിക്കും."

"വരും. വരും സ്വപ്നംകണ്ടോണ്ടിരി. അവന്മാരിക്കൊക്കെ ഇതുതന്നെ കൊച്ചേ ജ്വാലികള്. എണ്ണിക്കൊണ്ട് ആയിരം രൂപാ നിന്റെ ഉമ്മാ കൊടുത്തല്ലോ. അതും തീരുന്നതുവരെ നിന്നെ അന്നഴിച്ചതു നേരാ."

"അത് കല്യാണച്ചെലവിനുള്ളതല്ലേ. താലിക്കും ഡ്രസിനും പോലും അത് തെകയൂല്ല. താത്താ കണ്ടതല്ലേ സാരി. കസവു പൊട്ടുള്ളത്. അഞ്ഞൂറ് രൂപയെങ്കിലും ആയിക്കാണും. രണ്ടു പണമിട സ്വർണമായിരുന്നു താലി. ചെയിനിന് കാശു തികഞ്ഞില്ല. അതോണ്ടല്ലേ ചരടിൽ കോർത്തത്. ചെയിൻ പണിയണമെന്ന് എന്നും പറയുമായിരുന്നു."

"നിന്റെ കാതിൽക്കിടന്ന കമ്മലും ലോലാക്കും കിട്ടാൻവേണ്ടിയുള്ള അടവാര്ന്നില്ലേ അത്? മാമി തന്ന വളയും അങ്ങേര് കൊണ്ടുപോയില്ലേ?"

"അത് പണയംവെയ്ക്കാനായി വാങ്ങിച്ചോണ്ട് പോയി. എടുത്തു തരുമെന്ന് വാക്കുപറഞ്ഞതാ."

"എടുത്തുതരും. കാത്തിരി. ലയാളങ്ങ് വടക്കെങ്ങാണ്ടുള്ളതാന്ന് അന്നേ എല്ലാരും പറഞ്ഞതാ. അവരിക്ക് കാശിനു മുട്ടുവരുമ്പം പെണ്ണുകെട്ടുമത്രേ. പെണ്ണുകെട്ടും മൊഴിചൊല്ലക്കവും തന്നെ ഇവന്മാ

രുടെയൊക്കെ ജോലി. ഏതായാലും എളിയിലൊന്നിനെ തരാത്തത് നല്ല കാലമെന്നു കൂട്ടിക്കോ."

"അതും നേരുതന്നെ. അവനോന്റെ കാരിയം നോക്കിയാ മതിയല്ല്."

"നേരമെത്രയായെന്നാ വിചാരം? വെക്കമാകട്ടെ? എനിക്കൊന്നു കുളിക്കണം."

"താത്താ ചെന്നു കുളി. ഞാനിടിച്ചോളാം."

തരിപ്പ മുറത്തിൽ വെച്ച് എഴുന്നേറ്റ നദീറ വാതിൽപ്പടിയിൽ ചടഞ്ഞിരിക്കുന്ന വസന്തപ്പെണ്ണിനെക്കണ്ട് അമ്പരന്നു. അവരുടെ സംസാരം കേട്ട് പെണ്ണ് പതുങ്ങിയിരിക്കുകയായിരുന്നു എന്നറിഞ്ഞപ്പോൾ നദീറയ്ക്കു കലികയറി.

"എന്തര് വേല കൊച്ചേ ഇത്? പാത്തും പതുങ്ങിയും വന്നിരുന്ന് മനുഷ്യരെ പേടിപ്പിക്കുന്നോ? ഇതിനകത്ത് കയറരുതെന്ന് നിന്നോട് എത്ര വട്ടം പറഞ്ഞിട്ടുള്ളതാ? എണീരെടീ." നദീറ വിരട്ടി.

"വയറുവെശന്നു വയ്യ ചേച്ചി. കാലത്തെ പിള്ളേര് ഞവിടിയിട്ടത് വല്ലതുമുണ്ടെങ്കി താ ചേച്ചീ."

"ഞവിടിയതും വിരകിയതും പാത്രത്തിലാക്കി വച്ചിരിക്കുന്നോ? ഓരണ്ടാമതൊന്നുകൂടി സമ്പാദിച്ച കോളുണ്ടല്ലോ. ആരാണേടി പുതിയ ഫർത്താവ്? നിനക്ക് നാണമില്ലേ പെണ്ണേ ഇങ്ങനെ അഴിഞ്ഞാടി നടക്കാൻ?"

"ഓരോരുത്തന്മാര് കണ്ണും കൈയും കാണിച്ചു മയക്കാൻ വന്നാ എന്തര് ചെയ്യട്ട് ചേച്ചീ?"

"എടീ ഒരുമാതിരി മറ്റേവർത്തമാനം പറഞ്ഞാലുണ്ടല്ലോ... കിന്നാരം പറയാതെ വെക്കം സ്ഥലം വിട്ടോ."

"ഇത്തിരി കഞ്ഞോളമെങ്കിലും താ ചേച്ചീ. ഈയിടെയായി ഒരുത്തരും വീട്ടിക്കയറ്റണില്ല."

"കൈയിലിരുപ്പ് അങ്ങനെ ആയിട്ടല്ലേ! വല്ല വീട്ടിലും ജ്വാലി വാങ്ങിച്ചുതരാമെന്ന് ഞാൻ എത്രവട്ടം പറഞ്ഞ്, കേട്ടാ? അനുഭവിര്. ഇതും രായപ്പണ്ണൻ തന്നേ കൊച്ചേ?"

"സൈനബാ ചുമ്മാ അതുമിതും ചികയല്ലേ. മാമാ പെരക്കകത്ത് കിടപ്പുണ്ട്. ആ ഷാജി എങ്ങാൻ വന്നുകയറേണെങ്കി ഞാൻകൂടി പള്ള് കേക്കേണ്ടിവരും."

നദീറ കയർത്തു.

"രാവിലെ ബാക്കി വല്ലതുമുണ്ടെങ്കിൽ എടുത്തു കൊട് മോളേ. നിന്റെ അമ്മ ഒരു പാവമായിരുന്നല്ലോ, നീയെങ്ങനെ വഴിതെറ്റിപ്പോയി?"

അപ്പോൾ അവിടെ എത്തിയ റാബിയ പറഞ്ഞതുകേട്ടപ്പോൾ വസന്തയുടെ മുഖം തെളിഞ്ഞു.

"മാമിക്ക് ദൈവം നൂറായുസ്സു തരും. ഇന്നുരാവിലെ മുതൽ ഒരു വഹ കഴിച്ചില്ല. വയറെരിഞ്ഞിട്ടു വയ്യ."

"നിന്റെ പ്രാർഥന ദൈവംപോലും കേക്കൂല്ലാ. കഴിഞ്ഞതവണ പ്രസവിച്ചതും കുഞ്ഞിനെ കഴുത്തുഞെരടി നീ കൊന്നില്ലേ?"

"ചേച്ചിയാണെ സത്യം. ഇവിടത്തെ മാമിയാണെ സത്യം. അതിന് പിറന്നപ്പഴേ ജീവനില്ലാരുന്നു. ചേച്ചി ആ ചെല്ലമ്മക്കന്റ്റൂടി കേട്ടുനോക്കിയാ അറിയാമല്ല്."

"എടീ ചുമ്മാ മാമിയെപ്പിടിച്ച് കള്ളസത്യം ചെയ്താലുണ്ടല്ലോ."

സൈനബ കൈ ഉയർത്തി. നദീറ ഒരു പാത്രത്തിൽ ആഹാരസാധ നങ്ങളുമായി എത്തി.

"എവിടെടീ നിന്റെ ചട്ടി?"

"ഇത്തിപ്പോലം കടുമാങ്ങാകൂടി താ ചേച്ചി. നാക്ക് മരവിച്ചതു പോലെ."

നദീറ കണ്ണുരുട്ടി

"കൊടുക്ക് മോളെ. വേഗം എണീറ്റ് പോകാൻ നോക്ക് പെണ്ണേ. കുട്ട്യോളാരെങ്കിലും കണ്ടാൽ പുകിലാകും. മോളെ നദീറാ. നീ ചെന്നു കുളിച്ചിട്ട് കൊറച്ചുനേരം ഒന്ന് കെടന്നോ. ഞാൻ തരിച്ചുകൊടുത്തോളാം. പാവം എന്റെ മോള് വല്ലാതെ കഷ്ടപ്പെടുന്നുണ്ട്. എനിക്കിപ്പോ ഒന്നുമി ല്ലാ. ഇനി ഞാനുംകൂടി അടുക്കളയിലിറങ്ങാം." റാബിയ അലിവോടെ പറഞ്ഞു.

"ഇവിടെ അതിനുമാത്രം ജോലിയൊന്നുമില്ലല്ല്. സഹായത്തിനാണെ ങ്കിൽ സൈനബയുണ്ട്. മാമി ചെന്നു കെടന്നോ."

"ഈ നേരത്തു കെടന്നാ തലവേദന വരും. ഞാനിവിടെ ഇരിക്കട്ടെ. മോള് പോ."

നദീറ അകത്തേക്കു കയറിപ്പോയി.

"പഴിഞ്ഞിവല്ലതുമുണ്ടെങ്കി ഈ ചട്ടീലൊഴിച്ച് വച്ചേക്കാൻ പറയണേ മാമി. ചട്ടി ഞാനീ മൂലയിൽ കഴുകി കമഴ്ത്തിയേക്കാം."

ചട്ടി കഴുകാനായി പൈപ്പിന്റെ മൂട്ടിലേക്കു നടക്കുമ്പോൾ വസന്ത പറഞ്ഞു. അവൾ യാത്ര ചോദിച്ചിറങ്ങിയതും സൈനബ ഏടു നിവർത്തി.

"കഷ്ടമാണ് കേട്ടോ ആ പെണ്ണിന്റെ കാര്യം.ഇനി ചീത്തയാകാ നൊന്നും ബാക്കിയില്ല. അവള തള്ള തലയിലും താഴത്തും വെക്കാതേണ് പെണ്ണിനെ വളർത്തിയത്. അവളെ തന്തയെ മാമിക്ക് ഓർമയില്ലേ? ചായ ക്കടക്കാരൻ പാക്കരണ്ണനേ.. ക്ഷയം വന്നു ചത്ത പാക്കരണ്ണൻ. അയാക്ക് മരുന്നു വാങ്ങാൻ മാമി പണം കൊടുക്കാറൊണ്ടെന്ന് ഉമ്മാ പറഞ്ഞല്ലോ. അന്നു തൊടങ്ങിയതാ അവരുടെ കഷ്ടകാലം. പാവം ആ തള്ള മരിച്ചീനി കച്ചോടം ചെയ്തും അരി ഇടിച്ചുമൊക്കെ കഴിഞ്ഞതാരുന്നു. അവര് ലോറി ക്കടീപ്പെട്ടാ ചത്തത്. അന്ന് ഞാൻ കൊച്ചാരുന്നു. പള്ളിക്കൂടത്തീന്ന് വരു മ്പഴാ കണ്ടത്. ചോരയിൽ മുങ്ങി കൈയും കാലും ചതഞ്ഞ്.. വിചാരി ക്കുമ്പം തലപെരുക്കം. ആ പാറോതിഅക്കന്റെ മോൻ ചെല്ലപ്പണ്ണനാ ഇവളെ..."

"മതിയാക്ക് അരി ഇടിച്ചിട്ടു വേണ്ടേ നിനക്ക് തുണി നനയ്ക്കാൻ?"

റാബിയ സൈനബയുടെ നാക്കിന് കടിഞ്ഞാണിട്ടു. മിണ്ടാതിരുന്നാൽ അവൾ തുടർന്നുകൊണ്ടേയിരിക്കുമെന്ന് അവർക്കറിയാം. അരി ഇടിച്ചു

കഴിഞ്ഞ് സൈനബ അടുക്കളയിൽ കയറിയപ്പോൾ അവരും അകത്തേക്കു നടന്നു.

അടുക്കള തൂത്തുതുടച്ച് സൈനബ കുളിക്കാനിറങ്ങിയപ്പോൾ പള്ളിയിൽ നിന്ന് അസർബാങ്കുവിളി കേട്ടു.

"മാമി ബാങ്കുവിളിച്ചു കേട്ടോ. നദീറാത്ത പിള്ളാരെ വിളിക്കാൻ പോണില്ലേ?"

ഉറക്കെ വിളിച്ചുപറഞ്ഞിട്ട് അവൾ കുളിമുറിയിൽകയറി. കുളിമുറിയുടെ മൂലയിൽ അഴുക്കുതുണികൾ കുന്നോളം കൂട്ടിയിട്ടിരിക്കുന്നു. കഴുകാനുള്ള തുണികൾ കുളിമുറിയിൽ നനച്ചിടരുതെന്നു പറഞ്ഞാൽ ആരുണ്ട് കേൾക്കാൻ. അതിലെ മണ്ണും ചെളിയും ആദ്യം കഴുകിക്കളയണം. അവൾ തുണികൾ വാരി ബക്കറ്റിലിട്ട് പുറത്തേക്കു നടന്നു. അധികവും റംലത്ത് താത്തായുടേതാണ്. ഷാഹുല്കാക്കയുടെ മുണ്ടിൻകരയിൽ അപ്പിടി അഴുക്ക്. അത് ഉരച്ചു വെളുപ്പിക്കാൻ പാടിത്തിരിയുണ്ട്. റംലത്ത്താത്താ മെയ്യനങ്ങി ഒന്നും ചെയ്യൂല. എന്നും എന്തെങ്കിലും കാരണമുണ്ടാക്കി സർക്കീട്ടിനിറങ്ങും. ഷാഹുല്കാക്കാ അതിനൊത്ത് തുള്ളിക്കൊള്ളും.

കുളിമുറിയുടെ പിറകിലായി മുണ്ടുകഴുകാൻ രണ്ടടിപൊക്കത്തിൽ കല്ലു കെട്ടിയിട്ടുണ്ട്. നിലത്തിരുന്ന് സോപ്പിടാൻ സൗകര്യം. മാമി സമ്മതിക്കൂല്ല. ഓർമവെച്ചപ്പോൾ മുതൽ ഈ വീട്ടിലാണ് അധികനാളും കഴിഞ്ഞത്. ഈ വീടിനോടു ചേർന്നുള്ള രണ്ടുസെന്റ് സ്ഥലത്തായിരുന്നു കൂര. വാപ്പയ്ക്ക് അസുഖം വന്നപ്പോൾ അതു വിൽക്കാതെ നിവൃത്തിയില്ലെന്നായി. ഇവിടത്തെ മാമതന്നെയാണ് വാങ്ങിയത്. കൂര പൊളിച്ച് ആ സ്ഥലവും കൂടി ഇതിനോടു ചേർത്ത് മതിലുകെട്ടി. അതിനുശേഷമാണ് ആ വശത്ത് രണ്ടുമുറി പണിതത്. ഒന്നിലിപ്പോൾ മജീദ്കാക്കാ കിടക്കുന്നു. മറ്റേതിൽ ഷാഹുല്കാക്കായും.

വീട് വിറ്റ് ചികിത്സിച്ചിട്ടും വാപ്പായുടെ ദണ്ഡം മാറിയില്ല. കേറിക്കിടക്കാൻ ഇടമില്ലാതായത് മിച്ചം. മുക്കിലെ ശിവരാജൻ മുതലാളിക്ക് വാടകയ്ക്കു കൊടുക്കുന്ന എട്ടു മുറികളുണ്ടായിരുന്നു. മാമാ പറഞ്ഞതുകൊണ്ടാണ് അവിടെ ഒരു മുറി കിട്ടിയത്. അധികംനാൾ കിടന്ന് നരകിക്കാതെ വാപ്പ പോയി. അതോടെ ഉമ്മയ്ക്കായി നരകം. മൂത്തതാത്തായെ വാപ്പയുടെ നല്ലകാലത്ത് കെട്ടിച്ചയച്ചിരുന്നു. വിഴിഞ്ഞത്ത്. അത്യാവശ്യം സ്ത്രീധനവും ഉരുപ്പടിയുമൊക്കെ കൊടുത്തുതന്നെ പറഞ്ഞയച്ചത്. അതുകൊണ്ട് ഇന്നും സുഖമായി കഴിയുന്നു. മച്ചയ്ക്ക് ചായക്കട. ഒരു പെണ്ണുള്ളതിനെ കെട്ടിച്ചു. മകനും ജോലിയായി. എന്നാലും ഉമ്മയെ തിരിഞ്ഞു നോക്കാറില്ല. അരി ഇടിച്ചും നെല്ലുകുത്തിയുമാണ് ഉമ്മ അവളേയും രണ്ടണ്ണന്മാരേയും വളർത്തിയത്. പറക്കമുറ്റിയപ്പോൾ അണ്ണന്മാർ അവരുടെ വഴി നോക്കിപ്പോയി. പെണ്ണുകെട്ടിയതോടെ യാതൊരന്വേഷണവുമില്ല. അതുകൊണ്ടാണല്ലോ എങ്ങുനിന്നോ വന്നവന് അവളെ കെട്ടിച്ചു കൊടുക്കേണ്ട ഗതികേട് ഉമ്മയ്ക്കുണ്ടായത്.മാസാമാസം വാടക കൊടുക്കാനാ

വാതെ ഉമ്മ ഞെരുങ്ങുന്നത് കണ്ടാണ് മാമി അവളേയും ഉമ്മയേയും ഇവിടെ വിളിച്ചു താമസിപ്പിച്ചത്. അന്നുമുതൽ ഇവിടെത്തന്നെ. കല്യാണം കഴിഞ്ഞ് അയാൾ പോകുന്നതുവരെ വാടകക്കൂരയിലായിരുന്നു താമസം. അയാൾ കളഞ്ഞിട്ടുപോയതോടെ വീണ്ടും ഇങ്ങോട്ടു ചേക്കേറി. ഉമ്മയുടെ മരണവും ഇവിടെവച്ചുതന്നെ. അയാൾ നന്നായിരുന്നെങ്കിൽ ഇങ്ങനെ കണ്ടവരുടെ എച്ചിലുകഴുകി കഴിയേണ്ടി വരുമായിരുന്നോ?

കണ്ടവരെന്നുപറയാമോ? റാബിയാമാമി മകളെപ്പോലെ അന്വേഷിക്കാറുണ്ട്. മുംതാസിന് കോടി എടുക്കുമ്പോൾ കുറഞ്ഞതെങ്കിലും ഒന്ന് അവൾക്കും എടുക്കും. ഓർമവെച്ചകാലം മുതൽ ഈ വീട്ടിൽതന്നെ. കാലത്തേ മുറ്റം തൂത്ത് പാത്രങ്ങളും കഴുകിവെച്ച് പള്ളിപ്പുരയിൽപോകും. അതും കഴിഞ്ഞുവന്ന് കാപ്പികുടി കഴിഞ്ഞ് പള്ളിക്കൂടത്തിലേക്ക് തിരിക്കും. വൈകുന്നേരം വന്നാണ് നിലം തൂത്തു തുടയ്ക്കുന്നത്. പഠിക്കാനിരുന്നാൽ ഒരുവക മണ്ടയിൽ കയറില്ല. അഞ്ചാംക്ലാസിൽ രണ്ടു കൊല്ലമിരുന്നപ്പോൾ ഉമ്മയാണ് പഠിത്തം നിർത്തിയത്.

വീടും ചുറ്റുപാടും വൃത്തിയായിട്ടിരിക്കണം മാമിക്ക്. ദിവസവും നിലം നനച്ചുതുടയ്ക്കുന്ന പതിവൊന്നും ഇവിടങ്ങളില്ല. രണ്ടുനേരം തൂത്തിറക്കും. മുറ്റവും അതുപോലെതന്നെ.

തറ എന്നുമിങ്ങനെ വെള്ളം മുക്കി തുടച്ചാൽ ഇടിഞ്ഞുപോകുമേ. ഞാൻ പറഞ്ഞില്ലെന്നുവേണ്ട."

അവൾ എന്നുമെന്നും തറ തുടയ്ക്കുന്നതു കാണുമ്പോൾ അയലത്തെ ഹമീദാമാമി പറയും. ആ മാമിക്ക് ഇവിടത്തെ മാമിയോട് ഇഷ്ടക്കേടുണ്ടെന്ന് പലപ്പോഴും തോന്നിയിട്ടുണ്ട്. തരംകിട്ടിയാൽ കുറ്റപ്പെടുത്തും. മാമിയെ കാണുമ്പോൾ തേനൊലിപ്പിച്ചാണ് സംസാരിക്കുന്നത്. വേറെ വല്ലവരോടും മാമിയെക്കുറിച്ച് പറയുമ്പോൾ നാക്കിൽ വിഷം. അതു കേട്ട് ഒരിക്കൽ അവരോട് ഇടയേണ്ടിവന്നിട്ടുണ്ട്. എന്തോ ആവശ്യത്തിന് പാർവതിഅക്കന്റെ വീട്ടിൽ ചെന്നതായിരുന്നു. നടയിലെത്തിയപ്പോൾത്തന്നെ ഹമീദാമാമിയുടെ ശബ്ദം തിരിച്ചറിഞ്ഞു. പതുങ്ങിയാണ് ചെന്നത്.

"കേട്ടോ പാറോതി. ആ റാബിയ നമ്മളു വിചാരിക്കണകണക്ക് പാവമൊന്നുമല്ല. നല്ലകാലത്ത് ഏതാണ്ടൊക്കെ ഒപ്പിച്ചുകാണും. അല്ലാതെ ആ തന്ത ഇത്രേം ദൂരത്തേക്ക് കെട്ടിച്ചയയ്ക്കുമോ? നന്ദി കാണിക്കാനാണെന്നൊക്കെ ചുമ്മാ പറയുന്നതാണെന്നേ. കാശു കണ്ടപ്പോ പാവം അലിയാരുകുഞ്ഞ് മാമാ വീണുപോയി. എന്റെ മാമി പറഞ്ഞുകേട്ടതാണേ."

"ഞാനെങ്ങും കേട്ടില്ല. അവരു ചീത്തയായി നടന്നവരാണെന്ന് അവരുടെ മുഖം കണ്ടാലൊട്ടു പറയൂല. നമ്മള് കാണാൻ തുടങ്ങിയിട്ട് വർഷമെത്തറയായി? ചീത്തത്തരം വല്ലോം നിങ്ങള് കണ്ടിട്ടുണ്ടോ?"

"അസനാരുകാക്കയും പിള്ളാരുടെ വാപ്പച്ചിയും കൊച്ചിലേ മുതലുള്ള കൂട്ടാ. അവരുതമ്മിൽ രഹസ്യങ്ങളില്ല. മാമി വല്ലതും കേട്ടു കാണും."

"നമ്മളായിട്ടു അവരെക്കുറിച്ച് വേണ്ടാതീനമൊന്നും പറഞ്ഞുപരത്ത

ണ്ട. അവരെപ്പോലൊരാളെ ഈ മുക്കിലെന്നല്ല ഈ ദേശത്ത് ഞാൻ കണ്ടിട്ടില്ല കേട്ടോ."

"അവരടെ കൈയിൽ നാലുകാശുള്ളതുകൊണ്ട് എല്ലാരിക്കും അവര് തങ്കക്കൊടം. ഇവരുടെ കൈയിലൊക്കെ കാശ് എന്നാ വന്നതെന്ന് നമുക്കും അറിയാമേ. ഇന്നലെ ഞാൻ ചെന്ന് അഞ്ഞൂറു രൂപാ കേട്ടപ്പം അവളേലില്ലെന്ന്. കുറച്ചുനുമ്പേ ആയിരം രൂപാ കാക്കാ അവളെ കൈയിക്കൊടുക്കണത് കണ്ടോരുണ്ട്."

പറഞ്ഞുമുഴുമിപ്പിക്കുന്നതിനു മുമ്പേ അവൾ അങ്ങോട്ടു ചെന്നു.

"അവരേൽ കാശുണ്ടായിട്ടും തന്നില്ല. നേരുതന്നെ. എന്നാലും നിങ്ങളിങ്ങനെയൊക്കെ പറയാമോ മാമീ? എന്തരെന്നേ, ഒന്നുമില്ലെങ്കിലും നിങ്ങള് അവരുടെ കൂട്ടുകാരിയാണെന്ന് നാടു മുഴുക്കെ പറഞ്ഞു നടക്കാറുണ്ടല്ല്. ഇങ്ങിനെതന്നെ കൂട്ടുകാരികളെക്കുറിച്ച് പറയേണ്ടത് അല്ലേ അക്കാ?"

'നീയാരാടീ, എന്റൂടി വേഴം ചോദിക്കാൻ? ഇങ്ങനെയാണോടീ ഒരു വീട്ടിക്കയറിച്ചെല്ലണത്? ഒന്ന് മുരടനക്കംപോലും കേപ്പിക്കാതെ പാത്തും പതുങ്ങിയും. വഹ അത്തരമല്ലേ! വെറുതെയാണോ മാപ്പിള കളഞ്ഞിട്ടു പോയത്?"

'മാപ്പിള കളഞ്ഞിട്ടു പോയെന്നുംവെച്ച് നിങ്ങള മുമ്പിൽ കൈനീട്ടാനൊന്നും വന്നില്ലല്. ദേഹണ്ണിച്ചു തന്നെ സൈനബ കഴിയണത്. തോളിരുന്ന് ചെവി കടിക്കണെ ഏർപ്പാട് ഞങ്ങക്ക് അറിഞ്ഞുകൂടായേ."

"ഞാൻ നിന്റെ ചെവിയൊന്നും കടിക്കാൻ വന്നില്ലല്ല്. നിനക്കിത്ര ദണ്ണമെന്ത്?"

'ഓർമവെച്ചനാളു മൊതല് അവരാ എനിക്ക് ചോറുവിളമ്പിത്തന്നത്. അവരെക്കുറിച്ച് പറഞ്ഞാ എനിക്കിത്തിരി ദണ്ണമുണ്ട്."

'എങ്കീ നീ ചെന്ന് കേസുകൊട്."

"അതിനും മടിക്കൂലാ. വെരട്ടല്ലേ."

"നിന്നെ മെരുക്കാൻ തണ്ടും തടിയുമുള്ള ആണൊരുത്തൻ വിചാരിച്ചിട്ട് ഒത്തില്ല. പിന്നല്ലേ ഞാൻ..."

"ദേ. അനാവശ്യംപറഞ്ഞാലുണ്ടല്ലോ."

"പറഞ്ഞാ നീ എന്തരു ചെയ്യുമെന്നാ? അതറിഞ്ഞിട്ടു മേലാക്കം."

വഴക്കുമൂത്ത് കൈയാംകളിയിലെത്തുമെന്നു കണ്ടപ്പോൾ പാർവതി അക്കൻ ഓടിച്ചെന്ന് റാബിയമാമിയെ വിളിച്ചുകൊണ്ടുവന്നു. അവരു വന്നു പറഞ്ഞാൽ അടങ്ങാതെന്തു ചെയ്യും?

മാമിയെ കണ്ടതും പുലി എലിയായി. ഹമീദാമാമി മൂക്കുപിഴിഞ്ഞു കൊണ്ടു പരിഭവം തുടങ്ങി.

"കേട്ടോ റാബിയാ. ഇന്നലത്തെ മഴയ്ക്ക് പൊട്ടിമുളച്ച ഈ പെണ്ണ് എന്നോട് വേഴം ചോദിക്കാൻ വന്നിരിക്കണ്. നിന്നെക്കുറിച്ച് ഞാൻ വല്ലതും പറഞ്ഞെങ്കിത്തന്നെ അത് ഞാനും നീയും തമ്മിൽ തീർക്കൂലേ. ഈ പെണ്ണ് അതിനിടയിൽ..."

"എടീ പാർവ്വതിയെ വിളിക്കാനയച്ച നീ ഇവിടെ നിന്ന് അങ്കം വെട്ടുകയാ. അല്ലേ? ഹമീദാമാമിയെ മുഴുമിപ്പിക്കാൻ അനുവദിക്കാതെ അവർ അവളെ പിടിച്ചുവലിച്ചുവീട്ടിലേക്കു നടന്നു.

"ഹമീദാ പിന്നെ കാണാം."

പോരുമ്പോൾ പറയാൻ മറന്നില്ല. ഹമീദാമാമി ആകെ ചമ്മിയമട്ടുണ്ടായിരുന്നു. അതാണ് റാബിയാമാമിയുടെ സ്വഭാവം. ആരോടും എടുത്തടിച്ചമട്ടിൽ ഒന്നും പറയില്ല. ആരുടെ കാര്യത്തിലും ഇടപെടുകയുമില്ല. വീട്ടിനു പുറത്തിറങ്ങുന്ന പതിവില്ല. അവരുടെ ജോലി കഴിഞ്ഞാൽ നിസ്കാരവും പ്രാർഥനയുമായി കഴിഞ്ഞുകൂടും ആ നിറവ് മുഖത്ത് കാണാനുമുണ്ട്.

മാമായോടുപോലും ശബ്ദമുയർത്തി അവർ സംസാരിക്കുന്നത് ഇക്കാലത്തിനിടയിൽ അവൾ കണ്ടിട്ടില്ല. മാമായോടുള്ള അരിശം തന്നത്താൻ തീർക്കുകയാണ് പതിവ്. ഒരു ദിവസം മുഴുക്കെ ചിലപ്പോൾ അറുംപട്ടിണി കിടന്നുകളയും. ഭാര്യയും ഭർത്താവും തല്ലുകൂടുന്നത് നാട്ടുകാർക്കു കൂടി കേൾക്കെ വേണമെന്ന് നിർബന്ധമുള്ളതുപോലെയാണ് ഇവിടുത്തുകാരുടെ പെരുമാറ്റം. നാടുമുഴുക്കെ കേൾക്കെയാണ് ഇരുകൂട്ടരും തെറിവിളിക്കുന്നത്. ഒടുക്കം ഭർത്താവ് അടിച്ചുമലർത്തുമ്പോൾ ഭാര്യയുടെ നാവടങ്ങും. പിന്നെ അലമുറയും ഒപ്പാരിയുമാണ്. ഒടുക്കം അയൽക്കാർ ഇടപെട്ടാണ് രമ്യതയിലെത്തിക്കുന്നത്. കുറച്ചുകഴിയുമ്പോൾ ഭർത്താവ് കുപ്പിയുമായി വൈദ്യശാലയിലേക്കും ഭാര്യ അടുക്കളയിലേക്കും ഇറങ്ങുന്നു. അയാൾ തൈലമിട്ട് ചൂടുപിടിച്ചു കൊടുക്കുന്നതോടെ ഭാര്യയുടെ പരിഭവും തീർന്നു. ഇതൊക്കെ ഇടയ്ക്കിടെ ആവർത്തിക്കുമെന്നുമാത്രം. അവളുടെ വാപ്പയും ഉമ്മയും അയൽക്കാരുമൊക്കെ ഇങ്ങനെ പിണങ്ങുന്നത് പലവട്ടം കണ്ടതാണ്. പുതുമോടിയിൽത്തന്നെ ഭർത്താവ് കളഞ്ഞിട്ടുപോയതുകൊണ്ട് അവളിതൊന്നും അനുഭവിച്ചിട്ടില്ല. കെട്ടിയവന്റെ തൊഴിയും പള്ളും കേട്ട് കൂടെ പൊറുക്കുന്നത് ഒരു സുഖംതന്നെ. അതിനുംവേണം ഭാഗ്യം.

നെടുവീർപ്പിട്ടുകൊണ്ട് സോപ്പിട്ട തുണികളുമായി അവൾ കുളിമുറിയിൽകയറി കതകടച്ചു. അതു കഴുകിയിട്ടിട്ടു വേണം കുളിക്കാൻ.

"കൊച്ചേ നീ കുളിമുറിക്കകത്തിരുന്ന ഉറങ്ങുകാന്നോ? കുറേനേരംകൊണ്ട് അതിനകത്ത് കയറി ഇരിക്കുന്നല്ലോ?"

അയ്യോ സിനിമാ കഴിഞ്ഞ് നിങ്ങളിങ്ങെത്തിയോ?' നേരം പോയതറിഞ്ഞില്ല കേട്ടോ. കഴുകാൻ തുണികളൊരുപാടുണ്ടാരുന്നു. ഷാഹുല് കാക്കാരെ വെള്ളമുണ്ടുകള് തറയിലിട്ടേക്കരുതെന്ന് പറഞ്ഞാ നിങ്ങള് കേക്കൂലല്ല്. അപ്പടി അഴുക്കാരുന്നു. കഴിഞ്ഞു ദാ ഇപ്പഴെറങ്ങാം. ഒന്ന് കുളിച്ചോട്ട്."

വിളിച്ചുപറഞ്ഞിട്ട് അവൾ പൈപ്പിന്റെ ചുവട്ടിൽ തല കാണിച്ചു. തണുത്ത വെള്ളം തലയിൽ വീണപ്പോൾ പുതുമഴ ഏൽക്കുന്ന സുഖം.

പതിമൂന്ന്

"ഉമ്മാ, ഉമ്മിച്ച്... ഒന്നിങ്ങോട്ട് വന്നാണീ."

"എന്തിനു കൊച്ചേ കിടന്നു കീറണത്?"

മകളുടെ ഉറക്കെയുള്ള വിളി കേട്ട് ഇറയത്തെത്തിയ സീനത്ത് ചോദിച്ചു. അപ്പോഴാണ് മകളോട് വിശേഷം പറഞ്ഞുകൊണ്ടുനിൽക്കുന്ന മജീദിനെ കണ്ടത്.

"നീയങ്ങ് വളർന്നുപോയല്ലോടീ. നോയിക്കാണ് കൊച്ചാപ്പാടത്രേം പൊക്കം വെച്ചു."

"അതുകൊള്ളാം പിള്ളേര് പിന്നെ ചെറുതാകുമെന്നാ?"

നദീറ ഷഹാനയെ അണച്ചുപിടിച്ചപ്പോൾ അവളുടെ മുഖത്തു നാണം.

"അയ്യോ! കൊച്ചിന്റെ നാണം കണ്ടില്ലേ?"

"അള്ളോ ഇതാര് വന്നിരിക്കണത്? രണ്ടിനും വഴിതെറ്റിയ കോളുണ്ടല്ലോ."

സീനത്ത് കുശലം പറഞ്ഞു.

"നേരാ കൊച്ചാപ്പായും കൊച്ചുമ്മായും ഇവിടെ വന്നിട്ട് നാളെത്രയെന്നറിയാമോ? പിള്ളേരെ കൊണ്ടുവരാത്തതെന്ത് കൊച്ചുമ്മാ?"

"എന്തര് ചെയ്യട്ട് താത്താ? അവിടന്നൊന്ന് തലയൂരാൻ ഒക്കണ്ടേ? പിള്ളാരെ പള്ളിക്കൂടത്തിലോട്ട് വിട്ടിട്ടാ ഇന്ന് വല്ലച്ചാതിയുമൊന്ന് ഇറങ്ങിയത്. കൊച്ചുമ്മാടെ വീടുവരെ ഒന്നുപോയിരുന്നു മക്കളേ. ഇനി വരുമ്പോ പിള്ളാരെക്കൂടെ കൊണ്ടുവരാം."

"റംലത്ത് ഇപ്പഴും പണ്ടത്തെ കണക്ക് തന്നെ. അല്ലെ നദീറാ?"

"ആ കൊച്ചിന്റെ കാര്യം പറയാതിരിക്കുന്നതാ താത്താ നല്ലത്. അവക്കു തോന്നുമ്പഴാ അടുക്കളയിൽ കയറുന്നത്. അവിടെ പിള്ളേരിക്കെങ്കിലും നേരത്തിനും കാലത്തിനും വിളമ്പിക്കൊടുത്തൂടേ? ഊഹും.

അതിനെവിടെ നേരം? എന്നുമെന്നും യാത്രയല്ലേ? കൂടെയിറങ്ങാൻ അവനും റെഡിയായിട്ടിരിക്കയാണല്ലോ?"

"മോളേ അടുക്കളേൽച്ചെന്ന് അലീമാത്താടെ കാപ്പിയിടാൻ പറ. എന്നിട്ടു ചെന്നു കുളി. തലനിറയെ എണ്ണ തേച്ച് കുറേനേരംകൊണ്ട് നടക്കുന്നല്ലോ."

അവരുടെ സംസാരം വായുംപൊളിച്ചു കേട്ടുകൊണ്ടു നിന്ന മകളോട് സീനത്ത് പറഞ്ഞു.

"കൊച്ചുമ്മാ പോയിട്ട് കുളിക്കാം."

"അയ്യോ വേണ്ട മക്കളേ! എണ്ണതേച്ചോണ്ട് ഏറെനേരം നിന്നാൽ തലയിൽ നീരിറങ്ങും. വെക്കം ചെന്ന് കുളിച്ചിട്ടുവാ."

"ദേ നിങ്ങളാ പൊതി കൊച്ചിന് കൊടുക്കാത്തതെന്ത്?"

പുറത്തേക്കു കണ്ണുംനട്ട് നിൽക്കുന്ന മജീദിനോട് നദീറ തട്ടിക്കയറി.

"അയ്യോ ഞാനതങ്ങു മറന്നുകേട്ടോ. ഇന്നാ ചൂടുള്ള ഏത്തക്കാവറ്റലാ. ഇത്തിപ്പോലം കാക്കാക്കും വച്ചേക്കണേ. അവനെ ഇവിടൊന്നും കണ്ടില്ലല്ല്. എവിടെപ്പോയത്?"

"ട്യൂഷൻ കഴിഞ്ഞെത്തിയില്ല. നിന്നോട് പറഞ്ഞതു കേട്ടില്ലേ?"

സീനത്ത് വിരട്ടിയപ്പോൾ ഷഹാന മനസില്ലാമനസോടെ അകത്തേക്കു നടന്നു. ഇറയത്തെ കസേരയിലിരുന്നുകൊണ്ട് നദീറ വീണ്ടും പരിഭവം തുടങ്ങി.

"കേട്ടോ താത്താ, ഇങ്ങനെപോയാ കട വെളുക്കാൻ ഇനി അധികം നേരംവേണ്ട. കഴിഞ്ഞയാഴ്ച അവടെ വീട്ടിപ്പോയപ്പം കട മുഴുക്കെ കൊണ്ടുപോയി. അവടെ താത്താക്കും മച്ചാക്കും പിള്ളേരിക്കും ഡ്രസ്സെടുത്തു. അവരിക്കെന്ത് ഗതിയില്ലേ? ലങ്ങേരിട കൈയിൽ പൂത്ത കാശൊണ്ട്. ഉമ്മാക്കോ വാപ്പാക്കോ വല്ലപ്പോഴും വല്ലതും കൊടുക്കണതിൽ തെറ്റില്ല. ഇതതല്ല. ആഴ്ചേലാഴ്ച്ചേൽ വീട്ടിപ്പോണം. പോവുമ്പോഴെല്ലാം കെട്ടു കണക്കിനാ കൊണ്ടുപോകുന്നത്. ഇങ്ങനെ പോയാ എവിടെത്തും?"

സീനത്തിന് മിണ്ടാട്ടമൊന്നുമില്ലെന്നു കണ്ടപ്പോൾ നദീറ തുടർന്നു. "എന്റെ കല്യാണം കഴിഞ്ഞിട്ട് ഇത്രേം നാളായല്ലോ. എന്റെ താത്താമാരിക്കോ, ഒടപ്രന്നോനോ നൂലിഴതുണി ഇവിടന്ന് കൊണ്ട് പോയിട്ടുണ്ടോന്ന് നിങ്ങട അനിയന്റൂടി കേട്ടുനോക്കിയാണീ. അയ്യേ അതൊക്കെ കുറച്ചിലല്ലേ താത്താ. ഇങ്ങേര് തിന്നാതേം കുടിക്കാതേം കടയെന്നും പറഞ്ഞ് ചാവാൻ നടക്കും. ലവൻ ഇങ്ങനെ തേരാപ്പാരാ നടക്കാനും. അവളൊരുത്തിയാ അവനെ ചീത്തയാക്കുന്നത്."

"കേട്ടോ മയിനി കഴിഞ്ഞയാഴ്ച അത്യാവശ്യമാണെന്നും പറഞ്ഞ് നിന്ന നിലയിലാ എന്റെ കൈയീന്ന് ആയിരം രൂപാ വാങ്ങിച്ചത്. പിറ്റേന്ന് രണ്ടും കൂടി പെട്ടിയും പടുക്കയുമായി ഒരു പോക്ക്. കന്യാകുമാരി കുറ്റാലമൊക്കെ കറങ്ങി ദേ മിനഞ്ഞാന്നാ തിരിച്ചെത്തിയത്. എങ്കീ നിങ്ങടെ പിള്ളാരേക്കൂടി കൊണ്ടുപൂവാത്തതെന്ത് എന്ന് കേട്ടപ്പോൾ അവൻ വായീവന്ന പള്ളൊക്കെയും വിളിച്ചുപറഞ്ഞു. അതേപ്രായത്തില് ഞങ്ങക്കുമുണ്ട് രണ്ടെണ്ണം. നാലുംകൂടി ഏവക്ക് ചേക്ക കൊടുക്കൂലാ. ഉമ്മാക്കാണെങ്കിൽ

പഴയതുപോലൊന്നും വയ്യ. നാടുകാണാനിറങ്ങാൻ ഞങ്ങക്കും ആശയൊക്കെയുണ്ട്. ഇറങ്ങാനൊക്കണ്ടേ? അവനും അവക്കും വെച്ചുവിളമ്പണം. അവരുടെ പിള്ളേരെയും അന്നഴിക്കണമെന്നുവെച്ചാ എന്തര് ചെയ്യും? ഞങ്ങളാര് അവര ജോലിക്കാരിയോ? ഉമ്മായെ വിചാരിച്ച് മാത്രമാണ് അടങ്ങണത്."

മജീദിന്റെ സ്വരം ഇടറി.

"അതുന്നെ അനിയച്ചാര് തലയീ കയറി ഇരിക്കണത്. അവന്റെ കൂടി ഉമ്മയാണെന്ന ചിന്ത അവനില്ലാത്തതെന്ത്? താത്താക്കറിയാമല്ലോ ഒരേക്കറ് പൊരയിടം സ്ത്രീധനമായി എന്റെ പേരുക്ക് എഴുതിത്തന്നിട്ടൊണ്ട്. തന്ന കാശിന്റെ കണക്ക് ഞാൻ പറയുന്നില്ല. എന്തര് ചെയ്തെന്ന് ചോദിക്കുന്നുമില്ല. അതൊക്കെ വിളിച്ചുപറഞ്ഞ് നടക്കുന്ന പതിവ് കുടുംബക്കാർക്ക് ചേർന്നതല്ല. പറഞ്ഞതെന്താന്നുവെച്ച് ഒരു പത്തമ്പത് മൂട് തെങ്ങെങ്കിലും അവിടെ കാണും കേട്ടോ. അതിന്റെ മൂടൊന്നു കിളപ്പിക്കാനോ ഇത്തിപ്പോലം വളം വല്ലോം വാങ്ങിച്ചിടാനോ ലിങ്ങേരിക്ക് സമയമില്ല. നന്നായി അന്നഴിച്ചാ ചെലവിനൊള്ള കാശ് കളിയില്ലാതെ കിട്ടും. ഇനിയും പത്തമ്പതുമൂട് തൈ വെക്കാനുള്ള സ്ഥലമുണ്ട്. കാശുകൊടുത്താ പണിചെയ്യിപ്പിക്കാമെന്ന് കാക്കാ എത്തറനാളുകൊണ്ടു പറയുന്നെന്നോ."

"എങ്കീ ആ കാശു പോയതുതന്നെ."

മജീദ് പരിഹസിച്ചു.

"അത് നിങ്ങള വീട്ടില രീതി. അന്യോന്യം കാലുവാരുന്ന ഏർപ്പാട് ഞങ്ങക്കില്ല. അയ്യോടാ. പറഞ്ഞത് കേട്ടില്ലേ.."

നദീറയുടെ ശബ്ദമുയർന്നു.

"പതുക്കെപറ കൊച്ചേ. ഇവിടെ അയലോക്കത്തൊക്കെ ആളുള്ളതാ."

മജീദ് താക്കീതു ചെയ്തു.

"ഞാനെന്റെ സങ്കടം ആരൂടി പറയാൻ? ഒരു കൂരകെട്ടി അവനവന്റെ സ്ഥലത്ത് ചേക്കേറിയെങ്കി ഇങ്ങനെ നാട്ടിലുള്ളോരെ മുഴുക്കെ പേടിച്ചു കഴിയണ്ടായിരുന്നു. അവിടെ ഒരു കട തുടങ്ങാൻ സഹായിക്കാമെന്ന് കാക്ക അന്നേ പറഞ്ഞതാ. ഇവിടുന്നുകൂടി വല്ലതും കിട്ടിയാ ഞാനെന്റെ പിള്ളാരേയും വിളിച്ചോണ്ട് പൊയ്ക്കോളാം."

നദീറ തേങ്ങി.

"നീയൊന്ന് ചുമ്മാതിരി കൊച്ചേ. അല്ലെങ്കിലേ ഉമ്മാ വയ്യാതിരിക്കണ്. വാപ്പാക്കാണെങ്കി ഒട്ടും വയ്യ. അപ്പഴാ അവടെ ഒരു..."

"വേണ്ട. അവസാനം എല്ലാരുംകൂടി അടിച്ചിറക്കുമ്പം മൂടും തട്ടി ഇറങ്ങാം. എനിക്ക് കഴിയാനുള്ളത് എന്റേപേരിലുണ്ട്. ഇങ്ങനെ കണ്ടവരുടെ ദാസ്യപ്പണി ചെയ്തു കഴിയണ്ട ഗതികേടൊന്നും ഞങ്ങക്ക് വന്നിട്ടില്ല. മാമിയെക്കരുതിമാത്രമാ ഞാനും ക്ഷമിക്കുന്നത്. നദീറ മൂക്കുപിഴിഞ്ഞു.

എല്ലാം നേരെയാകും. നീ സമാധാനപ്പെട്.

സീനത്ത് അവളെ സമാധാനിപ്പിച്ചു.

"കേട്ടോ താത്താ ഇന്നാളൊരു ദിവസി പിള്ളാരുതമ്മീ ചണ്ട കൂടിയപ്പോ ഞാനൊരിക്കീലിയെടുത്ത് ഷാഹുലിന്റെ ഇളയ ചെക്കന് ഒരെടി വെച്ചുകൊടുത്തു. അവള് ഒടനെ അവനോട് കൊളുത്തിക്കൊടുത്തു. ദേവന്നിരിക്കണ് അവൻ ചന്ദ്രഹാസമെടുത്തോണ്ട് എന്റ്റൂടി ചോദിക്കാൻ. എനിക്കങ്ങു നാക്കു ചൊറിഞ്ഞു വന്നു. കണക്കിനങ്ങു പറഞ്ഞു കൊടുത്തു. രണ്ടുംകൂടെ പിള്ളാരെ നോക്കാതെ തെണ്ടാനിറങ്ങും. അപ്പം തീട്ടം കഴുകാനും കുളിപ്പിക്കാനും മൂത്തമ്മാ വേണം. ഒരീക്കിലികൊണ്ട് രണ്ട് കൊടുത്തപ്പം അവരിക്ക് നൊന്തുപോയി. എനിക്കു മടുത്തു താത്താ. താത്താ വല്യാക്കാടുടീ പറഞ്ഞ് എന്തെരെങ്കിലും ഒരു പോംവഴി കണ്ടില്ലെങ്കില് ആരിക്കും ചേക്കയുണ്ടാകൂലാ."

"അതുതന്നെ മയിനീ ഞാനും പറേണത്. വാപ്പായേം ഉമ്മായേം ഞങ്ങളന്നഴിച്ചോളാം. ഷാജീടെ കാര്യം നോയിക്കോളാം. രണ്ടുകൂട്ടരും ഒന്നിച്ചിനി വയ്യ. ഒന്നുകിൽ അവൻ മാറിത്താമസിക്കട്ടെ. ഞങ്ങള് അവിടന്ന് ഇറങ്ങണോ, അതിനും ഒരുക്കം തന്നെ. അവന് സ്വന്തം കാര്യത്തെക്കുറിച്ചേ ചിന്തയുള്ളൂ. ഇങ്ങനെപോയാ തമ്മിത്തല്ലി തലകീറും."

"വല്യാക്കാ വരുമ്പം ഞാൻപറയാം. വാ. കാപ്പി കുടിക്കാം. അപ്പഴേക്കും വല്യാക്കയിങ്ങെത്തും. നീ തന്നെ പറ.."

കാപ്പികുടി കഴിഞ്ഞ് കുറച്ചുനേരം കാത്തിരുന്നിട്ടും അസീസിനെ കാണാതായപ്പോൾ മജീദ് പോകാൻ തിടുക്കം കൂട്ടി.

"നേരമിരുട്ടിത്തുടങ്ങി. ഇനി ഇരുന്നാൽ ഒക്കൂലാ. കടയിൽ വിറ്റുകിട്ടിയ കാശും പെറക്കി മടിയിലിട്ട് അവൻ ഊരുചുറ്റാൻ ഇറങ്ങിക്കാണും. ഏടേയ് ഇറങ്ങാൻ നോക്ക്."

"ഇത്തിക്കൂടി ഇരുന്നുനോക്കാം. വല്യാക്കയെ കണ്ടിട്ടിറങ്ങിയാപ്പോരേ?"

"നീ എണീര്. നമുക്ക് ഞാറാഴ്ച ഒരിക്കക്കൂടി വരാം."

"ഓ അതു നടന്നതുതന്നെ. അതിനകത്തുനിന്ന് ഒന്നു വെളിയിലേക്കിറങ്ങാനുള്ള പാട് എനിക്കല്ലേ അറിയാവൂ."

"നീ ഇന്നിവിടെ നില്ല് നദീറാ കാലത്തേ പോകാം."

"കണക്കായിപ്പോയി. പിള്ളേര് പള്ളിക്കൂടത്തീന്നുവന്നിട്ട് ഉടുപ്പുപോലും മാറിക്കാണൂല്ല. അവള് വീട്ടിലില്ലെങ്കി അവളെ പിള്ളാരെ ഞാൻ കുളിപ്പിച്ചൊരുക്കിയൊക്കെ നിർത്തും. എന്റെ മക്കള് വയറുവിശന്നു വിളിച്ചാപ്പോലും അവള് അനങ്ങൂല്ല. അതാ ജനുസ്. മാമിയാണെങ്കി ഇപ്പൊ പണ്ടത്തെ കണക്കൊന്നുമല്ല കേട്ടോ താത്താ. ആകെ മടുത്ത മട്ടാ. മുമ്പാണെങ്കി പിള്ളാരുടെ കാര്യം മാമി നോക്കിയേനെ. ഇപ്പൊ ഒരിടത്തിരുന്നാ അങ്ങിരിക്കും. അവിടെ എന്തര് പാടോ എന്തോ?"

"മക്കളെവിടെ? പോയിട്ട് വരാം മയിനീ."

മജീദ് യാത്രചോദിക്കുന്നതു കേട്ട് ഷുഹൈബും ഷഹാനയുമെത്തി.

"ട്യൂഷൻ കഴിഞ്ഞെപ്പൊഴെത്തി?"

മജീദ് ഷുഹൈബിനെ അണച്ചുപിടിച്ചിട്ടു ചോദിച്ചു:

"ദേ വന്നുകയറിയതേ ഉള്ളൂ. ഇത്ര പെട്ടെന്നുപോണോ? ഞാറാഴ്ച പിള്ളാരെ രണ്ടിനേം ഇങ്ങോട്ട് വിടണേ കൊച്ചപ്പാ."

"ഓ നോക്കാം. നേരമങ്ങിരുട്ടി കേട്ടോ. പോണ് മയിനി."

മനമില്ലാമനസ്സോടെ നദീറയും പിറകേ ഇറങ്ങി.

അവരിറങ്ങി അൽപ്പംകഴിഞ്ഞതും അസീസെത്തി. കുളിയും കാപ്പി കുടിയും കഴിഞ്ഞ് പതിവുപോലെ ഇറയത്തു ചെന്നിരുന്ന അസീസിനോടു മകൾ പറഞ്ഞു.

"മജീദ് കൊച്ചാപ്പായും കൊച്ചുമ്മായും വന്നിരുന്നു. ഇത്തറയും നേരം വാപ്പായെ കാത്തിരുന്നു. എവിടെപ്പോയത്?"

"ടൗൺഹാളിൽ ഒരു സാഹിത്യസമ്മേളനമുണ്ടായിരുന്നു. അതു കഴിഞ്ഞപ്പോ ബാബുമാമനെ കണ്ടു. സംസാരിച്ചുനിന്ന് നേരംപോയതറിഞ്ഞില്ല. കൊച്ചപ്പാ എന്ത് വന്നത്?"

"ആ, എനിക്കെങ്ങനെ അറിയാം? ഒരുപാടുനേരം സംസാരിച്ചിരുന്നു. എന്നെ നാലയലത്തുപോലും നിക്കാൻ ഉമ്മ സമ്മതിച്ചില്ല. ചുമ്മാ അതുമിതും പറഞ്ഞ് ഓടിച്ചു."

"ചുമ്മാ നിന്ന് വാപ്പായെ മണിയടിക്കാതെ ചെന്നിരുന്ന് പഠിക്ക് കൊച്ചേ."

അതുകേട്ടെത്തിയ സീനത്ത് വിരട്ടി.

"ഓ ഞങ്ങള് പോണ്."

അവൾ മുഖം വലിച്ചുകയറ്റി അകത്തേക്കുനടന്നു.

'മജീദ് എന്തിനു വന്നത്?"

"പരാതികള് ഒരുപാടുണ്ടായിരുന്നു. ഷാഹുല് സ്വൈരം കൊടുക്കുന്നില്ലെന്ന്. മാറിത്താമസിച്ചാൽ തരക്കേടില്ലെന്നും മോഹമുണ്ട്."

"അതിന് ഞാനെന്തുവേണമെന്നാ?"

"വല്യാക്കാ, ഇടപെട്ട് സംസാരിക്കണമെന്ന്."

"പിന്നെ എനിക്ക് വേറെ ജോലിയൊന്നുമില്ലാതെ നിക്കുകയല്ലേ. എന്തെങ്കിലും ആയിക്കോണ്ടുപോട്ടെ."

"അങ്ങനെ പറഞ്ഞാലെങ്ങനാ? മാമാ എന്തോ പറഞ്ഞെന്നുംകരുതി പിണക്കം ഇപ്പഴും മാറീലാ. അല്ലേ? ഇങ്ങനെ തമ്മിൽത്തല്ലി തലകീറുന്നതിലും നല്ലതല്ലേ മാറിത്താമസിക്കുന്നത്?"

"നീ വേണ്ടാത്തതിലൊന്നും ഇടപെടേണ്ട."

വാപ്പാ ഇങ്ങോട്ടൊന്നും പറയാതെ ഞാനിനി ഒരുകാര്യത്തിലും ഇടപെടുന്ന പ്രശ്നമേയില്ല."

"അങ്ങനെ കൈയൊഴിയുന്നത് ശരിയല്ല കേട്ടോ. ഷാഹുല് മാറിത്താമസിച്ചാ മാമിക്കൊരു സ്വൈരം കിട്ടുമല്ലോ. മാമിക്ക് ഒട്ടും വയ്യ. മക്കള് തമ്മില് ഇങ്ങനെ എന്നുമെന്നും തല്ലുണ്ടാക്കിയാ അവരുടെ ആധി ഏറുകയേ ഉള്ളൂ. പറഞ്ഞില്ലാന്നുവേണ്ട."

അയാളൊന്നും മിണ്ടാതെ ഇരുന്നതേ ഉള്ളൂ. കുറേനേരം കാത്തിരുന്നിട്ടും അനക്കമില്ലെന്നു കണ്ടപ്പോൾ സീനത്തും എഴുന്നേറ്റു.

"ഗേറ്റു പൂട്ടിയേക്കട്ടേ?"

അയാൾ മൂളി.

"കിടക്കാൻ നേരം കതകു കുറ്റിയിടാൻ മറക്കണ്ട."

ഗേറ്റു പൂട്ടി അകത്തേക്കു നടക്കുമ്പോൾ സീനത്ത് ഓർമിപ്പിച്ചു.

അടുക്കളയിൽ കുറച്ചുനേരം തട്ടുംമുട്ടുമൊക്കെ കേട്ടു. പിന്നെ കനത്ത നിശ്ശബ്ദത. ഒച്ചയും അനക്കവുമില്ലാതെ അങ്ങനെ ഇരുന്നപ്പോൾ വല്ലാത്ത വിങ്ങൽ. നീലാകാശത്ത് ഇടയ്ക്കിടെ കണ്ണുചിമ്മുന്ന നക്ഷത്രങ്ങൾ. അയാൾ എണീറ്റുചെന്ന് വീണ്ടും കസേരയിൽ ഇരുന്നു.

ഒറ്റപ്പെട്ട ഒരു ചീവീടിന്റെ കാതു തുളയ്ക്കുന്ന ശബ്ദം അലോസരപ്പെടുത്തി. കുറച്ചുകഴിഞ്ഞപ്പോൾ അതും നിന്നു. ചുറ്റും അധികം വീടുകളൊന്നുമില്ല. നഗരത്തിൽനിന്നും വലിയ അകലമില്ലെങ്കിലും ഏകാന്തമായ സ്ഥലം. അടുത്തൊക്കെ വീടുകൾ പണിയുന്നുണ്ട്. അപ്പോൾ ഈ സ്വൈര്യത നഷ്ടമാകും. ഇരുട്ടത്തിങ്ങനെ എന്തെങ്കിലും ഓർത്തിരിക്കുക രസമാണ്. അപ്പോൾ ഉള്ളിൽ ആയിരം കഥകൾ വിരിയും. കടലാസും പേനയും കൈയിലെടുത്താൽ ഒരക്ഷരം എഴുതാൻസാധിക്കുകയുമില്ലെന്നു മാത്രം. സാഹിത്യത്തിൽ പണ്ടേ കമ്പം. വായിക്കാനായിരുന്നു ആർത്തി. ഉമ്മ ഉച്ചയൂണിനു തരുന്ന കാശ് കൂട്ടിവെച്ച് ആഴ്ചയിലൊരു പുസ്തകം വാങ്ങും. ഉച്ചയ്ക്ക് ഒരു ചായകൊണ്ട് ഒപ്പിക്കും. വീട്ടിലിരുന്നാലും മുറിയടച്ചിരുന്ന് വായനയാണ്. ഉമ്മ വന്നു വിളിക്കുമ്പോഴാണ് ആഹാരത്തെക്കുറിച്ച് ഓർക്കുന്നത്.

"മുറിയടച്ചിരുന്നു വായിക്കുന്ന നേരത്തിന് ആ കടയിലിരുന്ന് സഹായിച്ചൂടെ നിനക്ക്?"

വാപ്പ വഴക്കുപറയാറുണ്ട്. കേട്ടതായി നടിക്കില്ല. ഉമ്മ പിന്തുണയ്ക്കുന്നതുകൊണ്ട് വാപ്പ കൂടുതലൊന്നും പറയില്ലെന്ന് അറിയാം. ഷാഹുലും മജീദും തിമിർത്തുകളിക്കുമ്പോൾ അയാൾ മുറിക്കകത്തിരുന്നു സ്വപ്നം കാണും. വായിച്ചകഥകളിലെ കഥാപാത്രങ്ങളുമായി സല്ലപിക്കുമ്പോൾ നേരം പോകുന്നതറിയാറില്ല. അയൽവീട്ടിലെ കുട്ടികളുമായി ഇണങ്ങാനും പിണങ്ങാനും പോകാറില്ല.

"ചുറ്റുവട്ടത്തുള്ള കുട്ട്യോളുമായി വലിയ കൂട്ടൊന്നും വേണ്ട മോനെ. തുമ്പും വാലുമില്ലാത്ത കൂട്ടരാ." ഉമ്മ എന്നും ഓർമിപ്പിക്കും. അയൽക്കാരുമൊക്കെയായി ഇണങ്ങാൻ വർഷമിത്രയായിട്ടും ഉമ്മയ്ക്ക് കഴിഞ്ഞില്ല. കുട്ടിക്കാലത്ത് ഉമ്മയുടെ നാട്ടിൽ പലതവണ പോയിട്ടുണ്ട്. ബാക്കിയുള്ളവർക്കൊന്നും ആ നാടുമായി വലിയ ബന്ധമില്ല. വെള്ളമുണ്ടുടുത്ത് കൈയുള്ള ബനിയനുമിട്ട് ചാരുകസേരയിൽ നിറഞ്ഞിരിക്കുന്ന വല്യുപ്പയുടെ ചുറ്റിനും സേവകരുടെ പട. അവരാരും വല്യുപ്പയുടെ മുന്നിൽ ഇരിക്കാറില്ല. ഓച്ഛാനിച്ചു നിൽക്കുകയാണ് പതിവ്. നാണിച്ചു നിൽക്കുമ്പോൾ വല്യുപ്പ വിളിക്കുന്നു.

"ഇങ്ങു ബാ വമ്പാ."

മടിച്ചാണ് അടുത്തു ചെല്ലുക. വല്യുപ്പയുടെ മടിയിലിരുന്ന് മിനുസമുള്ള താടി തടവാൻ ഇഷ്ടമായിരുന്നു.

"വല്ലിപ്പാക്ക് ഒരു പഞ്ചാരമുത്തം താ കൊത്തിപ്പിടിച്ച്."

മാറോടണച്ചിട്ട് വല്യുപ്പ പറയും.

"ആ അങ്ങനെ, വമ്പൻ ഞങ്ങളെ എളേ മോള് റാബിയാന്റെ മോനാ. എപ്പളേങ്കിലുമാ വരവ്. എന്നാലും ഞങ്ങളോട് ഓന് പെരുത്ത് പിരിശാ."

"മോള് ആടത്തന്നെ അല്ലോളീ."

"പെണ്ണ് വീട്ടിൽ താമസിക്കണത് ഓലിക്ക് കൊറവാണല്ലോ. ഇബന്റെ ബാപ്പാക്ക് ആടെ പറപറക്കുന്ന കച്ചോടാ. ഇബിടെ ബന്ന് നിക്കാനൊന്നും കയ്യൂലാന്നും കൂട്ടിക്കോളി. എന്നാലും നേരമുണ്ടാക്കി എന്നെക്കാണാൻ ബരും."

ചുറ്റും കൂടിനിൽക്കുന്നവരോടായി വല്യുപ്പ പറയും. വരുമ്പോഴെല്ലാം വീട്ടിലുള്ളവർക്കും കൈനിറയെ സമ്മാനങ്ങളുമായാണ് വാപ്പ എത്തുക. മുന്തിയ ഇനം തുണിത്തരങ്ങൾ, നാടൻ കരുപ്പെട്ടി, വാപ്പുമ്മ കൊടുത്ത യയ്ക്കുന്ന ഹലുവയും മുറുക്കും. അങ്ങനെ ഒരു നൂറുകൂട്ടം സാധനം കാണും. തിരിച്ചുപോകുമ്പോൾ വല്യുപ്പയും ഒന്നിനും കുറവും വരുത്തില്ല. ശനിയാഴ്ച വണ്ടി കയറി ഞായറാഴ്ച രാവിലെയാണ് വാപ്പ എത്തുക. അന്നുരാത്രി തന്നെ മടക്കം. അത്തവണ നാട്ടിലെത്തിയപ്പോൾ വല്യുപ്പയുടെ ആഗ്രഹപ്രകാരം ഉമ്മ ഒരു മാസത്തിലേറെ നാട്ടിൽ താമസിച്ചിരുന്നു. ഞായറാഴ്ച എത്തുമെന്നുള്ള കത്ത് വല്യുപ്പയുടെ പേരിൽത്തന്നെയാണ് അയച്ചത്. കത്ത് കിട്ടിയപ്പോഴേ വല്യുപ്പ ഒരുക്കങ്ങൾ തുടങ്ങിയിരുന്നു.

"ഇനിയെന്നാ നീ നാട്ടിലേക്ക്? ഇടയ്ക്കെങ്കിലും വരണം."

കിടക്കാൻ നേരം ഉമ്മയോട് പറഞ്ഞിരുന്നു. രാവിലെ പതിവുപോലെ സുബഹിക്ക് ഉണരാത്തതു കണ്ട് ഉമ്മ ചെന്നുവിളിച്ചപ്പോൾ തണുത്തു മരവിച്ചിരിക്കുന്നു. ഉമ്മയുടെ അലമുറ ഇന്നും കാതിൽ അലയ്ക്കുന്നു. വാപ്പായെത്തുമ്പോൾ മുറ്റത്തും അകത്തും നിറയെ ജനം. അടിയന്തിരങ്ങളെല്ലാം കഴിഞ്ഞ് ഉമ്മയെയും കൊണ്ടാണ് വാപ്പ തിരിച്ചത്. ഒരാഴ്ച ആദ്യമായി അവിടെ താമസിക്കുകയും ചെയ്തു. അതിനുശേഷം ഉമ്മ വല്ലപ്പോഴുമാണ് പോവുക. അയാളെമാത്രമാണ് അവിടെവെച്ചു പ്രസവിച്ചത്. അതോടെ ഉമ്മ ഈ നാട്ടുകാരിയായി. എല്ലാവരോടും ഇണങ്ങുന്നതായി ഭാവിച്ചു. ഇണങ്ങാൻ കഴിയാതെ ഉമ്മ വിഷമിക്കുന്നത് പലപ്പോഴും കണ്ടിട്ടുള്ളതാണ്.

ഉമ്മയോട് അയാൾക്കുള്ളത്ര അടുപ്പം മറ്റു മക്കൾക്കില്ല. ഇപ്പോഴും അതേ. എന്നാലും ഈയിടെയായി എവിടെയോ ഒരു വിടവില്ലേ? ഓർക്കുമ്പോൾ വിങ്ങൽ.. ഊൺതളത്തിലെ ക്ലോക്കിൽ മണിമുട്ടുന്നത് കേട്ട് ചെവിയോർത്തു. അതേ, പതിനൊന്നുതന്നെ. ഒമ്പത് മണിക്ക് ഇരുന്നതാണ്. നേരം പോയതറിഞ്ഞില്ല. വീട് മുഴുവൻ ഉറക്കമായിരിക്കുന്നു. എഴുന്നേറ്റ് കതകടച്ച് അകത്തേക്കു നടന്നു.

പതിനാല്

"മയിനീ... മയനിയേയ്... ഒച്ചയും അനക്കവുമൊന്നുമില്ലല്ല്. ഇവടാരുമില്ലേ.."

"ഒന്നടങ്ങി നില്ല് അവരിങ്ങെത്തണ്ടേ?"

നിർത്താതെ ബെല്ലടിച്ചുകൊണ്ട് ബഹളംകൂട്ടിയ ഷാഹുലിനെ റംലത്ത് തടഞ്ഞു. "മയിനി വീട്ടിക്കാണൂല്ലേ എന്തോ? ഒണ്ടെങ്കി ഇതിനു മുമ്പേ കതകു തുറന്നേനെ."

ഷാഹുൽ വാതിലിനു തെരുതെരെ മുട്ടു തുടങ്ങി.

"ആരാത്? കതക് പൊളിഞ്ഞുപോകുമല്ലോ."

മുട്ടും വിളിയും കേട്ട് ഓടിയെത്തിയ അലിമാത്ത അരിശപ്പെട്ടുകൊണ്ടാണ് കതകു തുറന്നത്.

"ഓ നിങ്ങളായിരുന്നോ? ഞാനങ്ങ് പേടിച്ചുപോയല്ല്."

അലീമാത്ത സ്വരം മയപ്പെടുത്തി.

"മയിനി ഇല്ലേ താത്താ?"

ഷാഹുലിന്റെ സ്വരത്തിൽ അപ്പോഴും അക്ഷമ.

"ഇപ്പമിവിടെ നിന്നതാണല്ല്. അതല്ലേ ബെല്ലടി കേട്ടിട്ടും ഞാൻ അനങ്ങാതിരുന്നത്. കുളിക്കാൻ പോയിക്കാണും. വീട്ടിലെല്ലാരിക്കും സുഖം തന്നെ?" അലീമാത്ത കുശലം ചോദിച്ചു.

'മജീദ്കാക്കായും മയിനിയും വന്നിട്ട് ഒരുപാടുനേരമുണ്ടായിരുന്നോ? എന്തരൊക്കെ പറഞ്ഞോണ്ട് പോയത്?"

"നിങ്ങള് വന്നകാലിൽ നിന്ന് വിശേഷം പറയാതെ അകത്ത് കയറി ഇരി." അലീമാത്ത ക്ഷണിച്ചു.

"ആര് താത്താ വന്നത്?"

ഉറക്കെയുള്ള സംസാരം കേട്ടാകണം സീനത്ത് മുകളിൽനിന്നു വിളിച്ചുചോദിച്ചു.

"കുളി കഴിഞ്ഞോ മയിനീ? ഇന്നലെ മജീദ്കാക്കാ എന്തരിന് വന്നത്?"

ഷാഹുൽ ക്ഷമകെട്ടതുപോലെ ഉറക്കെയാണ് ചോദിച്ചത്.

"കേറി ഇരിക്ക് ഷാഹുലേ. റംലത്തേ, അകത്തോട്ടിരി കേട്ടോ. ദാ വന്നു. ഈ സാരിയൊന്നുടുത്തോട്ടെ."

"ഞാനടുക്കളയിലേക്ക് ചെല്ലട്ടെ. മീൻമുറിക്കുമ്പളാ മുട്ടും വിളിയും കേട്ട് ഓടിവന്നത്. പൂച്ച കയറിയോന്നറിയില്ല."

അടുക്കളയിലേക്കു നടക്കുമ്പോൾ അലീമാത്ത പറഞ്ഞു.

"അയ്യോ നിങ്ങളിതെന്തോന്ന്? ഇങ്ങനെ വെപ്രാളം കാണിക്കുന്നതെന്തരിന്? വന്നുകയറുംമുന്നേ ഇങ്ങനെയൊക്കെ കേട്ടാ. അവരെന്തര് കരുതും? ഏതിനും ഒരു സമാധാനം വേണ്ടേ?"

അതുവരെ മിണ്ടാതിരുന്ന റംലത്ത് കയർത്തു.

"ദേ എന്നെ പഠിപ്പിക്കാൻ വരണ്ട കേട്ടോ."

"ഒരു വീട്ടി വന്നു കയറിയാ ഒരു മര്യാദയൊക്കെ വേണ്ടേ? ചുമ്മാ കെടന്ന് കൂവക്കം തന്നെ."

"വെളച്ചില് കാണിച്ചാലൊണ്ടല്ലോ..."

ഷാഹുലിന്റെ സ്വരം കനത്തു.

"ഞാനെന്തോന്ന് കാണിച്ചെന്നാ? ചുമ്മാ വായി വരുന്നതൊക്കെ വിളിച്ചുപറഞ്ഞോളും."

"കൊച്ചേ, എന്റെ കൈ മെനക്കെടുത്തരുത്."

"എന്താ രണ്ടുംകൂടെ തർക്കം. എന്തേ, ഈ വഴി ഓർക്കാൻ?"

കുളികഴിഞ്ഞെത്തിയ സീനത്ത് ചോദിച്ചു.

"കുറേനാളുകൊണ്ട് ഞാൻ പറയണ് താത്താ. സമയം കിട്ടണ്ടേ? പിള്ളര്..."

"മജീദ്കാക്കായും മയിനിയും ഇന്നലെ എന്തര് പറഞ്ഞിട്ട് പോയത്?"

റംലത്തിനെ മുഴുമിപ്പിക്കാൻ അനുവദിക്കാതെ ഷാഹുൽ ഇടയ്ക്കു കയറിവീണു.

"അതു കൊള്ളാമല്ലോ! നിങ്ങൾക്കൊക്കെ ഇവിടെ വരാൻ കാരണം വേണമെന്നായോ? ആട്ടെ, ഷാഹുലിപ്പോ എന്തിനാ വന്നത്?"

"അതു പിന്നെ വെറുതേ... നിങ്ങളെയൊക്കെ കാണാൻ."

"ഇതുതന്നെ അവനും പറഞ്ഞത്."

"അവര് മാറിത്താമസിക്കാൻ പോണെന്നോ വലിയാക്കാ മധ്യസ്ഥം പറയാമെന്ന് ഏറ്റെന്നോ ഒക്കെ ഇന്നലെ രാത്രി മയിനി ഇവളൂടി പറഞ്ഞല്ല്?"

"നദീറ അങ്ങനെ പറഞ്ഞോ റംലത്തേ?"

സീനത്ത് പാവത്തം നടിച്ചു.

"അങ്ങനെ തെളിച്ചുപറഞ്ഞില്ല. എങ്കിലും അതാരുന്നു സൂചന."

'ഞാനറിഞ്ഞില്ല കേട്ടോ. രണ്ടുംകൂടി രാവിലെ എങ്ങോട്ടേക്കിറങ്ങിയതാ? ഷാഹുലിനിന്ന് കടയിലൊന്നുംപോണ്ടേ?"

"ഞാൻ കടയിലെ കാര്യങ്ങളൊന്നും നോക്കാതെ കറങ്ങിനടക്കുകയാണെന്ന് മജീദ്കാക്കാ പറഞ്ഞുകാണും അല്ലേ?'

"എന്തിനാ ഷാഹുലേ എഴുതാപ്പുറം വായിക്കുന്നേ? കല്യാണം കഴിഞ്ഞ് മക്കള് രണ്ടായിട്ടും പഴയ സ്വഭാവമൊന്നും മാറീല, അല്ലേ?"

"ഇതാണെനിക്ക് പിടിക്കാത്തത്. എന്റെ സ്വഭാവം മഹാചീത്ത. ബാക്കിയെല്ലാവരും നല്ലവർ. എല്ലാരിക്കും ഞാനൊരാളാ കണ്ണിലെ കരട്."

"നിങ്ങളിതെന്തോന്ന്? ചുമ്മാ കെടന്ന് ചൂടാവണതെന്തരിന്? ഇതു തന്നെ താത്താ, സ്വഭാവം. ആരും അങ്ങോട്ടൊന്നും മിണ്ടിക്കൂടാ. മിണ്ടിപ്പോയാ കടിച്ചുകീറും."

റംലത്ത് അവതാ പറഞ്ഞത് ഷാഹുലിന് ഒട്ടും ഇഷ്ടപ്പെട്ടില്ല.

"ഞാൻ സംസാരിക്കുമ്പം ഇടയീക്കേറി കണകുണാ പറയരുതെന്ന് ഞാൻ മുമ്പും വിലക്കീതാ. നിന്റെ നാക്കിത്തിരി കൂടുന്നുണ്ട്. വീട്ടിച്ചെല്ലട്ടെ... വെക്കം ഇറങ്ങിക്കോ. പൂവാം."

"ഒന്ന് ചുമ്മായിരി മച്ചാ. ഇത്തിക്കഴിഞ്ഞ് പൂവാം."

'നീ വരുന്നുണ്ടെങ്കി വാ. ഞാൻ പോണ്."

ഷാഹുൽ ഇടഞ്ഞുതന്നെ നിന്നു.

"അവളിപ്പോ വരുന്നില്ല. ഇയാള് ചെല്ല്."

തികട്ടിവന്ന കോപം അടക്കി സീനത്ത് അകത്തേക്കു നടന്നു. ഷാഹുൽ വിറളിപിടിച്ച കുരങ്ങനെപ്പോലെ അച്ചാലുമുച്ചാലും നടന്നു. കുറച്ചുനേരമായിട്ടും പുറത്തേക്ക് ആരേയും കാണാതായപ്പോൾ അകത്തേക്കു ചെന്നു. അവിടെ നാത്തൂന്മാർ കൊണ്ടുപിടിച്ച സംസാരം. അവർ അവനെ കണ്ടമട്ടില്ല. അപ്പോഴേക്കും അവന്റെ കോപം ഇറങ്ങിയിരുന്നു.

"അല്ലേ ഞാനിപ്പം പുറത്തായോ? എടീ, നിനക്ക് സിനിമാ കാണണ്ടേ?"

"സിനിമാ എന്നും കാണാമല്ലോ ഇവിടിരി മച്ചാ."

റംലത്ത് കൈയ്ക്ക് പിടിച്ച് ഷാഹുലിനെ അടുത്തിരുത്തി.

"ആള് തണുത്തല്ലോ. ഇനിയിത്തിരി കാപ്പികുടിച്ചാലോ?"

സീനത്ത് പരിഹസിച്ചു.

"കാപ്പികളൊന്നും വേണ്ട മയിനി. പോയിട്ട് കാര്യമൊണ്ട്. ആകപ്പാടെ ഒരു സ്വസ്ഥതയുമില്ല. അതല്ലേ ഇങ്ങനെ..."

"അപ്പോ, സിനിമയ്ക്ക് പോണില്ലേ?"

"ഇനി ഇന്ന് പോണോടീ?"

"ഇതെന്തര് പാട്? വേണോങ്കി പോയാ മതി."

"ഇതാ എവളെ സ്വഭാവം. ഓരോന്ന് പറഞ്ഞ് കുത്തിപ്പൊക്കി മനുഷ്യരെ ഇറക്കും. എന്നിട്ട് ഒന്നും അറിയാത്ത മട്ട് നടിച്ചോളും."

റംലത്തിന്റെ മുഖം ഇരുണ്ടു.

"സിനിമയ്ക്കെന്നും പറഞ്ഞല്ലേ വീട്ടീന്നിറങ്ങിയത്. ഇവിടെന്ന് ഊണും കഴിച്ച് സിനിമായും കണ്ട് വെയ്യൂട്ടാവുമ്പം തിരിച്ചെത്തിയാ മതിയല്ലോ. ദേ മണി പന്ത്രണ്ട് കഴിഞ്ഞല്ലോ."

സീനത്ത് രണ്ടുപേരേയും തണുപ്പിച്ചു.

ഷാഹുൽ എന്തെങ്കിലും എതിരുപറയുന്നതിനുമുമ്പേ സീനത്ത് അടുക്കളയിലേക്കു നടന്നു. ഷാഹുലിനുനേരെ മുഖം വെട്ടിച്ചിട്ട് റംലത്തും പിറകേ ചെന്നു. കുറച്ചു കഴിഞ്ഞപ്പോൾ ഷാഹുലും അടുക്കളയിലെത്തി.

“കേട്ടോ മയിനി ഇങ്ങനെ പോയാൽ ആകെ കുഴയും. ജൗളിക്കട എന്റെപേർക്ക് എഴുതിത്തരാൻ മയിനി പറയണം. എനിക്ക് സ്ത്രീധനമായി കിട്ടിയ കാശുമുഴുക്കെ ഞാനവിടാ കൊണ്ടിട്ടത്. ഇവള വീട്ടീന്ന് ഒരു ചില്ലിക്കാശും ഇനി കിട്ടാനില്ല. മജീദ്കാക്കാക്കാണെങ്കി ഭൂമിയുണ്ട്. അവിടെ ഒരു വീടുവച്ചാ അവരിക്ക് സുഖമായി കഴിയാം. മാസാമാസം തേങ്ങാ വലിച്ചാ, കഴിയാനുള്ളവകയും കിട്ടും. ഇവക്ക് എന്തര് പുല്ലാ കിട്ടിയത്? ഇരുപത്തയ്യായിരം ഉലുവാ എണ്ണിത്തന്ന് ഇവള വാപ്പാ കൈ കഴുകിയില്ലേ?”

“ദേ, എന്നെക്കൊണ്ടൊന്നും പറയിക്കല്ലേ. നല്ലകണ്ണായ സ്ഥലം എഴുതിത്തറാമെന്നു പറഞ്ഞപ്പോ നിങ്ങക്ക് വേണ്ടാരുന്നല്ലോ. കളിക്കാൻ രൊക്കം കാശുവേണം. തന്നല്ലോ. മാത്രമോ? മുപ്പതിലേറെ പവന്റെ ഉരുപ്പടിയും തന്നില്ലേ? എന്നിട്ടിപ്പോ...”

“എടീ മതിയാക്ക്. മയിനി നിക്കുന്നെന്ന് ഞാൻ നോക്കൂല്ല.”

“അല്ലെങ്കിൽ എന്തരാണ് നോക്കാറൊള്ളത്? എന്നും തൊഴിയും പള്ളും...”

“ഒന്നടങ്ങ് റംലത്തേ, അവന്റെ സ്വഭാവം അറിഞ്ഞുവെച്ചുകൊണ്ട് നീയെന്തിനാ തറുതല പറയാൻ നിക്കണത്?”

സീനത്ത് ഇരുകൂട്ടരേയും ഇണക്കാനുള്ള ശ്രമത്തിലായിരുന്നു.

“എന്നാലും താത്താ, ഇങ്ങനെയുണ്ടോ? നേരോം കാലോം നോക്കാതെ വായിൽ വരുന്നത് വിളിച്ചുപറയാൻ കൊള്ളാമോ?”

“കൈയിലിരുപ്പ് അങ്ങനെ ആയിട്ടല്ലേ?”

“വരൂ, വന്ന് ഊണ് കഴിക്ക്.”

സീനത്ത് ക്ഷണിച്ചപ്പോൾ ഷാഹുൽ ഊൺതളത്തിലേക്ക് നടന്നു. റംലത്ത് കണ്ണും നിറച്ച് അവിടെത്തന്നെ നിന്നതേയുള്ളൂ. സീനത്ത് നിർബന്ധിച്ചപ്പോൾ അവളും ചെന്നു. ഊണുകഴിഞ്ഞ് ഷാഹുൽ ധൃതി കൂട്ടിയപ്പോൾ റംലത്ത് യാത്ര ചോദിച്ചു. അപ്പോഴേക്കും അവളുടെ മുഖം തെളിഞ്ഞിരുന്നു.

“പോയിട്ട് വരാം മയിനി. എന്റെ കാര്യം വലിയാക്കാടെ പറയാൻ മറക്കല്ലേ.”

ഷാഹുൽ ഓർമിപ്പിച്ചു.

എന്തു കാര്യം എന്നു ചോദിക്കണമെന്നുണ്ടായിരുന്നു, സീനത്തിന്. അവൾ നാവടക്കി. എന്തെങ്കിലും പറഞ്ഞുപോയാൽ പിന്നെ അവൻ അതിൽപ്പിടിച്ചു വഴക്കുണ്ടാക്കും. വന്നതുമുതൽ നിന്ന് അങ്കം വെട്ടിയതല്ലാതെ പ്രത്യേകിച്ചൊരു കാര്യവും അവൻ പറഞ്ഞിരുന്നില്ല. കളിച്ചുചിരിച്ചുകൊണ്ട് രണ്ടുപേരും പോകുന്നതു കണ്ടപ്പോൾ മൂക്കത്തു വിരൽവെ

ക്കാതിരിക്കാൻ കഴിഞ്ഞില്ല. ഇവിടെ വന്നതിനുശേഷം അവർ രണ്ടോ മൂന്നോ വട്ടം പിണങ്ങി. റംലത്ത് രണ്ടുതവണ കരയുകയും ചെയ്തു. പോകുന്നതു കണ്ടാൽ ഈ ജന്മത്ത് വഴക്കുകൂടിയ ഭാവമേ ഇല്ല. നല്ലതു തന്നെ. അകത്തുള്ളത് തുറന്നു പറയുന്നതോടെ മനസിന്റെ ഭാരം കുറയും. മനസിന് അയവുകിട്ടുകയും ചെയ്യും. അതാണല്ലോ അവൾക്ക് സാധിക്കാത്തത്. ഇഷ്ടമില്ലെങ്കിലും തുറന്നു പറയാൻ ആവാറില്ല. ഷാഹുലിനോടുതന്നെ പലതും പറയണമെന്നുണ്ടായിരുന്നു. നാവിലോളം വന്നതുമാണ്. എന്നിട്ടും ഒന്നും മിണ്ടാനായില്ല. ഓരോരുത്തർക്ക് ഓരോ ശീലം.

കല്യാണച്ചടങ്ങ് തീരുംമുമ്പേ ആ വീട്ടിൽ അവൾ അപസ്വരങ്ങളാണ് കേട്ടത്. കാറ് നിന്നതും മാമിതന്നെ ഇറങ്ങിവന്ന് അവളെ കൈപിടിച്ചിറക്കി. വാതിൽക്കൽ ആരതിയുമായി ഒരു തടിച്ച സ്ത്രീ നിൽപ്പുണ്ടായിരുന്നു. അവർ ആരതി ഉഴിഞ്ഞിട്ട് പറഞ്ഞു:

"മക്കളേ മൂന്നു വട്ടം തുപ്പിക്കോ."

രാവിലേമുതൽ ഒന്നും കഴിച്ചതല്ല. തിരക്കും ബഹളവും കാരണം തല പിളർക്കുന്ന വേദന. തൊണ്ട വരളുന്നുണ്ടായിരുന്നു. വെറുതേ ഊതാനേ കഴിഞ്ഞുള്ളൂ. ആരതി അണയുകയും ചെയ്തു.

"വന്നതും വെളിച്ചം പൊലിഞ്ഞല്ലോ."

തടിച്ചിയുടെ കമന്റ്.

"ഗേറ്റില് നിർത്താതെ അക്കൂട്ടിനെ അകത്തേക്ക് കയറ്റ് റാബിയാ."

തടിച്ചുവെളുത്ത് തട്ടംകൊണ്ട് മുഖം മറച്ച ഒരു സ്ത്രീ പറഞ്ഞു. അത് മാമിയുടെ ജ്യേഷ്ഠത്തിയായിരുന്നു. കാച്ചിയും കുപ്പായവും കാതിൽ നിറയെ അലിക്കത്തുമിട്ട അവരെ കാണാൻ നല്ല ചന്തമായിരുന്നു. മാമി അവളുടെ കഴുത്തിൽ മാല അണിയിച്ചു. മൂത്തമ്മ വളയിട്ടു. വേറെയും ആരൊക്കെയോ ആഭരണപ്പെട്ടികൾ കൊടുക്കുന്നുണ്ടായിരുന്നു. അതിനിടയിലാണ് ഒരു മുറുമുറുപ്പു കേട്ടത്.

"മതി, വലിയ സൽക്കാരമൊന്നും വേണ്ട. മാപ്പിളവീട്ടുകാരെ ഊണിനു ക്ഷണിക്കാൻ അവിടാർക്കും നേരമില്ലായിരുന്നു."

"ഷാഹുലേ നിന്നെ ആരാ ഇങ്ങോട്ട് വിളിച്ചത്? പോ."

മാമി പറഞ്ഞതുകേട്ടപ്പോഴാണ് മാർദവം ഒട്ടുമില്ലാത്ത ആ സ്വരം ഷാഹുലിന്റേതാണെന്ന് മനസിലായത്. അപ്പോഴേ മനസിൽ അറിയാതെ കയ്പ് പുരളുകയും ചെയ്തു. അറിയപ്പെടാത്ത ഏതോ തുരുത്തിൽ എത്തിയതുപോലെയായിരുന്നു. മുംതാസ് ഇടയ്ക്കിടെ വന്ന് ഓരോന്നു പറയുന്നുണ്ടായിരുന്നു.

"കേട്ടോ മയിനി, ആരതി ഉഴിഞ്ഞില്ലേ അതാണ് ഹമീദാമാമി. ഇവിടെ തൊട്ടടുത്താ താമസം. മറ്റേത് മൂത്തമ്മാ. അവരെല്ലാം ഇന്നുതന്നെ പോവും. പതിനൊന്നിനുള്ള വണ്ടിക്ക്."

ഓരോരുത്തരായി യാത്ര ചോദിച്ചുകൊണ്ടേയിരുന്നു. എത്രനേരം അങ്ങനെ ഇരുന്നെന്നറിയില്ല. പെട്ടെന്നാണ് തുലാമഴപോലെ ആരവം തുടങ്ങിയത്. പലർ ഒന്നിച്ച് ഉറക്കെ സംസാരിക്കുന്നു. ഇടയ്ക്ക് ഉച്ചത്തിലെ

ങ്കിലും അവളുടെ ഭർത്താവിന്റെ ദുർബലസ്വരവും കേൾക്കാനുണ്ട്. ഓരോരുത്തർ അവരവരുടെ വായിൽ വരുന്നതു വിളിച്ചുപറഞ്ഞുകൊണ്ടിരുന്നു. ഏതോ ചന്തയിലെത്തിയ പ്രതീതിയായിരുന്നു അവൾക്ക്. ഇനിയുള്ള കാലം ഇവിടെ കഴിയണമല്ലോ എന്നോർത്തപ്പോൾ കരച്ചിലടക്കാൻ കഴിഞ്ഞില്ല.

ഒച്ചയും അനക്കവും അടങ്ങിയപ്പോൾ അദ്ദേഹം പതുങ്ങി അകത്തെത്തി. കട്ടിലിൽ കമഴ്ന്നുകിടക്കുകയായിരുന്നു അപ്പോൾ. അദ്ദേഹത്തിന്റെ കൈ തോളിൽ പതിച്ചപ്പോൾ നാണത്തെക്കാളേറെ ഭയമാണ് തോന്നിയത്. ആദ്യരാവിലെ സുന്ദരമുഹൂർത്തങ്ങളെക്കുറിച്ച് കഥകളിൽ വായിച്ചിരുന്നു. മണവാട്ടി നാണത്തോടെ പാൽ നീട്ടുന്നു. അതുകഴിയുമ്പോൾ മധുരസംഭാഷണങ്ങൾ - ഒന്നുമുണ്ടായില്ല. കരച്ചിൽ കണ്ടാകണം അദ്ദേഹം മിണ്ടാതെ മാറിക്കിടന്നു. മയക്കത്തിലേക്ക് ഊർന്നു വീഴുമ്പോൾ ആരോ വാരിപ്പുണർന്നപ്പോൾ പേടിച്ചു. എന്തെങ്കിലും ആലോചിക്കാൻ അവസരം കിട്ടുന്നതിനുമുമ്പേ.... അപ്പോഴും കരയാനാണ് തോന്നിയത്. അദ്ദേഹം അലിവോടെ തലോടി ആശ്വസിച്ചപ്പോൾ സമാധാനമായി.

രാവിലെ ഉണർന്നപ്പോൾ മുറിയിൽ മറ്റാരുമില്ലായിരുന്നു. ജനലിൽക്കൂടി വെയിൽനാളം മുഖത്തുപതിച്ചു. വെപ്രാളപ്പെട്ട് എഴുന്നേറ്റു കുളിമുറിയിലെത്തിയപ്പോൾ അവിടെ തിരക്കും ബഹളവും. അരമണിക്കൂറോളം കാത്തുനിൽക്കേണ്ടിവന്നു. അതിനിടയിൽ ഓരോരുത്തരുടെ വളിച്ച തമാശകൾ. ആകെ മനംപുരട്ടലായിരുന്നു.

കുളികഴിഞ്ഞ് സാരി മാറുമ്പോഴേക്ക് ഷാഹുലെത്തി. അവനെ കണ്ടപ്പോൾ ആദ്യം ഉള്ളൊന്നു പിടഞ്ഞു. ചീത്ത വല്ലതും വിളിക്കുമോ എന്നായിരുന്നു പേടി. മുഖത്തെ പകപ്പു കണ്ടിട്ടാകണം അവൻ ചോദിച്ചു.

“മുഖമെന്ത് മയിനീ വല്ലാതിരിക്കണത്? ഞാനിവിടെ വന്നത് ഇഷ്ടപ്പെട്ടില്ലേ? ഇന്നലെ രാത്രി അറിയാതെ ഏതാണ്ടൊക്കെ പറഞ്ഞു പോയി. നിങ്ങള വീട്ടുകാരുടെ ഇൻസൾട്ട് കണ്ടപ്പോ വല്ലാതായി കേട്ടോ. അവരോട് വല്ലോം പറയാനൊക്കുമോ? അതല്ലെ മയിനീടെ പറഞ്ഞത്. മയിനി രാത്രി മുഴുക്കെ കരച്ചിലായിരുന്നെന്ന് ഉമ്മ പറഞ്ഞത് കേട്ടപ്പൊ ആകെ വിഷമമായി. എന്റെ സ്വഭാവം ഇങ്ങനെ ആയിപ്പോയി മയിനീ. പിടിക്കാത്തത് കണ്ടാൽ നാക്ക് തരിക്കും. എന്തര് ചെയ്യട്ടെ? സോറി കേട്ടോ.”

ഒന്നും മിണ്ടാതെ തലയുംകുനിച്ച് ഇരിക്കുന്നതു കണ്ടപ്പോൾ വീണ്ടും ചോദിച്ചു.

“ഒന്നും മിണ്ടാത്തതെന്ത് പിണക്കം ഇപ്പഴും തീർന്നില്ലേ?”

“പിണക്കമൊന്നുമില്ല.”

“രാവിലെ ഇങ്ങെത്തിയോ ബോറടിക്കാൻ. നിങ്ങടെ വേലത്തരമൊന്നും ഇവിടെ എടുക്കല്ലേ.” അപ്പോൾ അവിടെ എത്തിയ ഷാജിയാണ്.

“ചുമ്മായിരിയെടേ. അവന്റെ ഒരു...”

മുഴുമിക്കുന്നതിനുമുമ്പ് കൈയിൽ പത്രവുമായി അവരുടെ വലിയാക്ക എത്തി. അദ്ദേഹം ചിറഞ്ഞൊന്നു നോക്കിയതും രണ്ടും സ്ഥലം വിട്ടു.

ഇവിടത്തെ രീതികളെല്ലാം പുതുമയുള്ളതായി തോന്നി. സഹോദരന്മാർ തമ്മിൽത്തമ്മിൽ ശത്രുക്കളെപ്പോലെയാണ് പെരുമാറുന്നത്. മൂത്ത യാൾക്ക് മറ്റുള്ളവരുമായി ഒരടുപ്പവുമില്ലാത്തതുപോലെ അന്യോന്യം തുറന്നു സംസാരിക്കുന്ന പതിവുമില്ല. ആഹാരം പോലും വെവ്വേറെയാണ് കഴിക്കുന്നത്. വീട്ടിലാകുമ്പോൾ എല്ലാവരും ഒന്നിച്ചിരുന്നാണ് ആഹാരം കഴിക്കുന്നത്. എല്ലാം വിളമ്പിവെച്ച് ഉമ്മയുംകൂടെ ഇരിക്കണമെന്ന് വാപ്പയ്ക്ക് നിർബന്ധമായിരുന്നു. മക്കൾ അവരുടെ ആവശ്യങ്ങൾ വാപ്പായെ അറിയിക്കുന്നതും അപ്പോൾത്തന്നെ. അത്ര പെട്ടെന്നൊന്നും വാപ്പ ഒരു കാര്യവും സാധിപ്പിച്ചുതരില്ല. വിത്തും വേരും ചികഞ്ഞുപെറു ക്കിയിട്ടേ അനുവദിക്കൂ. അതിനിടയിൽ തമാശകൾ. വാപ്പ എഴുന്നേറ്റു പോയാലും ഇക്കാക്കമാർ സംസാരം നിർത്തില്ല. അവസാനം ഉമ്മ വഴക്കു പറഞ്ഞാണ് എഴുന്നേൽപ്പിക്കുന്നത്.

മാമിയെ കൊച്ചിലേമുതൽ അറിയാം. കുറേക്കാലം അയൽക്കാരു മായിരുന്നു. വാപ്പ പലപ്പോഴും ടൂറിലായിരിക്കും. അപ്പോഴെല്ലാം മാമായും മാമിയുമാണ് സഹായത്തിന്. വാപ്പയ്ക്ക് ഇടയ്ക്കിടെ സ്ഥലംമാറ്റം പതി വായിരുന്നു. കുട്ടികൾ സ്കൂളിൽ പോകാൻ തുടങ്ങിയതോടെ ഉമ്മയും കുട്ടികളും തിരുവനന്തപുരത്തുതന്നെയായി സ്ഥിരതാമസം. പിന്നീടാണ് പുതിയ വീടുവച്ച് താമസം മാറിയത്. അപ്പോഴും ഇടയ്ക്കൊക്കെ കാണാ റുണ്ടായിരുന്നു. വാപ്പയുടെകൂടെയാണ് മാമി പലപ്പോഴും മലബാറിനു പോകുന്നത്. കുഞ്ഞായിരിക്കുമ്പോൾ ഒരിക്കൽ അവളും അവരുടെകൂടെ പോയിട്ടുണ്ട്. ഒന്നുകൊണ്ടും പരിചയക്കേട് തോന്നേണ്ട കാര്യമില്ല. എന്നിട്ടും അവൾക്കവിടെ വല്ലാത്ത ശ്വാസം മുട്ടലുണ്ടായിരുന്നു.

ഉമ്മ തുടക്കംമുതലേ ഈ വിവാഹത്തിന് എതിരായിരന്നു.

“നാട്ടുകാരാണെന്നു പറഞ്ഞിട്ട് കാര്യമില്ല കേട്ടോ. അവരുടെ രീതി കളൊക്കെ വേറെതന്നെയാ. കുട്ടിക്ക് അതുമായി യോജിച്ചുപോവാൻ വിഷ മമായിരിക്കും.” ഉമ്മ തടസം പറഞ്ഞു.

“അസീസ് നല്ലവനാ. ചീത്തത്തരങ്ങളൊന്നുമില്ല. ചെറുപ്പംമുതലേ ഞാൻ കാണുന്നതല്ലേ. റാബിയ ആണെങ്കിൽ ഒരു പാവം. അവളുടെ ബാപ്പ ആരായിരുന്നെന്നാ നിന്റെ വിചാരം?”

“പഴങ്കഥ പറഞ്ഞിട്ട് ഇനിയെന്ത് കാര്യം? അസീസും ഉമ്മയും നല്ലതു തന്നെ. അതുമാത്രം പോരല്ലോ. ആ വീട്ടിൽ കഴിയേണ്ട അവൾ?”

“കുറച്ചു കഴിമ്പം അവൾക്കൊരു വീടു വാങ്ങിക്കൊടുക്കാം.”

വാപ്പ ഏറെ നിർബന്ധിച്ചിട്ടാണ് ഉമ്മ സമ്മതിച്ചത്. അവളോടാരും അഭിപ്രായമൊന്നു ചോദിച്ചില്ല. പെണ്ണുകാണുക, മാലയിടുക തുടങ്ങിയ പതിവു ചടങ്ങുകളൊന്നുമുണ്ടായിരുന്നില്ല. വാപ്പ ചെന്ന് ദിവസം നിശ്ച യിച്ചു. വലിയ ആരവാരമൊന്നുമില്ലാതെ കല്യാണം നടത്തുകയും ചെയ്തു. വാപ്പയുടെകൂടെ ജോലിചെയ്തവരും കൂട്ടുകാരുമൊക്കെയായി കുറച്ചുപേരെ കല്യാണത്തിനുണ്ടായിരുന്നുള്ളൂ. വിളിച്ചവരെ വേണ്ടരീതി യിൽ ആദരിക്കണമെന്ന് വാപ്പയ്ക്ക് നിർബന്ധമുണ്ടായിരുന്നു. അവരെ

ആദ്യം ഇരുത്തി ഊണുകൊടുത്തു എന്ന ഷാഹുലിന്റെ പരാതി വാപ്പ യുടെ ചെവിയിലും എത്താതിരുന്നില്ല. അതുകൊണ്ടായിരിക്കണം മൂന്നാം ദിവസം ഇവിടെയുള്ളവർക്കുമാത്രമായി വാപ്പ ഒരു ഗംഭീര സൽക്കാരം നടത്തി. അതോടെ അവരുടെ പരാതിയുംതീർന്നു. അതുപോലൊരു സൽക്കാരം ഇവിടെയും വേണമെന്നായി മാമി. വാപ്പ സമ്മതിച്ചു.

ഉമ്മയും അത്യാവശ്യം ബന്ധുക്കളും നേരത്തേയെത്തി. വിരുന്നു കാർക്ക് കാപ്പിയും മറ്റും കൊടുത്തിട്ട് മാമിയും മറ്റുള്ളവരും അടുക്കളയി ലേക്ക് പോയ തക്കം നോക്കിയാണ് അയൽപക്കത്തെ ഹമീദാമാമി കുശ ലത്തിന് എത്തിയത്.

“എന്നാലും എന്റപ്പീ, വല്ലാത്ത മണ്ടത്തരമായിപ്പോയി, കേട്ടോ തങ്കം പോലൊരു കൊച്ചിനെ ഈ നരകത്തിലോട്ടുതന്നെ തള്ളിയല്ലോ. കല്യാ ണമാലോചിക്കുംമുന്നേ ഞങ്ങളോടൊരു വാക്ക് കേട്ടിരുന്നെങ്കിലല്ലേ വല്ലതും പറഞ്ഞുതരാനൊക്കൂ.”

ഉമ്മയുടെ മുഖത്ത് പകപ്പ്.

“എന്തുണ്ടായി താത്താ? മോളൊന്നും പറഞ്ഞില്ലല്ലോ.”

“അയ്യോ പാവം കൊച്ച്. അതെന്തരു പറയാൻ? വന്നുകയറിയ നേരം തൊട്ട് അതിന് കണ്ണീര് തോർന്ന നേരമില്ല. വന്നുകയറിയതും ചേട്ടാനിയ ന്മാര് തമ്മിൽ മുഴുത്ത ചണ്ട. കൊച്ചു പേടിച്ച് കരച്ചിലോട് കരച്ചിൽ. എന്റെ ഇളയപെണ്ണ് എല്ലാം കേട്ടോണ്ട് നിക്കുകാരുന്നു. അവളാണ് വന്ന് സമാ ധാനിപ്പിച്ചത്. കേട്ടോ അപ്പീ. കുശുമ്പു പറയുകയാണെന്നു നിനയ്ക്കരു ത്. ഇവിടെ എന്നുംകുന്നും ചണ്ടയല്ലേ. വാപ്പായും മക്കളും ഒരു തത്തി. ചേട്ടാനിയന്മാര് മറ്റൊരു തത്തി. അയ്യോ പറയണ്ട. അപ്പി ഞങ്ങളെ വീട്ടി ലൊന്ന് വന്ന് നോക്കിക്കേ. ഇച്ചിപ്പോന്ന് പറയാൻ ലങ്ങേരിക്ക് ഞാനായി ട്ടൊരവസരം ഉണ്ടാക്കിക്കൊടുത്തിട്ടില്ല. എന്റെ മക്കളും അങ്ങനെതന്നെ. എന്റെ മൂത്തവൻ ജബ്ബാറിനെ കൊച്ചു കണ്ടിട്ടുണ്ടോ? നല്ല നെറം. അതി നൊത്ത ദേഹം. ഉദ്യോഗവുമുണ്ട്. ഈ കൊച്ചിന് നല്ല ചേർച്ചയായിരു ന്നേനെ. ആ ഇനി പറഞ്ഞിട്ടെന്തു കാരിയം?”

തലേന്നു രാത്രി മാമിയുടെ വീട്ടിൽ പൊരിഞ്ഞ തല്ലായിരുന്നെന്ന് ഷാജി വന്നു പറഞ്ഞിരുന്നു. അവൻ ആ രംഗം ഭംഗിയായി വിവരിച്ചു തന്നതുമാണ്.

“കേട്ടോ മയിനീ, മാമീടെ വിളി കേട്ട് ഞാനും സൈനബയും ചെന്നപ്പൊ എന്താ സീൻ? സ്റ്റണ്ട് സിനിമയല്ലേ? മാമ കറിക്കത്തിയുമായി കലിതുള്ളുന്നു. മാമീടെ കൈയിൽ തൊറപ്പ. മാമാ ദേ. ഒറ്റച്ചവിട്ട്. മാമി പൊത്തോാന്ന് തറയിൽ, സൈനബ ഇടയിൽ നിന്നില്ലായിരുന്നെങ്കിൽ മാമി ഇന്ന് ആശൂത്രിലായേനെ.”

ഓർത്തപ്പോൾ അറിയാതെ ചിരിച്ചുപോയി.

“എന്തരപ്പീ ചിരിക്കണത്?”

“ഓ ചുമ്മാ. അവിടെ ഇന്നലെ എന്തായിരുന്നു മാമീ ബഹളം?”

“അതെന്തര് പറയാൻ.. എളയവൻ കടയിച്ചെല്ലാതെ സിനിമാക്ക്

പോയെന്നും പറഞ്ഞ് മാമാ കെടന്നങ്ങ് വഴക്കുതന്നെ. ഞാൻ പിന്നെ പറഞ്ഞങ്ങു സമാധാനപ്പെടുത്തി. സൈനബ വല്ലോം പറഞ്ഞായിരിക്കും. അവളേതാ മൊതല്. ഏഷണിയുടെ വിത്തല്ലേ? ഇവത്തുങ്ങളെയൊന്നും ഞാൻ വീട്ടിക്കേറ്റൂല്ല. കേട്ടോ."

അപ്പോഴും അമ്പരന്നിരിക്കുന്ന ഉമ്മയോടായി പറഞ്ഞു:

"കേട്ടോ സീനത്തിന്റുമ്മാ. എനിക്കീ ഏഷണിക്കാരെ കണ്ണെടുത്താ കണ്ടൂടാ. ഇവിടത്തെ കാര്യം അവിടേം അവിടത്തെ കാര്യം ഇവിടേം പറഞ്ഞുനടക്കുന്നത് നമ്മളെപ്പോലുള്ളവർക്ക് കൊള്ളാമോ? നിങ്ങളോടിത്രേം പറഞ്ഞതുതന്നെ ഈ കൊച്ചിനെ ഓർത്തുമാത്രമാ. അള്ളാഹുവാണെ സത്യം. ഇതൊന്നും റാബിയാടൂടി ചോദിക്കല്ലേ."

"എന്തര് മാമീ സത്യം ചെയ്യിക്കണത്."

പെട്ടെന്ന് അവിടെ എത്തിയ മുംതാസ് ചോദിച്ചപ്പോൾ മാമിയുടെ മുഖത്ത് ഒരുതുള്ളി ചോരയില്ല. എന്നിട്ടും അവർ പിടിച്ചുനിന്നു.

"നിന്റെ ഉമ്മാരെ കാര്യംതന്നെ മക്കളേ പറഞ്ഞോണ്ടിരിക്കണത്. മക്കളെന്നു പറഞ്ഞാ ഉയിരല്ലേ? എല്ലാം ഒരുങ്ങിയോ അപ്പീ? ഞാൻ അടുക്കളേലോട്ടു ചെല്ലട്ടെ. മാമി വന്നിട്ട് വിരുന്നുകാരിയായി ഇരുന്നെന്ന് നീയും നിനയ്ക്കല്ലേ?" അവർ തടിതപ്പി.

"അവരേതാ മുംതാസേ?"

"ബേക്കറിക്കടക്കാരൻ മീരാക്കണ്ണുമാമായെ മാമിക്കറിയൂലേ? ഈ മുക്കിലെ ആദ്യത്തെ വീട്. നിങ്ങള് മുമ്പിവിടെ താമസിച്ചപ്പഴും അവരിവിടെ ഉണ്ടായിരുന്നതാണല്ലോ. മാമി മറന്നുപോയതായിരിക്കും."

"അവര് പറഞ്ഞതൊക്കെ നേരാണോ മോളേ?"

മുംതാസ് പോയപ്പോൾ ഉമ്മ ചോദിച്ചു.

"ഉമ്മാക്കെന്താ, വട്ടാ? അവരുടെ വീട്ടിൽ എന്നും വഴക്കാ. ഇന്നലെ രാത്രിയും പൊരിഞ്ഞ വഴക്കായിരുന്നു. അത് ഞാൻ ചോദിച്ചപ്പോ കിടന്നുരുണ്ടത് കണ്ടില്ലേ?"

അതുവരെ വിഷമിച്ചിരുന്നവർക്ക് ചിരിക്കാൻ വകയായി.

"സീനത്തേ ആരോ വന്നിരിക്കുന്നു."

അലിമാത്ത വിളിച്ചതു കേട്ട് അവൾ എഴുന്നേറ്റു

പതിനഞ്ച്

"ഉമ്മാ, ഉമ്മോ, ഉമ്മച്ചീ..."

നടയിൽ നിന്നേ ഉറക്കെ വിളിച്ചുകൂവിക്കൊണ്ടാണ് ഷാജി കയറിവന്നത്. വിളി കേട്ട് എത്തിയ സൈനബ ചോദിച്ചു.

"എന്തരിന് ഷാജി ഇങ്ങനെ കെടന്ന് കൂവണത്?"

"ഉമ്മ എവിടെ കൊച്ചേ?"

"അവര് നിസ്കരിക്കാൻ കയറി. ഇന്ന് വലിയ സന്തോഷത്തിലാണല്ലോ. എന്തരാണ് കാരിയം? ഞങ്ങളൂടി കേക്കട്ട്."

"അതൊക്കെയുണ്ട്. ആദ്യം ഉമ്മാടൂടി വേണം പറയാൻ. നീ രണ്ട് ചോറ് താ."

കൈയും കാലും കഴുകി വരുമ്പളത്തിന് ചാറ് വിളമ്പിവച്ചേക്കാം."

നിസ്കാരം കഴിഞ്ഞ് റാബിയ ചെന്നപ്പോൾ ഷാജി ഊണ് കഴിഞ്ഞെഴുന്നേറ്റ് കൈകഴുകയായിരുന്നു. ഉമ്മയെ കണ്ടതും അവൻ ചോദിച്ചു.

"മൂപ്പരോട് ഞങ്ങളെ കാര്യം വല്ലതും പറഞ്ഞോ ഉമ്മിച്ചീ? കുറേ നേരംകൊണ്ട് അതിനകത്ത് തപസ്സിരിക്കുന്നത് കണ്ടല്ലോ."

"തോന്ന്യാസം പറഞ്ഞാലുണ്ടല്ലോ... അള്ളാനേം നബീനേം വിശ്വാസല്ല. പിന്നെങ്ങനാ കരപിടിക്കുന്നത്?"

"ആരു പറഞ്ഞു വിശ്വാസമില്ലെന്ന്? ഉള്ളതുകൊണ്ടല്ലേ എന്റെ കാര്യം കൂടി ഒന്നോർമിപ്പിക്കാൻ പറഞ്ഞത്. പെണങ്ങാതെ ഇങ്ങു വരിൻ. ഒരു കാര്യം പറയാനുണ്ട്."

"നീ ളൊഹറ് നിസ്കരിച്ചോ? മൂക്കുമുട്ടെ തിന്നാൻ എന്റെ മക്കളാരും മറക്കാറില്ല. അത് തരുന്നവന് അഞ്ചുനേരം കുമ്പിടാൻ അവനൊന്നും നേരമില്ല. പറഞ്ഞുപറഞ്ഞു മടുത്തു."

"നിങ്ങള് ഇരുപത്തിനാല് മണിക്കൂറും ഓർത്തോണ്ട് നടക്കുന്നുണ്ടല്ലോ. എന്നിട്ടെന്താ നേടിയത്?"

"എടാ നിന്നെ..."

അടിക്കാൻ കൈയോങ്ങിക്കൊണ്ടെത്തിയ ഉമ്മയെ പൂണ്ടടക്കം പിടിച്ചിട്ട് ഷാജി പറഞ്ഞു: "എന്റെ പുന്നാര ഉമ്മച്ചിയല്ലേ, ചൂടാവല്ലേ. ഞാനൊന്ന് ഗൾഫിലെത്തിക്കോട്ടെ. ആറുനേരം വേണമെങ്കിലും നിസ്കരിച്ചേക്കാം. ഇനി ഞാൻ പറയുന്നത് കാര്യമായി കേട്ടോണം. എന്റെ ഒരു കൂട്ടുകാരൻ ഗൾഫീന്ന് വന്നിട്ടുണ്ട് മുപ്പതിനായിരം രൂപാ ഉണ്ടെങ്കി എനിക്കൊരു വിസ ഒപ്പിച്ചു തരാമെന്ന് അവൻ ഏറ്റിരിക്കയാണ്. ബാക്കി അവിടെച്ചെന്നിട്ട് രണ്ടു മാസംകൊണ്ട് കൊടുത്താ മതി. ഒരു മാസത്തിനകം കാശു കൊടുക്കണം."

"ഇപ്പളത്തെ സ്ഥിതി നിനക്കും അറിയാവുന്നതല്ലേ. പെട്ടെന്ന് മുപ്പതിനായിരം ഉറുപ്പികയെന്നു പറഞ്ഞാ... ബാപ്പാക്ക് പണ്ടത്തെപ്പോലെ ഓടിച്ചാടി നടക്കാനൊന്നും വയ്യ. കൂടാതെ കടവും ഒരുപാടുണ്ട്. പെട്ടെന്നിപ്പോ..."

"എന്നു പറഞ്ഞാലെങ്ങനാ? ഞാനെന്നും നിങ്ങടെ മക്കളുടേയും മരുമക്കളുടേയും അടിയും തുപ്പുംകൊണ്ട് കിടക്കട്ടെന്നോ?"

ഉമ്മാ ഒന്നും മിണ്ടാതെ മിഴിച്ചിരുന്നതേ ഉള്ളൂ. അവരുടെ മുഖത്തെ വേദന കണ്ടാകണം ഷാജി മയത്തിൽ പറഞ്ഞു:

"നിങ്ങളെ വിഷമിപ്പിക്കാൻവേണ്ടി പറഞ്ഞതല്ല. എത്രകാലമെന്നു വെച്ചാ ഇവിടെ ഇങ്ങനെ എല്ലാരുടേം ദുർമുഖവും കണ്ടുകൊണ്ട് കഴിയും? ഇതാണെങ്കി കമ്പനി വിസയാണ്. ജോലി ഉറപ്പ്. അധ്വാനം ഇത്തിരിക്കൂടിയാലും നല്ല ശമ്പളമുണ്ട്."

ഉമ്മയ്ക്ക് എന്നിട്ടും അനക്കമൊന്നുമില്ലെന്നു കണ്ടപ്പോൾ ഷാജിയുടെ സ്വരം വീണ്ടും കടുത്തു.

"എങ്കിൽ വേറൊരു കാര്യം ചെയ്യാം. അവനൊരു സഹോദരിയുണ്ട്. ഒരു കോങ്കണ്ണി. അവളെ ഞാനങ്ങ് കെട്ടാം. വിസ ഫ്രീയായിട്ടുതരും. അവര് നാലുപേര് ഗൾഫിലുണ്ട്. സുഖമായിട്ടങ്ങു കഴിയാം. പെണ്ണ് നാട്ടിൽ നിന്നോളും."

"നിന്റെ കാര്യം നീ തന്നെ തീരുമാനിച്ച സ്ഥിതിക്ക് അതങ്ങ് നടക്കട്ടെ. എന്നോടെന്തിനാ പറയുന്നത്."

"ഇതാണെനിക്ക് പിടിക്കാത്തത്. എന്തുപറഞ്ഞാലും പിണങ്ങും. ഞാനെന്തു ചെയ്യണമെന്നുകൂടി പറ?"

"ബാപ്പ ഹയാത്തോടെ ഇരിക്കുമ്പംതന്നെ നീ ഇങ്ങനെയൊക്കെ തുടങ്ങിയാൽ..."

"ദേ നിങ്ങള് ഒരുമാതിരി വർത്തമാനം പറയല്ലേ. ഞാനാരേയും പ്രേമിക്കുന്നു എന്നൊന്നും പറഞ്ഞില്ലല്ലോ. അവനൊരു നിർദേശം വെച്ചു. അത് നിങ്ങളൂടി പറഞ്ഞു. അല്ലാതെ കെട്ടിയൊന്നുമില്ലല്ലോ. ശ്ശെടാ ഇതെന്തൊരുപാട്! ആരോടും ഒന്നും മിണ്ടിക്കൂടെന്നു വെച്ചാൽ..."

കുറേനേരം കാത്തിരുന്നിട്ടും ഉമ്മയ്ക്ക് അനക്കമൊന്നുമില്ലെന്നു കണ്ടപ്പോൾ മേശപ്പുറത്തിരുന്ന സ്റ്റീൽഗ്ലാസ് ഊക്കോടെ വലിച്ചെറിഞ്ഞിട്ട് ഷാജി

മുറ്റത്തേക്കിറങ്ങി. ഉമ്മ പിറകിൽനിന്ന് വിളിക്കുന്നുണ്ടോ എന്നറിയാനായി ഇത്തിരിനേരം കാത്തു. അനക്കമില്ല. മുറ്റത്ത് വെള്ളം നിറച്ചുവെച്ചിരുന്ന ബക്കറ്റ് കാലുകൊണ്ടൊരു തട്ടുകൊടുത്തിട്ട് അവൻ പുറത്തേക്കിറങ്ങി. അതു കണ്ടുകൊണ്ടാണ് അസനാരുകുഞ്ഞ് കയറിവന്നത്.

"കൊച്ചുമുതലാളി എന്തരിനെടേ കെറുവിച്ചിറങ്ങിയത്?"

അയാൾ തമാശയായി ഭാര്യയോട് ചോദിച്ചു. അവർ അത് കേട്ടില്ല. ഭർത്താവ് കുലുക്കിവിളിച്ചപ്പോൾ ഞെട്ടി മുഖമുയർത്തി. കണ്ണിൽനിന്ന് വെള്ളം കുടുകുടെ ഒഴുകുന്നതു കണ്ടപ്പോൾ അസനാരുകുഞ്ഞിന്റെ മുഖത്തും അമ്പരപ്പ്.

"എന്തരടേ? നീയെന്ത് വല്ലാതിരിക്കണത്? അവൻ തറുതല വല്ലോം പറഞ്ഞായിരിക്കും. അവന്റൂടി മിണ്ടാൻ പോകരുതെന്നു പറഞ്ഞാൽ നിനക്ക് മനസിലാവൂല്ലല്ല്."

"അവന് പെണ്ണുകെട്ടണമെന്ന്. ആലോചനയും കൊണ്ടാ വന്നത്."

"അത്രയേ ഒള്ളോ? കെട്ടിക്കോട്ടെ നമുക്കത്രയും ഭാരം കുറഞ്ഞില്ലേ? അതിന് നീയെന്തിന് കണ്ണീരൊഴുക്കുന്നത്?"

"എന്നെക്കൊണ്ടൊന്നും പറയിക്കണ്ട."

അവർ കണ്ണു തുടച്ചുകൊണ്ട് അകത്തേക്കു നടന്നു. മേശപ്പുറത്ത് സൈനബ ചോറെടുത്തു വെച്ചിരുന്നു. ഭർത്താവിന് ചോറു വിളമ്പിക്കൊടുക്കുമ്പോൾ റാബിയ ഒരക്ഷരം മിണ്ടിയില്ല. റാബിയയെ നന്നായി അറിയാവുന്നതുകൊണ്ട് അസനാരുകുഞ്ഞ് അങ്ങോട്ടൊന്നും ചോദിച്ചതുമില്ല. നെഞ്ചിലെ കനം കുറയുമ്പോൾ അവൾതന്നെ എല്ലാം ഇങ്ങോട്ടു പറയുമെന്ന് അയാൾക്കറിയാം. ഭർത്താവ് ഊണുകഴിഞ്ഞെഴുന്നേറ്റപ്പോൾ റാബിയയും ഊണു കഴിച്ചെന്നു വരുത്തി എഴുന്നേറ്റ് കൈകഴുകി.

"ഇതെങ്ങെടുത്തോ സൈനബാ. നദീറയും റംലത്തുമൊക്കെ ചോറ് തിന്നോ?"

"അവരൊക്കെ എപ്പഴേ ചാറുകള് തിന്ന്. മാമി ഒന്നും കഴിച്ചില്ലല്ല്."

"മതി. നീ ചെന്ന് ചോറ് തിന്നോ."

ഇറയത്ത് അസനാരുകുഞ്ഞ് ബീഡിവലി കഴിഞ്ഞ് മുറുക്കാനായി കാത്തിരിക്കുന്നുണ്ടായിരുന്നു. മുറുക്കാനൊരുക്കുന്നതിനിടയിൽ റാബിയ ചോദിച്ചു. "ഷാജിക്കിപ്പോ വയസ്സെത്തരയായി?"

"കഴിഞ്ഞ ചിങ്ങത്തില് ഇരുപത്തിരണ്ട് തികഞ്ഞില്ലേ?"

"ഇത്ര ചെറുപ്പത്തിലേ അവനെന്തിനാ ഭാരം വലിച്ച് തലയിൽ കേറ്റണത്?"

"അവന് ഭാരം ചുമക്കാൻ മോഹമുണ്ടെങ്കിൽ ചുമക്കട്ടെ. വിധി പോലെയൊക്കെ വരും. നീ വെറുതെ അതുമിതുമാലോചിച്ച് മനസു പുണ്ണാക്കണ്ട. അവന് നമുക്കൊരു പെണ്ണു നോക്കാം."

"നിങ്ങളെന്തിനാ നോക്കുന്നത്? അവൻതന്നെ ആലോചന കൊണ്ടു വന്നിട്ടുണ്ട്. അവന്റെ കൂട്ടുകാരന്റെ പെങ്ങളാത്രെ. അതിനെ കെട്ടിയാൽ അവനെ ഗൾഫിൽ കൊണ്ടുപോവാമെന്നാത്രെ വാക്ക്."

"കേട്ടിട്ട് തരക്കേടില്ലല്ലോ. തെളിച്ച വഴിയേ നടന്നില്ലെങ്കിൽ നടന്ന വഴിയേ തെളിക്കുന്നതാ ബുദ്ധി."

"എല്ലാം അറിയുന്നവൻ നീയാണ് റബ്ബേ. എന്റെ മക്കൾക്ക് വേണ്ടാത്ത ബുദ്ധി തോന്നിക്കല്ലേ."

റാബിയ പതിവുപോലെ പ്രശ്നം മുകളിലെത്തിച്ചു.

"നീ സമാധാനപ്പെട്. നമ്മളാരേം ദ്രോഹിച്ചിട്ടില്ല. എല്ലാം നേരെയാകും. നിന്റെ ദുആ പടച്ചവൻ കേൾക്കാതിരിക്കൂല. അസറ്ബാങ്ക് കൊടുക്കാറായി. ഞാനിത്തിപ്പോലം കിടക്കട്ടെ."

ഭർത്താവ് എഴുന്നേറ്റ് അകത്തേക്കു നടന്നപ്പോൾ റാബിയ കുളിമുറിയിലേക്കു നടന്നു. നിസ്കാരത്തിനുമുമ്പുള്ള അംഗശുദ്ധി വരുത്തി എത്തിയപ്പോഴേക്ക് പള്ളിയിൽ അസറുബാങ്കു വിളിച്ചു. നിസ്കരിക്കാൻ കൈകെട്ടിയപ്പോഴും മനസ്സ് മറ്റെങ്ങോ ആയിരുന്നു. വളരെ പണിപ്പെട്ടാണ് മനസിനെ അടക്കിനിർത്തിയത്. നിസ്കാരം കഴിഞ്ഞതും വല്ലാത്ത തളർച്ച തോന്നി. വയറ്റിനകത്ത് കത്തിവെച്ചു കീറുന്നതുപോലുള്ള വേദന ചങ്കിനകം അതിനേക്കാൾ നീറുന്നു. നിസ്കാരപ്പായ തെറുത്തുവെച്ച് കട്ടിലിൽ കയറിക്കിടന്നു.

മരണം മുറിക്കകത്ത് പതിയിരിക്കുന്നതുപോലെ. മരിച്ചു മൺമറഞ്ഞ ഉമ്മയും വാപ്പയും കൈമാടി വിളിക്കുന്നുണ്ടോ? മരിച്ചാൽ നാട്ടിലുള്ളകുടുംബവക പള്ളിയിൽ ഖബറടക്കണമെന്ന് പലവുരു പറഞ്ഞിട്ടുണ്ട്. ഭർത്താവ് ജീവിച്ചിരിപ്പുണ്ടെങ്കിൽ ആശ നിറവേറ്റാതിരിക്കില്ല. പക്ഷേ, മക്കൾ... മയ്യത്ത് ഇവിടെനിന്ന് നാട്ടിലെത്തിക്കാനുള്ള ചെലവെത്രയാ? അതൊക്കെ ഏറ്റെടുക്കാൻ ആരാണുണ്ടാവുക? മരിച്ചുകഴിഞ്ഞാൽ പിന്നെ എവിടെ കിടന്നാലെന്താ? മൂന്നുനാൾക്കകം ശരീരം ചിതലരിച്ചു മണ്ണാകും. റൂഹ് മാത്രം ബാക്കി. പുണ്യംചെയ്ത റൂഹാണെങ്കിൽ കാവലിന് മലക്കുകളുണ്ടാവില്ലേ? അതിനെക്കുറിച്ചൊക്കെ ഓർത്ത് ഇപ്പഴേ വിഷമിക്കുന്നതിൽ എന്തർഥം? ജീവിച്ചിരിക്കുന്നവരെക്കുറിച്ച് ഓർത്താണ് ഇപ്പഴത്തെ ദണ്ഡം.

"ഇവിടെ ആരുമില്ലേ? അസനാരുകുഞ്ഞേ... ഈ കതകുകളെല്ലാം തുറന്നിട്ടുംവെച്ച് എവളുമാരെല്ലാം എവിടെപ്പെയ്യിക്കിടക്കണത്? മരുമക്കള് തന്നെ ഒണ്ടല്ലോ രണ്ടുമൂന്നെണ്ണം... പിള്ളേയ്..."

വിളികേട്ട് റാബിയ ഞെട്ടി എഴുന്നേറ്റു. കുറുങ്കാലി ഉമ്മൂമ്മയെ കണ്ടതും അവരുടെ നെഞ്ചു പിടച്ചു. തള്ളയുടെ കരിനാക്കുകൊണ്ട് എന്തെങ്കിലും പറഞ്ഞാൽ തട്ടിയതുതന്നെ.

"നസറുമിനല്ലാഹി ഫത്തഹൻ കരീമാ."

കണ്ണേറു തട്ടാതിരിക്കാൻ പണ്ടെപ്പോഴോ ഉമ്മ പഠിപ്പിച്ച ആയത്ത് പെട്ടെന്ന് നാവിൻതുമ്പത്ത് വന്നു.

"എന്തേര് പിള്ളേ, പിറുപിറുത്തോണ്ട് വരണത്?"

കുറുങ്കാലി ഉമ്മുമ്മ ഞൊണ്ടിയാണ്. ഒരു കാലിന് നീളക്കുറവുണ്ട്. അങ്ങനെയാണ് കുറുങ്കാലി ആയത്. അവരുടെ ശരിയായ പേര് നാട്ടുകാർ എന്നോ മറന്നു.

"വന്നിട്ട് കുറേനേരമായോ? ഞാനൊന്ന് മയങ്ങിപ്പോയി."

"എപ്പഴേ കെടന്ന് വിളിക്കണ്? ആരൊണ്ട് കേക്കാൻ? വീട്ടിലെ ജ്വാലികള് ചെയ്യാനെക്കൊണ്ട് മരുമക്കളുണ്ടെങ്കില് എപ്പഴുമപ്പഴും കെടന്നങ്ങ് മയങ്ങാമല്ല്. നീയങ്ങ് കേറി മിനുത്തല്ലോ. അസുഖം വന്നേപ്പിന്നെ നല്ല രക്ഷയാ അല്ലേ?"

"ദേ മാമീ, നിങ്ങള കരിനാക്കുകൊണ്ട് ഒന്നും പറഞ്ഞേക്കല്ലേ. അവക്കൊട്ടും വയ്യ. അതുകൊണ്ടല്ലേ ഇടയ്ക്കിടെ മയങ്ങുന്നത്. നിങ്ങള് അകത്തോട്ടു ചെന്ന് ചാറ്കള് വല്ലോമുണ്ടെങ്കില് വാങ്ങിച്ചു തിന്നിൻ."

ബഹളം കേട്ടെത്തിയ അസനാരുകുഞ്ഞ് പറഞ്ഞു.

"എന്ത് ഞങ്ങടെ വീട്ടീ കഞ്ഞിവെയ്ക്കാറില്ലേ. ഞങ്ങളും മൂന്നു നേരവും തിന്നും കുടിച്ചും തന്നെ കഴിയണത്. ആരിക്കു വേണം നിന്റെ ചാറ്? കാശുണ്ടെങ്കീ ഒരു പത്തുരൂപാ താ അപ്പീ. കൊച്ചിലേ നിന്നെ എളിയിലെടുത്തോണ്ട് നടന്ന തഴമ്പ് ഇപ്പഴുമുണ്ട്..."

"തന്നെതന്നെ ചുമ്മായിരിയെന്നേ. നിങ്ങടെ വീട്ടീ കാശിനോ പഞ്ഞം?"

"അള്ളാണേ... നിന്നാണെ കാലുകഴച്ചിട്ടു വയ്യ. ഇത്തിപ്പോലം തൈലം വാങ്ങിച്ചിട്ടാ കഴപ്പിനിത്തിരി ആശ്വാസം കിട്ടും. ചോദിച്ചപ്പോ അവന്റെയൊരു പവറ് കണ്ടില്ലേ. അല്ലേലും നിനക്ക്."

"ഇതാ പൈസ നിങ്ങള് ചെന്ന് തൈലം വാങ്ങിച്ചോളീ.."

അവരെ മുഴുമിപ്പിക്കാൻ അനുവദിക്കാതെ റാബിയ മുണ്ടിന്റെ കോലന്തയഴിച്ച് പത്തുരൂപാ കൊടുത്തു.

"കണ്ടില്ലേടാ അവള് കുടുമ്മാക്കാറി. നിന്റെകൂട്ട് ചെറ്റത്തരമില്ല. നിന്റെ ഉമ്മാ ഷരീഫായും ഇങ്ങനെതന്നെ. ഒരു രൂപാ തരുന്നെങ്കീ നൂറുരൂപാടെ മേനിപറയും. ഇന്ന് മീനെന്തരാണ് മക്കളേ കിട്ടിയത്. വയറെരിഞ്ഞിട്ട് വയ്യ." അടുക്കളയിലേക്കു നടന്നുകൊണ്ടായിരുന്നു കുറുങ്കാലിയുടെ ചോദ്യം.

"നിങ്ങക്ക് ചോറു വേണ്ടെന്നല്ലേ പറഞ്ഞത്."

അസനാരുകുഞ്ഞ് പിറകിൽനിന്ന് വിളിച്ചുചോദിച്ചു.

"നീ പോടാ തിരുമാലി. എന്റെ പിള്ളേടെ കൈയീന്ന് രണ്ടു വറ്റു വാങ്ങിത്തിന്നാ അതൊരു വർക്കത്താ."

"തന്നെ തന്നെ. തട്ടിയേച്ചും വാ."

"നിങ്ങളൊന്നു മിണ്ടാതിരുന്നേ. അവരൊന്ന് പോയിക്കിട്ടട്ടെ."

റാബിയ അടക്കം പറഞ്ഞു. അവർതന്നെ കുറുങ്കാലിക്ക് ചോറു വിളമ്പിക്കൊടുത്തു. സൈനബയെ ഏൽപ്പിച്ചാൽ അവൾ അതുമിതും പറഞ്ഞ് അവരെ മുഷിപ്പിക്കും. തള്ള വായിൽത്തോന്നിയത് വിളിച്ചുപറയുകയും ചെയ്യും. തള്ളയുടെ നാക്കിനെ റാബിയയ്ക്ക് പേടിയാണ്. അവർ പോകുന്നതുവരെ റാബിയ അവരുടെ പുറകേ നടന്നു. ഗേറ്റ് കടത്തി അയച്ചിട്ടേ അകത്തേക്കു കയറിയുള്ളൂ.

“പത്തുരൂപാ ചുമ്മാകൊണ്ട് തുലച്ചില്ലേ?” ഇറയത്തിരുന്ന് ബീഡി വലിച്ചുകൊണ്ടിരുന്ന അസനാരുകുഞ്ഞ് ചോദിച്ചു.

“തുലയട്ടെ അതുകൊണ്ടാ വേഗം ഇറങ്ങിയത്. തള്ളയുടെ കരിനാക്കുകൊണ്ടെന്തെങ്കിലും പറഞ്ഞാൽ ഏറ്റതുതന്നെ. നിങ്ങക്ക് ഓർമയുണ്ടോന്നറീലാ. നമ്മളെ മതിലരികിൽ ഒരു നാരകത്തൈയുണ്ടായിരുന്നു. നിറയെ കായ്ച്ചുനിൽക്കുന്ന സമയത്താ. തള്ള എന്തോ പറഞ്ഞത്. മൂന്നാംദിവസം മരമേ കരിഞ്ഞു. അതുപോലെ ഒരു ദിവസം അസീസ് കോളേജിൽ പോകാൻ ഒരുങ്ങിനിന്ന സമയത്താ തള്ള കയറി വന്നത്. അവനാണെങ്കിൽ മുണ്ടിന്റേയും ഷർട്ടിന്റേയും കാര്യത്തിൽ അന്നേ വലിയ ചിട്ടയാ. തൂവെള്ള മുണ്ടും ഷർട്ടുമിട്ടാ അന്നവൻ ഇറങ്ങിയത്. “പെറ കണ്ടതുപോലുണ്ടല്ലോടാ” ചികഞ്ഞൊന്നു നോക്കിയിട്ട് തള്ള പറഞ്ഞു. എന്റെ ചങ്കിടിച്ചു. പത്തുമിനിട്ട് തികഞ്ഞില്ല. എന്റെ കുട്ടി തലയും കുനിച്ചുകൊണ്ട് കയറിവരുന്നു. തൂവെള്ള ഷർട്ടില് ചോരക്കറപോലെ വെറ്റിലത്തുപ്പല് പറ്റിപ്പിടിച്ചിരിക്കുന്നു. റോഡിൽക്കൂടി നടന്നുപോകുമ്പോ ബസ്സീന്നാരോ തുപ്പിയതാ. അത്ര കടുത്ത നാവാ.”

“അതു നേരാ. തള്ളേടെ നാക്കിത്തിരി മോശമാന്ന് ഉമ്മ പണ്ടേ പറയുമായിരുന്നു. ഉമ്മാക്കിവരെ കണ്ണെടുത്താ കണ്ടൂടാ. ഇവരുടെ ഒരു ചേട്ടത്തിയുണ്ടായിരുന്നു. കുരുടി നെനക്ക് ഓർമയുണ്ടോ?”

“പിന്നില്ലാതെ? ഒരിക്കൽ ഞാൻ പനിയായിട്ട് കെടന്നപ്പോ മന്ത്രിച്ചു തരാൻ വന്നിരുന്നു. ഞാൻ സമ്മതിച്ചില്ല. തള്ളക്ക് ഫാത്തിഹ സൂറത്തുപോലും തെറ്റില്ലാതെ ഓതാനറിയില്ല. എന്നിട്ടാ രോഗം മാറ്റാൻ നടക്കുന്നത്. അവർ മരിച്ചുപോയില്ലേ?”

“അവര് മരിച്ചിട്ടിപ്പോ വർഷം അഞ്ചെട്ടായില്ലേ? സംസാരിച്ചിരുന്ന് നേരമങ്ങുപോയി. കേട്ടോ. ചായ ഇട്ടില്ലേ.. എനിക്ക് കടയിലോട്ടു പോണം.”

“വെള്ളം ചൂടായിട്ടുണ്ടാകും. കുളിക്കുമ്പളത്തിന് ചായ തരാം.”

പതിനാറ്

"സൈനബാ. തേങ്ങാ അരച്ചില്ലേ?"

കൂട്ടാന് കടുക് വറുത്തിടുന്നതിനിടയിൽ റാബിയ ചോദിച്ചു.

"ഒഴിച്ചുകൂട്ടാത്തിന്റെ അരപ്പല്ലേ? ദാ, ഇപ്പത്തരാവേ, തോരത്തിന് എന്തരാണ് അരിഞ്ഞുവെച്ചേക്കണത്? ബീൻസു തന്നെ?"

"ഉം, നീ ചാറ്റിനുള്ള തേങ്ങയിങ്ങു താ. ചട്ടി കാളുന്നു."

"ഈ ഈറോള്ളികൂടി ഒന്നരച്ച് ചേർത്തോട്ട് മാമി. ഇപ്പൊ തരാം. നദീറാത്ത ഇന്നെങ്കിലും എത്തുമോ?"

"ഓള് രണ്ടു ദെവസം അവിടെ നിക്കട്ടെ. ഇവിടെയാകുമ്പം ആ കുട്ടിക്ക് ശ്വാസം കഴിക്കാൻ ഇടകൊടുക്കൂലാ."

"ഇന്നരീൻ മാമീ അരപ്പ്. മീനിന് തേങ്ങ പച്ചയരക്കണോ വറുത്തര ക്കണോ?"

"തേങ്ങ വറുത്തുവെച്ചിട്ടുണ്ട്."

"എങ്കി തരീൻ. അമ്മി കഴുകേണ്ടല്ലോ?"

അരയ്ക്കുന്നതിനിടയിലും സൈനബ വായ് പൂട്ടിയില്ല.

"മാമീരെ റംലത്ത്താത്ത വല്ലോം പറഞ്ഞോ?"

"ഉം? എന്തേ?"

"അപ്പ, മാമി വിശേഷങ്ങളൊന്നും അറിഞ്ഞില്ലേ?"

"നീ കാര്യമെന്താണെന്നുവെച്ചാ പറ പെണ്ണേ?"

"അവരിക്ക് വിശേഷമുണ്ട്. കളയാനൊരു ശ്രമമൊക്കെ നടത്തി. പക്ഷേങ്കി മാസം നാലു കഴിഞ്ഞെന്നും പറഞ്ഞ് ഡാക്ടരാ വെലക്കിയത്."

"എന്റെ റബ്ബേ നീ എന്തൊക്കെയാ ഇപ്പറേന്നത്? ആരുപറഞ്ഞു നിന്നോട്?"

"എന്റൂടി പറഞ്ഞത് റംലത്ത് താത്താതന്നെ. ചുമ്മാ ഇല്ലാവചനം ഞാൻപറയുമോ?"

"ഇക്കുട്ടിക്ക് എന്തിന്റെ കേടാ? മരിച്ചുചെന്നാ കൊലക്കുറ്റത്തിനാ ശിക്ഷ. ഓളെവിടെ? ഞാനൊന്നു ചോദിക്കട്ടെ."

"കെടക്കുവാരിക്കും. മാമീ, ദേ ഞാൻ പറഞ്ഞെന്നു പറയല്ലേ. ഷാഹുല്കാക്കാ എന്റെ തലയെടുക്കും."

"ഓക്കെന്തേ ഇങ്ങനെ തോന്നാൻ?"

"ഒന്നുകൂടി വയറ്റിലായാ ഇപ്പഴത്തെകണക്ക് ഇങ്ങനെ കറങ്ങിയടിച്ച് നടക്കാനൊക്കുമോ? രണ്ടു മക്കളാണുപോലും ഇപ്പഴത്തെ ഫാഷൻ. താത്താക്കാണെങ്കി കാലത്തുള്ള ശർദിപോലുമില്ല. പ്രസവവും ദാന്നു പറയുമ്പളത്തിനു കഴിയും അല്ലേ മാമി?"

"ആ നീ ആ തേങ്ങയൊന്ന് വേഗം താ. ഒരു കാര്യംപറഞ്ഞേക്കാം. ഇപ്പറഞ്ഞതൊന്നും നീ വേറാരോടും പറഞ്ഞേക്കല്ലേ."

"ഇതെന്തര് പറച്ചില് മാമീ? ഇവിടത്തെ കാര്യങ്ങള് ഞാൻപറഞ്ഞ് പുറത്തറിഞ്ഞതായി മാമി കേട്ടിട്ടുണ്ടോ?"

"ഓർമിപ്പിച്ചതാ. ഇപ്പളത്തെ കുട്ട്യോളെ വിശ്വസിച്ചൂടാണ്ടായി."

റാബിയ പറഞ്ഞുതീരുന്നതിനുമുമ്പേ റംലത്തെത്തി. മുഖം വല്ലാതെ വിളറിയിട്ടുണ്ട്. ആകെ ഒന്ന് ഉലഞ്ഞിട്ടുമുണ്ട്. മരുമക്കളുടെ കാര്യമൊന്നും ശ്രദ്ധിക്കാത്തതിൽ റാബിയയ്ക്ക് കുറ്റബോധം തോന്നി.

"നദീറാത്ത ഇന്നും വരില്ലേ മാമീ? പോയിട്ട് ഇന്ന് നാലായല്ലോ!"

"ഇന്നല്ലെങ്കില് നാളെ വരും. നീയാകെ കോലംകെട്ടല്ലോ. വിശേഷമായിട്ട് എന്നോട് പറയാഞ്ഞതെന്താ? എത്ര മാസമായി?"

"അതു പിന്നെ നാലു കഴിഞ്ഞു."

"റംലത്തു നാണിച്ചുകൊണ്ടു പറഞ്ഞു.

"കാലത്തിനും നേരത്തിനും തിന്നണം. പ്രത്യേകിച്ചെന്തെങ്കിലും വേണമെങ്കി പറയാൻ മടിക്കരുത് മോളേ."

"താത്താക്ക് ശർദ്ദിയില്ലാത്തതുപോലെ ആഹാരത്തിനു ചടപ്പുമില്ല. എരിവും പുളിയും കണ്ടമാനം വേണം. ഇത്തിപ്പോലം കടുമാങ്ങായോ ഉപ്പിലിട്ടതോ വല്ലതും ഉണ്ടാക്കിക്കൊടുക്കിൻ."

"ചെക്കൻ മാർക്കറ്റീന്നു വരുമ്പോ പച്ചമാങ്ങാ പറയാൻ മറക്കല്ലേ സൈനബാ. ഇതൊക്കെ പടച്ചോന്റെ വേണ്ടുകയാ മോളേ. നീ വേണ്ടാത്ത പണിക്കൊന്നും പോകല്ലേ. കുട്ട്യോളെ നോക്കാൻ ഇവിടെ ഞങ്ങളൊക്കെയില്ലേ?"

സൈനബയെ രൂക്ഷമായൊന്നു നോക്കിയിട്ട് റംലത്ത് ചോദിച്ചു.

"ഞാനൊന്നു വീട്ടിപ്പോട്ടോ മാമീ? നിങ്ങള മോന്റൂടി ചോദിച്ചപ്പോ എടുത്തിട്ടടിക്കാൻ വന്നു."

"അതങ്ങനെയൊരു പടപ്പ്. കണ്ണും മൂക്കുമില്ലാത്ത ചെക്കൻ. നിനക്ക് വേണോങ്കില് പോ മോളെ. അവനോട് ഞാൻപറയാം."

'മാമിയെ സോപ്പിട്ടുകൊണ്ട് ഇവിടെ നിപ്പാണോ? ഞാൻ പെരക്കകത്ത് തപ്പുകയല്ലേ."

അപ്പോൾ അവിടെ എത്തിയ ഷാഹുൽ ചോദിച്ചു. അവൾ തലവെട്ടിച്ചു നിന്നതല്ലാതെ ഒന്നും മിണ്ടിയില്ല.

"ചോദിച്ചതിന് മറുപടി പറഞ്ഞില്ലെങ്കി ഞാനൊന്നു വെച്ചുതരും. കേട്ടോ. ഏതു നേരവും മുഖവും വലിച്ചുകയറ്റിക്കൊണ്ട്..."

"ഒന്നു പറഞ്ഞ് രണ്ടിന് കെട്ട്യോളെ തല്ലാൻ നിനക്ക് നാണമില്ലേടാ? ഒന്ന് പൊട്ടിച്ചുതന്നാലുണ്ടല്ലോ."

ഉമ്മ കൈ ഉയർത്തി അടുത്തേക്കു വരുന്നതു കണ്ട് ഒഴിഞ്ഞു മാറിയിട്ട് ഷാഹുൽ ചോദിച്ചു.

"അല്ലേ ഇപ്പം വാദി പ്രതിയായോ? കാര്യമെന്താണ്?'

"മരുമോക്ക് മാസം നാലായി. എന്നിട്ട് ഞാനറിഞ്ഞില്ല. എന്നിട്ടത് കളയിക്കാൻ നടക്കുന്നു. പടച്ചോനെ പേടിയില്ലാത്ത ഹമുക്ക്."

"അതു പിന്നെ... ഉമ്മാ എവക്ക് പ്രസവിക്കാൻ വയ്യെന്ന്. അതിനും എനിക്കോ കുറ്റം?"

"അതുമിതും പറയാതെ നീ അക്കൂട്ടിനെ കുറച്ചുദിവസത്തേക്ക് അതിന്റെ വീട്ടിൽ കൊണ്ടാക്ക്."

"ഉം? പിള്ളക്കിപ്പോ ഇവിടെ എന്തരിന്റെ കൊറവ്? ഇവിടെ നിന്നോണ്ടാ മതി."

"അങ്ങനെയല്ല. ഈ സമയത്ത് അവരിക്ക് അവരെ ഉമ്മാന്റെകൂടെ നിക്കണോന്നുണ്ടാകും. അതുമിതുമൊക്കെ തിന്നണമെന്നു തോന്നും."

"ഇവിടെ ആയാലും ഒരു കുഴപ്പവുമില്ല. അവക്ക് മനസ്സീ തോന്നണത് ഉമ്മാ ഉണ്ടാക്കിക്കൊടുക്കൂലേ? പോരാത്തതിന് അവടെ മച്ചാ ഉയിരോടെ നിക്കയല്ലേ? എന്തര് വേണമെന്ന് പറയട്ട്. അപ്പഴിങ്ങെത്തുമല്ലോ."

"ചെലപ്പോ മോറക്കിട്ട് രണ്ട് തൊഴിയായിരിക്കും കിട്ടുന്നത്."

റംലത്ത് പതുക്കെയാണ് പറഞ്ഞത്.

"എടിയേ അത് നീ മച്ചാക്കിട്ടൊന്ന് വെച്ചതാണല്ല്. മച്ചാമാര് വല്ലപ്പോഴും രണ്ട് തൊഴി തന്നില്ലെങ്കീ നിന്നപ്പോലുള്ള പെണ്ണുങ്ങൾക്ക് ഒറക്കം വരുമോടി? അല്ലെന്ന് ഉമ്മാ പറയട്ട്?"

"അധികം കേറി വിളയല്ലേ? നിന്റെ ബാപ്പ ഇതുവരെ ആയിട്ട് എന്റെ നേരെ കൈ പൊന്തിക്കുന്നത് നീ കണ്ടിട്ടുണ്ടോടാ? ഞങ്ങളെ മോനായിട്ട് നീയെന്താടാ ഇങ്ങനെ ആയിപ്പോയത്?"

"ഉമ്മാ എവളെമാതിരി എടുത്തടിച്ചമട്ട് വാപ്പാടെ സംസാരിക്കാറുണ്ടോ? ഇവളാണെങ്കി വാ തുറന്നാ തറുതലയേ പറയത്തുള്ളൂ."

"മതി, നീ ഇന്നുതന്നെ അവളെ വീട്ടിൽ കൊണ്ടാക്കിക്കൊട്."

"നദീറാമയിനി എത്തിയില്ലല്ലോ. ഉമ്മ തനിച്ചാവില്ലേ?"

"നദീറ ഇന്നല്ലെങ്കില് നാളെ എത്തും. സൈനബ ഉണ്ടല്ലോ. നിങ്ങള് പോ."

"നിനക്ക് പോണോടേയ്?"

"ഊം."

"എങ്കീച്ചെന്ന് കുളി. ഉണ്ടിട്ട് പൂവ്വാം. എനിക്ക് ഉടനെയിങ്ങെത്തണം.

ഷാഹുലും റംലത്തും തോളുരുമ്മി അകത്തേക്കു നടക്കുന്നത് നോക്കിയിട്ട് സൈനബ പറഞ്ഞു.

"ഷാഹുല്കാക്കാക്ക് പറയണനേരത്തുള്ള കൊമ്പേ ഉള്ളൂ. ആളൊരു പാവമാ."

"നീ അവന്റെ വക്കാലത്തൊന്നും പറയണ്ട. മൂക്കത്താ ഈറ. പിന്നെ കാട്ടിക്കൂട്ടുന്നതിനുണ്ടോ അതിര്? നീ കിന്നാരം പറഞ്ഞു നിക്കാതെ ആ തേങ്ങയിങ്ങുതാ. ളൊഹറ്ബാങ്കു കൊടുത്തു. സ്കൂളിന്ന് കുട്ട്യോളിപ്പളിങ്ങെത്തും."

പറഞ്ഞു തീരുംമുമ്പേ ഷാഹുലിന്റെയും മജീദിന്റെയും മക്കൾ ഊണുകഴിക്കാനെത്തി.

"ഞങ്ങടെ ഉമ്മാ ഇന്നും വന്നില്ലേ വല്ല്യുമ്മച്ചീ? നാളെ വരാമെന്നും പറഞ്ഞ് പോയിട്ട് ഇന്ന് മൂന്നായല്ലോ. ഇങ്ങ് വരട്ടെ കാണിച്ചുകൊടുക്കാം."

മജീദിന്റെ മകൻ സുൾഫിക്കർ കെറുവിച്ചു.

"നാളെ എന്തായാലും എത്താതിരിക്കൂലാ. മക്കള് ചെന്ന് കൈയും കാലും കഴുകീട്ട് വാ. വല്യുമ്മച്ചി ചോറുതരാം."

"ഇത്രേം ദിവസം അവരവിടെ എന്തര് ചെയ്യണത്? നാക്കെടുത്താ ഉമ്മച്ചി കളവേ പറയൂ. നാളെത്തന്നെ വരുമെന്ന് ആണയിട്ട് പറഞ്ഞിട്ട് ചെയ്ത വേല കണ്ടില്ലേ?"

മജീദിന്റെ ഇളയമകൻ കൊച്ചുമോനും പരിഭവം.

"ചുമ്മാ വിളച്ചില് കാണിക്കാതെ ചാറ്കള് തിന്നിൻ. അല്ലെങ്കി പള്ളിക്കൂടത്തീ ബെല്ലടിക്കുമേ. താമസിച്ചു ചെന്നാ സാറിന്റെ കൈയീന്ന് നല്ല പെടയും കിട്ടും. പറഞ്ഞില്ലാന്നു വേണ്ട."

"വെക്കം വിളമ്പിത്തരീൻ."

സൈനബയുടെ ഭീഷണി കേട്ടതും സുൾഫിക്കർ തിരക്കുകൂട്ടി.

"മക്കളെ വിളിക്കാൻ സ്കൂളില് ആരേ വന്നത്? നസീറാ?"

ചോറു വിളമ്പുന്നതിനിടയിൽ റാബിയ ചോദിച്ചു.

"ഈ വല്യുമ്മച്ചീ ഇതെവിടെന്ന്? ഞാനിപ്പം വലുതായില്ലേ? ഞാനല്ലേ ഇവരെ കൊണ്ടുപോണത്. ഒരുകാര്യമുണ്ട് കേട്ടോ. ഈ ഷംസു ഒരു വഹ പറഞ്ഞാ കേക്കൂല്ല. പള്ളിക്കൂടത്തീന്നിറങ്ങുന്നതും ഒരോട്ടമാ. കൊച്ചാപ്പാരെ പറഞ്ഞ് രണ്ടു കൊടുപ്പിച്ചാലേ അടങ്ങൂ." കൊച്ചുമോൻ.

"ചുമ്മാ നുണപറയല്ലേ. നീയല്ലേ ഇന്നാള് റോഡ് മുറിച്ചു കുറുകെ ചാടിയത്?"

'മതി. ആരും റോഡിക്കൂടി ഓടരുത്. മോനെ സുൾഫീ. നീയാ മൂത്തത്. നീ വേണം എല്ലാരേം നോക്കാൻ."

വല്യുമ്മച്ചി ഓർമിപ്പിച്ചു.

ഷാഹുലിന്റെ ഇളയമകൾ കരഞ്ഞുകൊണ്ട് അവിടെയെത്തി.

"എന്ത്? മോങ്ങണതെന്തരിന് പിള്ളേ?" ഷംസു ചോദിച്ചു.

"കാക്കാ അറിഞ്ഞോ? നമ്മുടെ ഉമ്മായേ, ഉമ്മുമ്മാടെ വീട്ടിപ്പോവാൻ ഒരുങ്ങണ്. ഇനിച്ചും പോണം.'

അവൾ കരച്ചിലിനു ശക്തികൂട്ടി.

"നേരാണോ വല്യുമ്മച്ചി? ഈ ഉമ്മാമാരെല്ലാം എന്ത് ഇങ്ങനെ? അവരിക്ക് ഒരിടത്തും പിള്ളാരെ കൊണ്ടുപോകാൻ വയ്യ. അതെന്ത്?"

സുൾഫിക്കർ ഗൗരവത്തിൽ ചോദിച്ചതു കേട്ട് റാബിയയ്ക്ക് ചിരി.

സൈനബ പറഞ്ഞു.

"കൊച്ചുചെറുക്കന്റെ പറച്ചില് കേട്ടില്യേ മാമീ? ഇപ്പഴത്തെ പിള്ളാര് തെകഞ്ഞ വിത്തുകള് തന്നെ. പറഞ്ഞതുപോലെ റംലത്ത് താത്താ ഇവളെക്കൂടെ കൊണ്ടുപൂവ്വാത്തതെന്ത്? രാത്രി ഉമ്മാടടുത്ത് കെടന്നില്ലെങ്കി കൊച്ച് കെടന്ന് വിളിതൊടങ്ങും. മാമിക്ക് ചേക്ക തരുകേമില്ല."

"മോളിങ്ങു വാ കരയണ്ടാട്ടോ. മോളേംകൂടി കൊണ്ടോവാൻ വല്യുമ്മച്ചി പറയാം. വന്ന് ചോറ് തിന്ന്."

"വല്യുമ്മച്ചീ ഇപ്പത്തന്നെ വാപ്പച്ചീടൂടി പറ. എന്നിട്ട് മതി ചോറ്."

അവൾ വല്യുമ്മച്ചിയുടെ കൈയും പിടിച്ചുവലിച്ച് അകത്തേക്കു നടന്നു. എയർബാഗിൽ സാധനങ്ങൾ അടുക്കുകയാണ് റംലത്ത്. ഷാഹുൽ വിഷണ്ണനായി കട്ടിലിൽ ഇരിക്കുന്നു.

"ഇത്രേം സാധനങ്ങള് എന്തിനു കൊച്ചേ അടുക്കണത്? എത്ര ദിവസത്തേക്കാ?"

"എന്തോ പറയാൻ തുനിഞ്ഞ റംലത്ത് മാമിയെ കണ്ട് നിർത്തി.

"ഇവളെക്കൂടി കൊണ്ടുപോവാത്തതെന്ത്?"

"അവളിവിടെ നിക്കട്ടുമ്മാ. എങ്കിലേ എവള് പെട്ടെന്നിങ്ങ് വരത്തുള്ളൂ."

"ഉമ്മാനെ കാണാതെ പെണ്ണ് നിക്കൂലാ."

"ഇപ്പഴെന്തായി? ഞാനെത്രനേരംകൊണ്ട് പറയുന്നെന്നോ? ഒരു വിധത്തീ സമ്മതിക്കൂലാ. രാത്രിയായാ എവള് മാമിക്ക് ചേക്ക കൊടുക്കൂലാ."

"നീ ചുമ്മായിരി കൊച്ചേ. മക്കക്ക് പോണോടീ? ഇവിടെ വാപ്പച്ചീരെ കൂടെ നിന്നാപോരേ? വാപ്പച്ചി മക്കക്ക് എന്തരെല്ലാം വാങ്ങിച്ചു തരുമെന്നോ. മിട്ടായി. ബാള് ഐസ്ക്രീം."

"ഇനിച്ച് ഉമ്മച്ചീടൂടി പോണം. വന്നിട്ട്..."

"വേണ്ട. വേണ്ട, വലിയ കൂട്ടൊന്നുംവേണ്ട. നീ അവിടെയല്ലേ സന്തതി. സ്നേഹമില്ലാത്ത വഹ. നിങ്ങള് പോയീൻ."

ഷാഹുൽ അരിശത്തോടെ മകളെ താഴെയിറക്കി.

"വല്യുമ്മച്ചി ഞങ്ങള് പോണേ."

കുട്ടികൾ ഒന്നിച്ചു വിളിച്ചു പറഞ്ഞു.

"ഉമ്മച്ചി വെക്കം വന്നേക്കണേ. പള്ളിക്കൂടമടച്ചാ എന്നെ അങ്ങു കൊണ്ടാക്കിത്തരുമോ വാപ്പച്ചീ?"

"ഓ അയച്ചേക്കാം. എല്ലാരേം അയച്ചേക്കാം. ഇപ്പം ചെല്ലിൻ. ഉമ്മോ ചോറുകള് തരീൻ. ഒരുക്കങ്ങള് കഴിഞ്ഞെങ്കിൽ പെട്ടന്നിറങ്ങിൻ പിള്ളേ."

ഷാഹുൽ ധൃതികൂട്ടി.

'നീയും വന്നോ മോളേ."

ഷാഹുലിന്റെപിറകേ ചെല്ലുമ്പോൾ റാബിയ പറഞ്ഞു.

"മാമിക്ക് നിസ്കരിക്കണ്ടേ? ചാറുകള് ഞാൻ വിളമ്പിക്കൊടുക്കാം."

സൈനബ പറഞ്ഞു.

"ഇവര് പോയിട്ട് നിസ്കരിച്ചോളാം. ആലോചിച്ചിരിക്കാതെ ചോറു തിന്നടാ. ചൂരപെരട്ടിയത് കുറച്ചുകൂടി തരട്ടെ?"

ചോറ് വെറുതെ കൈകൊണ്ടിളക്കി ആലോചനയിലിരിക്കുന്ന ഷാഹുൽ തല ഉയർത്തിയിട്ടു പറഞ്ഞു.

"ഇത്തവണ ഇവിടെ വയറ്റുനേർച്ച നമുക്ക് ഗംഭീരമായിട്ടു വേണം നടത്താൻ. പ്രസവം നിർത്തുകയും വേണം. ആശൂത്രീലൊക്കെ കാശെ ത്രയാകുമെന്നാ. പിള്ളാരെ വളർത്താനുള്ള വെഷമം പറയുകയും വേണ്ട."

വായുകീറിയവൻ ഇരയും തരുമെന്ന് കേട്ടിട്ടില്ലേ? അതൊക്കെ പട ച്ചോന്റെ വേണ്ടുകപോലൊക്കെ വരും. പ്രസവം നിർത്തുന്നതിനെക്കുറി ച്ചൊന്നും ഇപ്പളാലോചിക്കേണ്ട."

"അയ്യോ എതിരൊന്നും പറയല്ലേ! ഇതോടെ മതി."

"അതിനെപ്പറ്റിയൊന്നും ഇപ്പം തർക്കം വേണ്ട. നീ വേഗം ചോറു തിന്നാൻ നോക്ക്. വയറ്റുനേർച്ച നന്നായിത്തന്നെ നടത്താം. എനിക്കി തൊന്നും അറിഞ്ഞൂടാ. ഞങ്ങളെ നാട്ടില് ഇതൊന്നും ഇല്ലേനും. ഏഴാം മാസത്തിൽ പെണ്ണിന്റെ ആൾക്കാർ വിളിക്കാൻ വരും. അവരെ ബിരിയാ ണിയും അപ്പത്തരങ്ങളുമുണ്ടാക്കി സൽക്കരിക്കും. പെണ്ണിനേം വിളിച്ച് അവരങ്ങ് പോവുകേം ചെയ്യും."

"കുട്ടക്കണക്കിന് പലഹാരങ്ങളുമായിട്ടാണ് മാമിയെ വിളിക്കാൻ വന്ന തെന്ന് ഉമ്മാ പറഞ്ഞുകേട്ടിട്ടുണ്ട്."

"ആ, അസീസിനെ പെറാൻമാത്രമേ ഞാനങ്ങ് പോയുള്ളൂ. ബാപ്പാക്ക് എല്ലാം അതിന്റെ മട്ടംപോലെ ചെയ്യണം. അപ്പത്തരങ്ങൾ കണ്ട് വാപ്പു മ്മയും നാട്ടുകാരും മൂക്കത്ത് വിരൽവച്ചു."

"മാമീരെ വാപ്പായെക്കുറിച്ച് എന്റെ ഉമ്മ പറഞ്ഞ് ഞാൻ കേട്ടിട്ടുണ്ട്. ഉമ്മാ മാമീരെ വീട്ടിൽ വന്നിട്ടുണ്ട്. ഇല്ലേ മാമീ?"

"ഒരിക്കൽ വീടു കണ്ടതും നിന്റെ ഉമ്മ അന്തംവിട്ടുപോയി. താഴെയും മുകളിലുമായി പതിനഞ്ച് അറകളുണ്ടായിരുന്നു."

"ആ വീടിപ്പഴില്ലേ? എന്നെക്കൂടെ കാണിച്ചുതരീൻ മാമീ."

"അത് എപ്പഴേ പൊളിച്ച് നന്നാക്കി. മൂത്ത ഇത്താത്തായുടെ മക്കൾ ഓരോരുത്തരായി വേറെ വീടുവച്ചു താമസം മാറിയപ്പോൾ മുറികൾ കാലി യായി. താമസിക്കാനാളില്ലാതെ വന്നപ്പഴാ പഴയ നാലുകെട്ടും മറ്റും പൊളിച്ചു വിറ്റത്. അതിനുതന്നെ കിട്ടി ഒരുപാട് പണം. എനിക്കുള്ള ഓഹരി അയച്ചുതന്നിരുന്നു. അതുകൊണ്ടാ മെഡിക്കൽ കോളേജിനടുത്ത് ബാപ്പ സ്ഥലം വാങ്ങിയത്. അത് മുംതാസിന് ശ്രീധനമായിക്കൊടുത്തു. ബാപ്പ പെരുമാറിയിരുന്ന ഇരുനിലബംഗ്ലാവ് നന്നാക്കി ചെറിയ ഇത്താ ത്തയും മക്കളും താമസം തുടങ്ങി. നാലു മക്കളിൽ മൂന്നുപേരും പുതിയ

വീടുണ്ടാക്കി മാറി. മൂത്തവളാ ഇപ്പോൾ തറവാട്ടിൽ. പയംപുരാണം പറഞ്ഞാൽ നേരംപോകുന്നതറിയില്ല."

"എന്നാ ഞങ്ങളിറങ്ങട്ടെ?"

ഷാഹുൽ യാത്ര ചോദിച്ചു.

"പോയിട്ടുവരാമേ!"

റംലത്തിന്റെ മുഖം നിറയെ ചിരി.

"അവിടെ മുഖത്തെ തെളിച്ചം കണ്ടില്ലേ? അയ്യടാ സ്വർഗത്തിലേക്കാണെന്നാ ഭാവം." തിരക്കിട്ടു നടക്കുന്നതിനിടയിൽ ഷാഹുൽ കുറ്റപ്പെടുത്തി.

പതിനേഴ്

മനസ്സ് തണുത്തു ഷാജഹാന്. കൂലിപ്പണിയെങ്കിലെന്ത്? ആരുടേയും വായിലുള്ളത് കേൾക്കണ്ടല്ലോ. ഈ നരകത്തിൽ നിന്നൊരു രക്ഷപ്പെടലും. ഉമ്മയെക്കുറിച്ചോർക്കുമ്പോഴേ വിഷമമുള്ളൂ. അവനെ ദൂരദേശത്തയയ്ക്കാൻ ഉമ്മയ്ക്ക് ഒട്ടും മനസില്ല. വിസ വന്നുവെന്നറിഞ്ഞതുമുതൽ കണ്ണീര് തോർന്ന നേരമില്ല. പേരുകേട്ട കമ്പനിയാണ്. നല്ല ശമ്പളം കിട്ടും എന്നൊക്കെ പറഞ്ഞിട്ടും സമാധാനമില്ല.

"കണ്ണിൽച്ചോരയില്ലാത്ത കൂട്ടരാ അറബ്യേള്. രാവെന്നും പകലെന്നുമില്ലാതെ പണിയെടുപ്പിക്കും."

"അതു നേരാണ്. പണി കുറച്ചു കഠിനം തന്നെ. നന്നായി മെനയേണ്ടി വരും. എന്നാലും സാരമില്ല. തൽക്കാലം അക്കരെയൊന്ന് കടന്നുകിട്ടട്ടെ. ഉദ്യോഗം കിട്ടാനുള്ള പഠിപ്പുമില്ലല്ലോ. നാൽപ്പതിനായിരം കൊടുക്കണമെന്നു കേട്ടപ്പോൾ അന്തംവിട്ടതാണ്. ബാപ്പ ആദ്യമേ കൈയൊഴിഞ്ഞപ്പോൾ ക്ഷോഭം തോന്നി. വല്യാക്കയും കേട്ട മട്ട് നടിച്ചില്ല. സീനത്ത് മദ്നിയാണ് രക്ഷിച്ചത്. ഇരുപതിനായിരം അവർ ശരിയാക്കിത്തരാമെന്നേറ്റപ്പോൾ സമാധാനമായി.

"ഷാജി, ഷാജിയേ ദേ കാപ്പികള് എടുത്തുവച്ചിരിക്കണ്."

നദീറാമദ്നി വിളിച്ചു. വാക്കുകളിൽ മധുരം. ഗൾഫിൽ പോകുന്നത് ഉറപ്പായതോടെ എല്ലാവരുടെ വാക്കുകളിലും തേൻ. കണ്ടാൽ കടിച്ചു കീറാൻ നിൽക്കുന്ന ഷാഹുല്കാക്കപോലും എത്ര സ്നേഹത്തോടെയാണ് പെരുമാറുന്നത്.

"നീ അക്കരെപ്പറ്റിയിട്ടുവേണം നമ്മുടെ ജൗളിക്കടയൊന്നു വികസിപ്പിച്ച് ഭേഷാക്കാൻ."

മിണ്ടിയില്ല. സ്വപ്നം കണ്ടിരിക്കട്ടെ. ഒരു ചില്ലിക്കാശ് കൊടുക്കില്ല. പൊണ്ടാട്ടിയുടെ വാക്കുകേട്ട് ഏതുനേരവും മേക്കിട്ടുകേറുന്ന ആളിപ്പോൾ പാടെ മാറിയിരിക്കുന്നു. പണം എവിടേയും ഇങ്ങനെതന്നെ. പണവും പദവിയുമുണ്ടെങ്കിൽ കേമൻ. അല്ലെങ്കിൽ താന്തോന്നി. മജീദ്കാക്ക ആളൊരു പാവമാണ്. ഭാര്യയുടെ ഏഷണി കേട്ട് വല്ലതുമൊക്കെ പറയുമെങ്കിലും സ്നേഹമുണ്ട്. അയ്യായിരം രൂപാ ഒപ്പിച്ചുതരാമെന്ന് പറഞ്ഞിട്ടുണ്ട്. നിവൃത്തിയുണ്ടെങ്കിൽ വാങ്ങില്ല. ബാക്കി ഉമ്മ ശരിയാക്കിത്തരും. ആദ്യ ശമ്പളം കിട്ടിയാലുടനെ തിരിച്ചുകൊടുക്കണം. എല്ലാ കടവും ഷാജി വീട്ടും. പണക്കാരനായി നിറയെ പെട്ടികളുമായി തിരിച്ചെത്തുന്നത് സ്വപ്നം കാണാത്ത ദിവസമില്ല. അരിഷ്ടിച്ചു കഴിഞ്ഞാൽ മിച്ചം പിടിക്കാൻ കഴിയും. ഇനിയും പഴയപോലെയൊന്നും ആയാൽ ശരിയാവില്ല. നദീറാമദ്നി വീണ്ടും വിളിച്ചപ്പോൾ ഊൺതളത്തിലെത്തി.

അപ്പവും പരിപ്പുകറിയും. സ്പെഷ്യലായിട്ട് മുട്ട പെരട്ടിയതുമുണ്ട്.

“എന്തര് ഷാജി, മുഖമെല്ലാം കടുത്തിരിക്കണത്? പോണതാലോചിച്ചൊള്ള വെഷമം തന്നെ?”

കിന്നാരത്തിനു വന്ന സൈനബയെ ഷാജി ചിറഞ്ഞൊന്നു നോക്കിയതല്ലാതെ മിണ്ടിയില്ല. ഷാജി എഴുന്നേറ്റ് അകത്തേക്കു നടക്കുന്നതു കണ്ട സൈനബ പറഞ്ഞു.

“കേട്ടോ താത്താ. ഷാജി അരിശംവരുമ്പോ വല്ലതുമൊക്കെ വിളിച്ചു പറയുമെങ്കിലും ആളൊരു പാവം. ഉമ്മായെന്നുവെച്ചാ ചെറുക്കന് ജീവനാ. പോകാൻ തീരുമാനിച്ചെങ്കിലും അവന് വിഷമമുണ്ട്. കേട്ടോ. ഉമ്മയെക്കാണാതെ എങ്ങനെ കഴിച്ചുകൂട്ടുമോ എന്തോ? പത്തുപതിനായിരം രൂപാ ശമ്പളമുണ്ടെന്നാണ് കേട്ടത്. എങ്ങനേങ്കിലും ഒരു കരപറ്റട്ട്.”

ഷാജി ചെല്ലുമ്പോൾ ഉമ്മ കിടക്കുകയായിരുന്നു.

“കിടക്കുന്നതെന്ത്? വയ്യേ?”

കട്ടിലിൽ ചെന്നിരുന്നിട്ട് ഷാജി ചോദിച്ചു,

അവർ എഴുന്നേറ്റിരുന്നു. മുഖം കടുത്തിരിക്കുന്നു. വിളറിയിട്ടുമുണ്ട്. കണ്ണുകളിൽ ദൈന്യത. ഷാജി നെറ്റിയിൽ തൊട്ടപ്പോൾ അവരുടെ കണ്ണു നിറഞ്ഞു.

“നിങ്ങളിതെന്തു ഭാവിച്ചാ? ഞാനെന്നും ഇവിടെക്കിടന്ന് നരകിക്കെട്ടെന്നോ?”

“എന്നു ഞാൻ പറഞ്ഞോ?”

“പിന്നെ? നിങ്ങള് പറയണതുപോലെ ഇനിയും പഠിച്ച് പരീക്ഷ ജയിക്കാനൊന്നും എനിക്കെങ്ങും വയ്യ. നിങ്ങള് ആഗ്രഹിച്ചതുകൊണ്ടാ രണ്ടാമതും പത്താംക്ലാസ് പരീക്ഷ എഴുതിയത്. പാസാവുകേം ചെയ്തു. ഇനിയും കൂടുതൽ പഠിച്ചെന്നും വെച്ച് പേഷ്കാരുദ്യോഗമൊന്നും കിട്ടാൻ പോണില്ല. ഗുമസ്തപ്പണി കിട്ടണമെങ്കിൽപ്പോലും ലക്ഷങ്ങള് കൈമടക്കണം. അതുണ്ടോ കൈയില്? മാസം പതിനായിരം രൂപയും ചെലവും താമസസൗകര്യവും കിട്ടുന്നത് വലിയ കാര്യമല്ലേ? എങ്ങനെയായാലും

മാസം പത്തയ്യായിരം രൂപാ മിച്ചംവരും. നൈറ്റ്ഡ്യൂട്ടിയുമൊക്കെ ചെയ്യുകയാണങ്കിൽ കൂടുതൽ കിട്ടും. കടമെല്ലാറ വീട്ടി എന്റെ ഉമ്മായെ ഞാൻ രാജ്ഞിയായി വാഴിക്കൂല്ലേ? എണീര്. നിങ്ങളിങ്ങനെ കണ്ണും ചുവപ്പിച്ച് ചടഞ്ഞുകിടന്നാ വാപ്പാ തരാമെന്നേറ്റ കാശ് തരൂല്ല. പറഞ്ഞേക്കാം."

"ഇവിടെയിങ്ങനെ തമ്മിത്തല്ലി നടക്കുന്നതിനേക്കാൾ നല്ലതു തന്നെ. എവിടെച്ചെന്നാലും പടച്ചോനെ മറക്കാണ്ട് കയിഞ്ഞാ മതി."

റാബിയ എഴുന്നേറ്റു. ഷാജിക്ക് സമാധാനമായി. ഉമ്മയുടെ മനസ്സൊന്ന് ഉറച്ചുകിട്ടിയാൽ പിന്നെ ഇളകില്ല.

"എപ്പളാ പോക്ക്? റംലത്തിന്റെ വയറ്റുനേർച്ച കയിഞ്ഞിട്ട് മതി."

"നിങ്ങക്ക് വട്ടാ. ഈ വയസാംകാലത്ത് പ്രസവിക്കുമ്പഴും വേണോ ഇതൊക്കെ? കാശു കളയാൻ കൊള്ളാം."

"ഓളെ ആദ്യത്തെ പ്രസവത്തിനും ചടങ്ങുകളൊന്നും നടത്തിയില്ല."

"എന്തരെന്നുവെച്ചാ ചെയ്യിൻ. ഞാനീ മാസം അവസാനം സ്ഥലം വിടും. കാശ് ഈ ആഴ്ച തന്നെ കൊടുക്കണം. എന്നാലേ ഒന്നാം തീയതിക്കുമുമ്പ് അങ്ങെത്താനൊക്കൂ. വാപ്പായെ ഒന്നൂടി ഓർമിപ്പിച്ചേക്കണേ. സീനത്ത് മദ്നി കനിഞ്ഞതുകൊണ്ടാ കരകയറിയത്. എന്റെ ഉമ്മായെക്കഴിഞ്ഞാ അവരിക്കേ ഷാജിയോട് കൂറുള്ളൂ."

ഷാജി ഉമ്മയെ കെട്ടിപ്പിടിച്ച് നെറ്റിയിൽ മുത്തി.

"മതി ഉമ്മാനെ സോപ്പിട്ടത്."

അവർ കണ്ണു തുടച്ചുകൊണ്ടാണ് പറഞ്ഞത്.

ഷാജി പോയപ്പോൾ അവർ വീണ്ടും കിടക്കാനൊരുങ്ങി.

"വീണ്ടും കിടക്കുന്നോ? അടുക്കളയിലോട്ട് ചെല്ല്. ഒന്നും ചെയ്യണ്ട. അവിടെച്ചെന്നിരുന്നാ മതി. കറികൾക്കെല്ലാം സ്വാദ് ഏറും. ഇനിയുള്ള ദിവസമെങ്കിലും ഉമ്മാടെ കൈകൊണ്ട് വച്ചതുവേണം തിന്നാൻ."

ഷാജി തിരിച്ചുവന്ന് നിർബന്ധിച്ചപ്പോൾ റാബിയ അടുക്കളയിലേക്കു നടന്നു. ഷാജി അവന്റെ മുറിയിലെ കട്ടിലിൽ ചെന്നിരുന്നു. ചുമരിലെ ആണിയിൽ ഉമ്മയും വാപ്പായും ചേർന്നുനിന്നെടുത്ത പടം. സാരിത്തലപ്പുകൊണ്ട് തല മറച്ചു കണ്ണിൽ നാണവുമായി ഉമ്മ. ഉയർത്തിപ്പിടിച്ച ശിരസും മുഖം നിറയെ ആത്മവിശ്വാസവും അഭിമാനവുമായി വാപ്പ. നല്ല ചേർച്ച. അവൻ കുഞ്ഞായിരിക്കുമ്പോൾ എടുത്തതാണത്രേ ആ പടം. ചുവന്നു തുടുത്ത മുഖവുമായി അടുപ്പിനരികിൽ നിൽക്കുന്ന ഉമ്മ. അല്ലെങ്കിൽ വിയർത്തൊലിച്ച് വാപ്പായുടെ മുണ്ടും ജൂബ്ബയും കഴുകിക്കൊണ്ടു നിൽക്കുന്ന ഉമ്മ. എപ്പോഴായാലും ഉമ്മയുടെ വേഷം മുഷിഞ്ഞുകണ്ടിട്ടില്ല. വെള്ളമുണ്ടും ലൈറ്റുകളറുള്ള ഇടുങ്ങിയ മുഴുക്കൈ കുപ്പായവും തലയിൽ തൂവെള്ളനേരൃതുമാണ് വേഷം. ജോലിചെയ്യുമ്പോൾ ഒരു കൈലിമുണ്ട് മീതെ ചുറ്റിയിരിക്കും. എത്ര തിരക്കിനിടയിൽച്ചെന്ന് ശല്യം ചെയ്താലും ഉമ്മയ്ക്ക് ശുണ്ഠിയില്ല. ആ അലിവുള്ള മുഖം എന്നും മനക്കരുത്ത് തന്നിട്ടുണ്ട്.

കുഞ്ഞുനാളിൽ ഉമ്മയെ ഏറ്റവും ശല്യം ചെയ്തത് അവനാണെന്ന് ഉമ്മ പലവുരു പറഞ്ഞിട്ടുണ്ട്. രാത്രിയിൽ ഉറക്കമില്ല. വെളുക്കുംവരെ കരച്ചിൽ. ഉമ്മയുടെ തോളിൽ കിടന്നാലേ ഉറങ്ങൂ. കട്ടിലിൽ കിടത്തിയാൽ കരച്ചിൽതുടങ്ങും. അവനേയും തോളിലിട്ട് ഒരുപോള കണ്ണടയ്ക്കാതെ നടന്ന ദിവസങ്ങളുമുണ്ടത്രെ. വെളുക്കാറാകുമ്പോഴാണ് കുഞ്ഞൊന്നു മയങ്ങുക. അപ്പോൾ ഒന്നു മയങ്ങിയാലായി. അപ്പോഴേക്കും പള്ളിയിൽ സുഹബി ബാങ്ക് വിളിക്കുന്നുണ്ടാകും. എപ്പോഴും ഓടി നടക്കുന്ന ഉമ്മയെ കാണാനാണ് ചന്തം. മുഷിഞ്ഞിരിക്കുമ്പോൾ ഉമ്മയുടെ കണ്ണുകളിൽ വിഷാദം. ഉമ്മയുടെ സ്ഥായിയായ ഭാവം ദുഃഖമാണെന്ന് അവന് പലപ്പോഴും തോന്നിയിട്ടുണ്ട്, ചിരിക്കുമ്പോഴും കരയുന്നതായി തോന്നാറുണ്ട്.

പരിഭവമില്ല. പരാതിയുമില്ല. വാപ്പ പറയുന്നതിനപ്പുറം ഒരു ലോകവുമില്ല. മക്കൾ ഉമ്മയ്ക്ക് തണലാകുന്നതിനു പകരം ഭാരമായിത്തീർന്നിരിക്കുകയാണ്. വീട്ടിൽ എന്നും വഴക്ക്. എല്ലാറ്റിനും തുടക്കമിടുന്നത് അവൻ തന്നെ. മാറണമെന്ന് മോഹമുണ്ട്. അതിനുള്ള ശ്രമമാണ് ഈ യാത്ര. വയസുകാലത്തെങ്കിലും ഉമ്മയെ സ്വസ്ഥമായിട്ടിരുത്തണം. വാപ്പായ്ക്ക് താങ്ങാകണം. മോഹങ്ങൾ ഏറെയുണ്ട്. ഈ ചുറ്റുപാടിൽ നിന്ന് രക്ഷപ്പെട്ടില്ലെങ്കിൽ ചിലപ്പോൾ കരകയറാനാകാത്തവിധം കയത്തിൽ മുങ്ങിത്താണുപോവും. പല ദുശ്ശീലങ്ങൾക്കും അറിയാതെയാണെങ്കിലും അടിമപ്പെട്ടു എന്നത് നേരാണ്. എങ്ങനെ എന്നു ചോദിച്ചാൽ ഉത്തരമില്ല. വീട്ടിൽ സ്നേഹത്തിന് കുറവൊന്നും ഉണ്ടായിരുന്നില്ല. സഹോദരങ്ങൾ തമ്മിൽ പിണങ്ങുമായിരുന്നെങ്കിലും അവിടെയും സ്നേഹക്കുറവുണ്ടായിരുന്നില്ല. എന്നിട്ടും എന്തിനായിരുന്നു ഇതൊക്കെ തുടങ്ങിയത്? ചികഞ്ഞാലോചിച്ചിട്ടും ഉത്തരം കിട്ടുന്നില്ല.

കൂട്ടുകാരുടെ മുന്നിൽ ആളാവാൻവേണ്ടി എന്നു വേണമെങ്കിൽ പറയാം. സിഗരറ്റുവലിയും അൽപ്പസ്വൽപ്പം മദ്യപാനവുമൊക്കെയുണ്ടെങ്കിലേ സമൂഹത്തിൽ മാന്യതയുള്ളൂ എന്നൊരു തോന്നൽ എങ്ങനെയോ ഉണ്ടായി. അതൊക്കെയാണ് പുരുഷത്വത്തിന്റെ ലക്ഷണമെന്നും ധരിച്ചുവെച്ചിരുന്നു. ഇപ്പോൾ തെറ്റുതിരുത്തണമെന്ന് കരുതിയിട്ടും ആവുന്നില്ല. അതുകൊണ്ടാണ് വിസയ്ക്കു കാശ് തന്നില്ലെങ്കിൽ കൂട്ടുകാരന്റെ സഹോദരിയെ കെട്ടിക്കളയുമെന്നൊക്കെ ഉമ്മയെ ഭീഷണിപ്പെടുത്തിയത്. അതിലാണ് ഉമ്മ വീണത്. ഉമ്മ പറഞ്ഞതുകൊണ്ടുതന്നെയാണ് സീനത്ത് മദ്നി കാശു തരാമെന്ന് ഏറ്റത്. ഏതായാലും നന്നായി.പോകാൻ തീരുമാനമെടുത്തതോടെ കൂട്ടാകാരെ ഒഴിഞ്ഞുമാറി നടക്കുകയാണ്. കഴിവതും വേഗം നാടുവിടണമെന്ന ചിന്തയേ ഇപ്പോഴുള്ളൂ.

ഗൾഫിൽച്ചെന്നാൽ ചുരുങ്ങിയത് രണ്ടുകൊല്ലമെങ്കിലും കഴിയാതെ നാട്ടിൽ വരാൻ ഒക്കില്ല. വീടു വിട്ട് ഒരാഴ്ച തികച്ച് ഇതുവരെ നിന്നിട്ടില്ല. ഉമ്മയെ കാണാതെ.. ഓർക്കുമ്പോഴേ നെഞ്ചു കലങ്ങും. ഏറ്റവും ഇളയതായതുകൊണ്ടായിരിക്കും അവനായിരുന്നു ഉമ്മയുടെ ചെല്ലപ്പിള്ള. ഏതു വാശിയും ഉമ്മ സാധിപ്പിച്ചുതരും.

"ഇങ്ങനെ ചെല്ലംകൊടുത്ത് ചെറുക്കനെ നീ വഷളാക്കും."

വാപ്പ ഓർമിപ്പിക്കാറുണ്ട്. എന്തു കാണിച്ചാലും രക്ഷിക്കാൻ ഉമ്മ യെത്തുമെന്ന് ഉറപ്പായിരുന്നു. ഇക്കമാരോട് തട്ടിക്കയറാനും അതുതന്നെ കാരണം.

"ഓൻ ചെറുതല്ലേടാ. ഇനിയൊന്ന് വരാനുമില്ല."

അവനെന്തു കാണിച്ചാലും ഉമ്മയ്ക്ക് ന്യായമുണ്ട്. ഈ സ്നേഹം തന്നെയാണ് ധിക്കാരി ആക്കിയത്. ഇക്കാമാരോടൊക്കെ തട്ടിക്കേറുമെങ്കിലും സ്നേഹക്കുറവില്ലായിരുന്നു. ഇണങ്ങിയും പിണങ്ങിയും ഇങ്ങനെകഴിയുന്നതും ഒരു സുഖം തന്നെ. ഇനി അതിനെക്കുറിച്ചൊന്നും ആലോചിച്ച് മനസ്സു പുണ്ണാക്കിയിട്ട് കാര്യമില്ല. ചെയ്ത തെറ്റുകൾ തിരുത്താൻ ഒരവസരം കിട്ടിയിരിക്കുകയാണ്. കാശുണ്ടാക്കണം. എല്ലാവരേയും ആവുംമട്ടിൽ സഹായിക്കണം. വീടിന് മാളി പണിയണം. ഉമ്മയ്ക്ക് ഒന്നിനും ഒരു കുറവുമുണ്ടാക്കരുത്. വാപ്പായെ സ്വസ്ഥമായിട്ടിരുത്തണം. ജൗളിക്കട ഷാഹുല്കാക്കായ്ക്കും സ്റ്റേഷനറി മജീദ് കാക്കായ്ക്കും എഴുതിക്കൊടുക്കാൻ അവിടെ എത്തിയിട്ട് വാപ്പായ്ക്കെഴുതണം. അപ്പോൾ തമ്മിൽപോര് തീരും. വാപ്പായേയും ഉമ്മയേയും അവൻ അന്വേഷിക്കും. ഇതിനൊക്കെ നാടുവിട്ടേ ഒക്കൂ. ഇവിടെ എണ്ണിച്ചുട്ട അപ്പംപോലെ കിട്ടുന്ന ശമ്പളം കൊണ്ട് ഒന്നും ആവില്ല. വല്യാക്കയുടെ കാര്യംതന്നെ എടുത്താൽ മതിയല്ലോ. വലിയ ഓഫീസറാണ്. പറഞ്ഞിട്ടെന്താ കാര്യം? കിട്ടുന്നത് കഷ്ടിച്ചു കഴിയാനേ തികയൂ. വീട്ടു കാര്യം ശ്രദ്ധിക്കുന്നില്ലെന്നും പറഞ്ഞ് വാപ്പയും സഹോദരന്മാരും വലിയാക്കായെ കുറ്റപ്പെടുത്തുമ്പോൾ അരിശം വരുന്നതും അതുകൊണ്ടുതന്നെ.

സ്വന്തമായി ഒരു വീടൊക്കെ വെച്ചിട്ടേ വിവാഹത്തെക്കുറിച്ച് ചിന്തിക്കൂ.

"ഷാജീ... എടാ ഷാജിയേ.. ചെറുക്കനെന്ത്, കാലത്തേ കയറി കെടക്കണത്?"

ഉറക്കെ ചോദിച്ചുകൊണ്ട് മുംതാസെത്തി. അവളുടെ കാര്യവും കഷ്ടം തന്നെ. ചുമ്മാ നാക്കിട്ടടിക്കുമ്പോൾ വല്ലതുമൊക്കെ പറയുമെങ്കിലും അവളോട് ഉയിരുതന്നെ. അവനേക്കാൾ രണ്ടുവയസിനു മൂത്തതാണെങ്കിലും അവളെ പേരാണ് വിളിക്കുന്നത്. ഇത്ത്താ എന്ന് വിളിപ്പിക്കാൻ കൊച്ചിലേ അവൾ ഏറെ ശ്രമിച്ചതാണ്. ഗൾഫിൽച്ചെന്നാൽ അയച്ചുകൊടുക്കാനുള്ള സാധനങ്ങളുടെ ലിസ്റ്റുമായിട്ടായിരിക്കും എഴുന്നള്ളത്ത്.

"ഇതെന്തോന്ന് ഉറക്കമെടേയ്. എണീരെടാ."

മുംതാസ് കുലുക്കിവിളിച്ചു.

"ഇതെന്തര് പാട്. ഉറങ്ങാനും സമ്മതിക്കൂലേ?"

ഉറക്കം നടിച്ചു കിടന്ന ഷാജി അരിശം ഭാവിച്ച് എഴുന്നേറ്റിരുന്നു.

"ഇത്തിപ്പോലം ഇടയുണ്ടാക്കി അവനോട് രണ്ട് വേഴം പറയാമെന്നു വെച്ചപ്പോ ചെറുക്കന്റെ ഭാവം കണ്ടില്ലേ?"

മുംതാസിന്റെ സ്വരത്തിൽ നിരാശ.

"എന്തരാണ് വിശേഷം? പറ."

"ഓ, അങ്ങനൊന്നുമില്ല. കുറച്ചുദിവസത്തിനകം നീയുമങ്ങു പോകുമല്ലോ എന്നോർക്കുമ്പം ഉള്ളങ്ങ് നീറും. വല്ലപ്പോഴും കയറി വന്ന് നാലു പള്ളു പറയാനെങ്കിലും ഒരാളു വേണ്ടേ? മാമാടെ മരിപ്പിനു ശേഷം ഇവിടന്ന് നീയല്ലാതെ മറ്റാരെങ്കിലും അങ്ങോട്ട് കയറാറുണ്ടോ?" മുംതാസിന്റെ കണ്ണു നിറഞ്ഞു.

ഷാജിയുടെ കരളും അലിഞ്ഞു. അവൻ ഒന്നും മിണ്ടാതെ അവളുടെ മുഖത്തേക്കുറ്റുനോക്കിക്കൊണ്ട് ഇരുന്നതേയുള്ളൂ. മുംതാസ് കണ്ണു തുടച്ചിട്ടു പറഞ്ഞു:

"നിന്നെ വിഷമിപ്പിക്കാൻ പറഞ്ഞതല്ല. ആ കള. ഇവിടെക്കിടന്ന് വഴക്കും വക്കാണവുമുണ്ടാക്കുന്നതിലും ഭേദം പോണതുതന്നെ. നിന്നെച്ചൊല്ലിയുള്ള കുത്തുവാക്കെങ്കിലും അവിടെ കുറഞ്ഞുകിട്ടുമല്ലോ. ഏതു നേരവും എന്നെയിട്ട് കുത്താനെ അവിടുള്ളവർക്ക് നേരമുള്ളൂ. തലയിലെഴുത്ത് പിഴച്ചതിന് ആരെ പഴിക്കും? പോണതിനുമുമ്പ് അവിടെ വന്ന് മച്ചായെക്കണ്ട് വിവരം പറയാൻ മറക്കല്ലേ. മാമിയോടും മയിനിയോടും കൂടി ഒന്നു വിവരം പറഞ്ഞേക്ക്. അല്ലെങ്കിൽ പിന്നെ അതു മതി സ്വൈരക്കേടിന്. എന്നാണ് പോണത്?"

"ദിവസം തീരുമാനിച്ചില്ല. ഈ മാസം അവസാനമാകും മുമ്പേ തിരിക്കണം. കാശുകൊടുത്ത് വിസ കൈയിൽ കിട്ടട്ടെ. എല്ലാവരോടും വിവരം പറയാം."

"അതു മതി. ഞാൻ ഓർമിപ്പിച്ചെന്നേ ഒള്ളൂ. കാശൊക്കെ ശരിയായോടാ? പണയം വെക്കാൻ ഉരുപ്പടി വല്ലോം വേണോങ്കി പറയാൻ മടിക്കരുത്."

"ഒക്കെ ശരിയാകും. നീ വിഷമിക്കണ്ട."

അവളെ സമാധാനിപ്പിച്ചു.

"ഉമ്മ എവിടേടാ? ഇവിടെങ്ങും കണ്ടില്ലല്ലോ. ഉമ്മോ... ഉമ്മച്ചീ..."

ഉറക്കെ വിളിച്ചുകൊണ്ട് മുംതാസ് പോയപ്പോൾ ഷാജി വീണ്ടും കിടന്നു.

പതിനെട്ട്

"താത്താ, താത്തോ... ഇവിടാരുമില്ലേ?"

"ആര് പാർവ്വതി അക്കനോ? ഈയിടെയായി ഇവിടെങ്ങുമില്ലേ? കണ്ടിട്ടൊരുപാടായല്ലോ?"

വിളി കേട്ടെത്തിയ നദീറ ചോദിച്ചു.

"ഇല്ലാതെവിടെപ്പൂവ്വാൻ? പകവാൻപോലും കൈയൊഴിച്ചിട്ടിരിക്കുകയല്ലേ?"

"എന്തരക്കാ? മുഖമെല്ലാം ഒരുമാതിരി ഇരിക്കണല്ലോ?"

"ഒന്നും പറയണ്ടപ്പീ, തള്ളയെ തീ തീറ്റിക്കാനായിട്ട് ഒരു കാലമാടൻ പിറന്നിട്ടുണ്ടല്ല്. അവന് കള്ളു കുടിക്കാൻ അമ്മ കാശു കൊടുക്കണം. ഇനിയിപ്പോ പെണ്ണുപിടിക്കാനും. ഇന്നലെ എന്റെ മോൻ അമ്മയെ വെട്ടാൻ വന്നപ്പീ... വാക്കത്തിയുമായി... അന്തിമയങ്ങിയാൽ ഉറങ്ങാൻ പോലും പേടി. എന്റെ ഉയിരങ്ങെടുക്കുന്നില്ലല്ലോ പകവാനേ.."

പാർവതിയക്കൻ മാറത്തിട്ട തോർത്തെടുത്ത് മൂക്കുപിഴിഞ്ഞു.

ഉറക്കെയുള്ള സംസാരംകേട്ടാകണം റാബിയ എത്തി. മുഖം വിളറിയിരിക്കുന്നു. കണ്ണിനു ചുറ്റും കറുപ്പ്. ചുരുണ്ട മുടിയിഴകളിൽ നിറയെ നര. നിറവും മങ്ങിയോ? അവരെ കണ്ടതും പാർവ്വതി സ്വന്തം ദുഃഖം മറന്നു. കെട്ടിക്കൊണ്ടുവന്നപ്പോൾ പനിനീർപ്പൂപോലിരുന്നു. ചുവന്നുതുടുത്ത പനിനീർപ്പൂവ്. ഇപ്പോൾ ഉണങ്ങിക്കരിഞ്ഞ താമരയിലപോലായി.

ഇവിടെ വന്നുകയറിയത് ഇന്നും ഓർമയുണ്ട്. മേനിനിറയെ സ്വർണം. കരിയെഴുതിയ വിടർന്ന കണ്ണുകൾ. കിളുന്ത്പ്രായം. ഉറ്റവരും ഉടയവരും കൂട്ടിനില്ല. വീട്ടിലാണെങ്കിൽ തുണയ്ക്കാരുമില്ല. ഇവിടത്തെ മാമിക്ക് എപ്പോഴും തിരക്ക്. ഒരു മകളുള്ളത് ഭർത്താവിന്റെ വീട്ടിൽ. മിണ്ടാനും പറയാനും ആളില്ലാതെ മൂലയിൽ പതുങ്ങുന്ന മരുമകളെ കാണുമ്പോൾ മാമിക്ക് വിഷമം.

“ചെല്ലമ്മോ, പാർവ്വതിപ്പെണ്ണിനെ ഇടക്കിങ്ങോട്ടയക്കണേ. കൊച്ചിനു മിണ്ടാനും പറയാനും ഒരാളാകുമല്ലോ.”

അമ്മയെ കാണുമ്പോൾ മാമിപറയും.

“അല്ലേലും അവളിവിടെത്തന്നല്ലേ. കാലത്തേ അരിയിടിപ്പു കഴിഞ്ഞാൽ ഇങ്ങയച്ചേക്കാം.” അമ്മ സമ്മതിക്കും.

കൊച്ചിലേമുതൽ ഈ വീടുമായി തീരാത്ത ബന്ധമുണ്ട്. അവളെ മാമിയെ ഏൽപ്പിച്ചിട്ടാണ് അമ്മ ചന്തയ്ക്കു പോകുന്നത്. ചന്തയിൽ മരിച്ചീനി വിറ്റാണ് അമ്മ നിത്യച്ചെലവിനുണ്ടാക്കിയത്. ബാക്കിനേരം ഇവിടെ വന്ന് മാമിയെ സഹായിക്കും. മാമിക്ക് കൊല്ലംതോറും പ്രസവം. എന്നിട്ടും മൂന്നു മക്കളെയാണ് ഉയിരോടെ കിട്ടിയത്. ഏറ്റവും മൂത്തത് ലൈലാത്ത. ലൈലാത്തയുടെ കിഴുക്കും പിച്ചും കുറേ കിട്ടിയതാണ്. എങ്കിലും വലിയ സ്നേഹമായിരുന്നു. എന്തു കിട്ടിയാലും ഒരു പങ്ക് പാർവതിക്കു കരുതും. നെയ്യാറ്റിൻകരയാണ് അവരെ കെട്ടിച്ചയച്ചിരുന്നത്. അവരുടെ മച്ച മരിച്ചതോടെ കുറച്ചു വിഷമത്തിലായിരുന്നു. രണ്ടാൺമക്കളുള്ളത് ഗൾഫിൽപോയതോടെ കുടുംബം വീണ്ടും പച്ചപിടിച്ചു. ഇനി ഒരു മോളെ കെട്ടിക്കാനുണ്ട്.

രണ്ടാമത്ത് അസനാരുകുഞ്ഞണ്ണൻ. അവൾക്ക് എന്നും താങ്ങായിരുന്നു അണ്ണൻ. എന്തു വിഷമം നേരിട്ടാലും ആദ്യം ഓടിയെത്തുന്നത് ഇവിടെ. അണ്ണൻ എല്ലാം ക്ഷമയോടെ കേൾക്കും. ആവുന്നതുപോലെ സഹായിക്കുകയും ചെയ്യും. റാബിയാത്തയ്ക്ക് ആദ്യം അവളെ തീരെ പിടുത്തമില്ലായിരുന്നു.

“അന്യന്മാര് ഇങ്ങനെ അടുക്കളവരെ കയറിയിറങ്ങുന്ന പതിവ് ഞങ്ങളെ നാട്ടിലില്ല. ബാല്യക്കാരത്തിപ്പെണ്ണ് അണ്ണാന്നും പറഞ്ഞ് പിന്നാലെ നടക്കുക, അതും ഒരന്യജാതിക്കാരി!”

ഇഷ്ടക്കേട് വാക്കുകളിൽക്കൂടി വ്യക്തമാക്കുന്നത് അവളും കേട്ടതാണ്.

“ഏതു ജാതി ആയാലും മനസ് നന്നാകണം. വൃത്തിയും മെനയും വേണം. ആ കൊച്ച് ഇവിടാ വളർന്നത്. എന്റെ മക്കളോടൊപ്പം തിന്നും കുടിച്ചും വളർന്നതാ. അവള് ഞങ്ങൾക്ക് അന്യയല്ല. അസനാരിന് റസിയയെപ്പോലെതന്നെയായിരുന്നു ഇവളും. റസിയയെ അള്ളാഹു നേരത്തേ അങ്ങുവിളിച്ചില്ലേ. അവനാണെങ്കി ഒടപ്രന്നോളെ ഉയിരായിരുന്നു. ആ സ്ഥാനത്താ അവനിന്ന് ഇവളെ കാണുന്നത്. എന്റെ മോള് വേണ്ടാത്തൊന്നും നിനയ്ക്കല്ലേ.”

മാമി ഇടറിക്കൊണ്ടാണ് മുഴുമിപ്പിച്ചത്. അതോടെയാണ് റാബിയാത്ത ഇഷ്ടംകൂടിത്തുടങ്ങിയത്. റസിയ മാമിയുടെ ഇളയമകളായിരുന്നു. കല്യാണം കഴിഞ്ഞ് ആറാംമാസം പെട്ടെന്നു മരിച്ചു. മരിക്കുമ്പോൾ രണ്ടുമാസം ഗർഭമായിരുന്നു. അത് മാമായെ വല്ലാതെ തളർത്തി. എല്ലാവരുടേയും ചെല്ലക്കുട്ടിയായിരുന്നു റസിയ. അവളുടെ ഉരുപ്പടികൾ ചെറുക്കൻ തിരിച്ചുകൊണ്ടുവന്നത് മാമാ എടുത്തില്ല.

"ഇത് നീ കൊണ്ടുവരുന്ന പെണ്ണിന് കൊടുത്തേക്ക്" എന്നാണ് പറഞ്ഞത്. പത്തുമുപ്പത് പവനുണ്ടായിരുന്നു. അയാൾ കുറെക്കാലം വിവാഹം കഴിക്കാതെ നടന്നിരുന്നു. ഒടുക്കം മാമാ തന്നെയാണ് നിർബന്ധിച്ച് രണ്ടാമതും വിവാഹം കഴിപ്പിച്ചത്. മാമായുടെ ബന്ധത്തിലുള്ള ഒരു കുട്ടിയെ. ഇപ്പോൾ മക്കളുമൊക്കെയായി സന്തോഷമായിട്ടു കഴിയുന്നു.

"നിങ്ങള് രണ്ടുപേരും ഇതെന്തരോർത്തോണ്ട് നിക്കണത്? എത്ര നേരംകൊണ്ട് ഞാൻ വിളിക്കണ്. കേക്കണ്ടേ?"

നദീറ ചോദിച്ചതു കേട്ട് രണ്ടുപേരും ചിരിച്ചു. രണ്ടുപേരുടെ മനസും വളരെപിറകിലായിരുന്നു എന്ന് അവർ അറിഞ്ഞു.

"താത്തായെ കണ്ടപ്പം ഞാൻ പഴയതോരോന്നോർത്തുപോയപ്പീ. പനിനീർപ്പൂപോലിരുന്ന മുഖം കണ്ടില്ലേ? ആകെയങ്ങു കരുവാളിച്ചു. എന്ത് താത്താ, സുഖമില്ലേ? ആളങ്ങല്ലാതായല്ലോ. ചെറുക്കന്റെ എഴുത്തൊന്നും വന്നില്ലേ?"

"എത്തിയ വിവരത്തിനു കമ്പി ഉണ്ടായിരുന്നു. ചെക്കൻ പോയതോടെ വീടുറങ്ങി."

"ഇത്തപ്പോലം ബഹളം കാണിക്കുമെങ്കിലും അവന് എല്ലാരുടീം നല്ല കൂറായിരുന്നു. വഴിയിൽവെച്ച്കണ്ടാൽ എന്തെങ്കിലുമൊരു തറുതല പറയാതെ എന്നെ വിടൂലാ. അക്കന്റെ വായീന്നു രണ്ടുപള്ളു കേട്ടില്ലെങ്കി ഒറക്കംവരൂല്ലാന്ന്."

"ചെറുപ്പം മുതലേ ഓനങ്ങനാ. എല്ലാവരോടും തട്ടിക്കയറി ഒച്ചയും വിളിയുമുണ്ടാക്കിയേ നടക്കൂ. പറയണനേരത്തേയുള്ളൂ. അതറിഞ്ഞ് മറ്റുള്ളോരു വിട്ടുകൊടുക്ക്വോ? ഊഹും."

"അവന്റെ കാര്യം എന്റ്റൂടി എടുത്തുപറയണോ? എന്റെ കൈയീക്കെടന്നല്ലേ വളർന്നത്. വാശി പിടിച്ചു കരേമ്പം എളീലേറ്റി റോഡിക്കൂടി നടക്കണം. അയ്യോ! എന്റെ ഊപ്പാട് വരുത്തിക്കളയും കേട്ടോ. എവിടെയാണെങ്കിലും എന്റെ പിള്ള നന്നായി കെടക്കട്ടെ. നിങ്ങള് വെറുതെ അതുമിതുമാലോചിച്ച് ദണ്ണം വരുത്തിവെക്കല്ല. മനസുനൊന്താ വയറ്റിലെ പുണ്ണ് ഏറുമെന്നല്ലേ ഡാക്ടർമാര് പറേന്നത്. രണ്ടുകൊല്ലം ദാന്നു പറേമ്പം തീരൂല്ലേ. കോട്ടും പാന്റുമൊക്കെയിട്ടോണ്ട് കാറ് നെറയെ പെട്ടികളുമായി ഉമ്മച്ചീന്നും വിളിച്ചോണ്ട് വരണത് എന്റെ കണ്ണീ കാണണ്. എയർപോട്ടീ പോകുമ്പം എന്നെ മറക്കല്ലേ."

പാർവതിയുടെ വാക്കുകൾ റാബിയയുടെ മനസു തണുപ്പിച്ചു.

"കണ്ടോ താത്താടെ മുഖമങ്ങ് തെളിഞ്ഞല്ലോ. ഇതു കണ്ടാ മതി. ഞാൻ ഇറങ്ങട്ടോ. അരികഴുകി വാരി വട്ടിയിലിട്ടുവെച്ചിട്ടാ പോന്നത്. അങ്ങനെയിരിക്കുമ്പം തോന്നി താത്തായെ ഒന്നു കാണണമെന്ന്. ഓടിയിങ്ങു പോന്നു."

"നീ പണ്ടും അങ്ങനെതന്നല്ലോ. ഈ വയസുകാലത്തും അരിയിടിച്ചും പലഹാരമുണ്ടാക്കിയും അരിക്കുള്ള വക നീ തന്നെ ഉണ്ടാക്കണം. തനിക്കാംപോന്ന മോനൊരുത്തൻ ഇങ്ങനെ ആയാൽ വേറെന്താ വഴി?"

"അവന്റെ കാരിയം മാത്രം എന്റൂടി ആരും മിണ്ടല്ലേ. എനിക്കങ്ങ് ചൊറിഞ്ഞുവരും. അവൻ എനിക്കായിട്ടൊന്നും തരണ്ട. എന്റെ കഞ്ഞിക്കുള്ളത് ഞാനുണ്ടാക്കും. സൈ്വര്യമായിട്ട് കഴിയാനും അനുവദിക്കില്ലാന്നു വച്ചാൽ? ആ വസന്തപ്പെണ്ണിനെ ഇല്ലാതാക്കിയത് അവനൊരുത്തനാ. ഇപ്പോ ഒന്നുംകൂടി വയറ്റിലായി. ഒരു മുണ്ടുകൊടുത്ത് ആ പെണ്ണിനെ ഇങ്ങു വിളിച്ചോണ്ടുവാടാ എന്നു ഞാൻ ഇന്നലെ പറഞ്ഞു. കേട്ടതും അവനിനി പറയാത്ത പള്ളൊന്നുമില്ല. ഞാനും വിട്ടുകൊടുത്തില്ല. ഒടുക്കമായപ്പോ അവൻ വെട്ടോത്തിയുമായി എന്നെ വെട്ടാൻ വന്നു താത്താ. കുത്തിക്കൊല്ലെടാന്നും പറഞ്ഞു ഞാനുമങ്ങു നിന്നു. അയലത്തുകാരു മുഴുക്കേം അടിച്ചുകയറി. അവരു പിടിച്ചില്ലായിരുന്നെങ്കിൽ എന്നെ വെട്ടാനും അവൻ മടിക്കൂല്ലാര്ന്ന്."

അവരുടെ തൊണ്ടയിടറി.

"ഓനോട് ഞാനൊന്ന് പറഞ്ഞുനോക്കാം."

"പോത്തിന്റെ ചെവിയിലാ വേദമോതുന്നത്. ഒക്കെ തലയിലെഴുത്താ. സംസാരിച്ചിരുന്നാ നേരമങ്ങു പോകും. പോണ് താത്താ."

പാർവതി ഇറങ്ങി നടന്നു.

വീട്ടിലെത്തി അരി ഇടിച്ചുകൊണ്ടിരുന്നപ്പോഴും കണ്ണീരടക്കാൻ കഴിഞ്ഞില്ല. തോർത്തുകൊണ്ട് ഇടയ്ക്കിടെ കണ്ണു തുടച്ചുകൊണ്ട് അരി ഇടിച്ചു. കഷ്ടപ്പെടാൻമാത്രം വിധിച്ചിട്ടായിരിക്കും ഈശ്വരൻ ഭൂമിയിലേക്കയച്ചത്. അല്ലെങ്കിൽ ഇങ്ങനെ വരുമോ? ഓർമ തെളിയുന്നതിനുമുമ്പേ അച്ഛനെ ദൈവമങ്ങു വിളിച്ചു. കൂലിപ്പണി ആയിരുന്നെങ്കിലും ഒന്നിനും മുട്ടില്ലായിരുന്നെന്ന് അമ്മ പറഞ്ഞിരുന്നു. കിട്ടുന്നത് അമ്മയെ ഏൽപ്പിക്കും. ഉള്ളതുകൊണ്ട് ഓണംപോലെ കഴിയുകയും ചെയ്യും. ഓർക്കാപ്പുറത്താണ് അച്ഛൻ പോയത്. പറയത്തക്ക ഒരസുഖവും ഉണ്ടായിരുന്നില്ല. പെട്ടെന്നൊരു ദിവസം വയറിളകി. കഠിനമായ പനിയും മരുന്നു കുടിച്ചിട്ട് ഭേദമായില്ല. മൂന്നാംനാൾ ആളങ്ങു തീർന്നു.

അടുത്ത ബന്ധുക്കളായി ആരുമില്ല. അമ്മയ്ക്കാണെങ്കിൽ ചെറുപ്പം. കാണാനും നന്ന്. പലരും വലയും വീശി പിന്നാലെ കൂടി. ഒരു പുടവ വാങ്ങിച്ചു തന്നു കൂടെക്കൊണ്ടുപോകാൻ ഒക്കുമെങ്കി വാടാ. അമ്മ വെട്ടുകത്തിയുമായി അലറി. വെട്ടുകത്തി തലയണക്കീഴിൽവെച്ചായിരുന്നു പോലും ഉറക്കം. അനാവശ്യം പറയാൻ വരുന്നവരെ അമ്മ പൂരെത്തെറി വിളിക്കും. അമ്മയുടെ നാക്കിനെ പേടിച്ചാണ് പലരും വഴിമാറിയത്. അങ്ങനെ കാളിച്ചെല്ലമ്മ എന്ന പേരും കിട്ടി.

"ഓരോരുത്തന്മാര് മുഞ്ചിയിൽ തേനുമായി വരുന്നത് കാണുമ്പോൾ ഞനങ്ങ് ഉറഞ്ഞുതുള്ളും. ഭദ്രകാളിയമ്മ ദേഹത്തു കൂടിയതുപോലെ. അതുകാണുമ്പം അവന്മാര് പോയവഴി പുല്ല് മുളയ്ക്കൂല്ല. നാണംകെട്ട വർഗം."

അമ്മ പറയാറുണ്ട്. താങ്ങിന് ഓടിച്ചെല്ലുന്നത് അസനാരുകകുഞ്ഞണ്ണന്റെ വീട്ടിൽത്തന്നെ.

പട്ടിണി സഹിക്കാതായപ്പോഴാണ് അമ്മ മരിച്ചീനിക്കച്ചവടത്തിനിറങ്ങിയത്. പുലർച്ചേയുള്ള വണ്ടിക്ക് കഴക്കൂട്ടത്തോ കണിയാപുരത്തോ ചെന്ന് മരിച്ചീനിയും വാങ്ങി പത്തിനുള്ള വണ്ടിക്ക് തിരിച്ചെത്തും. അതുമായി ചന്തയിൽ ചെന്നിരിക്കും. ഉച്ചയാകുമ്പോൾ വിറ്റു തീരും. ഉണർന്നാൽ അവൾ കണ്ണും തിരുമ്മി ചെന്നെത്തുക അണ്ണന്റെ വീട്ടിലാണ്.

"നീ പല്ലുതേച്ചോടീ?"

അവളെ കാണുന്നതും മാമി ചോദിക്കും. വെറുതെ തലയാട്ടും.

"എന്തരുമ്മാ ഇവിടെയൊരു നാറ്റം?"

അസനാരുകുഞ്ഞിക്കണ്ണൻ പരിഹസിക്കും.

മാമിതന്നെ ഉമിക്കരി കൈയിലിട്ടുതരും. പല്ലുതേപ്പു കഴിഞ്ഞു ചെല്ലുമ്പോൾ അവിടത്തെ പിള്ളേരുടെ കൂടെയിരുത്തി ചായയും പലഹാരവും വിളമ്പിത്തരും.

ഉച്ചയാകുമ്പോൾ അമ്മയെത്തും. മാമിയുടെവീട്ടിലെത്തി അവളേയും വിളിച്ചുകൊണ്ടാണ് വീട്ടിൽ ചെല്ലുന്നത്. അമ്മയെ കാണുന്നതും മാമി വലിയൊരു പിഞ്ഞാണത്തിൽ കഞ്ഞിതെളിയിൽ വറ്റിട്ട് കൂട്ടാനുമൊഴിച്ചു കൊടുക്കും. രാവിലെ വെറുംചായയും കുടിച്ചാണ് അമ്മ ഇറങ്ങുന്നത്. കഞ്ഞി കുടിക്കുമ്പോൾ അമ്മയുടെ മുഖത്ത് ആശ്വാസം. മുതല് മാറ്റിയാൽ കച്ചവടത്തിൽനിന്ന് കിട്ടുന്നത് അരവയറിനേ തികയൂ. ചോറും മരിച്ചീനിയും ഒരു കറിയും അമ്മയുണ്ടാക്കും. അതിൽ ബാക്കിയുള്ളത് അവൾക്ക് രാത്രികൊടുക്കും. അമ്മയ്ക്ക് എന്നും അരപ്പട്ടിണിതന്നെ. എന്നാലും അമ്മ രാവിലെ എഴുന്നേറ്റ് കുട്ടയുമായി റയിൽവേസ്റ്റേഷനിലേക്ക് ഓടും.

തിരിച്ചറിവായപ്പോൾ അവൾ രാവിലെ മാമിയുടെ വീട്ടിൽച്ചെന്നാൽ ആദ്യം മുറ്റം തൂക്കും. ലൈലാത്ത കല്യാണം കഴിഞ്ഞു പോയതോടെ എല്ലാ ജോലിയും മാമിയാണ് ചെയ്യുന്നത്. റസിയ കണ്ടറിഞ്ഞ് ഒരു ജോലിയും ചെയ്യില്ല. വെയിലുദിച്ചാണ് അവൾ എഴുന്നേൽക്കുക. പല്ലുതേപ്പും കുളിയും കഴിയുമ്പോൾ സ്കൂളിൽ പോകാൻ നേരമായിട്ടുണ്ടാകും. പിന്നെ ഒരു ബഹളമാണ്. അവൾ അപ്പോഴേക്കും പാത്രങ്ങളൊക്കെ തേച്ചുകഴുകി അകവും തൂത്തിറക്കി വെറുതേ ഇരിക്കുന്നുണ്ടാകും.

"ഈ പെണ്ണിനെക്കൂടി പള്ളിക്കൂടത്തിലയക്കാത്തതെന്ത്?"

ഒരിക്കൽ മാമാ അമ്മയോട് ചോദിച്ചതു കേട്ട് അമ്മയുടെ കണ്ണു നിറഞ്ഞു.

"ആരുണ്ടണ്ണാ അവളെ കൊണ്ടുപോയി ചേർക്കാൻ?"

പിറ്റേ ദിവസം തന്നെ മാമാ അവളെ കൊണ്ടുപോയി പള്ളിക്കൂടത്തിൽ ചേർത്തു. പുത്തനുടുപ്പും സ്ലേറ്റും പുസ്തകവും വാങ്ങിത്തന്നു. അതോടെ ഉത്സാഹമായി. അമ്മ ഉണരുമ്പോൾത്തന്നെ അവളും എഴുന്നേൽക്കും. മാമി ഉണരുംമുമ്പേ മുറ്റംതൂപ്പ് കഴിയും. ഒരുവിധം ജോലികളൊക്കെ ഒതുക്കിയിട്ടേ കുളിക്കാനിറങ്ങൂ. നന്നായി പഠിക്കുകയും ചെയ്തു. അഞ്ചാം ക്ലാസ് ജയിച്ചപ്പോഴാണ് പഠിത്തം നിർത്തിയത്. എന്നും രാത്രി

യാകുമ്പോൾ അമ്മയ്ക്ക് വിറയലും പനിയും. കാലത്ത് തലപൊങ്ങില്ലെ ങ്കിലും മരിച്ചീനിക്കുട്ടയുമായി ഇറങ്ങും. ആശുപത്രിയിൽച്ചെന്ന് മരുന്നു വാങ്ങാൻ പറഞ്ഞാൽ കൂട്ടാക്കില്ല. നല്ല മുളകും ഇഞ്ചിയും ചതച്ചിട്ട കട്ടൻചായ കുടിക്കുമ്പോൾ ശരീരമങ്ങു വിയർക്കും. പനി ഇറങ്ങുകയും ചെയ്യും. ഉച്ചതിരിയുമ്പോൾ വീണ്ടും ശരീരവേദനയും ക്ഷീണവും. കുത്തി ക്കുത്തിയുള്ള ചുമയുംകൂടി ആയപ്പോൾ എഴുന്നേറ്റു നടക്കാൻപോലും വയ്യെന്നായി. മാമി നിർബന്ധിച്ചാണ് ആശുപത്രിയിൽ ചെന്നത്. മരുന്നു കുടിച്ചപ്പോൾ കുറച്ച് ആശ്വാസം കിട്ടി. ശരീരമിളക്കിയാൽ വീണ്ടും പനി ക്കും. മരിച്ചീനിക്കച്ചവടത്തിന് ഇറങ്ങാൻ വയ്യാതായപ്പോഴാണ് പലഹാര പ്പണി തുടങ്ങിയത്. അരി ഇടിച്ച് അപ്പവും പുട്ടുമുണ്ടാക്കി അതിരാവിലെ ചായക്കടയിലെത്തിക്കണം. അധ്വാനം കൂടുതലാണെങ്കിലും വീട്ടിനകത്തി രുന്ന് ചെയ്യാമല്ലോ എന്ന സമാധാനമായിരുന്നു അമ്മയ്ക്ക്. അവളെ ചന്ത യിൽ അയയ്ക്കാൻ അമ്മയ്ക്ക് സമ്മതമില്ലായിരുന്നു.

"നെറികെട്ട ജാതികളാ ചുറ്റും. എന്റെ തന്റേടമൊന്നും അവക്കില്ല. വീട്ടിനകത്തിരുന്നുള്ള ജോലി മതി."

അമ്മ തീരുമാനമെടുത്തു.

അമ്മയ്ക്ക് അരി ഇടിക്കാനൊന്നും വയ്യ. അവൾ അരി ഇടിച്ചു കൊടു ത്താൽ അമ്മ അടുപ്പിനരികിൽ പലകയിട്ടിരുന്ന് പലഹാരമുണ്ടാക്കും. അങ്ങനെയാണ് പഠിത്തം നിർത്തിയത്.

"പട്ടിണിയാണെങ്കിലും പെണ്ണിന് വളർച്ചയ്ക്ക് ഒരു കുറവുമില്ല. എവളെ കാണുമ്പോ എന്റെ മനസീ തീയാ താത്താ."

മാമിയെ കാണുമ്പോൾ അമ്മ പരിഭവം തുടങ്ങും.

"ഇതു കൊള്ളാമല്ലോ. അവളു പിന്നെ കാണെക്കാണെ ചെറുതാ കുമോ? നീ ഒന്നടങ്ങ്, മോളിലുള്ളവൻ എല്ലാം കാണുന്നുണ്ട്." മാമി സമാ ധാനിപ്പിക്കും."

പലഹാരപ്പണി തുടങ്ങിയതോടെ വറുതിക്ക് അൽപ്പമൊരു പൊറു തിയായി. പത്തുമണിയാകുമ്പോഴേക്കും ജോലിയൊക്കെ കഴിയും. പിറ്റേ ന്നത്തേക്കുള്ള അരി വൈകുന്നേരത്തിന് ഇടിച്ചാൽ മതി. മാമിയെ സഹാ യിച്ചു തിരിച്ചുവന്നാലും സമയം ഏറെ ബാക്കി. ബേക്കറിയിലേക്ക് മുറുക്കും അച്ചപ്പവും ഉണ്ടാക്കിക്കൊടുക്കാനുള്ള ഏർപ്പാട് മാമയാണ് ചെയ്തത്. ഒന്നരാടൻ ദിവസങ്ങളിൽ അവരുടെ ആവശ്യമനുസരിച്ച് ഉണ്ടാ ക്കിക്കൊടുത്താൽ മതി. ഒന്നുരണ്ടു ബേക്കറികളിലെ ഓർഡർ കിട്ടിയ തോടെ ജീവിതമൊന്നു പച്ചപിടിച്ചു. ഒരു ചിട്ടി ചേർന്നത് പിടിച്ചപ്പോൾ ഇടിഞ്ഞുകുത്തിയ വീടൊന്നു പുതുക്കി. കരപറ്റിയെന്ന് ആശ്വസിച്ചുകൊ ണ്ടിരുന്നപ്പോഴാണ് അമ്മയ്ക്ക് വീണ്ടും അസുഖം ഏറിയത്. നെഞ്ചുവേ ദനയും പനിയുംകൊണ്ട് അവശയായപ്പോൾ ആശുപത്രിയിൽ കിടത്തേ ണ്ടിവന്നു. അപ്പോഴും അമ്മയ്ക്ക് അവളെക്കുറിച്ചായിരുന്നു വേവലാതി.

"എന്റെ ഉയിരങ്ങു പോയാൽ ഈ പെണ്ണിന് ആരുണ്ടൊരു തുണ?"

മാമായെ കാണുമ്പോൾ അമ്മ കരച്ചിൽ തുടങ്ങും.

റസിയയുടെ വിവാഹം കഴിഞ്ഞപ്പോൾ മാമായും വിഷമത്തിലായിരുന്നു. റസിയയ്ക്കാണെങ്കിൽ പഠിക്കാനൊട്ടും താൽപര്യമില്ല. നല്ല ഒരാലോചന വന്നപ്പോൾ മാമ വിവാഹമങ്ങുറപ്പിച്ചു. ഉള്ളതെല്ലാം അരിച്ചു പെറുക്കി കല്യാണം നടത്തി. വിഷമത്തിലായിരുന്നിട്ടും അവളുടെ വിവാഹം നടത്തൻ മാമാതന്നെ മുന്നിട്ടിറങ്ങി. അമ്മ ആശുപത്രിയിൽ നിന്നും വീട്ടിലെത്തിയതിന്റെ മൂന്നാംദിവസം ഒരു തമിഴന്റെ ആലോചനയുമായി മാമാ എത്തിയപ്പോൾ അമ്മയും അവളും ഒരുപോലെ അമ്പരന്നു.

“എന്തരണ്ണാ ഇത്? ഊരുംപേരും ജാതിയും മതവുമൊന്നും അറിയാതെ.”

അമ്മ അതൃപ്തി വ്യക്തമാക്കി.

“അവൻ ഇസ്ലാമല്ല. എന്നും രാവിലെ കോവിലിൽ ചെന്ന് തൊഴുതിട്ടേ ജോലിക്കിറങ്ങൂ. രണ്ടുവർഷമായി ഞാനറിയും. ലാറിപ്പണിയാണ്. കയറ്റിറക്ക്. പത്തമ്പത് രൂപാ ദിവസം കിട്ടും. ഉറ്റവരും ഉടയവരുമില്ലാത്തതുകൊണ്ട് നിങ്ങളോടൊപ്പം താമസിച്ചോളും. നിങ്ങളെ അന്നഴിക്കുകയും ചെയ്യും. അതു പോരേ?”

എന്നിട്ടും അമ്മയുടെ മുഖം തെളിഞ്ഞില്ല.

“അവനെ ഞാനിങ്ങോട്ട് വിളിച്ചോണ്ടുവരാം. നീയും പെണ്ണും അവന്റൂടി സംസാരിച്ചുനോക്ക്. ഇഷ്ടപ്പെട്ടെങ്കിൽ ആലോചിച്ചാ മതി.”

കരിവീട്ടിപോലൊരാൾ. ആദ്യം കണ്ടപ്പോൾ ഭയന്നു, അടുത്തപ്പോൾ ഭയം മാറി. സംസാരിച്ചപ്പോൾ അമ്മയ്ക്കും ഇഷ്ടപ്പെട്ടു.

“അപ്പീ, എന്റെ മോളെ നീ അന്നഴിച്ചോളുമോ?”

അമ്മ പ്രതീക്ഷയോടെ ചോദിച്ചു.

“കവലപ്പെടാതീങ്ക. ഉയിരുള്ള കാലം ഞാൻ കൈവിടില്ല.”

തമിഴ് കലർന്ന മലയാളം.

അതു വാക്കായിരുന്നു. ഒന്നിനും മുട്ടുണ്ടായിരുന്നില്ല. അവളെ ജോലി ചെയ്യാനും അനുവദിച്ചില്ല.

“ഞാനിരിക്കുമ്പോ നീ ഏതുക്ക് പണിയെടുക്കണം? ഉന്നെ രാശകുമാരിയായി വാഴിക്കണമെന്നാണ് എൻ ആശ.”

സന്ധ്യയ്ക്ക് കയറിവരുമ്പോൾ സഞ്ചി നിറയെ മലക്കറിയും അരിയും മീനുമുണ്ടാകും. അമ്മയ്ക്കുള്ള മരുന്നും ഗുളികയും മറക്കാതെ വാങ്ങിക്കൊണ്ടു വരും. ആഴ്ചയിലൊരിക്കൽ ആശുപത്രിയിൽ കൊണ്ടുപോയി കാണിക്കും. ക്ഷയമാണെന്ന് അറിഞ്ഞപ്പോഴേക്ക് വൈകിയിരുന്നു. എന്നിട്ടും ചികിത്സ മുടക്കിയില്ല. പോകാൻ സമയമായാൽ ചികിത്സ ഫലിക്കില്ലായിരിക്കാം. അമ്മ സമാധാനമായിട്ടുതന്നെ പോയി. അവൾ അപ്പോൾ ഗർഭിണി ആയിരുന്നു. അവളുടെ കൊച്ചിനെ കാണാൻ അമ്മയ്ക്ക് ഏറെ മോഹമുണ്ടായിരുന്നു. സാധിച്ചില്ല. അമ്മ മരിച്ചപ്പോൾ അവളെക്കാൾ സങ്കടം അയാൾക്കായിരുന്നു. പത്താംവയസിൽ പെറ്റതള്ള മരിച്ചപ്പോൾ നാടുവിട്ടതാണ്. ഊരുചുറ്റി നടന്നു. ഒടുക്കം ഇവിടെയെത്തി.

നിന്നെ കല്യാണം കഴിച്ചതോടെ എനിക്കും ഉറ്റവരും ഉടയവരും ഉണ്ടെന്നു തോന്നിത്തുടങ്ങി. എപ്പോഴും പറയുമായിരുന്നു. അമ്മ മരിച്ച ദുഃഖം അറിയിക്കാതെയാണ് അവളുടെ എല്ലാ കാര്യങ്ങളും ചെയ്തത്. പ്രസവിച്ചപ്പോൾ തൈലം തേച്ച് കുളിപ്പിക്കുന്നതും ആഹാരം പാകം ചെയ്യുന്നതും അയാൾ തന്നെ. സന്തോഷം നിറഞ്ഞ നാളുകൾ ഏറെ നീണ്ടില്ല. ചെല്ലപ്പന് മൂന്നുമാസമായപ്പോൾ യാത്രപോലും ചോദിക്കാതെ അവളെ ഭൂമിയിലൊറ്റയ്ക്കാക്കി അയാളും പോയി.

രാവിലെ പതിവുപോലെ മോനേയും കളിപ്പിച്ചിട്ട് ചന്തയിലേക്കിറങ്ങിയതാണ്. അവൾ അപ്പോൾ അടുക്കളയിലായിരുന്നു. എന്നും അവളോട് യാത്രപറഞ്ഞിട്ടാണ് ഇറങ്ങുക. അന്ന് ചോദിച്ചില്ല. ഉച്ചയ്ക്ക് കൂട്ടാന് കടുക് വറുത്തിടുമ്പോഴാണ് റോഡിൽ വണ്ടി വന്നുനിന്നത്. അവളതു ശ്രദ്ധിച്ചില്ല. ഉമ്മറത്ത് സംസാരം കേട്ടാണ് ചെന്നത്. ആരൊക്കെയോ തോളിലേറ്റി ഉമ്മറത്തു കൊണ്ടുവന്നു കിടത്തുന്നതു കണ്ടപ്പോൾ അമ്പരന്നു നിൽക്കാനേ സാധിച്ചുള്ളൂ.

"ലോഡിറക്കുമ്പോൾ ചാക്ക് ദേഹത്തു വീണതാ. ആശുത്രിലെത്തിയില്ല. വിധിയെന്നല്ലാതെ എന്തു പറയാൻ?"

കൂടെ വന്നവർ പരിതപിച്ചു.

ശവമടക്കു കഴിയുന്നതുവരെ എല്ലാവരും കൂടെ ഉണ്ടായിരുന്നു. ആരോ കുറച്ചു കാശും തന്നു. പിന്നീടാരും തിരിഞ്ഞുനോക്കിയില്ല. പട്ടിണി മുഴുത്തപ്പോൾ വീണ്ടും പലഹാരപ്പണി തുടങ്ങി. ആരുടെ മുന്നിലും നാളിതുവരെ കൈ നീട്ടാതെയാണ് മകനെ വളർത്തിയത്. എന്നിട്ടും അവൻ...

"തള്ളേ കാശുണ്ടെങ്കീ പത്തുരൂപാ താ."

മകന്റെ വാക്കുകൾ നോവിച്ചെങ്കിലും ഒന്നും മിണ്ടാതെ മുന്തിയഴിച്ച് ഉള്ളതു മുഴുവൻ അവനു കൊടുത്തു. തേങ്ങലടക്കാൻ കഴിഞ്ഞില്ല. അവൻ അമ്പരന്നുനിന്നിട്ട് ഇറങ്ങിനടന്നു.

പത്തൊൻപത്

"**പൊ**ണ്ടാട്ടീം മാപ്പളേം വിശേഷങ്ങള് പറഞ്ഞ് തീർന്നില്ലേ? എണീര് മക്കളേ രാഹുകാലത്തിനുമുമ്പ് എറങ്ങണ്ടേ?"

റംലത്തിന്റെ കൊച്ചുമ്മ ധൃതികൂട്ടി. റംലത്ത് കണ്ണും ചുവപ്പിച്ച് കട്ടിലിൽ കിടക്കുകയായിരുന്നു. ഷാഹുൽ കട്ടിലിലിരുന്ന് അവളെ ആശ്വസിപ്പിക്കുന്നതിനോടൊപ്പം പരിഭവവും പറയുന്നുണ്ട്.

"പ്രസവം ഇവിടെ മതിയെന്ന് പറഞ്ഞിട്ട് കേട്ടോ? ഇവിടെയാണെങ്കി അടുത്തുതന്നെ ആശുത്രിയുണ്ട്. ഞാനും എപ്പഴും അടുത്തുണ്ടാകും. നിന്റെ ആ കാട്ടുമൂലയിൽ ചൊവ്വിനൊരാശൂത്രികൂടിയില്ല. പ്രസവം കഴിഞ്ഞു പോകാമെന്നു പറഞ്ഞിട്ട് കേട്ടോ? അവരിക്ക് ഉടനെ വീട്ടിപ്പോണം. ഇപ്പോ കരയുന്നതെന്തരിന്?"

"ഇതെന്തോന്നു വർത്തമാനം മരുമോനെ? നാട്ടുനടപ്പു നോക്കണ്ടേ? മാപ്പളവീട്ടുകാര് പേറെടുക്കാൻ അവക്കെന്താ ഉറ്റവരും ഉടയവരും ഇല്ലാതായോ?"

കൊച്ചുമ്മ ഇടയിൽക്കയറി പറഞ്ഞത് ഷാഹുലിന് ഒട്ടും പിടിച്ചില്ല.

"നിങ്ങളങ്ങോട്ട് ചെല്ല്. ഞങ്ങളിതാ എത്തി."

ഷാഹുൽ സ്വരം കഴിവതും മയപ്പെടുത്തിയാണ് പറഞ്ഞത്. അല്ലെങ്കിൽ റംലത്തിന്റെ മാപ്പിള കയർത്തെന്നും പറഞ്ഞ് അവർ പിണങ്ങിക്കളയും. അവർ പോയപ്പോൾ ഷാഹുൽ റംലത്തിനെ എഴുന്നേൽപ്പിച്ചിരുത്തി കണ്ണു തുടച്ചു.

"മതി കരഞ്ഞത്. കാലാകാലത്തേക്കൊന്നുമല്ലല്ലോ. മൂന്നുമാസത്തെ കാര്യമല്ലേ? എല്ലാ ഞായറാഴ്ചയും ഞാനങ്ങെത്തുമല്ലോ."

"ഇതെല്ലാം മച്ച ഇപ്പം പറയണതല്ലേ. ഞാനിറങ്ങിയാൽപ്പിന്നെ മഷിയിട്ടു നോക്കിയാൽ ആളെ അവിടെയെങ്ങും കാണൂല്ല. മച്ചായുമില്ല. ഷംസുമില്ല... ദിവസമെങ്ങിനെ നീങ്ങുമോ എന്തോ?"

"അതല്ലേ ഞാനാദ്യമേ പോണ്ടെന്നു പറഞ്ഞത്. കേട്ടില്ലല്ല്."

"ദേ മച്ചാ, ഒരു കാര്യം ഞാൻ പറഞ്ഞേക്കാം. സെറ്റും വലയുമായി കൂട്ടുകൂടി നടക്കരുത്. മോന്റെ കാര്യം ശ്രദ്ധിക്കണം. ചുമ്മാ വഴക്കിനും വക്കാണത്തിനും പോവരുത്. കേക്കുന്നുണ്ടോ? ബാറിൽ പോയെന്നു ഞാനറിഞ്ഞാൽ... മച്ചയാണേ, വയറ്റിൽ കെടക്കണ കൊച്ചിനാണേ..."

"എടീ, ചുമ്മായിരുന്നേ, ഒരു വഴിക്കുപോകാനിറങ്ങുമ്പം ഇങ്ങനെയാണോ യാത്രപറയണത്?"

അവൻ അവളുടെ വായ് പൊത്തി.

"ഉമ്മായും വാപ്പായും വിശേഷങ്ങള് പറഞ്ഞുതീർന്നില്ലേ?

"കൊച്ചുഷംന വന്ന് ഉമ്മായെ കെട്ടിപ്പിടിച്ചു.

"മതിയാക്ക് വാപ്പച്ചി. അവിടെ എല്ലാവരും കളിയാക്കി ചിരിക്കണ്." മകൻ ഷംസു.

"അയ്യോ, എന്തര് ഷാഹുല്കാക്കാ ഇത്? നാണക്കേട്! നിങ്ങടെ പെണ്ടാട്ടിമാത്രമേ പ്രസവത്തിനു പോയിട്ടുള്ളോ?"

അപ്പോൾ അവിടെയെത്തിയ മുംതാസ് പരിഹസിച്ചു.

"ചുമ്മാ ആളാവല്ലേ, ഒരു കുത്തുവച്ചുതന്നാലുണ്ടല്ലോ."

ഷാഹുൽ അവളുടെ നേരെ കൈ ഓങ്ങി.

"ഇറങ്ങ് റംലത്തേ... നിന്റെ ഉമ്മ തെരക്കുകൂട്ടുന്നു."

സീനത്ത് വന്നു പറഞ്ഞു.

"എല്ലാം എടുത്തുവച്ചോടേ?"

ഷാഹുൽ ചോദിച്ചു.

"ഓ വെച്ചു. നിങ്ങള് പെരക്കത്ത് നിന്നൊന്നിറങ്ങിൻ. ഇനി അതും പറഞ്ഞ് കൊറച്ചുനേരംകൂടി നിക്കാമല്ല്."

നദീറ എരികയറ്റി.

ഷാഹുൽ ആകെ ചമ്മി.

"പോയിട്ട് വരട്ടോ മാമി?"

റംലത്ത് പുറത്തിറങ്ങി റാബിയയോട് യാത്ര ചോദിച്ചു.

"കരഞ്ഞോണ്ടാണോ ഒരു വഴിക്കിറങ്ങുന്നത്? സന്തോഷമായിട്ട് പോ."

പറഞ്ഞപ്പോൾ റാബിയായുടെ തൊണ്ടയും ഇടറി.

"നദീറാത്താ മോനെ നോക്കിക്കോണേ."

"അയ്യോ ഈ കൊച്ചിതെന്തോന്ന്! മോനെ ഇവിടെ ഒറ്റക്കാക്കി എന്റെ പിള്ള എങ്ങും പോകാറില്ലല്ല്! ഇത് അതൊന്നുമല്ല. മച്ച കൂടെയില്ലാത്തതിന്റെ കണ്ണീരാ. ദേ അതു പറഞ്ഞപ്പോ മുഖം ചെമന്നതു കണ്ടില്ലേ?"

നദീറാ തമാശ പറഞ്ഞ് രംഗം മയപ്പെടുത്തി.

"വാപ്പച്ചീ ഞങ്ങളിറങ്ങട്ടോ? വാപ്പച്ചി എപ്പഴങ്ങു വരും?"

ഷംന വാപ്പയുടെ കൈപിടിച്ച് കിണുങ്ങി.

"മക്കള് പോണ്ട. വാപ്പച്ചീടൂടി ഇവിടെ നില്ല്."

ഷാഹുൽ മകളെ വാരിയെടുത്ത് ഉമ്മവെച്ചു.

"അതു പിന്നെ.. മോക്ക് ഉമ്മച്ചിയെ കാണണ്ടേ? കൊച്ചുവാവ വന്നാ ഞാനും ഉമ്മച്ചീം കൂടി ഇങ്ങു വരുമല്ല, അല്ലേ ഉമ്മച്ചീ?"

"ഞാനും കൂടെ പോട്ടോ വാപ്പാ?"

"നിനക്ക് പള്ളിക്കൂടത്തീ പോണ്ടേ? നമുക്ക് ശനിയാഴ്ച വയ്യൂട്ടാകുമ്പം പോവാം."

അവൻ കരയാനുള്ള ഭാവമാണെന്നു കണ്ടപ്പോൾ നദീറ ഇടപെട്ടു.

"നീ ഇങ്ങു വന്നേ. മൂത്തമ്മാ ഒരു കാര്യം പറയട്ട്."

അവൾ ഷംസുവിനെ ചേർത്ത്പിടിച്ച് ചെവിയിലെന്തോ പറഞ്ഞപ്പോൾ അവന്റെ മുഖം തെളിഞ്ഞു.

"മൂത്തമ്മാക്ക് അല്ലെങ്കിലും കാക്കാടൂടിയാ ഇശ്ടം. മൂത്തമ്മാ എന്തര് പറഞ്ഞത് കാക്കാ?"

ഷംന ചോദിച്ചു.

"അത് മൂത്തമ്മാ കത്തെഴുതി അറിയിക്കാം. ഇപ്പം പിള്ള കാറിൽ കയറിയാട്ട്."

'നദീറാ അവളെ എടുത്ത് കാറിലിട്ടപ്പോൾ റംലത്തും കയറി.

കാറ് കണ്ണിൽ നിന്നു മറഞ്ഞതും ഷാഹുൽ പുറത്തേക്കിറങ്ങി.

"രാത്രി നേരത്തെ ഇങ്ങു വന്നേക്കണേ വാപ്പച്ചീ. വെളിയിലേക്കിറങ്ങുമ്പോ ഇക്കാര്യം എന്നും ഓർമിപ്പിക്കണമെന്ന് ഉമ്മച്ചി പറഞ്ഞിട്ടുണ്ട്."

ഷാഹുൽ ചിരിച്ചതല്ലാതെ ഒന്നും മിണ്ടിയില്ല.

"മോൻ പറഞ്ഞതു കേട്ടല്ലോ."

നദീറ പിറകേ വിളിച്ചു.

ഷാഹുൽ തലയാട്ടിക്കൊണ്ട് നടന്നുമറഞ്ഞു.

"ഉമ്മാ ഞാനിറങ്ങട്ടോ. മാമി മുഖവും വലിച്ചിറക്കി നിപ്പുണ്ടാവും."

മുംതാസ് യാത്ര ചോദിച്ചു.

"നിന്റെ മാപ്പിളവീട്ടീന്ന് ആരും വരാത്തതെന്ത് കൊച്ചേ?"

അസനാരുകുഞ്ഞിന്റെ സഹോദരി ചോദിച്ചു;

"ഇവിടെന്ന് വാപ്പായും ഉമ്മായും വന്നു വിളിച്ചില്ലെന്ന്."

"എന്ത് റാബിയാ, നിങ്ങളാരും പോകാഞ്ഞത്?"

'മജീദ് ചെന്നു പറഞ്ഞതാണ്."

"വാപ്പാക്കെങ്കിലും വന്നൂടാരുന്നോ?" മുംതാസ്.

'നിന്റെ മാപ്പിളവീട്ടുകാർക്ക് അല്ലെങ്കിലും കൊമ്പിത്തിരി കൂടുതലാ. അസനാരുകുഞ്ഞിതെവിടെപ്പെയി കിടക്കണത്. അവൻ വന്നിട്ടിറങ്ങാമെന്നുംവെച്ചാ ഞാനിരിക്കണത്."

"നിങ്ങളിന്ന് പോവണ്ട. എത്രനാളായിട്ടു വന്നതാ. രണ്ടു ദെവസം കഴിഞ്ഞു പോവാം."

"നേരാ മാമീ. രണ്ടു ദെവസി കഴിഞ്ഞു പോയാ മതി. വീട്ടി ആളുണ്ടല്ലോ."

നദീറയും പിന്താങ്ങി.

"നിങ്ങളിപ്പോ പോണ്ട. അന്യവീടൊന്നുമല്ലല്ലോ അല്ലെങ്കിലും ഈ മാമിക്ക് ഞങ്ങളോടൊരു കൂറുമില്ല കേട്ടോ."

മുംതാസും ഇടപെട്ടു.

"എടിയേയ്, കൂറിന്റെ കാര്യമൊന്നും നീ പറയണ്ട. കല്യാണം കഴിഞ്ഞ് വിരുന്തിനും വിളിച്ചു. അന്നിറങ്ങിയതാ നീയും മാപ്പിളയും. ഇതുവരെ മാമിയെ ഓർത്തോ? മാമിയെ വന്നു കാണാൻ ഒരുത്തർക്കും നേരമില്ലല്ല്."

"എന്റെ കാര്യം മാമിക്കറിയാമല്ലോ. മച്ചാ ഒരിടത്തും വിടൂല്ല."

"നിന്റെ കാര്യം പോട്ട്. തടിയന്മാര് രണ്ടുമൂന്നെണ്ണമുണ്ടല്ലോ. ഒരുത്തനെങ്കിലും മാമിയെ അന്നഴിച്ചുവരുന്നുണ്ടോ? ഒരുത്തൻ ഗൾഫീ പോയീ. പോകാൻനേരം ഒന്നു വന്ന് യാത്ര പറഞ്ഞോ? ബന്ധം അറുക്കാൻ എളുപ്പമാ പിള്ളേരെ. കൂട്ടിച്ചേർക്കാൻ ഇത്തി പാടുണ്ട്. ഞങ്ങള് മുതിർന്നവരുടെ കാലം കഴിഞ്ഞാ നിങ്ങള് പിൻതലമുറ കണ്ടാലറിയാതാവുമല്ലോ? മാമിക്കതിൽ ദണ്ണമുണ്ട്. അല്ലാതെ കെറുവിച്ചല്ല."

"മാമി എന്തരാണ് ബോംബ് പൊട്ടിക്കണത്?"

അവിടെ എത്തിയ മജീദ് ചോദിച്ചു:

"നിന്റെ പൊണ്ടാട്ടിയാടാ ബോംബ്. പോടാ ചെറുക്കാ. നിനക്കൊക്കെ ഞാൻ വച്ചിട്ടുണ്ട്. എന്റെ ഒടപ്രന്നോനിങ്ങ് വരട്ട്. ഇന്ന് കണക്കു തീർത്തേ പോണുള്ളൂ. മനസിൽ കറ വച്ചിരിക്കണ പതിവ് നിങ്ങടെ മാമിക്കില്ല."

"എന്തര് വേണമെങ്കിലും പറയിൻ. നിങ്ങടെ വായീന്ന് രണ്ട് പള്ള് കേക്കണതും ഒരു സുഖംതന്നെ. ഞങ്ങളെ ഇങ്ങനെ വഴക്കുപറയാൻ വേറെ ആരാ ഒള്ളത്."

മജീദ് പറഞ്ഞതു കേട്ട് ലൈല തണുത്തു.

"മാമിക്ക് വെഷമമുണ്ടെടാ. അതാ പറയണത്. ഞങ്ങള് പത്തും പലതുമില്ല. രണ്ടേരണ്ടുപേരല്ലേ ഒള്ളൂ. അനിയത്തി ഒരുത്തി ഉണ്ടായിരുന്നതിനെ അള്ളാഹു നേരത്തേ അങ്ങു വിളിച്ചു. ഉമ്മായുമില്ല. വാപ്പായുമില്ല. ഇനി സ്വന്തമെന്നു പറയാൻ മാമിക്ക് നിങ്ങളേ ഉള്ളൂ."

ലൈല കണ്ണു തുടച്ചു.

"ഇങ്ങനെയൊന്നും പറയല്ലേ. സ്നേഹക്കുറവുകൊണ്ടല്ല വരാത്തത്. ഇവിടത്തെ കാര്യം അറിയാമല്ലോ. മക്കള് മുതിർന്നെന്നു പറഞ്ഞിട്ടെന്താ? രണ്ടറ്റവും കൂട്ടിമുട്ടിക്കണമെങ്കി ബാപ്പതന്നെ ഓടണം."

ഉമ്മ പറഞ്ഞതു കേട്ട് മജീദ് തലകുനിച്ചു.

"പതിനാറാംവയസിൽ തുടങ്ങിയതാ അവൻ ചുമട് പേറാൻ. ഇനി നിങ്ങള് മക്കള് വേണം അവന് ചേക്ക കൊടുക്കാൻ. കേക്കുന്നുണ്ടോടാ?"

ലൈല ചോദിച്ചു.

"എല്ലാം നേരെയാകും മാമീ. ഇത്തിപ്പോലം കടമുണ്ട്. പെണ്ണിന്റെ വിവാഹം നടത്തിയതിലുള്ളതാ. ഷാജി അങ്ങ് കടന്നിട്ടുണ്ടല്ലോ. അവന്റെ ജോലിയും തരക്കേടില്ല."

"പിള്ളേടെ കത്തൊക്കെ വരുന്നില്ലേ? സുഖങ്ങള് തന്നെ?"

"എന്തു സുഖം താത്താ? മാടുപോലെ പണിയെടുക്കണം. എന്റെ മോൻ കൊയങ്ങീട്ടുണ്ടാവും."

"ആൺപിള്ളേരാവുമ്പം അങ്ങനെതന്നെ. അതൊന്നുമോർത്ത് നീ ദെണ്ണം വരുത്തണ്ട." ലൈല സമാധാനിപ്പിച്ചു.

"നിങ്ങള് കുറച്ചുദിവസം ഇവിടെ നിന്ന് ബന്ധമൊക്കെ പുതുക്കിയിട്ട് അങ്ങുവന്നാ മതി. ഞങ്ങള് പോട്ടെ? നേരമിപ്പമങ്ങിരിട്ടും."

അവരുടെ ഇളയമകൾ സലീമ ഇടയിൽക്കയറി പറഞ്ഞു.

'എടീ കാന്താരീ നിനക്ക് വിളച്ചിലിത്തിരി കൂടുതലാണെന്ന് കേട്ടിട്ടുണ്ട്. നിനക്ക് രണ്ടു വച്ചിട്ടുണ്ട്."

മജീദ് ചെവിക്കു പിടിച്ചപ്പോൾ അവൾ നാണിച്ചു ഒഴിഞ്ഞുമാറി.

"ഉമ്മായെ രണ്ടു ദിവസം കഴിഞ്ഞ് ഞങ്ങളങ്ങ് കൊണ്ടാക്കിത്തന്നാ പോരേ?"

"അതിപ്പോ മാമാ നേരിട്ടു പറയാതെങ്ങനാ?"

"എടീ.."

വാപ്പ കയറിവരുന്നത് കണ്ട് മജീദ് നിർത്തി.

"എന്തര് താത്താ എവള് പറയണത്?"

"മാമി രണ്ടും ദിവസം കഴിഞ്ഞ് പോയാ മതിയെന്ന് ഞങ്ങള് പറയുകാരുന്നു. അപ്പം ദേ ഈ പെണ്ണ് പറയണത് കേട്ടില്ലേ? മാമാ നേരിട്ടു പറയണമെന്ന്."

"നീ അങ്ങനെ പറഞ്ഞോടീ?"

'ഈ മജീദ്മച്ചാ ചുമ്മാ പറയണതാ മാമാ."

അവൾ ഭവ്യതയോടെ പറഞ്ഞു.

"പിള്ളേരു പറഞ്ഞത് നേരാ താത്താ. കുറച്ചു ദിവസം നിന്നിട്ടു പോയാ മതി."

സഹോദരനും കൂടി നിർബന്ധിച്ചപ്പോൾ അവർ സമ്മതിച്ചു.

"എന്നാ നിങ്ങള് താമസിക്കണ്ട. വൈയ്യൂട്ടാവുമ്പം വണ്ടി വേണമെന്ന് ചെറുക്കൻ പറഞ്ഞതാ."

അവർ മകളോടും മരുമക്കളോടുമായി പറഞ്ഞു.

"ഇറങ്ങല്ലേ, ഞാനിപ്പം വരാം."

റാബിയ കലവറമുറിയിൽച്ചെന്ന് നെയ്യപ്പവും റംലത്തിന്റെ വീട്ടിൽ നിന്നുകൊണ്ടു വന്ന മറ്റു പലഹാരങ്ങളും പ്ലാസ്റ്റിക് കവറിലാക്കി മജീദിനെ ഏൽപ്പിച്ചിട്ട് പറഞ്ഞു.

"വണ്ടിയിൽ വച്ചുകൊടുക്ക്." അവർ ഇറങ്ങുന്നതു കണ്ട് ഓരോരുത്തരായി യാത്രപറഞ്ഞിറങ്ങി. സീനത്ത് യാത്രപറഞ്ഞപ്പോൾ റാബിയ എതിർത്തു.

"അസീസ് വൈകുന്നേരം വരും. അപ്പോ പോവാം."

"പിള്ളേര് സ്കൂളിൽനിന്നെത്തും."

"അതിനവിടെ അലീമയില്ലേ?"

സീനത്ത് എതിർത്തൊന്നും പറയാതെ അകത്തേക്കു വലിഞ്ഞു.

"റാബിയാടെ ആദ്യത്തെ വയറ്റുനേർച്ച നീ ഓർക്കിണില്ലേടാ?"

ലൈല ആങ്ങളയോട് ചോദിച്ചു.

"പിന്നില്ലേ? ഇന്നലെ കഴിഞ്ഞതുപോലെ തോന്നുന്നു. എവടെ വാപ്പാ ഒരുവണ്ടി പലഹാരവുമായല്ലേ വിളിക്കാൻ വന്നത്. ഇവിടത്തെ ചടങ്ങുകളൊക്കെ കണ്ട് അവരങ്ങ് അന്തംവിട്ടു കേട്ടോ."

"അവര് കുടുമ്മക്കാരായിരുന്നു. നിനക്ക് രാശയോഗമുണ്ടെന്ന് ഓല യെഴുതിയ ജ്യോത്സര് അന്നേ പറഞ്ഞതാ."

രണ്ടുപേരും പഴങ്കഥകളിൽ മുഴുകിയപ്പോൾ റാബിയ അകത്തു ചെന്ന് നടുനിവർത്തു. കിടന്നപ്പോഴാണ് ക്ഷീണമറിഞ്ഞത്. ദേഹമാസകലം വേദന. രണ്ടു ദിവസമായി തിരക്കായിരുന്നു. സഹായത്തിന് മരുമക്കളും അയൽക്കാരുമൊക്കെ ഉണ്ടായിരുന്നിട്ടും തീർത്തും തളർന്നു. ഹമീദയും പാർവതിയും രണ്ടുദിവസമായി ഉച്ചകഴിഞ്ഞാൽ ഇവിടെത്തന്നെ ഉണ്ടായിരുന്നു. ബിരിയാണിപ്പണിക്ക് ഇറങ്ങിയതിനാലാണ് ക്ഷീണം തട്ടിയത്. വെപ്പിന് ആളെ വിളിക്കാമെന്ന് ഷാഹുൽ പറഞ്ഞതാണ്. സമ്മതിച്ചില്ല. അവരുടെ ബിരിയാണി നാക്കിൽ വയ്ക്കാൻ കൊള്ളില്ല. അതുകൊണ്ടാണ് വയ്യെങ്കിലും തുനിഞ്ഞിറങ്ങിയത്.

ഇവിടെ വയറ്റുനേർച്ചയ്ക്ക് നെയ്യപ്പമാണ് പ്രധാന പലഹാരം. നാട്ടിലാകട്ടെ കുഞ്ഞിക്കലത്തപ്പവും. പുഴങ്ങലരിയും പച്ചരിയും ചേർത്തരച്ചു പഞ്ചസാര ചേർത്തു നേർപ്പിച്ച് എണ്ണയിൽ കോരി ഒഴിച്ചുണ്ടാക്കുന്ന പലഹാരമാണ് കുഞ്ഞിക്കലത്തപ്പം. നെയ്യപ്പംപോലിരിക്കും. പഞ്ചസാര ചേർക്കുന്നതുകൊണ്ട് വെളുത്തിരിക്കും. അതിന് കൂട്ടാൻ കടലപ്പരിപ്പ് വേവിച്ച് തേങ്ങയും പഞ്ചസാരയും ചേർത്തു വിളയിച്ചെടുക്കുന്ന മധുരപ്പണ്ടം. മധുരപ്പണ്ടം നോക്കി കുട്ടി ആണോ പെണ്ണോ എന്നു കൃത്യമായി പറയുന്നവരുണ്ടായിരുന്നു.

"കുഞ്ഞൻ ആണാ, പണ്ടം വറുത്തപ്പം കണ്ടിരുന്നു."

ഇത്താത്ത വന്നപ്പോഴേ പറഞ്ഞിരുന്നു. ഇത്താത്ത വായ് തുറന്നാൽ ഇവിടുള്ളവർ ചിരിതുടങ്ങും.

"ഇവര് എന്തര് ഫാഷ അപ്പീ പറയണത്? തമിഴ്തന്നെ?"

അയൽക്കാരി ചോദിക്കുന്നതു കേട്ടപ്പോൾ ഇത്താത്തായ്ക്ക് കലി.

"നിങ്ങളാ തമിള് പറേന്നത്?"

ഇവിടത്തെ മാമൂലുകൾ കണ്ട് ഇത്താത്ത മൂക്കത്തു വിരൽവച്ചു.

"ഇവരെന്തു ജാതിയാ കൂട്ടരേ?"

തലേദിവസമേ വീട്ടിൽ ഒരുക്കങ്ങൾ തുടങ്ങിയിരുന്നു. പിന്നാമ്പുറത്ത് അരിയിടിക്കുന്ന തിരക്ക്. വിറകിടാനായി കെട്ടിയ ചായ്പ്പിൽ അടുപ്പ് കൂട്ടിയാണ് നെയ്യപ്പം പൊരിച്ചത്. പെണ്ണുങ്ങൾ രാത്രി ഒരുപോള കണ്ണടച്ചില്ല. ഊൺതളത്തിൽ വിരിച്ചിട്ട പായയിൽ നെയ്യപ്പം കുന്നുകൂടി. അവൾക്കു കോടിസാരി നേരത്തെ വാങ്ങിച്ചിരുന്നു. കുളികഴിഞ്ഞപ്പോൾ കോടിയുടുപ്പിച്ച് അവളെ കസേരയിലിരുത്തി. കൈയിൽ മയിലാഞ്ചി അണിയിച്ചു.

അപ്പോഴേക്കും ഒരു കുട്ട നിറയെ നെയ്യപ്പം ആരോ മുന്നിൽ കൊണ്ടുവന്നുവച്ചു. കൂടെ കുറേ വെറ്റിലയും.

"ആദ്യം താലിക്കാരെ വിളിക്കിൻ."

"ഒരു വെറ്റിലയിൽ രണ്ടു നെയ്യപ്പവും പിച്ചിപ്പൂവും വച്ച് അവളെക്കൊണ്ട് അത് ഏഴു സുമംഗലികൾക്കായി കൊടുപ്പിച്ചു. അതുകഴിഞ്ഞ് ഏഴു കന്യകകൾ. വേറേയും എന്തൊക്കെയോ ചെയ്യിപ്പിച്ചു. മുസലിയാർ

യാസീൻ ഓതി ദ്വാ എരന്നതോടെ ചടങ്ങുകൾ തീർന്നു. അതു കഴിഞ്ഞായിരുന്നു ഊണ്.

ഇന്നും അതുപോലെ എന്തൊക്കെയോ ചടങ്ങുകൾ നടന്നു. കുറേക്കൂടി പരിഷ്കരിച്ചിട്ടില്ലേ എന്നു തോന്നാതിരുന്നില്ല. ഇവിടത്തെ രീതികളൊന്നും ഇപ്പോഴും വശമായിട്ടില്ല എന്നതാണ് സത്യം. പാർവതിയും ഹമീദയുമാണ് മക്കളുടെ കല്യാണങ്ങളൊക്കെ ആളായി നിന്നു നടത്തുന്നത്. മുംതാസിന്റെ വിവാഹം മലബാർരീതിയിൽ നടത്തണമെന്ന് മോഹിച്ചിരുന്നു. സാധിച്ചില്ല. ഇപ്പോൾ അങ്ങനെയുള്ള ആഗ്രഹങ്ങളൊന്നുമില്ല. നദീറ ചെറുപ്പമാണെങ്കിലും നല്ല വകതിരിവുണ്ട്. അവൾ വന്നതോടെ വീടിന്റെ ചുമതല സ്വയമങ്ങ് ഏറ്റെടുത്തു. സീനത്തിനെപ്പോലെ ഒഴിഞ്ഞും മാറിയും നിന്നില്ല. അവൾക്കും ഇവിടത്തെ രീതികളൊന്നും വലിയ വശമില്ല. അവരും ഈ നാട്ടുകാരല്ലല്ലോ.

വയറ്റുനേർച്ച നടത്തുന്നതിന് ഷാഹുലിന്റെ വാപ്പാ എതിരായിരുന്നു. അയാൾക്ക് അങ്ങനെയൊരു ആഗ്രഹം തോന്നിയ സ്ഥിതിക്ക് നടത്താതെങ്ങനാ? നിർബന്ധം പിടിച്ചപ്പോൾ എതിർത്തില്ലെന്നുമാത്രമല്ല സഹകരിക്കുകയും ചെയ്തു. അല്ലെങ്കിലും അവളുടെ ആഗ്രഹങ്ങൾക്കൊന്നും ഒരിക്കലും എതിരുനിന്നിട്ടില്ല.

“താത്താ തളർന്നുപോയി, അല്ലേ?”

പാർവതി ചോദിച്ചതു കേട്ട് എഴുന്നേറ്റിരുന്നു.

“നിങ്ങളല്ലേ ഓടിനടന്നത്. ഹമീദ പോയോ?”

“ഞാനിവിടുണ്ടേ. ഏറെനാളുകൂടി ലൈലാത്തയെക്കണ്ടപ്പം വേഴം പറഞ്ഞങ്ങിരുന്നുപോയി.”

“ഞങ്ങളിനി ഇറങ്ങട്ടോ?”

രണ്ടുപേരും ഒന്നിച്ചാണ് യാത്രപറഞ്ഞത്.

റാബിയ പതിവുപോലെ വെറുതേ തലയാട്ടിയതേയുള്ളൂ. അകം നിറയെ നന്ദിയാണെന്ന് ആ മുഖം കണ്ടാലറിയാം. പാർവതിയും ഹമീദയ്ക്കും മനസ്സു നിറഞ്ഞു.

‘മോളേ പലഹാരങ്ങൾ മാമിമാരുടെ വീട്ടിൽ കൊടുത്തയയ്ക്കാൻ മറക്കല്ലേ.” അവർ നദീറയോട് പറഞ്ഞു.

“ഞങ്ങള് രാജ്യം വിട്ടൊന്നും പോണില്ലല്ല്. തിരക്കൊഴിയട്ട്.”

സമാധാനിപ്പിച്ചിട്ട് പാർവതി മുറ്റത്തേക്കിറങ്ങി.

ഇരുപത്

വല്ലാത്ത ശ്വാസംമുട്ടനുഭവപ്പെട്ടു നദീറയ്ക്ക്. എന്തൊക്കെയാ ഇന്നലെ രാത്രി ഉണ്ടായത്? വെറുതെ ഓരോന്നു തോന്നുകയാണോ? അല്ല. തോന്നലല്ല.. നടന്നതാണ്.. ഇനിയോ? ആ ചോദ്യം അവളെ ആകെ ഉലയ്ക്കുന്നു. മനസ്സും ശരീരവും ഇപ്പോഴും തിളച്ചുമറിയുകയാണ്.

ഭർത്താവിനോട് ഒടുങ്ങാത്ത മമതയൊന്നും വിവാഹം കഴിഞ്ഞനാൾ മുതൽ അവൾക്കുണ്ടായിരുന്നില്ല. വിധിക്കു വഴങ്ങിയെന്നുമാത്രം. പെണ്ണുകാണാൻ വന്നപ്പോഴേ ആളെ ഒട്ടും പിടിച്ചതുമില്ല. തടിച്ചു കുറുകിയ ദേഹവും ചത്ത കണ്ണുകളും. മടുപ്പാണുണ്ടായിരുന്നത്. പക്ഷേ അവളോടാരും അഭിപ്രായമൊന്നും ചോദിച്ചിരുന്നില്ല.

"എനിക്കിപ്പോ കല്യാണം വേണ്ട."

ഉമ്മയുടെ മുന്നിൽ പ്രതിഷേധം പ്രകടിപ്പിച്ചു.

"മൂക്കിൽ പല്ലു കിളുത്ത്. കല്യാണം വേണ്ടെന്ന്. എന്ത്? സന്യാസിക്കാൻപോണോ? എല്ലാ പെമ്പിള്ളേരും പറയണതുതന്നെ ഇത്."

ഉമ്മ അത് അപ്പഴേ തള്ളിക്കളഞ്ഞു.

വയസ് ഇരുപത് കഴിഞ്ഞു എന്നത് നേരാണ്. എന്നുവെച്ച് ആരുടെയെങ്കിലും തലയിൽ കെട്ടിവയ്ക്കുകയോ? ഉള്ളിൽ പ്രതിഷേധം ഇരമ്പി. അത് മുഖത്തും പ്രതിഫലിച്ചു.

"എടീ പെണ്ണേ ചുമ്മാ മുഖവും വലിച്ചിറക്കിക്കൊണ്ട് നടക്കല്ലേ. നിന്റെ സൗന്ദര്യം കണ്ട് അന്നഴിച്ചെത്തിയതൊന്നുമല്ല. ഏറെ പണിപ്പെട്ട് ചൂണ്ടിക്കൊണ്ടുവന്നപ്പം അവടെയൊരു നെഗളിപ്പ്!"

കല്യാണാലോചനയുമായി എത്തിയ മൂത്തതാത്ത കോപിച്ചു.

'നെഗളിപ്പ് ഏറിയിട്ടുതന്നെ പ്രായമിത്രേം ആയിട്ടും വീട്ടിലിരിക്കുന്നത്. പതിനെട്ടു തികയുംമുമ്പേ നിങ്ങളെല്ലാം പടിയിറങ്ങിയതല്ലേ?"

"ഉള്ളതെല്ലാം വിറ്റു തുലച്ചിട്ട് എനിക്കാണോ കുറ്റം."

അവൾ പറഞ്ഞതും ഉമ്മ തലയ്ക്കൊരു കിഴിക്കുവെച്ചുകൊടുത്തു.

"ചെറുക്കൻ കാണാനിത്തിരി മോശമാണെന്നും വച്ചല്ലേ നീയീ പുലമ്പുന്നത്? നീയും രാജകുമാരിയൊന്നുമല്ലല്ലോ. അവര് പൊന്നും പണവും ഒന്നും ചോദിച്ചില്ല. ഉള്ളത് കൊടുത്താ മതിയെന്നാ പറഞ്ഞത്. വാപ്പാരെ ഇപ്പഴത്തെ സ്ഥിതി നിനക്കും അറിയാവുന്നതല്ലേ. കാണാൻ ഇച്ചിരി മോശമാണെങ്കിലും ചെറിക്കനൊരു പാവമാ. ഇപ്പഴത്തെ പിള്ളാരുടെകൂട്ടുള്ള നെഗളിപ്പും വഷളത്തരവും ഒന്നുമില്ല."

താത്താ വായ്തോരാതെ പറഞ്ഞുകൊണ്ടിരുന്നു. വാപ്പായുടെ നിജസ്ഥിതി അറിയാവുന്നതുകൊണ്ട് എതിർപ്പ് അറിയാതെ അലിഞ്ഞുപോയി. മൂത്ത നാലു താത്താമാരുടെ വിവാഹവും പ്രസവവുമൊക്കെ നടത്തിയതോടെ വാപ്പ തളർന്നു. താമസിക്കുന്ന വീടും രണ്ടേക്കർ സ്ഥലവുമാണ് ബാക്കി. അതിൽ ഒരേക്കർ അവളുടെ പേരിൽ എഴുതിവെച്ചിട്ടുണ്ട്. അമ്പത് സെന്റ് എഴുതിവിറ്റിട്ടു വേണം കല്യാണച്ചെലവും ഉരുപ്പടിയുമൊക്കെ ഉണ്ടാക്കാൻ. പഴയ കുടുമക്കാരാണെന്ന ലേബലുള്ളതുകൊണ്ട് ഒരാളോട് ചോദിച്ചുവാങ്ങാനുംതരമില്ല. വാപ്പായുടെ വിഷമം കണ്ട് വേദന വിഴുങ്ങി.

ചുറുചുറുക്കുള്ള ഒരു പുരുഷനായിരുന്നു. ഉള്ളുനിറയെ കളിയും ചിരിയും തമാശയുമൊക്കെയായി കഴിയണം. സിനിമ കാണാനും കറങ്ങിനടക്കാനുമൊക്കെ കൊതിയായിരുന്നു. മോഹങ്ങളെല്ലാം കുഴിച്ചു മൂടുകയാണ് നല്ലതെന്ന് വിവാഹം കഴിഞ്ഞ അന്നുതന്നെ ബോധ്യമായി. ഭർത്താവിന്റെ മട്ടും മാതിരിയും മനംപുരട്ടലാണ് ഉണ്ടാക്കിയത്. ഒരു തണുപ്പൻ. വളിച്ച പുന്നാരങ്ങൾ കേൾക്കുമ്പോൾ കലിയാണ് വരിക. ശരീരത്തിന്റെ ഗന്ധം മനംമടുപ്പിച്ചു. അണച്ചുപിടിക്കുമ്പോൾ കണ്ണ് മുറുകെയടയ്ക്കും. കാതും കൊട്ടിയടഞ്ഞെങ്കിൽ എന്ന് ആശിച്ചുപോയിട്ടുണ്ട്. എല്ലാം കഴിഞ്ഞ് അയാൾ കിടന്ന് കിതയ്ക്കുമ്പോൾ ആശ്വാസത്തോടെ കുളിമുറിയിലേക്കൊരോട്ടമാണ്. തൊണ്ടയിൽ വിരലിട്ട് പലപ്പോഴും ഛർദിച്ചിട്ടുണ്ട്. പെണ്ണല്ലേ, കൊതിച്ചതു കിട്ടിയെന്നു വരില്ല. വിധിച്ചതുകൊണ്ട് തൃപ്തിപ്പെടാൻ മനസിനെ ഒരുക്കിയെടുത്തു. ഇതാണെന്റെ വിധി. വിധിയെ തടുക്കാനാവുന്നവൻ അവൻമാത്രം. മനസു പിടിവിട്ടപ്പോഴൊക്കെ സ്വയം ആശ്വസിപ്പിച്ചു.

നിസ്സാരകാര്യത്തിന് അയാളോട് തട്ടിക്കയറിയും വഴക്കിട്ടും തരം കിട്ടുമ്പോൾ ഇടിച്ചുതാഴ്ത്തി സംസാരിച്ചും പകതീർക്കാൻ ശ്രമിക്കാറുണ്ടായിരുന്നു. അയാൾ എതിർത്തൊന്നും പറയാതെ തലയും കുനിച്ച് ഇറങ്ങിപ്പോകുന്നതു കാണുമ്പോൾ ഉള്ളിലെവിടെയോ നൊമ്പരം. അറിഞ്ഞോ അറിയാതെയോ അയാൾ ജീവിതത്തിന്റെ ഒരു ഭാഗമായി മാറി. എന്റെ മക്കളുടെ വാപ്പാ, എനിക്ക് ചെല്ലും ചെലവും തരുന്നവൻ. വെറുപ്പ് അവളറിയാതെ അലിഞ്ഞില്ലാതായപ്പോഴും അറപ്പ് അവശേഷിച്ചു. അവളെ മനസുകൊണ്ടുപോലും വഞ്ചിക്കണമെന്ന് ഒരിക്കലും ആഗ്രഹിച്ചതല്ല. മോഹ

ങ്ങൾ പലതും നാമ്പിടുന്നതിനുമുമ്പേ നുള്ളിക്കളയാറാണ് പതിവ്. മനസ്സ് കല്ലാക്കാൻ ഏറെ പണിപ്പെട്ടിരുന്നു. എന്നിട്ടും... സംഭവിച്ചതോർക്കുമ്പോൾ ഇടനെഞ്ചു പൊട്ടുന്നു.

പെണ്ണുകാണാൻ വന്നപ്പോൾ ഷാഹുലും കൂടെ ഉണ്ടായിരുന്നു. കാണാൻ നന്ന്. ആണത്തവുമുണ്ട്. ഇതുപോലൊരാളെ ഭർത്താവായി കിട്ടിയെങ്കിൽ എന്നൊരു മോഹം ഉള്ളിൽ നാമ്പിട്ടതു നേരാണ്. നടക്കില്ലെന്നറിഞ്ഞപ്പോൾ അതു മറക്കുകയും ചെയ്തു. അവനും റംലത്തും ഇണങ്ങിയും പിണങ്ങിയും കഴിയുന്നതു കാണുമ്പോൾ എവിടെയൊക്കെയോ നീറുന്നതും പതിവായിരുന്നു. വഴക്കിട്ടിറങ്ങിപ്പോകുന്ന ഷാഹുൽ കൈനിറയെ പൊതികളും ചുണ്ടിൽ കിന്നാരവുമായി താമസിയാതെ തിരിച്ചെത്തുന്നതു കാണുമ്പോൾ കണ്ണും കാതും അറിയാതെ അവരെ പിന്തുടരുന്നു. കട്ടിലിൽക്കിടന്ന് കരയുന്ന റംലത്തിനെ വാരിപ്പുണർന്ന് ആശ്വസിപ്പിക്കുന്ന ഷാഹുലിനെക്കാണുമ്പോൾ ആകെയൊരു വിറയൽ. അരിശം തീർക്കാനായി അവരുടെ മുറിയുടെ കതക് ഊക്കോടെ വലിച്ചടച്ചിട്ട് അവർ കേൾക്കാനെന്നവണ്ണം ഉറക്കെ പറയും.

"നാണമില്ലാത്ത വഹ. പിള്ളേരുള്ള വീടാണെന്ന ഓർമപോലുമില്ല. ഉമ്മായും വാപ്പായും കാണുമെന്നുള്ള ചിന്തയുണ്ടോ? ഏതു നേരവും മൂരിശൃംഗാരം."

"കതകടയ്ക്കാതെയാണോ മച്ച ഓരോന്ന് കാണിക്കുന്നത്?"

റംലത്തിന്റെ അടക്കിയുള്ള സംസാരം, കിതപ്പ്.. കുറച്ചു നേരത്തേക്ക് അനക്കമില്ല. റംലത്ത് പുറത്തിറങ്ങുന്നതുവരെ ഇറയത്തു തന്നെ ഇരിക്കും. അവൾ കള്ളിയെപ്പോലെ കുളിമുറിയിലേക്കു നടക്കുമ്പോൾ അവളെ പുച്ഛത്തോടെ നോക്കിയിട്ട് ചുണ്ടിൽ പരിഹാസച്ചിരി വരുത്തും. ശരീരം അപ്പോൾ ചുട്ടുപുകയുകയായിരിക്കും. അടുക്കളയിലെത്തുന്ന റംലത്തിനോട് നിസ്സാരകാര്യത്തിനു തട്ടിക്കയറിക്കൊണ്ടാണ് പലപ്പോഴും അരിശം തീർക്കുന്നത്. അവൾ കണ്ണും നിറച്ച് പരാതിയുമായി ചെല്ലുമ്പോൾ ഷാഹുൽ ഏറ്റുപിടിക്കാനെത്തുന്നു. കൊത്തുകോഴിയെപ്പോലെ അവനോട് പൊരുതുമ്പോൾ പ്രതികാരം വീട്ടിയ സുഖം. അവസാനം മാമി വന്ന് സങ്കടം പറയുമ്പോഴാണ് വിഷമം തോന്നുക.

അന്യരുടെ മുന്നിൽവെച്ച് എന്തെങ്കിലുമൊരു സ്നേഹവാക്ക് പറയുന്ന പതിവ് അവളുടെ ഭർത്താവിനില്ല. കൊതിച്ച് അവൾ വല്ലപ്പോഴും എന്തെങ്കിലുമൊന്ന് അറിയാതെ പറഞ്ഞുപോയാൽ അയാളുടെ മുഖത്ത് നാണം ഇരമ്പും.

"ചുമ്മായിരി കൊച്ചേ. ഉമ്മായേ മറ്റോ കേൾക്കും."

"അതിന് ഞാൻ നിങ്ങളെ കേറിപ്പിടിച്ചതൊന്നുമില്ലല്ലോ. ഇങ്ങനെയൊരു സാധനത്തിനെ എന്റെ തലയിൽത്തന്നെ കെട്ടിവച്ചല്ലോ!"

അയാളുടെ മുഖം മങ്ങുന്നതു കാണുന്നതും ഒരു സുഖം. ഭാര്യ രാത്രി അനുഭവിക്കാനുള്ള ഒരു സ്വകാര്യസ്വത്തായിരുന്നു അയാൾക്ക്. പകൽ അയാളുടെ വീട്ടുകാര്യം നോക്കാനുള്ള യന്ത്രവും. പ്രതിഫലമായി

അവൾ ആവശ്യപ്പെടുന്നതെല്ലാം അയാൾ സാധിച്ചുകൊടുക്കുമായിരുന്നു. സാരി, അത്യാവശ്യം കാശ്, ആഭരണങ്ങൾ, ഒന്നിനുമില്ല മുട്ട്. എന്നിട്ടും മടുപ്പ്. എങ്ങോട്ടെങ്കിലും ഓടിപ്പോകാൻ തോന്നാറുണ്ട്. അവൾക്ക്. എവിടെപ്പോകും? അവളുടെ പേരിലുള്ള അരയേക്കർ കാടുപിടിച്ചുകിടക്കുന്നു. വാപ്പ മരിച്ചു. വീടും സ്ഥലവും ആങ്ങളയുടെ പേരിലാണ്. കാക്ക സ്കൂൾ മാഷ്. കുട്ടികൾ മൂന്നുപേർ. ഉമ്മയേയും നോക്കണം. തട്ടിയും മുട്ടിയും കഴിയുന്നു. അതിനിടയിൽ അവളും രണ്ടു പിള്ളേരുംകൂടി ചെന്നാൽ മദ്നിയുടെ മുഖം മാറും. പെണ്ണായി പിറന്നതിൽ സ്വയം ശപിച്ച നിമിഷങ്ങൾ!

ഭർത്താവിനോട് കൂറൊട്ടുമില്ലെങ്കിലും ആ വീടിനോട് അവൾക്ക് എന്തെന്നില്ലാത്ത മമതയായിരുന്നു. അതിനു കാരണം മാമിയാണ്. ഒരു മകളുടെ സ്ഥാനമാണ് മാമി അവൾക്കു കൊടുത്തത്. ചെന്നു കയറിയതും താക്കോൽ അവളെ ഏൽപ്പിച്ചു. ഇവിടെയുള്ള കാലത്ത് സീനത്ത് താത്താ കുടുംബകാര്യങ്ങളിൽ ഇടപെടാറില്ല. അന്യയായിട്ടുതന്നെ കഴിഞ്ഞുകൂടി. അവൾ വീട്ടുഭരണം ഏറ്റെടുത്തപ്പോൾ അതുകൊണ്ടായിരിക്കണം മാമി സന്തോഷിച്ചത്. രാവിലെ മാമിയുടെ കൂടെ അടുക്കളയിലിറങ്ങും. വീട്ടിലായിരുന്നപ്പോഴും ജോലി ചെയ്യാൻ മടിയുണ്ടായിരുന്നില്ല. ഉമ്മയുടെ കൂടെ നിന്ന് എല്ലാം ചെയ്തു ശീലമുണ്ടായിരുന്നതുകൊണ്ട് ഒന്നും ഒരു ഭാരമായി തോന്നിയതുമില്ല. മുംതാസിന്റെ, ഷാഹുലിന്റെ വിവാഹങ്ങൾ ഏറ്റെടുത്തു നടത്തിയത് അവളായിരുന്നു. മാമി ആളായി നിന്നതേയുള്ളൂ. അവളുടെ അഭിപ്രായങ്ങൾക്കൊന്നും എതിരുപറഞ്ഞതുമില്ല. മാമയും അതെ, എന്തു കാര്യവും അവളെ വിളിച്ചാണ് പറയുന്നത്. ബാക്കി മരുമക്കൾക്കില്ലാത്ത സ്ഥാനം ഇന്നും അവൾക്കീ വീട്ടിലുണ്ട്. എന്നിട്ടിപ്പോൾ! നടന്നതറിയുമ്പോൾ മാമിയും മാമായും അവളെക്കുറിച്ചെന്തു കരുതും...

ഇങ്ങനെയൊരു പിഴവ് എങ്ങനെയുണ്ടായി? എന്നാലും അവൻ വന്നു കയറിപ്പിടിച്ചില്ലേ? അതിന് ഇടകൊടുത്തില്ലേ? ആലോചിക്കുമ്പോൾ നൊമ്പരം ഇരട്ടിക്കുന്നു. ഷാജിയും റംലത്തുമൊക്കെ പോയതോടെ വീട്ടിൽ ജോലി കുറവ്. വെറുതെ ഇരിക്കാനിട കിട്ടിയപ്പോൾ മനസ് കാടുകയറുക പതിവായിരുന്നു. റംലത്ത് പോയതോടെ ഷാഹുലിന് വിളമ്പിക്കൊടുക്കുന്നത് അവളാണ്. എന്തെങ്കിലും ആവശ്യമുണ്ടെങ്കിൽ ചോദിക്കുന്നതും അവളോടുതന്നെ.

രാത്രി എന്നും വൈകിയാണ് ഷാഹുലെത്തുക. വീട്ടിലെല്ലാവരും ഉറങ്ങിക്കാണും. അവൾ ഉറങ്ങാതെ കാത്തിരിക്കുകയായിരിക്കും. എങ്കിലും കതകിനു മുട്ടു കേൾക്കുമ്പോൾ അവൾ ഭർത്താവിനെ കുലുക്കിവിളിക്കും.

“ദേ... എണീറ്റേ അനിയൻതമ്പുരാൻ കതകിനു മുട്ടുന്നു.”

“ഒന്നു തൊറന്നുകൊട് കൊച്ചേ. അവളില്ലാത്തതല്ലേ, കാപ്പി എടുത്ത് കൊട്.”

പുതപ്പ് തലവഴി മൂടി തിരിഞ്ഞുകിടന്നുറങ്ങുന്നതിനിടയിൽ അയാൾ പറയും.

"വാകപ്പൂമണമല്ലേ വീശണത്. പാതിരാത്രി കയറിവരുമ്പം കതകു തുറന്ന് വിളമ്പിത്തരാൻ നിങ്ങടെ പെണ്ടാട്ടി ഇവിടില്ലെന്ന് അറിഞ്ഞു കൂടേ?"

അരിശം ഭാവിച്ചുകൊണ്ടാണ് ചോദ്യം.

"അതിനെന്ത്, നിങ്ങളില്ലേ?..."

ഇഴഞ്ഞ വാക്കുകൾ.

"വെക്കം കഴിക്കാൻ നോക്ക്. എനിക്കൊന്നു കിടക്കണം."

ഒരിക്കൽ ആഹാരത്തിനു മുന്നിലിരുന്ന് ഉറക്കംതൂങ്ങുന്ന അവനോട് തട്ടിക്കയറി.

"നിങ്ങളിതെന്തര് മയിനി. കാട്ടുപോത്തിനെപ്പോലെ? ഇത്തിപ്പോലം കനിവ് കാണിച്ചൂടെ?" കൈപിടിച്ചുകൊണ്ട് അവൻ പറഞ്ഞപ്പോൾ തട്ടിക്കയറി.

"ദേ കള്ളുകുടിച്ചാൽ വയറ്റീ കെടക്കണം... എന്റൂടി കളിക്കല്ലേ."

കൈ വിടുവിച്ച് മുറിക്കകത്തു കയറി കതകടച്ചു.

കൂർക്കം വലിച്ചുറങ്ങുന്ന ഭർത്താവിനെ കണ്ടപ്പോൾ അരിശം അടക്കാനായില്ല. തലയണകൊണ്ട് ഊക്കോടെ അയാളുടെ തലയിലിടിച്ചു.

"എന്തര് കൊച്ചേ.. പാതിരാത്രി എഴീറ്റിരുന്ന് എന്തര് ചെയ്യണ്?"

അയാൾ എഴുന്നേറ്റിരുന്നു ചോദിച്ചു. തുപ്പൽ ഒലിച്ചിറങ്ങിയ ചുണ്ടു കണ്ടപ്പോൾ കണ്ണടച്ചു. അയാൾ കിടന്നെന്നു കണ്ടപ്പോൾ ഷീറ്റ് വലിച്ച് താഴെയിട്ടു കിടന്നു.

ഭർത്താവ് ചരക്കെടുക്കാൻ മധുരയ്ക്കു പോയിരുന്നു. കാത്തിരുന്ന് അവളും ഒന്നു മയങ്ങി. കതകിനു മുട്ടു കേട്ടപ്പോഴാണ് ഉണർന്നത്. ആരോ രണ്ടുപേർ താങ്ങിയാണ് ഷാഹുലിനെ ഇറയത്തെത്തിച്ചിരിക്കുന്നത്. അവൾ കതകു തുറന്നതും അവർ സ്ഥലംവിട്ടു. പാതിമയക്കത്തിൽ എന്തൊക്കെയോ പിറുപിറുക്കുന്ന ഷാഹുലിനെ കണ്ടപ്പോൾ അരിശം മൂത്തു.

"എണീറ്റ് അകത്തു ചെന്ന് കിടക്കുന്നുണ്ടോ? ഇതു വല്യ ശല്യമായല്ലോ!"

"അതെ.. ഞാൻ എല്ലാവർക്കും ശല്യമാ..."

എഴുന്നേൽക്കാൻ ശ്രമിക്കുന്നതിനിടയിൽ പറയുന്നുണ്ടായിരുന്നു. മാമിയെ വിളിച്ചാലോ എന്ന് ഓർക്കാതിരുന്നില്ല. ഈ പരുവത്തിൽ അവനെ മാമിയും മാമയും കാണാത്തതായിരിക്കും നല്ലതെന്ന് പിന്നീട് തോന്നി. അവനെ ഒരുവിധം താങ്ങി എഴുന്നേൽപ്പിച്ചു നിർത്തി. വീഴാൻ പോയപ്പോൾ കഴുത്തിലൂടെ കൈയിട്ട് അണച്ചുപിടിച്ച് അകത്തേക്കു നടത്തി. കവിളുകൾ അവന്റെ കവിളിൽ ഉരസി. അവന്റെ ശ്വാസം മുഖത്തു തട്ടിയപ്പോൾ ഷോക്കടിച്ചതുപോലെ. ഒരു തള്ളുകൊടുത്താലോ എന്നു തോന്നാതിരുന്നില്ല. ബഹളമുണ്ടാക്കി മാമിയെ ഉണർത്തേണ്ടെന്നു കരുതിമാത്രമാണ് മിണ്ടാത്തത്. പെട്ടെന്നാണ് അവന്റെ ഭാവം മാറിയത്. അവൻ രണ്ടു കൈകൊണ്ടും മുഖം വാരിപ്പിടിച്ചു... മുഖം ചുട്ടു പഴുക്കുന്നു. മുഖം

മാത്രമല്ല,. എവിടെയൊക്കെയോ പൊള്ളി. കൈകൾ വരിഞ്ഞുമുറുക്കുന്നു. എതിർക്കാൻ കഴിയുംമുമ്പേ അവൻ പിടിച്ചുവലിച്ച് മുറിയിലിട്ടു കതകടയ്ക്കാൻ ഒരു ശ്രമം നടത്തി. തള്ളിമാറ്റാൻ ശ്രമിച്ചപ്പോൾ അവനു വാശി ഏറിയതുപോലെ. ഊക്കോടെ ഉന്തിത്തള്ളി കട്ടിലിലിട്ടു. കുതറി മാറി എഴുന്നേറ്റ് വിളക്കിട്ടത് എങ്ങനെയാണെന്ന് ഇപ്പോഴും ഓർമയില്ല...

വെളിച്ചം മുഖത്തു പതിച്ചപ്പോൾ അവൻ കണ്ണു തുറന്നു.

"ഞാനിതെവിടെ.. അവളെവിടെ... ഇവിടെ വാടീ.. കുണുങ്ങാതെ..."

പെട്ടെന്നാണ് അവന്റെ നോട്ടം അവളിൽപതിച്ചത്. സ്ഥാനം തെറ്റിയ സാരി നേരെയിട്ടുകൊണ്ട് നിന്ന് കിതയ്ക്കുന്ന അവളെ കണ്ടപ്പോൾ അവനും അമ്പരന്നു.

"എടാ മഹാപാപീ... കള്ളു കുടിച്ചുവന്ന്..."

"മയിനീ.. അറിഞ്ഞുകൊണ്ടല്ല.. എന്റെ... തല..."

"ഇനി ഒരക്ഷരം മിണ്ടരുത്.. ഇറങ്ങെടാ വെളിയിൽ..."

അവൻ തലയും കുനിച്ച് വേച്ചുകൊണ്ട് ഇറങ്ങിനടന്നു.

"എന്തടാ അവിടെ ഒച്ചപ്പാട്?"

മാമി ചോദിച്ചപ്പോൾ അവൾക്കൊന്നും മിണ്ടാനായില്ല. കട്ടിലിൽ അനക്കമറ്റ് ഇരുന്നതേയുള്ളൂ.

അവൻ മുറിയിൽ കയറി കതകടച്ചത് അറിഞ്ഞു. എന്നിട്ടും എഴുന്നേറ്റില്ല.

ആരോ നടക്കുന്നതു കേട്ടപ്പോൾ കട്ടിലിൽ ഉറക്കം നടിച്ചു കിടന്നു.

"വാതിലടക്കാതെയാ നദീറാ ഉറങ്ങുന്നത്? വിളക്കും കെടുത്തിയിട്ടില്ല. കള്ളൻ കയറി വീടുതന്നെ കൊണ്ടുപോയാലും ആരും അറിയലുണ്ടാവില്ല."

മാമി കതകടയ്ക്കുന്നതും വിളക്കണയ്ക്കുന്നതും അറിഞ്ഞിട്ടും അറിയാത്ത മട്ടിൽ കിടന്നു. ഇനിയെങ്ങനെ മാമിയുടെ മുഖത്തു നോക്കും?

ഇവിടെ ഒന്നും സംഭവിച്ചിട്ടില്ല.

വെറുമൊരു സ്വപ്നം.. എല്ലാം സ്വപ്നം.

'നദീറാത്താ.. വെയിലുദിച്ചല്ലോ.. എഴുന്നേറ്റില്ലേ?'

ആരോ വിളിക്കുന്നു. അവൾക്ക് കണ്ണു തുറക്കാൻ വയ്യ.

"ചുട്ടുപൊള്ളുന്ന പനിയുണ്ട് കേട്ടോ. മോളേ എണീക്ക്."

അവൾ എണീറ്റിരുന്ന് പകച്ചുനോക്കി.

മാമിയുടെ മുഖത്തെ അലിവു കണ്ടപ്പോൾ കണ്ണുകൾ നിറഞ്ഞു.

മാമിയെ കെട്ടിപ്പിടിച്ചു കരയാനാണ് തോന്നിയത്; അടക്കി.

രക്ഷപ്പെടാനെന്നവണ്ണം അവൾ എഴുന്നേറ്റ് കുളിമുറിയിലേക്കു നടന്നു.

പനികൊണ്ട് ശരീരം വിറയ്ക്കുന്നുണ്ടായിരുന്നു.

ഇരുപത്തിയൊന്ന്

"ഇതെന്തോന്ന് കെടത്തം റംലത്തേ? പേറെടുത്ത സമയത്ത് ഇങ്ങനെ കെടന്നൂടാ. മെയ്യനങ്ങി എന്തെങ്കിലുമൊക്കെ ചെയ്തില്ലെങ്കീ കൊച്ചിനാ ദോഷം."

റംലത്തിന്റെ ഉമ്മ പറഞ്ഞു.

"എന്താണെന്നറിഞ്ഞില്ല കേട്ടോ. മനസാകെ കലങ്ങിയിരിക്കണ്. ന്നലെ വെളുക്കുവോളം ഒരുപോള കണ്ണടച്ചില്ല. ഇന്നലെ എത്താമെന്ന് പറഞ്ഞിട്ട് മച്ചായെ കണ്ടതുമില്ല. ആ ചെറുക്കനവിടെ എന്തരു പാടോ എന്തോ?"

"പേറെടുക്കുമ്പം ഒറക്കമൊക്കെ കൊറവാരിക്കും. നീ അതുമിതുമാലോചിച്ച് മനസ് പുണ്ണാക്കണതെന്തരിന്? ചെറുക്കനെ നോക്കാൻ അവിടെ നിന്റെ മാമിയില്ലേ? പോരാത്തതിന് നദീറായുമുണ്ട്. അതൊരു കൂറുള്ള കൊച്ചാ."

എങ്കിലും.. ഞാനൊന്ന് അവിടംവരെ പോയാലോ?"

"ഈ കൊച്ചിനക്കൊണ്ട് ഞാൻ തോറ്റു. വയറ്റുനേർച്ച കഴിഞ്ഞ് വിളിച്ചോണ്ട് വന്നിട്ട് പേറിനുമുമ്പ് മാപ്പിളവീട്ടിൽ ചെല്ലാമോ?"

"ചെന്നാലെന്ത്? അതൊക്കെ മുമ്പ്. ഇപ്പഴങ്ങനൊന്നുമില്ല."

"എങ്കീ... ഈ നിറവയറും വച്ചോണ്ട് നീ ചെല്ല്."

റംലത്തിന്റെ ഉമ്മ കെറുവിച്ച് അകത്തേക്കു നടന്നു.

റംലത്ത് എഴുന്നേറ്റ് വീർത്ത വയറും താങ്ങി അങ്ങോട്ടുമിങ്ങോട്ടും നടന്നു. രാത്രിയിൽ ദുഃസ്വപ്നം കണ്ട് ഞെട്ടിവിറച്ചു. ഭീകരമായൊരാൾ രരൂപം കടിച്ചു കീറാൻ വരുന്നു. കറുത്തകൊമ്പുകളും കൂർത്തപല്ലുകളും ഇരുട്ടിൽ നൃത്തമാടി. പേടിച്ചരണ്ട് കണ്ണുകൾ പൊത്തി. രൂപം അടുത്തു വന്നു. കുലുക്കിയപ്പോൾ കണ്ണുതുറക്കാതെ നിവൃത്തിയില്ലെന്നായി. കണ്ണു

തുറന്നപ്പോൾ ആകെ വിരണ്ടു. ആ രൂപത്തിന് മച്ചയുടെ മുഖം. അവളുടെ കഴുത്തു ഞെരിക്കാൻ ശ്രമിക്കുന്ന മച്ച. ഉറക്കെ കരഞ്ഞുപോയി. ഇങ്ങനെയൊരു സ്വപ്നം മുമ്പൊരിക്കലും കണ്ടിട്ടില്ല. എടുത്തപടി ചീത്ത വിളിക്കുകയും കലികയറുമ്പോൾ തല്ലുകയും ഒക്കെ ചെയ്യുമെങ്കിലും അവളുടെ മച്ചയുടെ മനസുനിറയെ സ്നേഹമാണ്. ആളും തരവും നോക്കാതെ ആരോടും വഴക്കിനു ചെല്ലുമെങ്കിലും കോപം തണുക്കുമ്പോൾ ആളൊരു കുഞ്ഞാടാണ്. അവൾ തെളിച്ച വഴിയേ നടക്കുന്ന കുഞ്ഞാട്. കൂട്ടുകൂടി കൂത്താടിനടക്കുന്നത് തടയാനാണ് മാമാ പെട്ടെന്ന് വിവാഹം കഴിപ്പിച്ചത്. വീരകഥകളൊക്കെ അവളും കേട്ടറിഞ്ഞതാണ്. വിവാഹം കഴിഞ്ഞ് ഒരാഴ്ചയ്ക്കകം വരച്ചവരയിൽ കൊണ്ടുവരാൻ കഴിഞ്ഞു.

“ഈ കൊച്ച് തരക്കേടില്ലല്ലോ. വന്നുകയറുംമുമ്പേ ലവന് മൂക്കു കയറിട്ടല്ലോ. ആ വേല ഞങ്ങക്കുകൂടി ഒന്നുപറഞ്ഞുതാ കൊച്ചേ. ഇത്ര നാളായിട്ടും ഇവിടൊരാളെ എന്റെ വഴിയേ കൊണ്ടുവരാൻ സാധിച്ചില്ല.”

തമാശയായിട്ടാണ് പറഞ്ഞതെങ്കിലും നദീറാത്തയുടെ സ്വരം ഇടറിയോ? കളിച്ചും ചിരിച്ചും തമാശ പറഞ്ഞും നടക്കുമ്പോൾ നദീറാത്തയുടെ ഉള്ളിലെവിടെയോ ആധിയുടെ ഒരു തീപ്പൊരി അണയാതെ കിടക്കുന്നതുപോലെ തോന്നിയിട്ടുണ്ട്. അതല്ലേ ഇടയ്ക്കിടെ കോപമായി ആളിക്കത്തുന്നത്? ഒരു കാര്യവുമില്ലാതെ നദീറാത്ത അവളോട് വഴക്കിനു ചെല്ലാറുണ്ട്. ചിലപ്പോൾ സ്നേഹംകൊണ്ട് മൂടുകയും ചെയ്യും. അവരുടെ ഉള്ളറിയാൻ ഏറെ ശ്രമിച്ചിട്ടും കഴിഞ്ഞിട്ടില്ല. ഉള്ളു കുറച്ചു കട്ടിതന്നെയാണ്. മച്ചയുമൊത്ത് വെളിയിലോ സിനിമയ്ക്കോ പോയിട്ടു വരുമ്പോഴാണ് നദീറാത്ത വഴക്കിനു വരിക. മച്ച അവളുടെ വശംപിടിച്ചു പറയുന്നതു കേൾക്കുമ്പോൾ അരിശം ഇരട്ടിക്കുന്നു. വായിൽ വരുന്നതാണ് പിന്നീട് വിളിച്ചു പറയുക. വേറെ മാറിത്താമസിക്കണമെന്ന് ശഠിക്കുന്നതും അതുകൊണ്ടുതന്നെ. അതുപക്ഷേ മച്ച ചെവിക്കൊള്ളാറില്ല.

“മജീദ്കാക്കായുടെ കുറ്റം. അവരെ ഒരിടത്തും കൊണ്ടുപോകാതെ അടുക്കളയിലിട്ടേക്കും. അതാ നമ്മള് പോയിവരുന്നതു കാണുമ്പോൾ അവരു കിടന്ന് തുള്ളുന്നത്. അവര് ആളൊരു പാവമാ. എല്ലാരുടീം നല്ല കൂറാ. അവര് പറയുന്നത് നീ കാര്യമാക്കണ്ട.”

‘മജീദ്മച്ചാ എന്ത് ഇങ്ങനെ? കളിയും ചിരിയുമില്ല. ഒരു സിനിമയ്ക്കു പോലും ഇറങ്ങൂല്ലാ. അവര് തമ്മിൽ എന്തോ പൊരുത്തക്കേടുണ്ട് കേട്ടോ. ഏതുനേരവും വെറുത്തമട്ടിലേ നദീറാത്ത സംസാരിക്കൂ.”

“പുള്ളി പണ്ടേ അങ്ങനെ തന്നെ. ഒരു പതിഞ്ഞ മട്ടുകാരൻ. മയിനിയാണെങ്കിൽ ഒരു തീനാളം. എന്തിനും മതി കേട്ടോ. മയിനി വന്നേപ്പിന്നെയാ ഉമ്മാക്കിത്തിപ്പോലം ചേക്ക കിട്ടിയത്. ഇപ്പഴാണെങ്കി നമ്മടെ പിള്ളേരുടെ കാര്യവും അവരുതന്നെ നോക്കണം. നീയാണെങ്കി അടുക്കളേടെ ഏഴയലത്തുപോലും കയറൂല്ലല്ല്. വല്ലപ്പോഴുമൊക്കെ അവരെ ഇത്തി സഹായിച്ചൂടെ കൊച്ചേ?”

'മതി മതി വക്കാലത്ത്. തീനാളമാണെന്ന് തന്നത്താനാണേ പറഞ്ഞത്. അകന്നു നിന്നോണം. അല്ലെങ്കി പൊള്ളും."

"ഈ പെണ്ണുങ്ങടെ ഒരു കാര്യം? ഭർത്താവ് സ്വന്തം ഉമ്മായെ പുകഴ്ത്തിപ്പറഞ്ഞാലും തെറ്റായേ ധരിക്കൂ."

ആണുങ്ങൾക്ക് കടിഞ്ഞാണിടേണ്ട സമയത്ത് ഇട്ടേ ഒക്കൂ. അല്ലെങ്കിൽ കണ്ണീരു കുടിച്ചതുതന്നെ. കടിഞ്ഞാൺ എവിടെ അയയ്ക്കണം എവിടെ മുറുക്കണം എന്നൊന്നും അവളെ ആരും പഠിപ്പിക്കേണ്ട. ആളൊരു വിളഞ്ഞവിത്താണെന്ന് പെണ്ണുകാണാൻ വന്നപ്പോഴേ മനസിലായി. വെളുത്തുകൊലുന്നനെ ചുരുളൻമുടിയും വരയൻ മീശയുമൊക്കെയായി കാണാനും നല്ല അഴകായിരുന്നു. പെണ്ണുകാണാൻ വന്നപ്പോൾ മുംതാസും നദീറാത്തയും കൂടെ ഉണ്ടായിരുന്നു. കാപ്പികുടി കഴിഞ്ഞപ്പോൾ മുംതാസ് ചോദിച്ചു.

"എന്ത് ഷാഹുല്കാക്കാ മാലയിട്ടേക്കട്ടോ?"

"ആയില്ല. എനിക്ക് ആ കൊച്ചിനോട് ഒറ്റയ്ക്ക് സംസാരിക്കണം."

"അതിപ്പം അവരുടെ വീട്ടുകാര് സമ്മതിക്കുമോ എന്തോ?"

"സമ്മതിച്ചില്ലെങ്കിൽ വേണ്ട. വാ പൂവാം."

അരിശത്തോടെ പറഞ്ഞിട്ട് എഴുന്നേറ്റു.

"അതിനെന്തപ്പീ? കാലം മാറിയത് ഞങ്ങക്കും അറിയാമല്ല്. ചോദിക്കാനുള്ളതെന്തരാണെന്നുവെച്ചാ ചോദിക്കട്ട്."

വാപ്പ സമ്മതിച്ചു. എല്ലാവരും മുറിയിൽനിന്നിറങ്ങിയതും അടുത്തു വന്ന് കൈയിലൊരു പിടുത്തം. ആകെ തരിച്ചുപോയി. കൈകുടഞ്ഞെങ്കിലും പിടിവിട്ടില്ല.

"അങ്ങനെ വിടുവിക്കാനൊന്നും ഒക്കില്ല. കരുത്തുള്ള കൈയാ."

ഒന്നും മിണ്ടാതെ തലകുനിച്ചു.

"എന്നെ ഇഷ്ടപ്പെട്ടോ?"

അതിനും ഉത്തരം പറഞ്ഞില്ല.

"ഞാനൊരു ചട്ടമ്പിയാണെന്നാ എല്ലാവരും പറയുന്നത്. ഇത്തിപ്പോലം ചട്ടമ്പിത്തരവും കൂട്ടുകെട്ടുമൊക്കെ ഉണ്ടെന്നും കൂട്ടിക്കോ പക്ഷേ, കല്യാണം കഴിയുന്നതോടെ ഒക്കെ നിർത്തും."

"ഉറപ്പാണോ?'

അറിയാതെയെന്നോണം നാവു ചലിച്ചു.

"പെണ്ണിന് നാക്കുണ്ട്, അല്ലേ? കൊള്ളാം എനിക്കിഷ്ടപ്പെട്ടു. നിനക്കോ?'

തലകുനിച്ചു മിണ്ടാതെ നിന്നതേയുള്ളൂ. കവിളത്ത് ചൂടുനിശ്വാസമേറ്റപ്പോൾ നാണിച്ചു കുതറിമാറി. അപ്പോഴേക്കും മുംതാസ് എത്തി.

"മതിയാക്ക് ഷാഹുല്കാക്കാ."

"നാക്കിട്ടടിക്കാതെ മാലയിട്ട്കൊട് കൊച്ചേ."

"ഞങ്ങളിട്ടുകൊടുത്തോളാം. അപ്പി വെളിയിലോട്ട് ചെല്ല്."

നദീറാത്ത ഇടപെട്ടു.

എപ്പോഴും അതെ. ഒരു ജ്യേഷ്ഠസഹോദരിയുടെ അധികാരഭാവമായിരുന്നു നദീറാത്തയ്ക്ക്. അതു വകവയ്ക്കാതെ അവൾ വല്ലതും പറഞ്ഞുപോയാൽ മുഖമടക്കി ചീത്തവിളിച്ചുകളയും. ആദ്യമൊക്കെ പ്രയാസം തോന്നിയിരുന്നു. ഇപ്പോൾ ശീലമായി. അവൾ കാലത്തേ ഉണരുമ്പോൾ വെയിലുദിച്ചിരിക്കും. നേരത്തെ ഉണരുന്ന മക്കളെ കുളിപ്പിക്കുന്നതും പല്ലു തേപ്പിക്കുന്നതും നദീറാത്തയാണ്.

"മദാമ്മയ്ക്ക് എഴീറ്റുവരാൻ ഇപ്പഴെങ്കിലും തോന്നിയല്ല്. കൊച്ചേ. ഞാനാര്? നിന്റെ വേലക്കാരിയോ? അവരെഴീറ്റുവരുമ്പോളത്തിന് ചായ ഇട്ടു കൈയിൽ കൊടുക്കണം. പിള്ളാരെ കുളിപ്പിച്ച് ഒരുക്കണം."

അവളെ കാണുന്നതും ചീറ്റും.

"ഇതായിപ്പം നന്നായത്. ഇതുവല്ലതും ചെയ്യണമെന്ന് ഞങ്ങള് പറഞ്ഞോ? പെറാമെങ്കിൽ പോറ്റാനും അറിയാം."

"അപ്പം നിങ്ങള് എഴീറ്റുവരുന്നതുവരെ പിള്ളാര് വിശന്നിരിക്കട്ടെന്ന്. അല്ലേ? ഇന്നരിൻ ചായ കൊണ്ടുവച്ച് കുടിക്കിൻ. മച്ചാക്കും കൊട്.'

രണ്ടു ഗ്ലാസ് ചായ ഒഴിച്ചു കൈയിൽ തന്നിട്ടാണ് പൊട്ടലും ചീറ്റലും.

ചായയുമായി ചെല്ലുമ്പോൾ മച്ച നല്ല ഉറക്കത്തിലായിരിക്കും. കരഞ്ഞുകൊണ്ടാണ് കുലുക്കി ഉണർത്തുന്നത്.

"എന്നുമെന്നും കാലത്തെ ഇങ്ങനെ പള്ള് കേൾക്കാൻ എനിക്കെങ്ങും വയ്യ. ഞാനെന്റെ വീട്ടിപ്പോണ്."

"എന്നും കാലത്തേ ഇതൊരു തൊല്ലയായല്ലോ. ഇന്നവരോട് രണ്ട് പറഞ്ഞിട്ടുതന്നെ കാര്യം."

മച്ച കൊടുങ്കാറ്റുപോലെ അടുക്കളയിലേക്ക്, ഉറക്കെയുള്ള പള്ളു വിളികൾ. മാമി ഇടപെടുന്നതുവരെ മുഴുയുദ്ധം. കുറച്ചുകഴിഞ്ഞ് അടുക്കയിലെത്തുമ്പോൾ നദീറാത്ത തമാശപറഞ്ഞ് ചിരിക്കുന്നതു കാണാം. അവളോടുമില്ല അലോഹ്യം. അപ്പോൾ കുറ്റബോധം.

വീട്ടിൽ ഏറ്റവും ഇളയവൾ വാപ്പായുടെ ചെല്ലപ്പിള്ള. മൂത്തത് രണ്ടും താത്താമാർ. വീട്ടുജോലികൾ അവരും ഉമ്മയുംകൂടി ചെയ്തോളും. അവളുടെ വാശിക്ക് എല്ലാവരും അരുനിൽക്കുകയാണ് വീട്ടിലെ പതിവ്.

ആരെങ്കിലും മുഖം കടുത്ത് വല്ലതും പറഞ്ഞാൽ അന്ന് മുഴുപ്പട്ടിണി കിടക്കും.

"നിങ്ങളൊരാളാ ഈ പെണ്ണിനെ ചെല്ലം കൊടുത്ത് ഇല്ലാതാക്കണത്."

ഉമ്മ വാപ്പായോട് പരാതിപ്പെടാത്ത ദിവസങ്ങളില്ല.

"വളരുമ്പോൾ മാറുമെന്നേ. എന്റെ മോളെക്കെട്ടാൻ മിടുമിടുക്കൻ ചെറുക്കൻ വരുമല്ലോ. അല്ലേ മോളേ?"

വാപ്പായുടെ പുന്നാരം.

"മിടുമിടുക്കൻ ചെറുക്കനെ കിട്ടണമെങ്കിൽ പണ്ടവും പണവും വാരിക്കോരി കൊടുക്കണം."

"കൊടുക്കുമെടീ, കൊടുക്കും. രണ്ടെണ്ണത്തിനു കൊടുത്തില്ലേ?"

"അതിന്റെ ക്ഷീണം തീർന്നില്ല. ഇനി എവിടുന്നെടുത്തിട്ട് കൊടുക്കുമെന്നാ? സഹായത്തിന് ഒരാൺപിള്ളയുണ്ടോ?"

വാപ്പയുടെ മുഖം മങ്ങും. ഒരു മകനില്ലാത്ത ദുഃഖം ഉമ്മയും വാപ്പയും അങ്ങനെയാണ് പങ്കുവയ്ക്കുന്നത്. വാപ്പയുടെ ഹോട്ടൽ ഉപ്പൂപ്പായുടെ കാലംതൊട്ടുള്ളതാണ്. വാപ്പ കുറേശ്ശയായി മോടികൂട്ടി. അത്യാവശ്യം കഴിഞ്ഞുകൂടാൻ അതു മതി. ഒരേക്കർ പുരയിടമുണ്ടായിരുന്നത് വിറ്റാണ് താത്താമാരുടെ വിവാഹം നടത്തിയത്.രണ്ടും ഒന്നിച്ചായിരുന്നു. കാര്യമായിട്ടുതന്നെ നടത്തി. ഉമ്മയുടെ പേരിൽ കിടന്ന ബാക്കിയുള്ള പുരയിടം വിറ്റ് അവളുടെ വിവാഹവും വാപ്പ മോടിയായിട്ടുതന്നെ നടത്തി. കൈയിൽ പത്തു വളയും കഴുത്തിൽ രണ്ടു മൂന്നുതരം മാലകളും കമ്മലും മാട്ടിയുമൊക്കെ ഇട്ടുതന്നു. പോക്കറ്റുമണിയും കൊടുത്തു. പണം ഒരാഴ്ച കൊണ്ട് മച്ച പൊടിപൊടിച്ചു. ജൗളിക്കട മോടികൂട്ടാൻ കുറച്ചു കാശുചെലവാക്കി. ബാക്കി മുഴുവൻ കളിച്ചുതീർത്തു എന്നു പറയുന്നതാണ് ശരി. അവൾക്കുവേണ്ടിക്കൂടിയാണ് ചെലവാക്കിയത് എന്നൊരു സമാധാനമുണ്ട്. നാടായ നാടെല്ലാം ചുറ്റിക്കറങ്ങി. പട്ടുസാരിയും ജമ്പറും വാങ്ങിച്ചുതന്നു. പണം ഇതിനൊക്കെയല്ലാതെ എന്തിനു കൊള്ളാം? മരിക്കമ്പോൾ ആരെങ്കിലും കൂടെ കൊണ്ടുപോകുമോ? മച്ചയ്ക്കും ഇതേ അഭിപ്രായമായതുകൊണ്ട് വഴക്കില്ല.

നടന്നു കാലുകഴച്ചപ്പോൾ റംലത്ത് ഉമ്മറത്തിണ്ണയിലിരുന്നു. കൊച്ചുഷംന എത്തിപ്പിടിച്ച് ഉമ്മയുടെ മടിയിൽ കയറി ഇരിക്കാൻ ശ്രമിച്ചപ്പോൾ റംലത്ത് ശാസിച്ചു.

"കീഴെ ഇറങ്ങ് പെണ്ണേ. വയ്യാതിരിക്കുമ്പഴാ."

"വയ്യാ. വയ്യെന്ന് കുറേക്കാലംകൊണ്ട് പറയണല്ലോ. എന്നാപ്പിന്നെ ആശൂത്രീച്ചെന്ന് വയറ്റിക്കെടക്കണ കുഞ്ഞുവാവായെ എടുത്തു കളയരുതോ."

"അപ്പോ നിനക്ക് വാവായെ വേണ്ടേ?"

അതിനവൾക്ക് ഉത്തരമുണ്ടായിരുന്നില്ല.

"ഉമ്മാ ആശൂത്രിച്ചെല്ല്. അപ്പഴ് വാവ വരും."

"പൊക്കോളാം. തൽക്കാലം നീ താഴെയിറങ്ങ്."

റംലത്ത് അവളെ ബലമായി പിടിച്ചു താഴെയിറക്കി.

"എനിക്കിപ്പോ വീട്ടിപ്പോണം."

ഷംന കരയാനുള്ള പുറപ്പാടായിരുന്നു.

"ഇതു പിന്നെ കാടോ മക്കളേ?"

അതു കേട്ടെത്തിയെ അവളുടെ ഉമ്മുമ്മ ചോദിച്ചു.

"ഇത് ഉമ്മുമ്മാടെ വീടല്ലേ. ഇനിച്ച് ഞങ്ങടെ വീട്ടീപ്പോണം. അവിടെ വാപ്പായുണ്ട്. വല്യുപ്പച്ചിയും വല്യുമ്മച്ചിയുമുണ്ട്. ഇക്ക്കാമാരെല്ലാം അവിടാ. എനിക്കിപ്പോ പോണം."

"ദേ കൊച്ചേ ചിണുങ്ങല്ലേ. ഒരു കുത്തുവച്ചുതന്നാലുണ്ടല്ലോ."

റംലത്ത് കയർത്തു.

"വാപ്പച്ചിയും ഇക്ക്കായും വരാത്തതെന്ത്?"

"ചെന്ന് വാപ്പച്ചീടൂടി ചോദീര്."

"നീ ചുമ്മാ ആ കൊച്ചിനെ ഇട്ട് കരയിക്കാതെ വാ മോളേ."

റംലത്തിന്റെ ഉമ്മ ഷംനയേയും കൊണ്ട് അകത്തേക്കു നടന്നു.

റംലത്ത് വീണ്ടും നടത്തം തുടങ്ങി. അപ്പോഴാണ് വാപ്പ പടി കയറി വരുന്നതു കണ്ടത്. അത് പതിവുള്ളതല്ല. കാലത്തേ ഇറങ്ങിയാൽകട അടച്ചാലേ വാപ്പ തിരിച്ചെത്തൂ. അവളെ കണ്ടതും മുഖം വല്ലാതായി.

"എന്തര് വാപ്പച്ചീ, സുഖമില്ലേ?"

അവൾ ഉൽക്കണ്ഠപ്പെട്ടു.

"ഒന്നുമില്ല മക്കളേ. ഉമ്മച്ചിയെവിടെ?"

വാപ്പ അകത്തേക്കു കയറി. ഉമ്മായെ വിളിച്ച് അകത്തേ മുറിയിൽച്ചെന്നു കുശുകുശുക്കുന്നതു കണ്ടപ്പോൾ വെപ്രാളം ഇരട്ടിച്ചതേയുള്ളൂ.

"കാരിയം എന്തരാണെന്ന് വെച്ചാ എന്റൂടി പറയാതെ ഒളിക്കണതെന്ത്?"

"അത്... നിന്റെ മാപ്പളവീട്ടീന്നാ ഫോൺ വന്നിരുന്നെന്ന്. മരുമോന് സുഖമില്ലാതെ.."

"അയ്യോ.. എന്തരാണ് മച്ചാക്ക്."

റംലത്ത് കരച്ചിൽ തുടങ്ങി.

"ഇതുതന്നെ നിന്റൂടി പറയാതിരുന്നത്. ബഹളംകൂട്ടാൻ മാത്രം ഒന്നുമില്ല."

"എന്നിട്ടെവിടെയാണുള്ളത്? എനിക്കിപ്പോ പോണം."

"സമാധാനപ്പെട് കൊച്ചേ. ദേ നിങ്ങള് ഉള്ളതങ്ങ് പറഞ്ഞുകൊട്. പെണ്ണിനെയിട്ട് വെറുതേ തീതീറ്റിക്കാതെ."

"വാപ്പച്ചീ.. എന്തരായാലും എന്നോട് പറ..."

"അവനവൻ വരുത്തിവെച്ച അസുഖമാ. അല്ലാതൊന്നുമല്ല. രാവെന്നും പകലെന്നുമില്ലാതെ മുറിയടച്ചിരുന്ന് കുടിച്ചാപ്പിന്നെ കുടല് കരിഞ്ഞുപോകാതിരിക്കുമോ?" വാപ്പ കയർത്താണ് പറഞ്ഞത്.

പറഞ്ഞുതീരുന്നതിനുമുമ്പേ റംലത്തിന്റെ മുഖം വിളറിവെളുത്തു. ഉമ്മയ്ക്ക് താങ്ങാൻ കഴിയുംമുമ്പേ അവൾ മറിഞ്ഞുവീഴുകയും ചെയ്തു.

ഇരുപത്തിരണ്ട്

'ഞാനായിട്ട് എന്റെ മോളെ കൊലയ്ക്കു കൊടുത്തല്ലോ... അള്ളാഹുവേ... എന്റെ കൊച്ചിനെ കാത്തോളണേ."

ഓപ്പറേഷൻ തീയറ്ററിനു മുന്നിലുള്ള ബെഞ്ചിലിരുന്ന് തലതല്ലി കരയുന്ന റംലത്തിന്റെ ഉമ്മയ്ക്കു ചുറ്റും ആളുകൾ കൂട്ടംകൂടി നിന്നു.

"മോളെ പ്രസവത്തിനല്ലേ കൊണ്ടുപോയത്? അതിനിങ്ങനെ ഒപ്പാരിവെക്കണതെന്തരിന്?"

"വഴക്കും വക്കാണവും നടന്നുകാണും."

"കെട്ടിയോൻ എടുത്തിട്ട് തൊഴിച്ചായിരിക്കും."

പലരും കൂടിനിന്ന് പലതും പറയുന്നതു കേട്ട് റംലത്തിന്റെ വാപ്പാ ഭാര്യയുടെ കൈയും പിടിച്ച് പുറത്തേക്കു നടന്നു. ആളില്ലാത്ത കോണിലെത്തിയപ്പോൾ കൈവിട്ടിട്ടു പറഞ്ഞു.

"ചുമ്മാ അതുമിതും പറഞ്ഞ് അലമുറയിട്ട് നാണക്കേടുണ്ടാക്കണ്ട. കാലുവഴുക്കി വീണതാണെന്നാ ഇവിടെ പറഞ്ഞത്."

"എന്നാലും..."

"ഒരെന്നാലുമില്ല. പുലമ്പാതെ നിക്കാനൊക്കുമെങ്കിൽ ഇവിടെ നിന്നാ മതി. അല്ലെങ്കീ വെക്കം വീട്ടിപ്പോ."

"കൊച്ചുമോളെവിടാ.."

അപ്പോഴാണ് സത്താറുകുഞ്ഞും ഷംനയുടെ കാര്യമോർത്തത്.

"തിരക്കിനിടയിൽ അതിനെ മറന്നു. ഞാനുടനെ വീട്ടീച്ചെന്ന്..."

"റംലത്തിന്റെ ആളാരാ ഉള്ളത്?"

നഴ്സ് ഉറക്കെ വിളിച്ചു ചോദിക്കുന്നതു കേട്ട് രണ്ടുപേരും അങ്ങോട്ടേക്കോടി.

"ആപ്പറേഷൻ വേണ്ടിവരും. ഇവരുടെ ഭർത്താവില്ലേ? ഇതിലൊരു ഒപ്പിട്ടുതരാൻ പറയൂ."

ഒരു കടലാസ് നീട്ടിക്കൊണ്ട് നഴ്സ് പറഞ്ഞു.

"മരുമോൻ വയ്യാതെ തിരോന്തരത്ത് ആശൂത്രിലാ..."

"സത്താർകുഞ്ഞ് ഒരുവിധം പറഞ്ഞൊപ്പിച്ചു.

"നിങ്ങളാരാ?"

"വാപ്പായാ"

"അപ്പോ നിങ്ങളൊപ്പിട്ടാലും മതി."

"ദേ ഈ പണം ഇപ്പോൾത്തന്നെ ആപ്പീസിലടച്ചേക്കണം."

ഒപ്പിട്ട കടലാസ് വാങ്ങുമ്പോൾ മറ്റൊരു രശീതി നീട്ടി നഴ്സ് പറഞ്ഞു.

"നീ ഇവിടെ നില്ല്. ഞാൻ വീട്ടീച്ചെന്ന് കൊച്ചിനേയുമെടുത്ത് കുറച്ച് പണവുമായിട്ട് വരാം." സത്താർകുഞ്ഞ് പറഞ്ഞു.

അപ്പോഴേക്കും അലറിക്കരയുന്ന ഷംനയേയുമെടുത്ത് അയൽക്കാരെത്തി.

"റംലത്തിനെങ്ങനെയുണ്ട്? നിങ്ങളിറങ്ങിയപ്പോഴാ മുറിക്കകത്തിരുന്ന് കൊച്ചുവിളിക്കണത് കേട്ടത്."

"വല്യുമ്മച്ചീടെ തങ്കക്കൊടം പേടിച്ചുപോയോ? എന്റെ കൊച്ച് അകത്ത് ഉറങ്ങിക്കിടന്നതാ. വെപ്രാളത്തിനിടയിൽ ഞങ്ങളതു മറന്നു."

അവർ കൊച്ചുമകളെ മാറോടണച്ച് ഉമ്മ വച്ചു. ഷംന ആ മാറിൽ പറ്റിക്കിടന്ന് അപ്പോഴും തേങ്ങി.

"കാലുവഴുക്കിയതാ. കമഴ്ന്നടിച്ചാ വീണത്. ഉടനെ ഓപ്പറേഷൻ വേണമെന്ന്."

"ഞാൻ ചെന്ന് കുറച്ചു കാശെടുത്തോണ്ടു വരട്ട്. നിങ്ങളിവിടെ ഇത്തിരിനേരം എവക്ക് കൂട്ടിരിക്കാമോ?"

"അതെന്തര് ചോദ്യമണ്ണാ. അണ്ണൻ സമാധാനമായിട്ട് പോയിട്ട് വരിൻ."

അയൽക്കാരി വിജയമ്മ സമാധാനിപ്പിച്ചു.

"ഇപ്പോ തൽക്കാലത്തിനു വേണോങ്കി പത്തഞ്ഞൂറ് രൂപാ എന്റെ പാക്കറ്റീ കാണും. ചിട്ടിയടയ്ക്കാൻ ഇറങ്ങിയതാ. ഇതു വെയ്യണ്ണാ."

വിജയമ്മയുടെ ഭർത്താവ് കാശു നീട്ടി.

"ഇത് തികഞ്ഞെന്നുവരില്ല. എങ്കിലും താ. ആപ്പീസിൽ പണമടയ്ക്കാൻ ഒരു രശീത് തന്നിട്ടൊണ്ട്. അതടച്ചിട്ടുവരാം."

"ഞാൻ അടച്ചോളാം. അണ്ണൻ പെയ്യിട്ടു വാ."

ശിവരാജൻ രശീതുമായി ആപ്പീസിലേക്കു നടന്നു.

"റംലത്തിന്റെ മാപ്പിളവീട്ടീ വിവരമറിയിച്ചോ?"

"ഇപ്പഴറിയിച്ചേക്കാം."

നടക്കുന്നതിനടിയിലാണ് സത്താർകുഞ്ഞ് മറുപടി പറഞ്ഞത്.

'റംലത്തിന്റെ കൂടെയുള്ളവർ ആരാ?"

വിളികേട്ട് വിജയമ്മയാണ് ചെന്നത്.

"പഴന്തുണി വേണമല്ലോ."

"അപ്പഴ് ആപ്പറേഷൻ കഴിഞ്ഞോ? കൊച്ച് ആണോ പെണ്ണോ?"

"കഴിഞ്ഞില്ല ഇപ്പക്കഴിയും. തുണി തന്നേ."

അയ്യോ. തുണിയൊന്നും കൊണ്ടുവന്നില്ലല്ലോ അപ്പീ!"

റംലത്തിന്റെ ഉമ്മ സങ്കടത്തോടെ പറഞ്ഞു.

"ഉണ്ട് താത്താ."

കൈയിലിരുന്ന പ്ലാസ്റ്റിക്കൂടയിൽനിന്നും തുണിയെടുത്ത് നഴ്സിനു കൊടുത്തിട്ടു വിജയമ്മ തുടർന്നു.

"കൊച്ചുകരയുന്നത് കേട്ട് പെരക്കകത്തു ചെന്നപ്പഴാ അലമാരീടെ പുറത്തിരിക്കുന്ന കൂട കണ്ടത്. നോക്കിയപ്പോ പഴന്തുണി. ഞാനിങ്ങ് കൊണ്ടുപോന്നു. കതകും അടച്ചിട്ടുണ്ട്."

"വലിയ ഉപകാരമായി കൊച്ചേ. പെട്ടെന്ന് പോന്നതല്ലേ. ഒന്നും ഓർത്തില്ല. സമയമടുത്തതുകൊണ്ട് എല്ലാം ഒരുക്കിവച്ചിരുന്നു."

"റംലത്തേ കണ്ണു തുറന്നേ. ഉറക്കം മതിയായില്ലേ?"

ഡോക്ടർ റംലത്തിന്റെ തോളിൽ തട്ടി വിളിച്ചു.

വളരെ പണിപ്പെട്ടാണ് അവൾ കണ്ണുതുറന്നത്. പശവെച്ച് ഒട്ടിച്ചതു പോലുണ്ട്. ചുറ്റും കൂടിനിൽക്കുന്ന പച്ച ഉടുപ്പിട്ടവരുടെ പട കണ്ട് കണ്ണുകളിൽ അമ്പരപ്പ്. അവൾ വീണ്ടും കണ്ണടച്ചു. ആരോ വീണ്ടും തട്ടിവിളിച്ചപ്പോൾ പേടിച്ചാണ് കണ്ണുതുറന്നത്. എവിടെയാണവൾ? എന്തിനാ മൂടിപ്പുതച്ചിങ്ങനെ കിടത്തിയിരിക്കുന്നത്? പരിചയമില്ലാത്ത ഗന്ധം മൂക്കിലടിച്ചുകയറിയപ്പോൾ വീണ്ടും മയക്കം. എന്നിട്ടും എഴുന്നേറ്റ് ഓടാനാണ് തോന്നിയത്. പക്ഷേ അനങ്ങാൻവയ്യ. അനങ്ങുമ്പോൾ ശരീരം നുറുങ്ങുന്ന വേദന. ദേഹമാരോ തുണ്ടം തുണ്ടമായി അരിഞ്ഞു നുറുക്കിയത്? ഒന്നും തെളിയുന്നില്ലല്ലോ. പെട്ടെന്ന് ചിറകു മുളച്ചതുപോലെ... ആകാശത്തുകൂടെ പാറിപ്പറക്കാം. നിറയെ കരിമേഘങ്ങൾ. കുറച്ചു ചെന്നപ്പോൾ ആകാശം തെളിഞ്ഞു. താഴെ പച്ചപ്പരവാതാനി. പെട്ടെന്നാരോ അവളെ താഴേക്കു വലിച്ചെറിഞ്ഞു. ചിറകും അരിഞ്ഞു. താഴേക്കു പോവുകയാണ്... അയ്യോ.. ആരെങ്കിലും പിടിച്ചോളണേ...

"റംലത്തേ... എന്തിനാ നിലവിളിച്ചത്?"

"ഞാനിപ്പോ താഴെ വീഴുമല്ലോ!"

"വീഴില്ല കേട്ടോ. റംലത്തിന് എത്ര കുഞ്ഞുങ്ങളുണ്ട്?"

"എനിക്കറിയില്ല."

'ഭർത്താവിനെവിടെയാ ജോലി?"

"എനിക്കറിയില്ല. ഒന്നുമറിയില്ല."

അവൾ വീണ്ടും മയങ്ങി.

"ഓർമ ഇപ്പോഴും തെളിഞ്ഞില്ല. എന്റെ സംശയം ശരിയാണെന്നാ തോന്നുന്നത്. ഇവർക്കു ചിലപ്പോൾ പഴയ കാര്യങ്ങൾ ഓർക്കാൻ കഴിഞ്ഞെന്നുവരില്ല. ഏതായാലും ഷീ ഈസ് ഔട്ട് ഓഫ് ഡെയ്ഞ്ചർ."

ഡോക്ടർ ആശ്വാസത്തോടെയാണ് പറഞ്ഞത്.

"അവരുടെ ബന്ധുക്കളോട് വിവരം പറയുന്നതല്ലേ നല്ലത്?"

അസിസ്റ്റന്റ് ചോദിച്ചു.

"കുട്ടിക്ക് ജീവനില്ലാത്ത കാര്യം മാത്രം തൽക്കാലം പറഞ്ഞാൽ മതി. വീഴ്ചയിൽ ക്ഷതം പറ്റിയതാണെന്ന് പ്രത്യേകം പറയണം. അല്ലെങ്കിൽ ഒടുക്കം കുറ്റം നമ്മുടെ തലയിലാവും. ഇവരെ പോസ്റ്റ് ഓപ്പറേറ്റീവ് വാർഡിലേക്കു മാറ്റിക്കോളൂ. എപ്പോഴും ശ്രദ്ധ വേണം. ഓർമ നല്ലവണ്ണം തെളിഞ്ഞിട്ട് ബന്ധുക്കളെ അകത്തേക്കു വിട്ടാൽ മതി."

കൈ കഴുകുന്നതിനിടയിൽ ഡോക്ടർ ഓർമിപ്പിച്ചു.

"എന്റെ മോക്കെങ്ങനെയുണ്ട് ഡോക്ടറേ?"

കൈ തുടച്ചുകൊണ്ട് പുറത്തേക്കിറങ്ങിയ ഡോക്ടറെക്കണ്ട് റംലത്തിന്റെ ഉമ്മ ഓടിച്ചെന്നു.

"പേടിക്കാനൊന്നുമില്ല. കുഞ്ഞിനെ രക്ഷിക്കാനായില്ല. വീഴ്ചയിൽ കാര്യമായ ക്ഷതം പറ്റിയിരുന്നു. ഇവിടെ എത്തുന്നതിനുമുമ്പേ കുഞ്ഞിന്റെ ജീവൻ പോയിരുന്നു. ആൺകുഞ്ഞായിരുന്നു."

അപ്പോഴേക്കും സിസ്റ്റർ തുണിയിൽപ്പൊതിഞ്ഞ കുഞ്ഞിന്റെ ജഡവുമായി വാതിൽ തുറന്നു. അത് ഏറ്റുവാങ്ങാൻ കഴിയാതെ അവർ വിങ്ങിപ്പൊട്ടി. വിജയമ്മയാണ് ഓടിച്ചെന്ന് കുഞ്ഞിനെ വാങ്ങിയത്."

"എന്റെ മോളെ ഞാനൊന്നു കണ്ടോട്ടെ?"

"ഇപ്പം വേണ്ട. ഓർമ തെളിയുമ്പം ഉമ്മയെ അകത്തേക്കുവിടാം."

സമാധാനിപ്പിച്ചിട്ട് ഡോക്ടർ നടന്നു.

"പത്തുമാസം തികഞ്ഞു പ്രസവിച്ചതാണ്. ആചാരപ്രകാരം തന്നെ പള്ളിയിൽ അടക്കണം. ഞാൻ ചെന്ന് അതിനുള്ള ഏർപ്പാടുണ്ടാക്കട്ടെ."

സത്താർകുഞ്ഞ് കുഞ്ഞിനെ ഏറ്റുവാങ്ങി.

'റംലത്തിന്റെ മാപ്പിളവീടീന്ന് ആളെത്തിയോ?"

"എത്താൻ നേരമാകുന്നതല്ലേ ഉള്ളൂ."

റംലത്തിന്റെ ഉമ്മ ഒന്നും കേട്ടില്ല.

ആരോ വന്ന് തോളിൽ കൈവച്ചപ്പോൾ അവർ തല ഉയർത്തി. ഷാഹുലിന്റെ ഉമ്മ നിറകണ്ണുകളോടെ വിങ്ങിപ്പൊട്ടിനിൽക്കുകയാണ്. അവിടെ നിന്നും ആരെങ്കിലും എത്തിയാൽ ഉറക്കെ രണ്ടു തെറിവിളിച്ച് അരിശം തീർക്കണമെന്നാണ് കരുതിയത്. റാബിയയുടെ കരഞ്ഞു തുടുത്ത മുഖം കണ്ടതോടെ അവരും അണപൊട്ടി. രണ്ടുപേരും കെട്ടിപ്പിടിച്ചു കരച്ചിലായി. നദീറ കല്ലുകണക്കെ നിൽക്കുന്നു. അസീസും സീനത്തും മുംതാസും എല്ലാവരുമുണ്ട്. എത്തേണ്ട ആൾ മാത്രമില്ല.

"മരുമോൻ..'

കേട്ടതും റാബിയ മുഖം തിരിച്ചു.

"ബോധമില്ലാതെ കിടക്കുന്ന അവനോടെങ്ങനെ ഈ വിവരം പറയും? രണ്ടു ദെവസത്തിനകം നേരെയാകുമെന്നാ ഡോക്ടർപറഞ്ഞത്."

അസനാരുകുഞ്ഞാണ് മറുപടി പറഞ്ഞത്.

"എല്ലാവരും ഇവിടെ ഇങ്ങനെ കൂടിനിന്നതുകൊണ്ട് കാര്യമുണ്ടോ? കൊച്ചിനെ അടക്കാനുള്ള ഏർപ്പാട് ചെയ്യണ്ടേ?"

“ഞാനിവിടെ നിന്നോളാം. റംലത്തിന്റെ ഉമ്മാ വീട്ടീപ്പോയിട്ട് വാ. റാബിയ”

“എന്റെ മോളെ ഒന്നു കാണാതെ.”

“അവരിപ്പം അകത്തോട്ടു വിടില്ല. തിരിച്ചുവരുമ്പം കാണാം. മാമി ചെല്ല്. ഞാനുമിവിടെ ഉണ്ടാകും.”

സീനത്ത് അവരെ ആശ്വസിപ്പിച്ചു.

മനമില്ലാമനസ്സോടെയാണ് റംലത്തിന്റെ ഉമ്മ ഇറങ്ങിയത്. ഒരു പാവ കണക്കെ നദീറയും അവരുടെ പിറകേ നടന്നു.

“ഈ നദീറായ്ക്കിതെന്തുപറ്റി?”

സീനത്തിനു ചോദിക്കാതിരിക്കാൻ കഴിഞ്ഞില്ല.

“എനിക്കൊന്നുമറിയില്ല മോളേ. ഒരാഴ്ചയായി ഇവിളിങ്ങനെ മിണ്ടാട്ടവും ഉരിയാട്ടവുമില്ലാതെ നടക്കുന്നു. അവിടെ അവനാണെങ്കില്.. എന്താ ഇതൊക്കെ? കണ്ണുപെട്ടതാ. സംശയമില്ല.”

റാബിയ സീനത്തിന്റെ തോളിൽ തലചായ്ച്ചു തേങ്ങി.

“റംലത്തിന്റെ കൂടെ ആരാ ഉള്ളത്?’

സിസ്റ്റർ വിളിച്ചുചോദിക്കുന്നതു കേട്ട് സീനത്ത് ചെന്നു.

“ഒരാൾക്കു വേണമെങ്കിൽ അടുത്തു ചെന്നിരിക്കാം.”

‘മാമിക്കു പോണോ?”

സീനത്ത് ചോദിച്ചു.

“ഞാനൊന്നു കണ്ടിട്ടുവരാം.”

“എങ്കിൽ ഇവരുടെകൂടെ ചെല്ല്.”

നീണ്ട ഇടനാഴികൾ പിന്നിട്ടുകൊണ്ടിരുന്നു.

“ചെരിപ്പ് അഴിച്ചുവച്ചിട്ട് അകത്തേക്കു കടന്നോളൂ.”

സിസ്റ്റർ അവരെ സ്ക്രീൻവച്ചു മറച്ച ഒരു മുറിയിലേക്കു കൂട്ടിക്കൊണ്ടുപോയി. പോകുന്ന വഴിയിൽ ഞരക്കവും കരച്ചിലും കേട്ട് റാബിയയുടെ മുഖം വിളറി.

റംലത്ത് മയങ്ങുകയായിരുന്നു.

“അവിടെ ഇരുന്നോളൂ. കൈ ഇളകാതെ നോക്കണം.”

അന്തം വിട്ടു നിൽക്കുന്ന റാബിയയെ സിസ്റ്റർ കട്ടിലിനരികിലുള്ള സ്റ്റൂളിൽ ഇരുത്തി.

റംലത്തിന്റെ കൈപിടിച്ചുകൊണ്ട് സ്റ്റൂളിലിരുന്നു. മുഖത്ത് ഒരുതുള്ളി ചോരയില്ല. സഹിക്കാൻ കഴിയാതെ അവളുടെ നെറ്റിയിൽ പതുക്കെതലോടി. കണ്ണു നിറഞ്ഞു തുളുമ്പി. റംലത്തിന്റെ നെറ്റിയിലും ഒരു തുള്ളി കണ്ണീരിറ്റുവീണു. അവൾ പകച്ച് കണ്ണു തുറന്നു.

“നിങ്ങളാരാ...” എനിക്കു പേടിയാവുന്നു... ഞാനിപ്പോ താഴെ വീഴും.”

‘മോളേ ഞാനില്ലേ മാമീ.”

“ഏതു മാമി? എനിക്കാരേം അറിയില്ല.”

അവർ റംലത്തിനെ തലോടിക്കൊണ്ടിരുന്നു

“എന്നെ ആരാ വെട്ടിയത്? എന്റെ വയറാരാ കീറിയത്?”

റംലത്തിന്റെ കരച്ചിൽ കേട്ടാകണം നഴ്സെത്തി.

'എന്തുപറ്റി ഉമ്മാ?"

'അറിയില്ല മോളേ. എന്റെ കുട്ടിക്ക് എന്താ പറ്റിയത്? ഞാനാരോടാ റബ്ബേ ചോദിക്കേണ്ടത്?' റാബിയയും കരച്ചിൽ തുടങ്ങി.

സിസ്റ്റർ കൂടുതലൊന്നും പറയാതെ റംലത്തിന്റെ കൈയിൽ മരുന്നു കുത്തിവെച്ചു. അവൾ വീണ്ടും മയങ്ങി.

"ഉമ്മ പുറത്തു ചെന്നിരുന്നോളൂ. ആവശ്യമുള്ളപ്പോൾ വിളിക്കാം. കേട്ടോ." സിസ്റ്റർ അവരെ പുറത്തേക്കയച്ചു.

റാബിയ കരഞ്ഞുകൊണ്ട് വരുന്നതു കണ്ട് സീനത്ത് ഓടിച്ചെന്നു.

"എന്തുപറ്റി മാമീ?"

"എനിക്കറിയില്ല. അവക്കെന്തോ തകരാറുണ്ട്. എന്നെ കണ്ടിട്ട് മനസിലായില്ല." റാബിയ വിങ്ങിക്കരഞ്ഞു.

മയക്കം തെളിയാഞ്ഞിട്ടായിരിക്കും." വിശ്വാസമില്ലാത്ത മട്ടിലാണ് സീനത്ത് പറഞ്ഞത്.

അവൾ മാമിയെ ബെഞ്ചിൽ പിടിച്ചിരുത്തി അടുത്തിരുന്നു.

ഇരുപത്തിമൂന്ന്

മയക്കം വിട്ടുണർന്ന ഷാഹുൽ എഴുന്നേറ്റിരുന്നപ്പോൾ പകച്ചു. റംല ത്തിനെ കാണാൻ പുറപ്പെട്ടിട്ട് എത്തിയതെവിടെ? ആശുപത്രിയോ? എന്താ യിരുന്നു അസുഖം? ഒരോർമയും കിട്ടുന്നില്ല. തൊട്ടടുത്ത മേശപ്പുറത്ത് ഒരു ഫ്ളാസ്ക്കും രണ്ടു മൂന്നു പൊതികളും ഓറഞ്ചും. അടുത്തുള്ള കട്ടി ലിൽ കിടന്ന് ആരോ കൂർക്കംവലിച്ച് ഉറങ്ങുന്നുണ്ട്. എതിർവശത്തേക്ക് തിരിഞ്ഞുകിടക്കുന്നതുകാരണം മുഖം കാണുന്നില്ല. ചെന്നു നോക്കാ മെന്നു കരുതി എഴുന്നേറ്റപ്പോൾ ഭൂലോകം ഒട്ടാകെ കറങ്ങുന്നു. കൈയി ലെന്തോ കുത്തിത്തറച്ചപ്പോൾ കൈകുടഞ്ഞു. അപ്പോഴാണ് കൈയിൽ കുത്തിക്കയറ്റിയ സൂചി കണ്ടത്. പ്ലാസ്റ്റർ കൊണ്ട് ഒട്ടിച്ചുവച്ചിരിക്കയാണ്. അടുത്തുതന്നെ സ്റ്റാൻഡിൽ ഒഴിഞ്ഞ മരുന്നുസഞ്ചി. ഇനിയും മരുന്നു കയറ്റാനുണ്ടായിരിക്കും അതാണ് സൂചി അഴിച്ചുമാറ്റാത്തത്.

ഫ്ളാസ്ക് തുറന്നു നോക്കി. പാലായിരുന്നു. ഒരുഗ്ലാസിലൊഴിച്ച് കുറേ ശ്ശേയായി കുടിച്ചു. ചൂടുള്ളപാൽ അകത്തുചെന്നപ്പോൾ എന്തെന്നില്ലാത്ത ആശ്വാസം. ഒന്നൊന്നായി ഓർക്കാനൊരു ശ്രമം നടത്തി. കുടിച്ച് ലക്കറ്റ് വീട്ടിൽ കയറിച്ചെന്ന രാത്രി ബൈസ്കോപ്പിലെന്നപോലെ മുന്നിൽ തെളി ഞ്ഞു. അന്ന് ആഘോഷം കുറച്ചു കൂടുതലായിരുന്നു. വിലക്കിയിട്ടും കൂട്ടു കാർ വീട്ടിലോളം കൂടെ വന്നു. ആരോവാതിൽ തുറന്നപ്പോൾ എഴു ന്നേൽക്കാനൊരു ശ്രമം നടത്തിയത് ഓർമയുണ്ട്. ആരോ താങ്ങിപ്പിടി ച്ചതും ഓർക്കുന്നു. പതുപതുത്ത കവിളുകൾ കവിളിലുരസിയപ്പോൾ റംല ത്തിനെ ഓർത്തു. പിന്നെ ആവേശമായിരുന്നു. പെട്ടെന്നാരോ തള്ളിയ പ്പോൾ വീറ് കൂടുകയാണ് ചെയ്തത്. പിടി മുറുക്കി. ഓർക്കാപ്പുറത്ത് തള്ളി താഴെയിട്ടപ്പോൾ തല ചെറുതായൊന്നു മതിലിലിടിച്ചു. പകച്ചു നോക്കിയപ്പോൾ കണ്ണിൽ വെട്ടം. ആദ്യം ഒന്നും തെളിഞ്ഞില്ല. വീണ്ടും

കണ്ണുമിഴിച്ചപ്പോൾ നദീറാ മദ്നി അടിമുടി നിന്ന് ജ്വലിക്കുന്നു. മുഖം ചുവന്ന് തുടുത്ത്... ഉള്ളെരിഞ്ഞു. തലയുയർത്താതെ എഴുന്നേറ്റ് മുറി വിട്ടു.

ഉണർന്നപ്പോൾ തലയ്ക്കകത്ത് നൊമ്പരം. എഴുന്നേറ്റിരുന്നപ്പോൾ രാത്രിയിലെ സംഭവം ഓരോന്നായി ഓർമയിലെത്തി. അതോടെ തല ഉയർത്താൻ പോലും നാണം. വീട്ടിലുള്ളവരുടെ മുന്നിൽ എങ്ങനെ ചെല്ലും. തിക്കും പൊക്കും നോക്കി നടയിൽ ആരുമില്ലെന്ന് ഉറപ്പായപ്പോൾ റോഡി ലിറങ്ങി. റംലത്തിനെ കണ്ട് എല്ലാം ഏറ്റുപറഞ്ഞ് ഒന്നു കരയണം. പക്ഷേ എത്തിയത് ചാരായഷാപ്പിൽ. റംലത്തിന് ദിവസം അടുത്തിരിക്കയാണ്. തലേന്ന് അവിടെ എത്താമെന്ന് ഏറ്റിരുന്നതാണ്. അവൾ വഴിക്കണ്ണുമായി കാത്തിരിക്കുന്നുണ്ടാകും. ഉടനെ ചെല്ലണമെന്നുണ്ടായിരുന്നു. പക്ഷേ എങ്ങനെ ചെല്ലും? നദീറാ മദ്നി വീട്ടിലുള്ളവരോടെല്ലാം വിവരം പറഞ്ഞി രിക്കും. റംലത്തും അറിഞ്ഞുകാണും. അരുതാത്തത് പെട്ടെന്ന് പരക്കും. വയ്യ. കൊണ്ടുവാടാ ഒരു കുപ്പി. കുപ്പികൾ കാലിയായിക്കൊണ്ടിരുന്നത് അറിഞ്ഞില്ല. നേരമിരുട്ടിയതും അറിഞ്ഞില്ല. മുന്നിൽ റംലത്തിന്റെ കര ഞ്ഞുവീർത്ത മുഖംമാത്രം. അത് മറക്കാൻ വീണ്ടും വീണ്ടും കുടിച്ചു. ബോധമില്ലാതായപ്പോൾ ആരെങ്കിലും ഇവിടെ എത്തിച്ചുകാണും. കഴി ഞ്ഞതു കഴിഞ്ഞു. ഇനിയും വിഡ്ഢിത്തരങ്ങൾ വേണ്ട. റംലത്തിനെ ചെന്നു കാണണം. അവൾ പരിഭവത്തിന്റെ കൂമ്പാരവുമായി കാത്തിരി ക്കുന്നുണ്ടാകും. അതൊക്കെ തീർക്കാൻ അവളുടെ മച്ചായ്ക്ക് അറിയാം. പോവുക തന്നെ. കുളിമുറിയിൽ ചെന്ന് മുഖം കഴുകി. മുടി കൈ കൊണ്ട് മാടിയൊതുക്കി. കാശു വേണ്ടേ? പഴ്സ് എവിടെ?

ഉറക്കെയുള്ള കൂർക്കംവലി കേട്ടപ്പോഴാണ് അടുത്ത കട്ടിലിൽ കിട ക്കുന്ന ആളെക്കുറിച്ച് ഓർത്തത്. ചരിഞ്ഞുകിടന്ന് സുഖമായി ഉറങ്ങുക യാണ്. മജീദ്കാക്ക. കളങ്കമില്ലാത്ത ആ മുഖം കണ്ടപ്പോൾ നെഞ്ചിൽ കാരമുള്ള തറച്ചതുപോലെയായി. വയ്യ, ഇനി ഇവിടെ ഒരു നിമിഷം നിൽക്കാനാവില്ല. ഉണരുമ്പോൾ മജീദ്കാക്കയുടെ മുഖത്ത് നോക്കുന്ന തെങ്ങനെ? തലയണച്ചോട്ടിൽ പരതിയപ്പോൾ മജീദ് കാക്കയുടെ പഴ്സ് കിട്ടി. കുറച്ചു കാശെടുത്തു പോക്കറ്റിലിട്ടു. എണ്ണിയതു പോലുമില്ല. റംല ത്തിനെ കണ്ട് എല്ലാം ഏറ്റു പറഞ്ഞാലേ മനസ് കലങ്ങിത്തെളിയൂ. അവ ളുടെ പ്രസവം കഴിയുന്നതുവരെ അവിടെ തങ്ങാം. തിരിച്ചുപോരണമോ എന്നത് പ്രസവം കഴിഞ്ഞിട്ട് തീരുമാനിക്കാം. ആൺമക്കളില്ലെന്നു പറഞ്ഞ് റംലത്തിന്റെ വാപ്പയ്ക്ക് സങ്കടമൊഴിഞ്ഞ നേരമില്ല. അവിടെ സ്ഥിരതാമ സമാക്കാമെന്നറിഞ്ഞാൽ വാപ്പ വിരോധമൊന്നും പറയില്ല. കുറച്ചു കാശു ണ്ടെങ്കിൽ ഹോട്ടൽ ആകെ ഒന്നു പുതുക്കാം. ഇവിടത്തെ കാര്യങ്ങൾ മജീദ്കാക്കാ നോക്കട്ടെ. അതോടെ വീട്ടിലും സ്വസ്ഥത കിട്ടും. ഇനിയും ആ വീട്ടിൽ താമസിക്കാൻ വയ്യ.

അങ്ങനെ ഇട്ടെറിഞ്ഞു പോകാനൊക്കുമോ? ഭാര്യവീട്ടിൽച്ചെന്ന് സ്ഥിരതാമസമാക്കിയാൽ അവരുടെ താളത്തിനൊത്തു നിൽക്കണ്ടേ?

അതൊക്കുമോ? മജീദ്കാക്കയെ വിളിച്ചുണർത്തി എല്ലാം പറഞ്ഞ് മാപ്പിരക്കാൻ വെമ്പി. പാവം... താങ്ങാനായെന്നുവരില്ല. മനസ്സുറപ്പില്ലാത്ത ആളാണ്. അവരുടെ കുടുംബജീവിതം അറിഞ്ഞുകൊണ്ട് തകർക്കേണ്ട. അതിനുമാത്രം എന്തു സംഭവിച്ചുവെന്നോ? അവർ സഹകരിച്ചോ? ഛെ... അവരെക്കുറിച്ച് അങ്ങനെയൊക്കെ ചിന്തിക്കുന്നതേ പാപം. കുടിച്ച് ലക്കുകെട്ട് ഓരോന്നു കാണിച്ച് സ്വയം ന്യായീകരിക്കുകയോ? വേണ്ട. പോവാം. മേശപ്പുറത്തിരുന്ന വാച്ചിൽ സമയം നോക്കി. മണി മൂന്ന്. കാക്ക അപ്പോഴും നല്ല ഉറക്കം. ഒന്നു തിരിഞ്ഞുകിടന്ന് വീണ്ടും കൂർക്കം വലി തുടങ്ങിയിരിക്കയാണ്. വാതിൽക്കൽച്ചെന്ന് കണ്ണോടിച്ചു. ഇടനാഴി ഉറങ്ങിക്കിടക്കുന്നു. അടഞ്ഞ കതകുകൾ. എല്ലാവരും ഉച്ചമയക്കത്തിലായിരിക്കും. പതുങ്ങിയാണ് നടന്നത്. റിസപ്ഷൻ കൗണ്ടർ ഒഴിഞ്ഞുകിടക്കുന്നതു കണ്ട് പെട്ടെന്ന് റോഡിലിറങ്ങി ആദ്യം കണ്ട ഓട്ടോറിക്ഷയിൽ കയറി.

ബസ് സ്റ്റാന്റ്.

ബസിലിരുന്നൊന്നു മയങ്ങിയോ?

"ഇവിടെ ഇറങ്ങണമെന്നു പറഞ്ഞിട്ട് ഉറങ്ങുകയാണോ?"

കണ്ടക്ടർ തട്ടിവിളിച്ചപ്പോഴാണ് ഉണർന്നത്. ബസ്സിറങ്ങിയാൽ നടക്കാനുള്ള ദൂരമേയുള്ളൂ. പക്ഷേ കാലുകൾ തളർന്നതുപോലെ. ചെറിയ തലക്കറക്കവും തോന്നി. ഓട്ടോയിൽ കയറിയിരുന്നു. വീട്ടിലെത്തി കാശു കൊടുത്ത് ഓട്ടോ വിട്ടതിനുശേഷമാണ് ഇറയത്തെ ആൾക്കൂട്ടം കണ്ടത്. തലയ്ക്കകത്തൊരു മിന്നൽ. തിരക്കിട്ടു നടന്നു. വാപ്പ.വല്യാക്കാ. എല്ലാവരും പകച്ചുനോക്കുന്നു. വേറെയും ആരൊക്കെയോ ഉണ്ട്. എന്തുപറ്റി? എന്റെ റംലത്ത്... അതോടെ തലയ്ക്കകത്ത് വണ്ടു മൂളി.

"എന്താ ഇവിടെ എന്തുണ്ടായി?"

ഒരുവിധം പറഞ്ഞൊപ്പിച്ചു.

ഉത്തരമില്ല.

"റംലത്തെവിടെ? പിള്ളാരെവിടെ? മോളെ ഷംനാ!"

"വാപ്പച്ചീ..."

ഷംന ഓടിവന്ന് വാപ്പയെ പൂണ്ടടക്കം പിടിച്ചു.

"ഉമ്മച്ചി എവിടെ മക്കളേ?"

"ഉമ്മച്ചി ആശൂത്രിപ്പോയി ഉമ്മച്ചി മറിഞ്ഞുവീണപ്പം കൊച്ചവാവ ചത്തുപോയി. ഉപ്പൂപ്പ അതിനെ കൊണ്ടുപോയി. എന്നെ കാണിച്ചില്ല."

"വാപ്പാ... നേരാണോ... റംലത്ത്.."

"ഇപ്പോഴെങ്കിലും പെണ്ടാട്ടിയെ ഓർത്തല്ലോ. ചാരായത്തിന്റെ കെട്ടുവിട്ടായിരിക്കും." പതുക്കെയാണ് പറഞ്ഞതെങ്കിലും അസനാരുകുഞ്ഞിന്റെ സ്വരം കടുത്തിരുന്നു.

"വാപ്പാ."

മറ്റുള്ളവർ കാതോർക്കുന്നതു കണ്ട് അസീസ് തടഞ്ഞു.

"ഏതാശൂത്രിലാ വലിയാക്കാ? എന്റെ കുഞ്ഞിനെ എന്നെ കാണിക്കാതെ എല്ലാരുംകൂടെ അടക്കി. അല്ലേ?"

ഷാഹുൽ നിയന്ത്രണംവിട്ട് ഉറക്കെ കരയുന്നതു കണ്ട് അസീസ് ചെന്ന് അവന്റെ തോളിൽപിടിച്ചു.

“നീ പോന്നത് മജീദ് കണ്ടിട്ടില്ലേ? വയ്യാതിരിക്കുമ്പം എന്തിനാ ഒറ്റയ്ക്കുപോന്നത്?”

“എനിക്കിപ്പോ ആശൂത്രീ പോണം.”

ഷാഹുൽ അസീസിന്റെ കൈ തട്ടിമാറ്റി.

“ഇപ്പം നീയങ്ങോട്ടു ചെല്ലണ്ട.”

“ഞാൻ പോകും. എനിക്കവളെ കാണണം.”

“ലങ്ങേരവിടെ കിടന്ന് മുക്കറയിട്ട് ഉറങ്ങുന്നുണ്ടാകും.”

നദീറ അരിശത്തോടെ പറഞ്ഞപ്പോൾ ഷാഹുൽ ഞെട്ടി. അസീസ് തറപ്പിച്ചു നോക്കിയത് വകവയ്ക്കാതെ നദീറ വന്നതുപോലെ അകത്തേക്കു നടന്നു. ഷാഹുൽ ആരോടും ഒന്നും മിണ്ടാതെ ഇറങ്ങി നടന്നു.

പിറകേ നിന്ന് ആരൊക്കെയോ വിളിക്കുന്നുണ്ടായിരുന്നു. തിരിഞ്ഞു നോക്കാതെ നടത്തത്തിനു വേഗത കൂട്ടി.

നേരെ ആശുപത്രിയിലേക്ക് എന്നാണ് കരുതിയത്. കാലുകളെത്തിച്ചത് ചാരായഷാപ്പിൽ. ഒരു കുപ്പി തീർന്നപ്പോൾ കാലുകൾക്ക് ബലം കിട്ടിയതുപോലെ. ഇപ്പോൾ ഷാഹുലിന് നടക്കാം. സ്വന്തം ഭാര്യയെ ചെന്നു കാണാനും നാട്ടാരുടെ അനുവാദം വേണമെന്നോ? തടയാൻ ചുണയുള്ളവർ വരീനെടാ. കുഞ്ഞിനെ കാണിക്കാതിരുന്നതും പോരാഞ്ഞിട്ട് ഭാര്യയെ... അവൾക്കു കാണണ്ടെന്നു പറഞ്ഞായിരിക്കും. എങ്കിൽ അതറിഞ്ഞിട്ട് വേറെ കാര്യം.

“സത്താറുകുഞ്ഞുകാക്കാരെ മരുമോനല്ലേ ദോണ്ടെ കുടിച്ചു പൂസായിട്ട് കോപ്രായം കാണിക്കണത്?”

“ആ പെണ്ണ് ആശൂത്രിലാണെന്നല്ലേ കേട്ടത്? എന്തരോ നടന്നിട്ടുണ്ട്. കേട്ടോ.”

ആരൊക്കെയോ അടക്കംപറയുന്നതു കേട്ടപ്പോൾ ഷാഹുലിന് കലികയറി.

“അതുതന്നെ എനിക്കും അറിയണ്ടത്. ഇവിടെ എന്താണുണ്ടായത്? എന്റെ പൊണ്ടാട്ടിയല്ലേ? എനിക്കറിയണ്ടേ? പറയണ്ണാ. എന്തരാണുണ്ടായതെന്നു പറ.”

ആൾക്കൂട്ടം ഏറി. ഉറക്കെയുള്ള സംസാരം കേട്ടാണ് ശിവരാജൻ എത്തിയത്. സ്ഥലമുണ്ടാക്കി അടുത്തുചെന്നപ്പോൾ ശിവരാജൻ പകച്ചു. കുടിച്ചു ലക്കില്ലാതെ പുലമ്പുന്ന ഷാഹുലിനെ കാണാനാണ് ആൾക്കൂട്ടമെന്നറിഞ്ഞപ്പോൾ ദേഹത്തിൽ തൊലി ഉരിയുന്നതുപോലെ. അസനാരുകുഞ്ഞ് അയാളുടെ അയൽപക്കക്കാരൻ മാത്രമല്ല എന്തിനും ഉപകരിക്കുന്ന കൂട്ടുകാരുമാണ്. അദ്ദേഹത്തിന്റെ അപമാനം അയാൾക്കും അപമാനംതന്നെ. ഓടിച്ചെന്ന് ഷാഹുലിന്റെ കൈയിൽ പിടിച്ചു.

“ലെന്തരപ്പീ ഇത്? എന്തര് വേണേലും എന്റൂടി ചോദീര്.”

"നിങ്ങളാര്? ദേവേന്ദ്രനോ? എല്ലാറ്റിനും ഉത്തരം പറയാനെന്ന്.... എങ്ങനെ? ഷാഹുലിനെ തളച്ചിടാമെന്ന്.. അതിനിവിടെ ഒരുത്തനും വള ന്നില്ല."

അതുവകവയ്ക്കാതെ ശിവരാജൻ ഷാഹുലിനെ ബലമായി പിടിച്ചു അവിടെ കണ്ട ഓട്ടോയിൽ കയറ്റി.

"എന്നെ വിടാനാ പറഞ്ഞത്. എവിടെ കൊണ്ടുപോണത്?"

"റംലത്തിനെ കാണണ്ടേ?"

"വേണം."

"എങ്കീ ചുമ്മായിരിക്ക്."

"മരുമോനെ ഇറങ്ങിക്കോ."

ശിവരാജൻ തട്ടിവിളിച്ചപ്പോ ഷാഹുൽ ഒന്നു കുതറിയെങ്കിലും തടസം പറയാതെ ഇറങ്ങി. ഗേറ്റിനു മുന്നിലെ മുറുക്കാൻ കടയിൽ നിന്ന് ഒരു കുപ്പി സോഡാ വാങ്ങിക്കൊടുത്തിട്ട് ശിവരാജൻ പറഞ്ഞു.

"മുഖമെല്ലാം ഒന്നു കഴികിയേരപ്പീ."

അതു കഴിഞ്ഞ് നിർബന്ധിച്ച് ഒരു ഗ്ലാസ് മോരും വെള്ളവും കുടി പ്പിച്ചു.

ലഹരി ഇറങ്ങിയപ്പോൾ ഷാഹുൽ കുഞ്ഞാടായി. കണ്ണുനിറഞ്ഞു.

"എന്തരാണുണ്ടായതെന്ന് അണ്ണനെങ്കിലും പറ. ആരും എന്നോ ടൊന്നും പറയണില്ല."

ശിവരാജന്റെ തോളിൽ വീണ് ഷാഹുൽ തേങ്ങി.

"റംലത്ത് കാലുവഴുക്കിയൊന്നു വീണെന്നാ പറഞ്ഞത്. വീഴ്ചയിൽ ക്ഷതം പറ്റിയത് കൊച്ചിനാ. ഉടനെ ആശുത്രിലെത്തിച്ചതുകൊണ്ട് തള്ള യ്ക്കൊന്നും സംഭവിച്ചില്ല. വയറുകീറിയാ കൊച്ചിനെ എടുത്തത്. ആ കൊച്ചിനിതുവരെ ബോധം തെളിഞ്ഞില്ല. അപ്പി എവിടാരുന്നു?"

"ഞാൻ സുഖമില്ലാതെ ആശുത്രിൽ..ഇവിടെ വന്നപ്പോ... ഇപ്പോ എനിക്കാ പഴി..."

അവൻ വീണ്ടും കരഞ്ഞു.

"വാ ഇപ്പോ പേടിക്കാനൊന്നുമില്ല. അപ്പിയെ കാണുമ്പം ഓർമ തെളിയും."

ഷാഹുൽ തലയും കുനിച്ച് ശിവരാജന്റെ പിറകേ നടന്നു.

"എന്റെ മോനെത്തിയോ? ആരകൂടെയാ വന്നത്? സുഖമുണ്ടോ ഇപ്പോ?"

ഷാഹുലിനെ കണ്ടതും റാബിയ കരച്ചിൽ തുടങ്ങി.

ഷാഹുൽ ഓടിച്ചെന്ന് ഉമ്മയെ കെട്ടിപ്പിടിച്ചു.

"ഉമ്മ... റംലത്ത്..."

പെട്ടെന്ന് ഉമ്മയുടെ മുഖം കോപത്താൽ ചുവന്നു.

"ഇപ്പോഴെങ്കിലും ഓർമവന്നല്ലോ... നാണവും മാനവുമില്ലാത്ത കഴുത.."

"മാമീ..."

സീനത്ത് വന്ന് തോളിൽ പിടിച്ചപ്പോൾ റാബിയ നിർത്തി.

"അവളെവിടെ? എനിക്കൊന്നു കാണണം."

"ഈ പരുവത്തിൽ നീ ഇപ്പോ അവളെ കാണണ്ട. അവൾക്ക് അല്ലെങ്കിലേ ഓർമ തെളിഞ്ഞിട്ടില്ല."

സീനത്ത് തടഞ്ഞു.

"മയിനി മാറ്..."

ഷാഹുൽ ഇടഞ്ഞുതന്നെ നിന്നു. വീണ്ടും സീനത്ത് തടഞ്ഞപ്പോൾ അവൻ കൈ തട്ടിമാറ്റി കൊടുങ്കാറ്റുപോലെ അകത്തേക്കു കുതിച്ചു.

നഴ്സ് ഓടിവന്ന് തടയാൻ ശ്രമിച്ചെങ്കിലും സാധിച്ചില്ല.

"റംലത്തേ.. മച്ച വന്നു."

ഉമ്മയുടെ കൈ മുറുകെ പിടിച്ചുകൊണ്ട് കണ്ണടച്ചുകിടക്കുകയായിരുന്ന റംലത്ത്. ആ വിളി കേട്ടതും പകച്ച് ചുറ്റും നോക്കി.

"മേളേ നോക്കിക്കേ മച്ചായാ..."

അവളുടെ മുഖം തലോടിക്കൊണ്ടാണ് ഷാഹുൽ പറഞ്ഞത്.

എന്നിട്ടും അവൾക്ക് ഭാവവ്യത്യാസമൊന്നുമില്ലെന്നു കണ്ടപ്പോൾ ഷാഹുൽ അരിശത്തോടെ അവളെ കുലുക്കിവിളിച്ചു.

"എടീ നിന്നോടാ കണ്ണുതുറക്കാൻ പറഞ്ഞത്. നിനക്കെന്നെ അറിയാമല്ലോ. വെറുതെ കൈ മെനക്കെടുത്തരുത്."

അവൾ തുറിച്ചുനോക്കി കിടന്നതേ ഉള്ളൂ.

"ഈ മനുഷ്യനെന്താ വട്ടാ? ആപ്പറേഷൻ ചെയ്തു കിടക്കുമ്പം ഇങ്ങനെയിട്ട് ദേഹമനക്കിയാ അതിന് നോവൂല്ലേ?"

ആരോ പറഞ്ഞതുകേട്ട് നഴ്സ് എത്തി.

"ദേ ഇത് ആശുപത്രിയാ. സീനുണ്ടാക്കാതെ പുറത്തുപോയേ."

"നിങ്ങളാരാ എന്നെ തടയാൻ? മനസില്ല മാറാൻ!"

പെട്ടെന്നാണ് റംലത്ത് പൊട്ടിക്കരയാൻ തുടങ്ങിയത്. അതു കണ്ട് ഷാഹുൽ അടങ്ങി. സിസ്റ്റർ സിറിഞ്ചിൽ മരുന്നു കയറ്റി റംലത്തിന്റെ കൈത്തണ്ടയിൽ കുത്തിവെച്ചു. അവൾ ശാന്തയായി. കുറച്ചുനേരം മയങ്ങുകയും ചെയ്തു. ആരു പറഞ്ഞിട്ടും അനുസരിക്കാതെ ഷാഹുൽ അവളുടെ കൈയും പിടിച്ച് അവിടെത്തന്നെയിരുന്നു. കണ്ണുകൾ നിറഞ്ഞൊഴുകുന്നുണ്ടായിരുന്നു. ഇടയ്ക്കിടെ അവളുടെ മുഖം തലോടിക്കൊണ്ട് തേങ്ങുന്നുമുണ്ടായിരുന്നു. ഏറെനേരം കഴിഞ്ഞപ്പോൾ അവൾ പണിപ്പെട്ട് കണ്ണുമിഴിച്ചു. നിറകണ്ണുകളുമായി അവളുടെ മുഖത്തേക്കുറ്റുനോക്കിക്കൊണ്ടിരിക്കുന്ന ഷാഹുലിനെ ഒട്ടും പരിചയമില്ലാത്തതുപോലെ അവൾ തുറിച്ചുനോക്കി. പെട്ടെന്ന് അവളുടെ ഭാവം മാറി.

"മച്ച എത്തിയോ? എവിടാരുന്നു? എന്നെ വിട്ടിട്ട് എവിടാ പോയത്?"

പെട്ടെന്നവൾ വയറു തടവി. ഒഴിഞ്ഞുകിടക്കുന്ന വയറ് കണ്ടായിരിക്കണം അവൾ ഉറക്കെ കരയാൻതുടങ്ങി.

"അയ്യോ! എന്റെ കൊച്ചെവിടെ? എന്റെ വയറാരാ തുന്നിക്കെട്ടിയത്? എനിക്ക് നോവുന്നല്ലോ..."

"സിസ്റ്റർ..."

ഷാഹുലിന്റെ വിളികേട്ട് സിസ്റ്ററെത്തി.

"എന്തുപറ്റി റംലത്തേ?"

"വേദനിച്ചിട്ടു വയ്യല്ലോ..."

"സാരമില്ല കേട്ടോ. ഞാനിപ്പോ ഡോക്ടറെ വിളിക്കാം."

ഷാഹുൽ അവളുടെ കൈയിൽ മുറുകെ പിടിച്ചുകൊണ്ട് കരയുകയായിരുന്നു.

"എങ്ങനെയുണ്ട് റംലത്തേ?"

ഡോക്ടർ വന്നതു കണ്ട് ഷാഹുൽ കൈ വിടുവിച്ച് മാറിനിന്നു.

"എന്റെ കുഞ്ഞ്.. എനിക്ക് വയ്യല്ലോ..."

"പേടിക്കണ്ട കേട്ടോ. ദേ ഭർത്താവ് നിന്ന് കരയുന്നത് കണ്ടില്ലേ? റംലത്ത് വേണ്ടേ സമാധാനിപ്പിക്കാൻ?"

ഡോക്ടർ അവളുടെ തോളിൽതട്ടി ആശ്വസിപ്പിച്ചു. അപ്പോഴാണ് അവൾ കുറ്റവാളിയെപ്പോലെ തലയും കുനിച്ചു നിൽക്കുന്ന ഷാഹുലിനെ ശ്രദ്ധിച്ചത്. കുഴിയിലാണ്ട കണ്ണുകളും പേപിടിച്ചതുപോലുള്ള മുഖവും വളർന്ന താടിമീശയും അവളെ കരയിച്ചു. എപ്പോഴും അലക്കിത്തേച്ച് സ്റ്റൈലനായിട്ടു നടക്കാറുള്ള മച്ച..

"അയ്യോ! ഇതെന്തര് കോലം മച്ചാ? നരകത്തീന്നെഴീറ്റ് വരുന്നതു പോലുണ്ടല്ലോ?"

കരച്ചിലിനിടയിൽ അവൾ പറഞ്ഞു.

കേട്ടതും ഷാഹുൽ ഓടിച്ചെന്ന് അവളുടെ കൈപിടിച്ചു.

"നിങ്ങൾക്ക് ഭാഗ്യമുണ്ട് മിസ്റ്റർ. ഇത്രവേഗം ഇവർ നോർമലാകുമെന്ന് കരുതിയതല്ല കേട്ടോ. ഇനി അവരെ വിഷമിപ്പിക്കരുത്."

ഡോക്ടർ ഷാഹുലിനോടായി പറഞ്ഞിട്ട് നഴ്സിന്റെ നേരെ തിരിഞ്ഞു.

"ഷി ഈസ് നോർമൽ നൗ. റൂമിലേക്ക് മാറ്റിക്കൊള്ളൂ. ബന്ധുക്കളെയൊക്കെ കാണുന്നതോടെ പഴയതുപോലെ ആകും."

വിവരമറിഞ്ഞ് റാബിയയും സീനത്തും ഓടിയെത്തി.

"മാമി ഇവിടുണ്ടാരുന്നോ?"

റാബിയയുടെ മുഖത്ത് പതിനാലാം രാവ്.

"കുഞ്ഞെവിടെ?"

"നിന്നെ ഞങ്ങക്ക് തിരിച്ചുകിട്ടിയല്ലോ. ബാക്കിയെല്ലാം ഇനിയും ഉണ്ടാകും." റാബിയ അവളെ ആശ്വസിപ്പിച്ചു.

അതുവരെ കരച്ചിലടക്കി നേര്യതുകൊണ്ട് വാപൊത്തി നിന്നിരുന്ന റംലത്തിന്റെ ഉമ്മ അടക്കം കിട്ടാകെ ഉറക്കെ തേങ്ങി.

"റബ്ബ് വിധിച്ചതുപോലെ നടക്കും."

റാബിയ അവരുടെ തോളിൽ പിടിച്ചു.

ഇരുപത്തിനാല്

കുറ്റവാളിയെപ്പോലെ പമ്മിനടക്കുന്ന മജീദിനെ കാണുമ്പോൾ ഷാഹുലിന് ആകെ ഒരു വിറയലാണ്. പാത്തും പതുങ്ങിയുമാണ് വീട്ടിനുള്ളിൽപോലും നടപ്പ്. നദീറാ മദ്നിയെ ഒഴിഞ്ഞുമാറി നടക്കുന്ന മജീദ്കാക്കായെ കാണുമ്പോൾ ഉള്ളിലെ തീ ആളുന്നു. എല്ലാവരോടും കൊത്തുകോഴിയെപ്പോലെ പോരുവിളിച്ചുകൊണ്ടാണ് മദ്നിയുടെ നടപ്പ്. മജീദ്കാക്കായ്ക്ക് രാത്രിയും പകലും സ്വൈര്യമില്ല. അതുകൊണ്ടാകണം മജീദ്കാക്ക കിടപ്പ് ഷാജിയുടെ മുറിയിലേക്കു മാറ്റിയത്. പിള്ളാരേയും ആവശ്യമില്ലാതെ നോവിക്കുന്നതു കാണാം. ഒന്നുമറിയാത്ത റംലത്തിനോട് ശത്രുവിനെപ്പോലെയാണ് പെരുമാറ്റം. അവൾക്കാണെങ്കിൽ ഒട്ടും വയ്യ. എപ്പഴും കിടപ്പാണ്. അതിനിടയിലാണ് ഇവരുടെ ക്രൂരത. ഒരാവശ്യവുമില്ലാതെ അവളോടു തട്ടിക്കയറുന്നതു കാണുമ്പോൾ കരണക്കുറ്റിക്കൊന്നു പൊട്ടിച്ചുകൊടുക്കുവാൻ തോന്നിയിട്ടുണ്ട്. ഉള്ളിലെ കുറ്റബോധം അപ്പോഴൊക്കെയും പാമ്പിനെപ്പോലെ ഫണം വിടർത്തും. മജീദ്കാക്കായുടെ ദയനീയമായ മുഖംകൂടി ഓർമയിലെത്തുമ്പോൾ രോഷം സങ്കടമായി മാറും.

അവനോടുപോലും പുച്ഛം തോന്നുകയാണ്. എന്തിനായിരുന്നു ഈ കോപ്രായങ്ങളൊക്കെ കാട്ടിക്കൂട്ടിയത്? തലപുകഞ്ഞാലോചിച്ചിട്ടും ഉത്തരമില്ല.റംലത്ത് പ്രസവത്തിനു പോയതോടെ ഒറ്റപ്പെട്ടതുപോലെ. വഴക്കു പറഞ്ഞാലും പിണങ്ങിയാലും അവൾ എപ്പോഴും വാലുപോലെ കൂടെക്കാണും. അറിയാതെയാണ് ചിന്തകൾക്ക് തീ പിടിച്ചത്. എല്ലാവരോടും പിണക്കം. ആളും തരവും നോക്കാതെ തട്ടിക്കയറും. വഴക്കിടും. പറഞ്ഞുകഴിയുമ്പോൾ കുറ്റബോധം. അതു മറക്കാൻ എത്തുന്നത് ചാരായഷാപ്പിൽ. എന്നിട്ട് മറന്നോ? കുടിച്ചു ലക്കുകെട്ട് വീട്ടിലെത്തുമ്പോൾ കരഞ്ഞു കലങ്ങിയ കണ്ണുകളുമായി ഉമ്മ മുന്നിൽ. അപ്പോൾ കുറ്റബോധം ഇരട്ടി

ക്കുന്നു. വാപ്പായുടെ ശകാരംവീണ്ടും ബാറിലെത്തിക്കുന്നു. അൽപ്പമെങ്കിലും അലിവുകാണിച്ചത് നദീറാ മദ്നി ആയിരുന്നു. പാതിരാത്രികളിൽ തിരിച്ചെത്തുമ്പോൾ വാതിൽ തുറന്നു തരാനും ആഹാരം വിളമ്പിത്തരാനും അവരേ ഉണ്ടായിരുന്നുള്ളൂ. കുറ്റപ്പെടുത്തുമ്പോഴും വാക്കുകളിൽ മധുരം. ഒരനിയനോടുള്ള കടമ മാത്രമായിരുന്നോ അത്? എന്തോ അങ്ങനെ തോന്നാൻ? അവർ ആ രീതിയിൽ ഒരിക്കലും പെരുമാറിയിട്ടില്ല. എന്നിട്ടും ഷാഹുൽ നന്ദികെട്ടവൻ തന്നെ. അല്ലെങ്കിൽ സ്വന്തം ചേട്ടത്തിയെ...

റംലത്ത് പോയ ഇടയ്ക്ക് എല്ലാ അവധിദിവസങ്ങളിലും മകനേയും കൊണ്ട് റംലത്തിനെ കാണാൻ ചെല്ലുക പതിവായിരുന്നു. വീർത്ത മുഖവും നീരുകെട്ടി കൈകാലുകളും കാണുമ്പോൾ മടുപ്പ്. ഒന്നു തൊട്ടാൽ അവൾ പരിഭവം തുടങ്ങും. കേൾക്കുമ്പോൾ ഉറഞ്ഞു തുള്ളും. വഴക്കുണ്ടാക്കും. അതോടെ അങ്ങോട്ടു പോകുന്നത് ചുരുക്കി. റംലത്തിന്റെ വാപ്പാ ഫോൺ വിളിച്ച് പരിഭവം പറയുമ്പോഴാണ് അങ്ങോട്ടു പോകേണ്ട കാര്യം ഓർക്കുക. കരഞ്ഞുവീർത്ത കണ്ണുകളും തീരാത്ത പരിഭവങ്ങളുമായി കാത്തിരിക്കുകയായിരിക്കും റംലത്ത്. എപ്പോഴും കളിച്ചു ചിരിച്ച് ഉല്ലാസമായിട്ട് നടക്കാനായിരുന്നു ഇഷ്ടം. ജീവിതം ആസ്വദിക്കാനുള്ളതാണ്. മുഖം വീർപ്പിച്ചും കരഞ്ഞും തീർക്കാനുള്ളതല്ല.

“കാണുമ്പോഴേക്ക് തുടങ്ങും. പരിഭവം. നിനക്കൊന്നു സന്തോഷമായിട്ട് സംസാരിച്ചുകൂടേ കൊച്ചേ? ഈ ദുർമ്മുഖം കാണാനാണെങ്കിൽ ഞാനിനി ഇങ്ങോട്ടു വരില്ല കേട്ടോ.”

“അല്ലെങ്കിലും ഈ ആണുങ്ങളിങ്ങനെതന്നെ. മച്ചാടെ ഈ സ്വഭാവം നന്നായി അറിയുന്നതുകൊണ്ടാ ഇനി കൊച്ചുങ്ങള് വേണ്ടെന്ന് ഞാൻ പറഞ്ഞത്. എന്നിട്ട് കേട്ടോ? എന്ത് ആവേശമായിരുന്നു! വയ്യാതായപ്പോ മടുത്തു, അല്ലേ? ഭാര്യമാര് നിങ്ങക്ക് കാര്യം കാണാനുള്ള...”

“ഇനിയം വല്ലതും പറഞ്ഞാ വയറ്റുകണ്ണിയാണെന്നൊന്നും ഞാൻ നോക്കില്ല കേട്ടോ.”

“അല്ലെങ്കിൽ എപ്പഴാ നോക്കിയിട്ടുള്ളത്?”

എണ്ണിപ്പെറുക്കിക്കരയുന്ന അവളുടെ വശം ചേർന്ന് അവളുടെ ഉമ്മ കൂടി സംസാരിച്ചുതുടങ്ങുമ്പോൾ കലികയറി അവിടന്നിറങ്ങുന്നു. ബാറുകളിൽ കയറിയിറങ്ങി അരിശം തീർക്കുന്നു. റംലത്തിനെ മറക്കുന്നു. വീടും കുടുംബവും മറക്കുന്നു. എല്ലാറ്റിനും അടങ്കലായി ശിക്ഷ കിട്ടിയല്ലോ. സ്ഥലകാലബോധമില്ലാതെ, ആരേയും തിരിച്ചറിയാൻ കഴിയാതെ അന്തംവിട്ടുള്ള അവളുടെ കിടപ്പ് കണ്ടപ്പോൾ ഉള്ളിൽചൂടുള്ള ഈയം ഉരുക്കിയൊഴിച്ച അനുഭവമായിരുന്നു. സ്വയംകത്തിയെരിയാൻ ആശിച്ചു. ആ കാലിൽ വീണ് സമസ്താപരാധങ്ങളും ഏറ്റുപറഞ്ഞ് മാപ്പുചോദിക്കാൻ മനസ്സ് തുടിച്ചു. അപ്പോൾ ലഹരി ഒട്ടുമുണ്ടായിരുന്നില്ല. എല്ലാവരും വിലക്കിയിട്ടും അവളുടെ കൈ മുറുകെപ്പിടിച്ചുകൊണ്ട് അടുത്തിരുന്നു. അവളെ വീണ്ടും ജീവിതത്തിലേക്ക് തിരിച്ചുകൊണ്ടുവരാനെന്നപോലെ. നിനക്കി

ഷ്ടമില്ലാത്തതൊന്നും ഇനി മച്ച ചെയ്യുകയില്ല. അള്ളാഹുവാണെ സത്യം. ഒരിക്കൽക്കൂടി തിരിച്ചുവരു. എന്റെ പാപങ്ങൾക്കുള്ള ശിക്ഷ എനിക്കുത രൂ. അവളെ വെറുതെ വിടൂ. മന്ത്രം പോലെ ഉരുവിട്ടുകൊണ്ടിരുന്നു. അള്ളാഹു കേട്ടിരിക്കണം. അവൾ ജീവിതത്തിലേക്കു മടങ്ങിവന്നു. മച്ചയെ തിരിച്ചറിഞ്ഞു. മനസ്സറിഞ്ഞ് അള്ളാഹുവിനെ സ്തുതിക്കാതിരിക്കാൻ കഴി ഞ്ഞില്ല.

ആരോഗ്യം ഇപ്പോഴും പഴയതുപോലായിട്ടില്ല. കമഴ്ന്നു വീണപ്പോൾ ഗർഭപാത്രത്തിന് കാര്യമായ ക്ഷതമേറ്റിരുന്നു. ഗർഭപാത്രം എടുത്തുമാ റ്റേണ്ടിവന്നു. അക്കാര്യം ഈയിടെയാണ് അവൾ അറിഞ്ഞത്. അപ്പോൾ മുതൽ കരച്ചിൽതന്നെ. ഇനിയും അവളെ കരയിക്കരുതെന്ന് മോഹമു ണ്ട്. പക്ഷേ സാധിക്കുന്നില്ല. നദീറാ മദ്നി ആവശ്യമില്ലാതെ വീട്ടിൽ പ്രശ്നമുണ്ടാക്കുകയാണ്. എല്ലാവരോടും എപ്പോഴും വഴക്ക്. ഒന്നും മിണ്ടാ നാവാതെ നിസ്സഹായനായി നിൽക്കേണ്ടി വരുമ്പോൾ മനസിൽ ചോര കിനിയുന്നതുപോലെ. എല്ലാം മറക്കാനുള്ള വഴി അറിയാഞ്ഞിട്ടല്ല. റംല ത്തിന് കൊടുത്ത വാക്ക് അപ്പോഴൊക്കെയും താങ്ങിനെത്തുന്നു. എത്ര കാലം പിടിച്ചു നിൽക്കാനാവും?

വീട്ടിൽ ഇപ്പോൾ പറയത്തക്ക അലട്ടുകളൊന്നുമില്ല. ഷാജി മാസാ മാസം കൃത്യമായി പണമയയ്ക്കുന്നുണ്ട്. വാപ്പ അതിൽനിന്ന് ഒരു ചില്ലി ക്കാശുപോലും തൊടാറില്ല. അവന്റെ കടമൊക്കെ തീർത്തു. ബാക്കി ബാങ്കിലിടുകയാണ്. എന്തെങ്കിലും ആവശ്യത്തിന് പണമെടുത്താൽ പലി ശയടക്കം തിരിച്ചിടും. മറിക്കാൻ കൈയിൽ കാശായപ്പോൾ കടയൊന്നു പച്ചപിടിപ്പിച്ചു. വാപ്പ ഇപ്പോൾ കടയിൽ ഇരിക്കാറില്ല. അത്യാവശ്യം കോൺട്രാക്ട് പണിയും ബ്രോക്കർപണിയുമൊക്കെയായി കൂടിയിരിക്ക യാണ്. ആ വകയിൽ അത്യാവശ്യം കാശും ഉണ്ടാക്കുന്നുണ്ട്. സമയം നന്നാകുമ്പോൾ തൊട്ടതെല്ലാം പൊന്നാകുമെന്ന് ഉമ്മ പറയുന്നത് നേരാ ണ്. രണ്ടു കടയിലും ഇപ്പോൾ ആവശ്യത്തിനു ചരക്കുണ്ട്. കച്ചവടവും നന്നായി നടക്കുന്നുണ്ട്.

“നിന്റെ വാക്കുകേട്ടാണ് ഊണുകഴിക്കാൻ വീട്ടിൽച്ചെന്നത്. പോയതു പുകിലായി. എത്രയെന്നുകണ്ടാ ക്ഷമിക്കുന്നത്? കടിച്ചുകീറാൻ വന്ന പ്പോൾ ഞാനും ചൂടായി. അവളിപ്പോഴും അങ്കക്കലി തുള്ളുകയാണ്. നീയൊന്നു വീട്ടിച്ചെല്ല് അല്ലെങ്കീ ആ കൊച്ചിനവിടെ ചെവിതലകേട്ട് കിട ക്കാൻ ഒക്കൂല്ലാ.”

കണ്ണുനിറച്ചുകൊണ്ട് മജീദ്കാക്ക പറഞ്ഞത് കേട്ടപ്പോൾ വീട്ടിലേ ക്കൊന്നു ചെല്ലാതെ നിവൃത്തിയില്ലെന്നായി ഷാഹുലിന്.

“എടേയ് ഞാനിപ്പഴിങ്ങെത്താം.”

നസീറിനെ കടയേൽപ്പിച്ച് റോഡിലിറങ്ങി. പതുങ്ങിയാണ് ഗേറ്റ് കട ന്നത്. ഇറയത്ത് ആരുമില്ല. ചാരിയിരുന്ന കതക് ഒച്ചയുണ്ടാക്കാതെ തുറ ന്നപ്പോൾ റംലത്ത് നല്ല ഉറക്കം. അവളെ ശല്യപ്പെടുത്തേണ്ടെന്നു കരുതി പുറത്തിറങ്ങി. ഉമ്മയുടെ മുറിയിൽച്ചെന്നു. ഉമ്മയും മയക്കത്തിലാണ്. അടു

ക്കളയിലും ആരുമുണ്ടായിരുന്നില്ല. സൈനബ കുളിക്കാനിറങ്ങിയതായിരിക്കും. ഇതുതന്നെ പറ്റിയ അവസരം. മജീദ് കാക്കായുടെ മുറിയിൽ അനക്കം കേൾക്കാം. ചാരിയ വാതിൽ തുറന്ന് അകത്തു ചെന്നു. മച്ചിൽ കണ്ണുംനട്ട് കട്ടിലിന്റെ കൈവരിയിൽ ചാരി ഇരിക്കുകയായിരുന്നു അവർ.

"മയിനീ..."

മയപ്പെടുത്തിയാണ് വിളിച്ചത്. ആ സംഭവത്തിനുശേഷം ആദ്യമായാണ് അവരോട് നേരിട്ടു സംസാരിക്കുന്നത്. ഉള്ളം വല്ലാതെ വിറച്ചു.

വിളി കേട്ടതും അവൾ പകച്ചതുപോലെ ചാടിയെഴുന്നേറ്റു.

"എനിക്കൊരു കാര്യം പറയാനുണ്ടായിരുന്നു."

അതിനുമില്ല മറുപടി.

"മയിനിയോടാണ് ഞാൻ പറയുന്നത്."

"ഞാൻ പൊട്ടിയല്ല കേൾക്കുന്നുണ്ട്."

ഏതോ പൊട്ടക്കിണറ്റിൽനിന്ന് വിളിച്ചുകൂവുന്നതുപോലെയാണ് തോന്നിയത്.

"വെളിവില്ലാതെ ഞാനേതാണ്ട് കാട്ടിക്കൂട്ടിയതിന് മയിനി എന്തിനാ വീട്ടിലുള്ളവരെ മുഴുക്കേ തീതീറ്റിക്കുന്നത്? മനസ്സമാധാനം ഇല്ലാതാക്കുന്നത്?'

"അപ്പോ എന്റെ നീറ്റലോ? ഉള്ളം എരിഞ്ഞുപുകയുമ്പോഴും ചിരിക്കാൻ ശ്രമിക്കുകയാണ് ഞാൻ. അതാരും അറിയുന്നില്ലല്ലോ."

അവരുടെ തൊണ്ട ഇടറി.

"ഇങ്ങനെ നീറ്റിപ്പുകയാൻ മാത്രം ഒന്നും ഉണ്ടായില്ലല്ലോ."

"ഇല്ലേ? പക്ഷേ, അങ്ങനെ ചിന്തിക്കുവാൻ എനിക്കാവുന്നില്ലല്ലോ. ഭർത്താവിനോടും വീട്ടുകാരോടും ഞാൻ തെറ്റുചെയ്തില്ലേ."

അവർ വിങ്ങിക്കരഞ്ഞു. ആകെ നീറി. എങ്ങനെ സമാധാനിപ്പിക്കും?

"മയിനീ..."

കുറ്റബോധത്തോടെ വിളിച്ചു. അവരുടെ കരച്ചിലിന് ശക്തി ഏറി. സമാധാനിപ്പിക്കാനായി അവരുടെ തോളിൽ കൈ വച്ചു. തട്ടിമാറ്റുമെന്നാണ് കരുതിയത്. അവർ കൈയിൽ മുറുകെപ്പിടിച്ച് വിങ്ങിപ്പൊട്ടുന്നത് കണ്ടപ്പോൾ സഹിക്കാനായില്ല.

"മതി കരഞ്ഞത്. അതിനുമാത്രം ഒന്നും ഉണ്ടായില്ല. മനസ്സറിഞ്ഞ് ഞാനൊന്നും ചെയ്തില്ല. നിങ്ങളെന്നും എന്റെ മയിനി ആയിരിക്കണം. പാവം മജീദ്കാക്ക നീറിപ്പുകയുകയാണ്. ഒരു തെറ്റും ചെയ്യാത്ത കാക്ക തീ തിന്നുന്നതു കാണുമ്പോൾ എന്റെ ഉള്ളം വിങ്ങുകയാണ്. റംലത്തിനെ ഞാൻ ഒരുപാട് കരയിച്ചു. ഇനി അവളെ വേദനിപ്പിക്കാൻ എനിക്കു വയ്യ. അവൾക്കത് താങ്ങാനുള്ള ശക്തിയുമില്ല. അറിയാതെയാണെങ്കിലും ഞാൻ ചെയ്തത് മഹാപാതകമാണ്. എനിക്കു മാപ്പുതരണം. നമ്മുടെ കുടുംബത്തിന്റെ രക്ഷ മയിനിയുടെ കൈയിലാണ്. അത് മറക്കരുത്."

പറഞ്ഞുതീർന്നപ്പോൾ തൊണ്ട ഇടറി. അതോടൊപ്പം ഭാരം ഇറക്കിവച്ച സുഖവും.

“ഒന്നും മറക്കാൻ കഴിയാത്തതാണ് എന്റെ തെറ്റ്. എന്തുചെയ്യാം! ഞാനൊരു പെണ്ണായിപ്പോയില്ലേ? അറിയാതെയാണെങ്കിലും എന്റെ മനസ്സ് പിഴച്ചുപോയില്ലേ? ഒരു നിമിഷത്തേക്കാണെങ്കിലും എന്റെ പാവം ഭർത്താവിനെ ഞാൻ മറന്നില്ലേ? ആ മുഖം കാണുമ്പോൾ മനസ് ചുട്ടുപുകയുകയാണ്. സ്വന്തം കുറ്റം മറക്കാൻ മറ്റുള്ളവരെ കുത്തിനോവിക്കുന്നു. എനിക്കു പ്രാന്തു പിടിച്ചെന്നാ തോന്നുന്നത്... അതെ, മുഴുപ്രാന്ത്.”

കൈ മുറുകെപ്പിടിച്ചുകൊണ്ട് അവർ എണ്ണിപ്പെറുക്കി. കൈ വിടുവിക്കാൻ ശ്രമിച്ചതുമില്ല. കരയട്ടെ. മനസു തുറന്ന് എല്ലാം പുറത്തേക്കു തള്ളട്ടെ. കണ്ണീരുവീണ് ഉള്ളിലെ കനൽ കെട്ടടങ്ങട്ടെ. അപ്പോൾ രക്ഷപ്പെടുന്നത് രണ്ടു കുടുംബങ്ങളാണ്. ഒരു സുഹൃത്തിനെയെന്നപോലെ അവരുടെ പുറം തടവി ആശ്വസിപ്പിച്ചു. കണ്ണീരടങ്ങിയപ്പോൾ അവർ കൈ വിടുവിച്ച് കട്ടിലിൽച്ചെന്ന് കമഴ്ന്നുകിടന്നു. ഒന്നും മിണ്ടാതെ പുറംതിരിഞ്ഞപ്പോൾ ചാരിയ വാതിൽക്കൽ പ്രേതത്തെ കണ്ടതുപോലെ വിരണ്ടു നിൽക്കുന്ന റംലത്ത്. അവളുടെ മുഖം വിളറിവെളുത്തിരുന്നു.

എന്തെങ്കിലും പറയാനുള്ള അവസരംപോലും കൊടുക്കാതെ കൊടുങ്കാറ്റുപോലെ ഒരോട്ടമായിരുന്നു. മുറിയുടെ കതക് ആഞ്ഞടച്ച ശബ്ദം കേട്ട് വീട് ഞെട്ടിവിറച്ചു.

“മോളേ കതകു തുറന്നേ.. ഞാൻ പറയുന്നതു കേൾക്ക്.. നീ വിചാരിക്കുന്നതുപോലെ..”

ബഹളം കേട്ടാകണം ഉമ്മ എത്തി.

“എന്താ? എന്താ കാര്യം?”

ശബ്ദം പുറത്തുവന്നില്ല. ഉമ്മയെ കെട്ടിപ്പിടിച്ച് കുട്ടികളെപ്പോലെ തേങ്ങിക്കരഞ്ഞു.

ഇരുപത്തിയഞ്ച്

മുറിയിലെത്തിയതും നീണ്ടുനിവർന്നൊന്നു കിടക്കാനാണ് ഷാജഹാനു തോന്നിയത്. അത്രയ്ക്കുണ്ട് ക്ഷീണം. വെളിപ്പിനേ വണ്ടിയുമായി ഇറങ്ങിയതാണ്. നടു കഴച്ചിട്ടു വയ്യ. കട്ടിലിൽ നിവർന്നു കിടന്നപ്പോൾ തളർച്ച ഏറി.

നാടുവിടുമ്പോൾ വലിയ പ്രതീക്ഷയൊന്നും ഉണ്ടായിരുന്നില്ല. സൗദിയിലെ ഏതോ ഒരു കമ്പനിയിൽ എന്തോ ഒരു ജോലി. എന്നാലും വേണ്ടില്ല. ആ ചുറ്റുപാടിൽനിന്ന് രക്ഷപ്പെടാമല്ലോ. കൂട്ടുകാരൻ സഹായത്തിനുണ്ടായിരുന്നതുകൊണ്ടാണ് ഡ്രൈവറുടെ പണി കിട്ടിയത്. അധ്വാനം കുറവാണെങ്കിലും ചൂടെന്നും തണുപ്പെന്നുമില്ലാതെ അലയണം. രാവിലെ ഇറങ്ങിയാൽ നേരമിരുട്ടുന്നതുവരെ വണ്ടിയുമായി അലച്ചിൽതന്നെ. മൈലുകൾ താണ്ടണം. കമ്പനിയുടെ ഉൽപ്പന്നങ്ങൾ ദൂരദിക്കുകളിലെ കടകളിലെത്തിച്ച് രശീതു വാങ്ങി മാനേജരെ ഏൽപ്പിക്കുമ്പോഴേ ജോലി തീരുന്നുള്ളൂ. തരക്കേടില്ലാത്ത ശമ്പളം കിട്ടുന്നുണ്ട്. ഓവർടൈം ചെയ്താൽ അതിനുള്ള കാശുകിട്ടും. താമസിക്കാൻ കമ്പനി വക ക്വാർട്ടേഴ്സ്. വേറെയും രണ്ടുപേരുണ്ട്. കണ്ണൂർക്കാരൻ ജബ്ബാറും കോഴിക്കോട്ടുകാരൻ കോയയും. രണ്ടുപേർക്കും നൈറ്റ് ഡ്യൂട്ടിയാണ്. വെള്ളിയാഴ്ചകളിലാണ് തമ്മിൽ കാണുന്നത്.

വയറെരിഞ്ഞപ്പോൾ എഴുന്നേറ്റ് മുണ്ടുമാറി. അടുക്കളയിലെത്തി ചായക്കെറ്റിൽ ഓൺചെയ്ത് അലുക്കുകൾ തപ്പി. ഒരു പാത്രത്തിൽ ചോറും കോഴിക്കറിയും അടച്ചുവച്ചിരിക്കുന്നു. ജബ്ബാറിന് പാചകം ഇഷ്ടമാണ്. സൗകര്യം കിട്ടിയാൽ അവൻ ചോറും കറികളും പാകം ചെയ്യും. ഒരു പങ്ക് അടച്ചുവയ്ക്കാൻ മറക്കാറില്ല. ഉറ്റവരും ഉടയവരും അടുത്തില്ലാതാകുമ്പോൾ സുഹൃദ്ബന്ധങ്ങൾക്ക് അടുപ്പമേറുന്നു. ആഴ്ചയിലൊരിക്കലേ

കാണാറുള്ളൂവെങ്കിലും മൂവരും വളരെ അടുപ്പമാണ്. അവധിദിവസങ്ങളിൽ അവർ ഹൃദയം തുറക്കുന്നു. ഒന്നിച്ചു അടുക്കളയിൽ കയറിതമാശ പറഞ്ഞുകൊണ്ട് ജോലി പങ്കിടുന്നു. വൈകുന്നേരങ്ങളിൽ കടൽത്തീരത്തും കവലകളിലും ചുറ്റിക്കറങ്ങി മോഹങ്ങൾ പരസ്പരം കൈമാറുന്നു.

ജബ്ബാറും കോയയും വെപ്പുപണി ചെയ്യുമ്പോൾ അവൻ മുണ്ടലക്കുകയും വീടു വൃത്തിയാക്കുകയുമാണ് പതിവ്. അടുക്കളപ്പണി തീരെ വശമില്ല. ചായ ഇടാൻതന്നെ ഇവിടെ വന്നതിനുശേഷമാണ് പഠിച്ചത്. വീട്ടിലാകുമ്പോൾ അടുക്കളയിൽ കയറാൻ ഉമ്മ സമ്മതിക്കാറില്ല.

"ആങ്കുട്ട്യേള് അടുക്കളയില് കയറുന്നത് ലക്ഷണക്കേടാ. ആ നേരം കൊണ്ട് എന്റെ മോൻ രണ്ടക്ഷരം പഠിക്കാൻ നോക്ക്."

വല്ലപ്പോഴും അടുക്കളയിൽ കയറിയാൽ ഉമ്മ വിരട്ടിയോടിക്കും. ഉമ്മ പാടുപെട്ട് എന്തെല്ലാം ഉണ്ടാക്കിയാലും എന്തെങ്കിലും കുറ്റവും കുറവും പറഞ്ഞ് പിണങ്ങുക സ്ഥിരം പതിവായിരുന്നു.

"ഇതെന്തര് മീൻകറി? എരിവും പുളിയും നാലയലത്തുമില്ല. ഉപ്പാണെങ്കി ലോഡുകണക്കിനല്ലേ ഇട്ടിരിക്കുന്നത്. ഇവിടാർക്കും കണ്ണിനുകാഴ്ചയില്ലേ? ദേ മീൻകണ്ടില്ലേ? ആകെ കരിഞ്ഞു."

പരാതിപ്പട്ടിക നീണ്ടങ്ങനെ പോകും.

"മാമായും ഷാഹുല്കാക്കായും അന്തസ്സായിട്ട് തിന്നിട്ട് പെയ്യല്ലോ. അവരാരും ഒന്നും പറഞ്ഞില്ല."

സൈനബ മുഖം വീർപ്പിക്കും.

"ഇവിടെ വച്ചതു കഴിച്ച് അവരുടെ നാവ് മരവിച്ചായിരിക്കും."

"തന്നെ തന്നെ. നാലു ദെവസി വീട്ടിനു വെളിയിൽ കഴിഞ്ഞാലേ അപ്പിക്ക് ഇവിടുത്തെ കറികൾക്ക് രുചി തോന്നൂ."

"മീൻ വറുത്തരച്ച് നീ ഓനു കൊടുത്തില്ലേടീ?"

നിസ്കാരപ്പായിലിരുന്ന് ഉമ്മ വിളിച്ചുചോദിക്കും.

"എല്ലാം കൊടുത്തേ. ഇനി മാമി വന്ന് വിളമ്പിക്കൊടുക്ക്. അപ്പോ രുചി കൂടുമായിരിക്കും."

സൈനബ കെറുവിച്ച് സ്ഥലംവിടും. അപ്പോൾ ഉമ്മതന്നെ എത്തും. ചൂടായിട്ട് പപ്പടം പൊരിച്ചതും മുട്ടപൊരിച്ചതുമൊക്കെ വിളമ്പി നിർബന്ധിച്ച് ഊണുകഴിപ്പിക്കും.

"ഉമ്മച്ചീ ഒരു പത്തുരൂപായിങ്ങ്തന്നേ. വയറെരിഞ്ഞിട്ട് വയ്യ."

നാലുമണിയാകുമ്പോൾ ഉമ്മയെച്ചെന്ന് ശല്യപ്പെടുത്താൻ തുടങ്ങും.

"ഇപ്പളല്ലേടാ നീ ചോറു തിന്നത്?"

'അതാണോ ചോറ്? നിങ്ങളെ വിഷമിപ്പിക്കണ്ടാന്നു കരുതി രണ്ടു വറ്റു വാരിത്തിന്നതാ. വിശന്നിട്ടു വയ്യാ."

"പുറംതീറ്റി ശീലമാക്കിയിട്ടാ വീട്ടിലുണ്ടാക്കുന്നത് പിടിക്കാത്തത്. ഒറ്റ നയാപൈസ ഞാൻ തരൂല്ലാ."

ഉമ്മയും കെറുവിക്കും. ഒടുക്കം ഉമ്മയെ പറഞ്ഞുമയക്കി പത്തിനു പകരം പതിനഞ്ചു കൈക്കലാക്കിയേ സ്ഥലംവിടൂ. വൈകുന്നേരം കൂട്ടു

കാരോടൊത്ത് ഊരുചുറ്റി നടന്ന് നേരമേറെ ഇരുട്ടുമ്പോൾ വീട്ടിലെത്തുന്നു. അതിനെക്കുറിച്ച് ആരെങ്കിലും എന്തെങ്കിലും മിണ്ടിപ്പോയാൽ തർക്കുത്തരം പറഞ്ഞ് എല്ലാവരുടേയും ഉറക്കം കെടുത്തുക പതിവായിരുന്നു.

"നിങ്ങക്ക് വയസ്സാംകാലത്ത് വേറെ ജ്വാലിയൊന്നുമില്ലായിരുന്നോ? ജന്മം തന്ന് ഭൂമിയിലിട്ടതുകൊണ്ടല്ലേ കഷ്ടപ്പാടൊക്കെ അനുഭവിക്കേണ്ടി വന്നത്?"

കേൾക്കുമ്പോൾ ഉമ്മയുടെ ചുവന്ന മുഖം വിളറി വെളുക്കും.

"നീ ഒരുത്തനേ എന്നോടിങ്ങനെയൊക്കെ പറയാറുള്ളൂ."

നനവൂറും സ്വരം.

എല്ലാം ഓർത്ത് നെടുവീർപ്പിടുകയാണ് ഇപ്പോഴത്തെ ജോലി. ചായയും ബിസ്കറ്റുമായി കട്ടിലിൽച്ചെന്നിരുന്നു. ഒഴിഞ്ഞ ഗ്ലാസ് മേശപ്പുറത്തു വെച്ചപ്പോഴാണ് കത്തുകണ്ടത്. മുംതാസിന്റെ കത്താണെന്ന് മേൽവിലാസം കണ്ടപ്പോഴേ മനസിലായി. മുത്തുപോലെയാണ് അവളുടെ കൈയക്ഷരം. നാട്ടിലെ വിവരങ്ങൾ വിശദമായി അറിയുന്നത് അവളുടെ കത്തുകളിൽനിന്നാണ്. നേരിട്ട് സംസാരിക്കുന്ന രീതിയിലാണ് എഴുതുക. ഓരോന്നും കൺമുന്നിൽ കാണുന്നതുപോലെ തോന്നും.

കത്ത് തിരിച്ചും മറിച്ചും പരിശോധിച്ചു. ഇവിടെ പോസ്റ്റു ചെയ്തതാണ്. നാട്ടിൽനിന്നു വരുന്ന ആരുടെയെങ്കിലും കൈയിൽ കൊടുത്തയച്ചതായിരിക്കണം. സാമാന്യം കനമുണ്ട്. അഞ്ചാറു പേജെങ്കിലും കാണും. ജബ്ബാറോ കോയയോ പോസ്റ്റുപെട്ടിയിൽനിന്ന് എടുത്തതായിരിക്കും. സന്തോഷത്തോടെ കട്ടിലിൽ കിടന്ന് കത്തുപൊട്ടിച്ചു.

ഒന്നും നിന്നെ അറിയിക്കേണ്ടെന്നാണ് കരുതിയത്. ആരോടെങ്കിലും മനസു തുറന്നില്ലെങ്കിൽ ചങ്ക് പൊട്ടിപ്പോകുമെന്നു തോന്നി. ഇതെല്ലാം നിന്നെ എഴുതി അറിയിച്ചതറിഞ്ഞാൽ ഉമ്മ കെറുവിക്കും. ഇതൊന്നും വായിച്ച് നീ മനസ് വിഷമിപ്പിക്കയും അരുത്. മുഖവുരതന്നെ രണ്ടു പേജുണ്ട്. ക്ഷമകെട്ടാണ് പേജുകൾ മറിച്ചത്.

നമ്മുടെ വീട്ടിൽ ചെകുത്താൻ കയറിയെന്നാ തോന്നുന്നത്. എല്ലാം അലങ്കോലംതന്നെ. കുറച്ചുനാളായിട്ട് ഓരോന്നായി നേരെ ആയിവരികയായിരുന്നു. ഉമ്മയുടെ ആരോഗ്യവും മെച്ചപ്പെട്ടിരുന്നു. ആരുടേയോ കണ്ണുകൊണ്ടതുപോലെ... എന്നിട്ടും സംഭവം പിടികിട്ടാതായപ്പോൾ പേജുകളിൽ കണ്ണുകൾ പരതി നടന്നു.

എങ്ങനെയാണ് നിന്നോടതു പറയുക? റംലത്ത് മയിനി സാരി ഫാനിൽ കെട്ടിത്തൂങ്ങാൻ ശ്രമിച്ചു. ഷാഹുല്കാക്കാ കതക് ചവിട്ടിത്തുറന്ന് ഉടനെ അകത്തു ചെന്നതുകൊണ്ട് അനർഥമൊന്നുമുണ്ടായില്ല. നദീറാ മയിനിയോട് ഷാഹുല്കാക്കാ എന്തോ അനാവശ്യം പറഞ്ഞത് കേട്ടാണത്രേ റംലത്ത് മയിനി ഈ കടുംകൈ കാണിച്ചത്. അരുതാത്തതൊന്നും ചെയ്തിട്ടില്ലെന്ന് ഷാഹുല്കാക്കാ ആണയിട്ടു പറഞ്ഞിട്ടും അവർ വിശ്വസിച്ചില്ല. കണ്ണാലെ കണ്ടത് മറക്കാനാവില്ലെന്നാണ് അവർ എന്നോട് പറഞ്ഞത്. എന്താണ് കണ്ടതെന്ന് അവരൊട്ട് തെളിച്ചുപറയു

ന്നുമില്ല. ആ സംഭവത്തോടെ നദീറാമയിനിക്ക് മിണ്ടാട്ടവും ഉരിയാട്ടവുമി ല്ലാതായി. അല്ലെങ്കിലും ഈയിടെയായിട്ട് അവർ എല്ലാവരോടും എപ്പോഴും ഒടക്കായിരുന്നു. മജീദ്കാക്കായുമായിട്ട് എന്നും ചണ്ടതന്നെ. വയ്യാതെ കിടക്കുന്ന റംലത്ത്മയിനിയോട് ശത്രുവിനെപ്പോലെയാണ് പെരുമാറുന്ന ത്. ഉമ്മയോടുപോലും പിണക്കം. എരിയുന്ന തീപ്പന്തംകണക്കെയാണ് നടത്തം. അടുത്തൂകൂടെ പോകുന്നവർക്കും പൊള്ളും. ഇക്കാര്യം അവ രോടൊന്ന് നേരിട്ട് ചോദിക്കാനാണ് അവരുടെ മുറിയിൽച്ചെന്നതെന്ന് ഷാഹുല് കാക്കാ അണയിട്ടു പറയന്നു. ആവശ്യത്തിനും അനാവശ്യത്തി നുമുള്ള പിണക്കത്തിന്റെ പൊരുൾ ചോദിച്ചറിയാൻ അവനെ ഞാൻ പറ ഞ്ഞയച്ചതാണ്. അവളെന്തോ കന്നംതിരിവ് പറഞ്ഞതായിരിക്കുമെന്ന് മജീ ദ്കാക്കായും പറയുന്നു. മജീദ് കാക്കായെ ഈയൊരു പരുവത്തിൽ ഞാനി തുവരെ കണ്ടിട്ടില്ല. വിവരമറിഞ്ഞ് ഞാൻ ചെല്ലുമ്പോൾ അങ്കക്കലിതു ള്ളുകയായിരുന്നു മജീദ്കാക്ക. സംഭവം നടക്കുമ്പോൾ കാക്ക കടയിലാ യിരുന്നു. ഉമ്മാ ആളയച്ചുവരുത്തിയതാണ്. നദീറാമയിനിയെ നാഭിക്കിട്ട് ചവിട്ടുന്നതു കണ്ട് ഞാനും ഉമ്മായും കെടന്ന് വിളിയായിരുന്നു. തെരു വുമുഴുക്കെ വീടിനകത്ത് അടിച്ചുകയറി. ആകെ നാണംകെട്ടു. എനി ക്കൊന്നും അറിയില്ലേ! എവിടെയോ എന്തോ പിഴച്ചിട്ടുണ്ടെന്നു കട്ടായം. ഏതായാലും റംലത്ത്മയിനി പിണങ്ങി പിള്ളേരേയും വിളിച്ച് വീട്ടിപ്പോ യി. നദീറാമയിനിയെ മജീദ് കാക്കാ നിർബന്ധിച്ച് അവരുടെ വീട്ടിലേക്ക യച്ചതാണ്. അവരാദ്യം പോകാൻ കൂട്ടാക്കിയില്ല. മജീദ്കാക്കാ മുടിക്കു കുത്തിപ്പിടിച്ച് തള്ളിയപ്പോൾ പിള്ളാരില്ലാതെ പോകില്ലെന്ന് ഒരേ ശാഠ്യം കണ്ടപ്പോൾ കരളലിഞ്ഞു. ഒടുക്കം ഉമ്മ ഇടപെട്ടാണ് പിള്ളേരെ അയച്ചു കൊടുത്തത്. പോകരുതെന്ന് ഉമ്മയും വിലക്കിയില്ല. ഞാൻ വിലക്കിയിട്ട് അവരൊട്ട് കേട്ടതുമില്ല. കരഞ്ഞുകൊണ്ടാണ് പിള്ളേരിറങ്ങിയത്. മയിനി യാവട്ടെ എന്തോ ഉറച്ചമട്ടിലായിരുന്നു. ഉമ്മയെ പകയോടെ നോക്കിയത ല്ലാതെ യാത്രപോലും ചോദിച്ചില്ല. അതോടെ വീടുറങ്ങി. ഷാഹുല്കാ ക്കായുടെ സ്ഥിതി കാണാൻ വയ്യ. എന്നുംകുടിച്ചു ലക്കുകെട്ടാണ് നടപ്പ്. റംലത്തമയിനിയുടെ ദീനം പൊറുത്തതിൽപ്പിന്നെ ആളാകെ മാറിയിരു ന്നു. സന്ധ്യമയങ്ങുംമുമ്പേ വീട്ടിലെത്തും. സെറ്റും വലയുമില്ല. കടയും വീടുമായിട്ട് കഴിയുകയായിരുന്നു. ഇപ്പോൾ താളം തെറ്റിയതുപോലെ. തോന്നുമ്പോഴാണ് വീട്ടിലെത്തുക. അതും കാശു ചോദിക്കാൻ. ഉമ്മ എതിർപ്പൊന്നും കാണിക്കാതെ ചോദിക്കുന്നത് കൊടുക്കും. ഉമ്മയുടെ കണ്ണീര് തോർന്ന നേരമില്ല. വാപ്പാക്കും നല്ല സുഖമില്ല. കാലിൽ നീരു വന്ന് വീർത്തിരിക്കുന്നു. മജീദ്കാക്ക സങ്കടം കടിച്ചമർത്തി കടയിലെ കാര്യങ്ങൾ നോക്കുന്നു. കടയിൽ ഇഷ്ടംപോലെ ചരക്ക്. കാശിനുമില്ല പഞ്ഞം. പറഞ്ഞിട്ടെന്താ മനസ്സമാധാനം മാത്രമില്ല. എല്ലാംകൂടി ഒന്നിച്ച് ആർക്കും കിട്ടില്ലായിരിക്കും...

വാക്കുകൾ കണ്ണീരിൽ കുതിർന്നപ്പോൾ കത്ത് ചുരുട്ടി കൈയിൽപ്പി ടിച്ച് കമഴ്ന്നുകിടന്നു തേങ്ങി.

നാടുവിടുമ്പോൾ ഒരുപാട് പ്രതീക്ഷകളൊന്നുമില്ലായിരുന്നു. മൂന്നു നേരത്തെ കൊറ്റിനുള്ള വകയും തലചായ്ക്കാനൊരിടവും. അത്രയേ ആശിച്ചുള്ളൂ. പക്ഷേ ഇവിടെ എത്തി ജോലിയിൽ പ്രവേശിച്ചപ്പോൾ ഉള്ളിൽ മോഹങ്ങളുടെ പൂപ്പട. ഓരോന്നായി പൂവണിയാൻ പോവുകയാണെന്നും തോന്നാറുണ്ടായിരുന്നു. വീടൊന്നു മോടികൂട്ടണം. ഉമ്മയെ ഹജ്ജിനു കൊണ്ടുവരണം. ഹജ്ജ് ചെയ്യുക എന്നത് ഉമ്മയുടെ അടങ്ങാത്ത മോഹമായിരുന്നു. സാധിക്കില്ലെന്നു തോന്നുന്നതു കൊണ്ടാകാം ഉമ്മ അക്കാര്യം അധികം ആരോടും പറയാറുമില്ല. തനിക്ക് വിസ ശരിയായപ്പോൾ ഉമ്മ ആദ്യം പറഞ്ഞ മോഹം അതായിരുന്നു. അതിനുള്ള ശ്രമത്തിലായിരുന്നു. വിസിറ്റിംഗ് വിസ സംഘടിപ്പിച്ച് ഉമ്മയെ ഹജ്ജിനു കൊണ്ടുവരിക. ഹജ്ജു കഴിഞ്ഞ് ഒരാഴ്ചയെങ്കിലും ഇവിടെ താമസിപ്പിക്കുക. എന്നിട്ട് ഉമ്മയോടൊപ്പം നാട്ടിലേക്കു തിരിക്കുക. അവിടെച്ചെന്ന് ഒരു കല്യാണമൊക്കെ കഴിച്ച് സന്തോഷത്തോടെ തിരിച്ചെത്തുക. രാപകലില്ലാതെ സ്വപ്നങ്ങൾ നെയ്തുകൂട്ടി. അവസരം കിട്ടുമ്പോഴൊക്കെ കൂട്ടുകാരുമായി സ്വപ്നങ്ങൾ പങ്കിട്ടു. സഹായിക്കാൻ അവരും ഒരുക്കമായിരുന്നു. കമ്പനി മാനേജർ മുതലാളി. സത്യസന്ധമായി ജോലി ചെയ്യുന്നതുകൊണ്ട് വലിയ കാര്യവുമായിരുന്നു. ലീവ് തരാമെന്ന് വാക്കുംതന്നതാണ്. എല്ലാം മുളയിലേ കരിഞ്ഞുണങ്ങുമെന്നോ?

മുംതാസ് എഴുതിയതെല്ലാം കേട്ടുകേൾവി ആയിരിക്കണം. ഷാഹുല്കാക്ക ഒരിക്കലും അങ്ങനെയൊന്നും പെരുമാറില്ല. എടുത്തു ചാട്ടമൊക്കെ ഉണ്ടെങ്കിലും മനസ്സ് ശുദ്ധമാണ്. മുന്നും പിന്നും നോക്കാതെ പുലമ്പുമെന്നേ ഉള്ളൂ. നദീറാമദിനിക്ക് ഒരിക്കലും ചുവട് പിഴക്കില്ല. അവർക്ക് മരുമകളുടെ സ്ഥാനമല്ല ആ വീട്ടിൽ. ഷാഹുല്കാക്കായ്ക്കും അവനും അവർ ജ്യേഷ്ഠസഹോദരിയാണ്. ഉമ്മയ്ക്കും വാപ്പായ്ക്കും മകളാണ്. ആ വീട്ടിലെ വെളിച്ചമാണ്. എവിടെയോ എന്തോ പിഴവു പറ്റിയതായിരിക്കും. റംലത്ത് മദിനിക്ക് സംശയം ഒഴിഞ്ഞ നേരമില്ല. കുട്ടിക്കളി വിട്ടിട്ടുമില്ല. ഷാഹുല്കാക്കായുമൊത്ത് കറങ്ങിയടിച്ചു നടക്കണമെന്നല്ലാതെ വീടിനെക്കുറിച്ചൊന്നും അവർക്കൊരു ചിന്തയുമില്ല. കിട്ടുന്നതിനിരട്ടിയാണ് ചെലവ്. നദീറാമദ്നി അങ്ങനെയല്ല. ഇരുത്തംവന്ന പെരുമാറ്റം. ധൂർത്ത് ഒട്ടും ഇഷ്ടമല്ല. നാവിനിത്തിരി മൂർച്ച കൂടുതലാണെന്ന ദോഷമേ ഉള്ളൂ. അവരുടെ നാവിന്റെ മൂർച്ച അവനും ഏറെ അനുഭവിച്ചതാണല്ലോ. അതേസമയം വീട്ടിലെന്തെങ്കിലും ഒരാപത്തു വന്നാൽ എന്തുവിട്ടുവീഴ്ചയ്ക്കും തയാറായി അവർ മുന്നിലുണ്ടാവും. എപ്പോഴും തമാശ പറഞ്ഞ് ചിരിക്കുകയും മറ്റുള്ളവരെ ചിരിപ്പിക്കുകയും അവരുടെ പതിവാണ്. ചില തമാശകൾ ചിലപ്പോൾ മറ്റുള്ളവരെ നോവിക്കുന്നത് അവർ അറിയാറില്ല. അങ്ങനെ എന്തെങ്കിലും തമാശ കാണിച്ചതാകാനേ വഴിയുള്ളൂ. അല്ലാതെ മുംതാസ് ഉദ്ദേശിക്കുന്നതുപോലെ... സ്വയം സമാധാനിക്കാൻ ശ്രമിച്ചു.

അടുക്കളയിൽനിന്ന് പുറത്തിറങ്ങാൻ നദീറാമദ്നിക്ക് ഒഴിവുകിട്ടാറില്ല. പറയാനുള്ളത് നേരിട്ടു പറയാതെ കുത്തും മുനയും വെച്ച് സംസാരി

ക്കുകയാണ് അവരുടെ പതിവ്. അവർ എന്താണ് ഉദ്ദേശിക്കുന്നതെന്ന് വീട്ടിലുള്ളവർക്ക് മുഴുവൻ മനസിലാകുമെങ്കിലും മജീദ്കാക്കായ്ക്ക് അറിഞ്ഞ ഭാവമുണ്ടാകാറില്ല. ഷാഹുല്കാക്കയും ഭാര്യയും അണിഞ്ഞൊരുങ്ങി ഊരുതെണ്ടാനിറങ്ങുന്നത് കാണുമ്പോൾ അവർ കോപം അടക്കിപ്പിടിച്ച് എന്തൊക്കെയോ പുലമ്പുന്നത് പലതവണ കണ്ടിട്ടുണ്ട്. അപ്പോഴൊക്കെ സഹതാപം തോന്നിയിട്ടുണ്ട്.

അവരുടെ സ്വഭാവം വെച്ചു നോക്കുമ്പോൾ തക്കതായ എന്തെങ്കിലും കാരണമില്ലാതെ ഇങ്ങനെയൊന്നും സംഭവിക്കില്ല. തുറന്നുപറയാനാവാത്തതുകൊണ്ട് സ്വയം എരിഞ്ഞുനീറുകയായിരിക്കും. എന്തായിരിക്കും കാരണം? കുടിച്ചു ലക്കില്ലാതെ ഷാഹുല്കാക്ക അരുതാത്തതെന്തോ കാണിച്ചിരിക്കുമോ? തലയ്ക്കു വെളിവില്ലാതാകുമ്പോൾ ചേട്ടത്തിയേത്? അനിയത്തിയേത്? എല്ലാ പെണ്ണിനും ഒരേ മുഖം അനുഭവിച്ചറിഞ്ഞതാണല്ലോ. ഉമ്മയുടെ പ്രാർഥനകൊണ്ടാകാം അരുതാത്തതൊന്നും തോന്നാഞ്ഞത്. അവിടെത്തന്നെ നിന്നിരുന്നെങ്കിൽ വഴിതെറ്റിയേനെ.. റംലത്ത് മദിനി പ്രസവത്തിനു പോയപ്പോൾ ഷാഹുല് കാക്കാ കാണിച്ചുകൂട്ടിയ വിക്രിയകളൊക്കെ മുംതാസ് വിശദമായി എഴുതിയിരുന്നു. എല്ലാംകൂടി ചേർത്തുവച്ചുനോക്കുമ്പോൾ ഉടനെ നാട്ടിലെത്താൻ വെമ്പി. മാനേജരോടു ചോദിച്ചാലോ? വീട്ടിലാർക്കെങ്കിലും അസുഖമാണെന്നു പറഞ്ഞാൽ കനിയാതിരിക്കില്ല. രണ്ടുമാസം കഴിഞ്ഞ് ലീവനുവദിച്ചുതരാമെന്ന് ഏറ്റതാണ്. കമ്പനി കനിഞ്ഞില്ലെങ്കിൽ ടിക്കറ്റിനുള്ള പണം സ്വയം വഹിക്കേണ്ടിവരും. എന്നാലും വേണ്ടില്ല. ഒന്നുപോവുകതന്നെ.

അസാനാരുകുഞ്ഞിന്റെ കുടുംബം കരകയറരുതെന്നായിരിക്കും റബ്ബിന്റെ വിധി. അള്ളാഹുവിനെ കുറ്റപ്പെടുത്താൻ ആ വീട്ടിൽ ആർക്കാ അർഹതയുള്ളത്? ഉമ്മ കരഞ്ഞുപറഞ്ഞാലും പള്ളിയിൽ കയറില്ല മക്കൾ. മക്കൾക്ക് നേർവഴി കാണിച്ചുകൊടുക്കാൻ കേണുകേണ് ഉമ്മയുടെ തൊണ്ട വരണ്ടുകാണും. ഉമ്മയുടെ പ്രാർഥന ഒന്നുകൊണ്ടുമാത്രമാണ് ഇത്രേടം എത്തിയത്. നാടുവിട്ടതോടെ, ലോകമറിഞ്ഞതോടെ, സ്നേഹത്തിന്റെ വില കുറേശ്ശെയായി മനസിലാക്കുന്നുണ്ട്. ഇവിടെ വന്നതിനു ശേഷം നിവൃത്തിയില്ലാതെയാണ് പള്ളിയിൽ പോകാൻ തുടങ്ങിയത്. നിസ്കാരസമയത്ത്പള്ളിയിൽ കയറാതെ ഒഴിഞ്ഞുമാറുന്നതുകണ്ടാൽ പൊലീസ് പിടിച്ച് അകത്താക്കും. പേടിച്ചാണ് തുടങ്ങിയതെങ്കിലും നിസ്കാരം ഇപ്പോൾ ശീലമായി. അല്ലാഹുവിനെ മനസ്സുറപ്പിച്ച് ജീവിക്കാൻ തുടങ്ങിയപ്പോൾ എന്തും നേരിടാനുള്ള കരുത്ത് നേടിയ അനുഭവം. എങ്കിലും മുമ്പ് ചെയ്തു കൂട്ടിയ പാപങ്ങൾ രേഖപ്പെടുത്തിയിട്ടുണ്ടാവില്ലേ? അതിനുള്ള ശിക്ഷയിൽ നിന്ന് ഒഴിഞ്ഞുമാറാനാകുമോ? എത്ര കരഞ്ഞു കേണാലും തീരാത്ത പാപങ്ങളല്ലേ ചെയ്തുകൂട്ടിയത്?

തലയ്ക്കകത്ത് കൊടുങ്കാറ്റടിച്ചപ്പോൾ എഴുന്നേറ്റിരുന്നു. ഉമ്മയുടെ കരഞ്ഞുകലങ്ങിയ മുഖം ഓർമയിൽ തെളിഞ്ഞപ്പോൾ ഇരിക്കാനായില്ല. ഉടനെ മാനേജരെ കാണാൻ തീരുമാനിച്ചു. വേഷം മാറി മുറിപൂട്ടി പുറഞ്ഞിറങ്ങിയപ്പോൾ വല്ലാത്ത ആശ്വാസം തോന്നി.

ഇരുപത്തിയാറ്

തിളച്ചവെള്ളത്തിൽ തോർത്തുമുണ്ട് മുക്കിപ്പിഴിഞ്ഞ് അസനാരുകുഞ്ഞിന്റെ കാൽമുട്ടിൽ ചൂടുപിടിക്കുകയായിരുന്നു റാബിയ.

"അയ്യോ... പൊള്ളിയല്ലോ.."

അസനാരുകുഞ്ഞു കാലു കുടഞ്ഞു.

"തൈലം പുരട്ടിപിടിപ്പിച്ചിട്ട് കടുംചൂടിൽ വെള്ളം പിടിക്കാനല്ലേ വൈദ്യര് പറഞ്ഞത്? ഒന്ന് അടങ്ങിയിരുന്നേ."

അവർ വീണ്ടും തേർത്തുമുണ്ട് ആവിപറക്കുന്ന വെള്ളത്തിൽ മുക്കിപ്പിഴിഞ്ഞു. കാൽമുട്ടിന് നല്ല വേദനയുണ്ടെന്ന് അസനാരുകുഞ്ഞിന്റെ മുഖം കണ്ടാലറിയാം. റാബിയയുടെ മുഖത്തും അവശത.

"പ്രായമായെന്നു നോക്കാതെ മിണ്ടിപ്പാഞ്ഞു നടന്നോളും. കാൽമുട്ടിൽ അപ്പംപോലെ നീരുണ്ട്."

"ഓടിനടന്നതുകൊണ്ടൊന്നുമല്ല. വയസ്സായെന്നുംപറഞ്ഞ് പെരയ്ക്കത്ത് കുത്തിയിരുന്നാലാണ് അസുഖം വരിക. മനസിൽ ആധി കയറിയാൽ എല്ലാ വ്യാധിയും ഏറും."

അസനാരുകുഞ്ഞിന്റെ സ്വരം ഇടറി. റാബിയ ഒന്നും മിണ്ടാനാകാതെ തോർത്തും കൈയിൽ പിടിച്ച് അനക്കമറ്റ് ഇരുന്നതേയുള്ളൂ.

"വെള്ളം തണുത്തല്ലോ മാമീ. വേറെ കൊണ്ടുവരട്ടോ?"

റാബിയ ഒന്നും മിണ്ടാതെ തോർത്ത് ചരുവത്തിലിട്ടു.

"ഇവിടാരുമില്ലേ? ഒച്ചയും അനക്കവുമൊന്നും കേൾക്കാനില്ലല്ല്. അസനാരുകുഞ്ഞില്ലേ?" അസനാരുകുഞ്ഞിന്റെ സഹോദരി ലൈല കിതച്ചുകൊണ്ടാണ് അകത്തെത്തിയത്.

"കിടന്ന് വിളിക്കാതെ അകത്തോട്ടു കയറിച്ചെല്ലിൻ."

അവരുടെ മകൻ കരീം പറഞ്ഞു.

"നീ എന്നെ പഠിപ്പിക്കണ്ട. ഒരു വീട്ടി കയറിച്ചെല്ലുമ്പം വിളിച്ചും പറഞ്ഞുംവേണം കയറാൻ. അതാ മര്യാദ. കൊച്ചേ, റാബിയാ.. പിള്ളാരെല്ലാം എവിടെപ്പോയത്?"

"എങ്കീ വിളിച്ചുകൂവ് കിതപ്പ് ഏറട്ടെ."

കരീം അകത്തേക്കു നടന്നു.

റാബിയ ഭർത്താവിന്റെ കാൽ ഉണങ്ങിയ ശീലകൊണ്ട് തുടയ്ക്കുന്നതിനിടയിൽ മുഖമുയർത്തി. ലൈലയെ കണ്ടപ്പോൾ അവരുടെ മുഖം തെളിഞ്ഞു. അസനാരുകുഞ്ഞ് നീരുവന്നു വീർത്ത കാൽ പണിപ്പെട്ട് കട്ടിലിൽ കയറ്റിവെച്ചു. അതു കണ്ട് ലൈലയുടെ മുഖത്തും പരവേശം.

"ഇതെന്തൊരു പരുവം! എഴീക്കാൻ വയ്യാതെ കിടപ്പിലായിട്ട് എന്നെയൊന്ന് വിവരമറിയിക്കാൻ ഇവിടാർക്കെങ്കിലും തോന്നിയോ? വിവരമറിഞ്ഞു വന്നാ മാമി ഇവിടെയങ്ങു പൊറുത്തുകളയുമെന്നായിരിക്കും."

പറഞ്ഞു കഴിഞ്ഞതും അവർ തളർന്നു കട്ടിലിലിരുന്നു.

"നിങ്ങള് കാര്യമറിയാതെ അതുമിതും പറയണതെന്തരിന്? അല്ലെങ്കിലേ വയ്യാതിരിക്കുവാ. ഉറക്കെ സംസാരിച്ചൂടെന്നാ ഡാക്ടർ പറഞ്ഞത്."

കരീം തടസപ്പെടുത്തി.

"നീ ചുമ്മായിരിയടാ. എവനെ ഈ പരുവത്തിൽ കാണുമ്പോ എനിക്ക് ദണ്ഡമില്ലാതിരിക്കുമോ? ഞങ്ങള് പത്തും പലതുമില്ല. എനിക്ക് കൂടപ്പിറപ്പായിട്ട് ഇവനൊരുത്തനേ ഉള്ളൂ. എഴീക്കാൻ വയ്യാതായിട്ട് എന്നെ ഒന്നറിയിക്കാൻ നിനക്കെങ്കിലും തോന്നിയില്ലല്ലോടാ.'

"വയ്യാതിരിക്കുമ്പം നിങ്ങളെ ശല്യപ്പെടുത്തണ്ടാന്ന് ഞാനാ പിള്ളാരോട് പറഞ്ഞത്. അതിനുമാത്രമൊന്നുമില്ല താത്താ. വാതത്തിന്റെയാ. വൈദ്യരുടെ മരുന്നും കഷായവുമൊക്കെ ആയപ്പോ ഭേദമുണ്ട്.

"ഡാക്ടറെ കാണിക്കാത്തതെന്ത് മാമാ? ആര്യവൈദ്യംകൊണ്ട് പെട്ടെന്നൊന്നും പൊറുക്കൂലാ."

"ഇത് രക്തവാതമാ. ആയുർവേദംതന്നെയാ നല്ലത്. ഞങ്ങളെ വാപ്പാക്കും ഇതുതന്നെ ആയിരുന്നു അസുഖം. ഡാക്ടറന്മാരുടെ കൈയില് ഇതിനുണ്ട് മരുന്ന്."

റാബിയ അപ്പോഴും ഒരക്ഷരം മിണ്ടാതെ തറയിൽ ഇരിപ്പായിരുന്നു.

"മാമിയെന്ത് ഒന്നും മിണ്ടാത്തത്?"

കരീം ചോദിച്ചപ്പോഴാണ് ലൈല തറയിലിരിക്കുന്ന റാബിയയെ ശ്രദ്ധിച്ചത്.

"ഉള്ളതുതന്നെ, ഇതെന്തരിരുപ്പ് കൊച്ചേ?"

റാബിയ ഒന്നും മിണ്ടാതെ അവരുടെ മടിയിൽ വീണ് തേങ്ങി.

"എന്തര് കൊച്ചേ നീയെങ്കിലും പറ. എവളെന്ത് ഇങ്ങനെ കെടന്ന് കരയണത്?"

"ഏതെന്നുവച്ച് പറയും? എവിടെ തുടങ്ങും?"

അസനാരുകുഞ്ഞിന്റെ ശബ്ദം ഇടറി.

"മജീദും ഷാഹുലും വഴക്കിട്ട് മാറിത്താമസിച്ചോ?"

"എന്നാലും വേണ്ടൂല്ലായിരുന്നു. ആരുതമ്മിലുമല്ല വഴക്ക്. എന്നിട്ടും എല്ലാവരും തല്ലിപ്പിരിഞ്ഞു."

"നീ വളച്ചൊടിക്കാതെ കാര്യമെന്തരാന്നുവെച്ചാ പറ."

"കാര്യമെന്തരാണെന്ന് എനിക്കും പിടികിട്ടണില്ല. ഷാഹുലിന്റെ പെണ്ണ് അവനോട് വഴക്കിട്ട് കെട്ടിത്തൂങ്ങി ചാകാൻ തുടങ്ങി. അന്നുമുതല് നാദീറക്ക് മിണ്ടാട്ടവും ഉരിയാട്ടവുമില്ലാതായി. റംലത്ത് പിണങ്ങി അവളുടെ വീട്ടിപ്പോയി. ആ അരിശത്തിനാണെന്നാ തോന്നണത് മജീദ് നദീറായെ അവടെ വീട്ടിലേക്കയച്ചു. ഞങ്ങടെ കൂടൊഴിഞ്ഞു."

മുഴുമിക്കാനാവാതെ അസനാരുകുഞ്ഞ് വാക്കുകൾ വിഴുങ്ങി.

"എന്തൊക്കെയാ ഞാനീ കേക്കണ്? ലവന്മാര് എന്തരാണ് പറയണത്?"

കേട്ടതും റാബിയയുടെ തേങ്ങൽ കരച്ചിലായി.

"മാമി കരഞ്ഞു കരഞ്ഞ് ഇല്ലാതാകും."

സൈനബ ഇടറിക്കൊണ്ടാണ് പറഞ്ഞത്.

"എടീ ലവന്മാര് കടയിലുണ്ടെങ്കീ ഉടനെ ഇവിടെ വരാൻ പറ."

ലൈല സൈനബയോടായി പറഞ്ഞു.

"മജീദ്കാക്കാ കടയിൽ കാണും. ഷാഹുല്കാക്കായെ എവിടെച്ചെന്ന് അന്നഴിക്കട്ട്?"

ഊം? അതെന്ത്?"

"ഒന്നും പറയാത്തതാ താത്താ നല്ലത്. പൊണ്ടാട്ടി പിണങ്ങിപ്പോയതിനുശേഷം ഷാഹുൽ ആകെ ഇടംതിരിഞ്ഞാ നടപ്പ്. വെളുവുള്ള നേരമില്ല. മജീദ് എല്ലാം ഉള്ളിലൊതുക്കിയാണെങ്കിലും കാര്യങ്ങള് അന്നഴിക്കണുണ്ട്. ഞാനാണെങ്കീ ദേ ഈ പരുവത്തിലും..."

അസനാരുകുഞ്ഞ് അവശതയോടെ കട്ടിലിൽ കിടന്നു.

"ഇതുവല്ലോം ഞങ്ങളറിഞ്ഞതാണോ? ആ പെണ്ണിനെ തരക്കേടില്ലാത്തരാലോചന വന്നപ്പോ അതങ്ങുറപ്പിക്കാമെന്നുവെച്ചു. നിന്റൂടി ചോദിക്കാതേം പറയാതേം ഞാനെന്തെങ്കിലും ചെയ്യുമോ? അതാ ഓടിവന്നത്."

"നടക്കട്ട് താത്താ. ആ പെണ്ണുംകൂടി പടിയിറങ്ങിയാ താത്താരെ ഭാരം കുറയുമല്ലോ."

"ഉള്ളതാ. എന്നാലും നീയിങ്ങനെ വയ്യാതെ കിടക്കുമ്പം.."

"അതൊന്നും സാരമില്ലെന്നേ. ചെറുക്കനെന്തോന്ന് ജ്വാലി?"

"ഗൾഫിലാ. എന്റെ ഷംസുവിന്റെ കൂടെയാ ജ്വാലിനോക്കുന്നത്. തരക്കേടില്ലെന്നാ അവൻപറഞ്ഞത്. പെണ്ണിന്റെ പടം കണ്ടപ്പഴേ ചെറുക്കനിഷ്ടമായി. എന്റെ മക്കടെ കൂട്ടത്തി അവളാ ചുണക്കുട്ടി. ഇനി പെണ്ണുകാണൽ ചടങ്ങൊന്നും വേണ്ടെന്നാ പറഞ്ഞത്. അടുത്ത മാസം ആദ്യം അവനും ഷംസുവും എത്തുന്നുണ്ട്. അപ്പോഴേക്കും തീയതി നിശ്ചയിച്ചാ തരക്കേടില്ലെന്ന് പെണ്ണിന്റെ മാമാ വന്നു പറഞ്ഞിട്ടു പോയി. നിന്നെക്കൂടി വിളിച്ച് തീയതി ഉറപ്പിക്കാമെന്നും കണ്ടാ പോന്നത്. എന്നിട്ടിപ്പോ..."

"അപ്പോ അച്ചാരംവെപ്പിനുള്ള തീയതിയൊക്കെ നിശ്ചയിച്ചു, അല്ലേ മാമീ?"

“പെണ്ണേ ചുമ്മാ ഇല്ലാവചനം പറഞ്ഞുണ്ടാക്കല്ലേ! ഇവിടെ വന്നു പറയാതെ എങ്ങനാ തീയതി ഉറപ്പിക്കുന്നത്? അച്ചാരംവെപ്പായിട്ടൊന്നും നടത്തണില്ല. നിങ്ങള് നാലഞ്ചുപേര് ചെന്ന് കല്യാണത്തീയതി ഉറപ്പിച്ചാ മതിയെന്നാ ഷംസു എഴുതിയത്. ചെറുക്കന് രണ്ടുമാസത്തെ അവധിയേ ഉള്ളൂ. അതുകൊണ്ട് എല്ലാം പെട്ടെന്ന് വേണം. എങ്കിലല്ലേ അവരിക്ക് കുറച്ചുദിവസമെങ്കിലും കറങ്ങിയടിച്ച് നടക്കാനൊക്കൂ? എന്റെ ഒടപ്രന്നോനോടൊരു വാക്കു ചോദിക്കാതെ തീയതി നിശ്ചയിക്കാനൊക്കൂല്ലാന്നും പറഞ്ഞാ ഞാനിറങ്ങിയത്. അതിനിടയിലാ അവടെയൊരു പാഴ് ചോദ്യം.”

“അവള് വിവരമില്ലാതെ എന്തോ പറഞ്ഞതിന് താത്താ കെറുവിക്കണ്ട. അച്ചാരംവെപ്പില്ലെങ്കിലും കൊടുക്കാനുള്ളത് കൊടുക്കണ്ടേ? എത്ര രൂപയാ അവര് ചോദിക്കുന്നത്?”

“കല്യാണച്ചെലവിന് അമ്പതിനായിരം രൂപാ. ഉരുപ്പടി അമ്പത് പവനെങ്കിലും കൊടുക്കണ്ടേ? പത്തിരുപത്തഞ്ച് പവൻ കരുതിയിട്ടുണ്ട്. ബാക്കി പിള്ളേര് ശരിയാക്കിക്കൊള്ളും. അതൊന്നും സാരമില്ല. നീയൊന്ന് എഴീറ്റുനടന്നാ മതി.”

“കാശ് കല്യാണത്തിന്റന്ന് കൊടുത്താ മതിയോ?”

“അതു പോരാ. ഈ ആഴ്ചയിൽ അവിടെ എത്തിക്കണം. ചെറുക്കന് ഷംസു അവിടെവച്ചന്നുതന്നെ വാച്ചുകെട്ടി കല്യാണമങ്ങുറപ്പിച്ചു.’

“അപ്പോ ഞാൻ പറഞ്ഞതുതന്നെ നേര്. അച്ചാരംവെപ്പ് അങ്ങ് ഗൾഫീവെച്ചു നടന്നു. അല്ലേ മാമീ?”

സൈനബ ഇടയിൽ കയറി പറഞ്ഞു.

“കൊച്ചേ അനാവശ്യം പറഞ്ഞാൽ ഞാനൊരു കുത്തുവച്ചു തരും കേട്ടോ.”

ലൈല കയർത്തു.

“നീ കിന്നാരം പറഞ്ഞു നിക്കാണ്ട് അടുക്കളയിലേക്കു ചെല്ല്. അവർക്കു വന്നിട്ടിതുവരെ ചായപോലും കൊടുത്തില്ല.”

റാബിയ പറഞ്ഞപ്പോൾ സൈനബ അടുക്കളയിലേക്കു നടന്നു.

“ഇതെന്തൊരു പരുവം കൊച്ചേ? നീയിങ്ങനെ തുടങ്ങിയാ എവനു ചേക്ക കിട്ടുമോ? നിങ്ങള് രണ്ടുപേരും എല്ലാം മനസിലൊതുക്കി നടന്ന് അസുഖം വിളിച്ചുവരുത്തിയിട്ട് വല്ല കാര്യവുമുണ്ടോ? രണ്ടുപേരും അറിഞ്ഞുകൊണ്ട് ആരേയും ദ്രോഹിച്ചിട്ടില്ല. എവളാണെങ്കീ പടച്ചവനെ മറന്ന് ഒന്നും ചെയ്യാറില്ല. ആ... കാലമതായിപ്പോയി. കണ്ട കാലമാടന്മാരൊക്കെ സസുഖം വാഴുന്നു. ഒരു തെറ്റും ചെയ്യാത്തവർക്കാ ശിക്ഷ.”

“അങ്ങനെയൊന്നും പറയാതെ ലൈലാത്താ. ഇതൊക്കെ അവന്റെ ഓരോ പരീക്ഷണങ്ങളാ. നമ്മളും അത്ര നല്ലവരൊന്നുമല്ലല്ലോ.”

റാബിയ പറഞ്ഞു.

“അങ്ങനെ മനസ്സുറപ്പിച്ച് നിർത്തിക്കോ. എല്ലാം നേരെയാകും.”

ലൈല സമാധാനിപ്പിച്ചു.

“അപ്പോ ഞങ്ങളിറങ്ങട്ടോ?”

"മണി പന്ത്രണ്ടടിച്ചു. ഊണ് കഴിഞ്ഞിട്ട് പോയാ മതി."

റാബിയ തിടുക്കപ്പെട്ട് എഴുന്നേറ്റുകൊണ്ടു പറഞ്ഞു.

"ഇന്ന് ഞങ്ങക്കുടനെ പോയേ ഒക്കൂ. പോകുംവഴി എവന്റെ അപ്പച്ചീടെ വീട്ടീക്കൂടി ഒന്നു കയറണം. നേരത്തെ ചെന്നു പറഞ്ഞില്ലെങ്കീ അവര് കെറുവിക്കും. അപ്പഴ് അടുത്ത മാസം എട്ടാം തീയതി നിശ്ചയിക്കട്ടോ? മറ്റന്നാൾ നിനക്കവിടെ വരാനൊക്കുമോ?"

"ഈ പരുവത്തിൽ ഞാനെങ്ങനെ വരണത്? അസീസിന്റൂടി വരാൻ പറയാം."

"അത് മതിയോടാ?"

"പിന്നല്ലാതെന്തര് ചെയ്യണത്? ഈ കാലുംവച്ചോണ്ട് മാമാ എങ്ങനെ വരും?"

"അതാ താത്താ നല്ലത്?"

"അപ്പോ ഞങ്ങളിറങ്ങട്ടോ?"

"ഈ ചായ കുടിച്ചിട്ട് ഇറങ്ങാം."

സൈനബ തട്ടത്തിൽ ചായയും എന്തോ പലഹാരവുമായി എത്തി.

"എടിയേ, കല്യാണത്തിന് നീയും കൂടിയങ്ങ് എത്തിയേക്കണേ! നിന്റെ ഉമ്മായും ഞാനും വലിയ കൂട്ടായിരുന്നു."

"അതു പിന്നെ മാമി പറയണോ?"

അപ്പോഴാണ് നടയിൽ ബഹളംകേട്ടത്.

"എന്നെയാരും പിടിക്കണ്ട. എന്റെ വീട്ടീപ്പൂവാൻ എനിക്കാരുടേയും സഹായവും വേണ്ട. വിടീനെടാ.."

താങ്ങിപ്പിടിച്ചവരെ കുടഞ്ഞുമാറ്റിക്കൊണ്ട് ഷാഹുൽ വേച്ചുവേച്ച് പടി കയറി.

മുഷിഞ്ഞ വേഷം. നീണ്ടുവളർന്ന താടിമീശ. ചുവന്ന കണ്ണുകൾ ലൈലാക്ക് സഹിച്ചില്ല.

"എടാ കഴുവേറി, നീയൊക്കെ എന്തു ഭാവിച്ചുകൊണ്ടാ? തള്ളയും തകപ്പനും ഇതെങ്ങനെ സഹിക്കും? വെറുതെയാണോ എന്റെ ഒടപ്രന്നോൻ വീണുപോയത്? എമ്പോക്കീ നിനക്കിട്ട് രണ്ടു തന്നിട്ടു തന്നെ."

അവർ ഷാഹുലിന്റെ കൈയിൽ കയറിപ്പിടിച്ചതും അവൻ കൈ തട്ടി മാറ്റി.

"ദേ.. തള്ളേ, എന്നെ തൊടരുത്..."

"തൊട്ടാ നീ എന്തു ചെയ്യുമെടാ?"

"തൊട്ടാ ഞാൻ..."

ഷാഹുൽ ആടിക്കൊണ്ട് ഇറയത്തെ കസേരയിൽ വീണു. ഉമ്മറത്തെ ജനക്കൂട്ടത്തിന് ഹരം. കണ്ടപ്പോൾ ലൈലയ്ക്ക് സഹിച്ചില്ല.

"ഇനിയും എന്തര് നാടകം കാണാനെക്കൊണ്ട് കൂട്ടംകൂടി നിക്കണത്? പോയീൻ."

"ലിവരേത്? റോഡീ വീണുകെടന്നവനെ വീട്ടിലെത്തിച്ച ഞങ്ങക്കായോ ഇപ്പം കുറ്റം?"

"അതേടാ. അന്യരുടെ വിഷമം കണ്ട് ചിരിക്കാൻ.."

"ഉമ്മ നിങ്ങളൊന്ന് ചുമ്മായിരി. ദേ നിങ്ങക്കൊന്നും തോന്നല്ലേ! അവര് വിഷമംകൊണ്ട് പറയുന്നതാ."

കരീം ഇടയിൽ കയറി അവതാ പറഞ്ഞപ്പോൾ ഓരോരുത്തരായി സ്ഥലം വിട്ടു.

"വയ്യാതെ കിടക്കുന്ന നിന്റെ വാപ്പായെക്കുറിച്ച് നീ ഓർക്കാത്തതെന്തപ്പീ? അതിനുമാത്രം ഇവിടെ എന്തുണ്ടായെന്നാ?"

"നിന്റെ പെണ്ണുംപിള്ള പിണങ്ങിപ്പോയതിന് ഇവരെന്തു പിഴച്ചെടാ? നീ നിന്റെ ഉമ്മാരെ മുഖത്തേക്കൊന്നു നോക്കിയേ! അവളങ്ങുണങ്ങി പരവശപ്പെട്ടു. വാപ്പായാണെങ്കിൽ എഴീക്കാൻ വയ്യാതെ വേദന തിന്നുന്നു. നീയിങ്ങനെ തുടങ്ങിയാ..."

"ദേ അതുമിതും പറഞ്ഞ് എന്നെ അരിശംപിടിപ്പിക്കരുത്."

കസേരയിൽ നിന്ന് എഴുന്നേൽക്കാൻ ശ്രമിച്ചപ്പോൾ അവൻ ഉരുണ്ട് താഴെ വീണു. കരീം ഓടിച്ചെന്ന് താങ്ങിയപ്പോൾ കൈ തട്ടിമാറ്റിക്കൊണ്ട് അലറി.

"ഛീ.. വിട്.."

'മനസ്സില്ല വിടാൻ. ഇന്ന് രണ്ടിലൊന്നറിഞ്ഞിട്ടുതന്നെ കാര്യം. ഇവരെ ഇങ്ങനെ തീതീറ്റിക്കാൻ ഇവരെന്തുചെയ്തെന്നാ? ചോദിക്കാനും പറയാനും ആളില്ലെന്നുവച്ച്."

"ഉമ്മാ..."

കരീം തടഞ്ഞു.

"നീ ചുമ്മാതിരിയെടാ. അവകാശമുള്ളതുകൊണ്ടുതന്നെ ചോദിക്കണത്. പറയെടാ. നീയെന്തു ഭാവിച്ചോണ്ടാ?"

"ചുമ്മായിരിക്കുന്നതാ നിങ്ങക്ക് നല്ലത്. എനിക്കിനി ഒന്നും നോക്കാനില്ല. ഭാര്യയുമില്ല. മക്കളുമില്ല. മുകളിൽ ആകാശം താഴെ ഭൂമി..."

അവൻ കൈയിലിരിക്കുന്ന കുപ്പി വായിൽ കമഴ്ത്തി. ലൈല ഒറ്റത്തട്ടുവച്ചുകൊടുത്തു. കുപ്പി തറയിൽ വീണ് ചിതറി. ഷാഹുൽ വിറളിപിടിച്ച് ചാടി എഴുന്നേറ്റു. ലൈലയുടെ നേരെ ചീറിയടുക്കുന്നത് കണ്ടപ്പോൾ അവർ അവന്റെ കരണക്കുറ്റിക്ക് ഒരടി വച്ചുകൊടുത്തു. കരീമിന് തടയാൻ ആയില്ല. അവൻ ഉമ്മാ എന്നു വിളിച്ചുകൊണ്ട് അവരെ പൂണ്ടടക്കം പിടിച്ചു. അവർ വല്ലാതെ കിതയ്ക്കുന്നുണ്ടായിരുന്നു. കസേരയിലിരുന്ന് അവർ മുഖം പൊത്തി കരയാൻ തുടങ്ങി.

"നിങ്ങളെന്തിനാണ് കരയണത്?"

കരച്ചിൽ കണ്ട് അമ്പരന്ന ഷാഹുൽ ചോദിച്ചു.

"കരയാതെന്തര് ചെയ്യട്ട്? നിന്നെ ഈ പരുവത്തിൽ കാണുമ്പോ എനിക്ക് ദണ്ഡമുണ്ടെടാ. പരിഹരിക്കാൻ വയ്യാത്ത പ്രശ്നമൊന്നും ഉല

കത്തിലില്ല. വെറുതേ എന്തിന് ഒരു കുടുംബം തകർക്കണം? എന്റെ പിള്ള നിന്റെ ഉമ്മായെക്കുറിച്ചെങ്കിലും ചിന്തിക്കാത്തതെന്ത്?"

"എനിക്കാരുമില്ല മാമീ.. എല്ലാവരേയും ഞാനായിട്ട്.. എനിക്കു വയ്യാ. ഞാൻ ചാവും." ഷാഹുൽ വീണ്ടും ഇറങ്ങി നടന്നു.

സഹിക്കാനാവാതെ ലൈലയും പടിയിറങ്ങി.

റാബിയ ഒന്നും മിണ്ടാനാവാതെ തരിച്ചുനിന്നു.

ഇരുപത്തിയേഴ്

മുംതാസ് ചെന്നുകയറുമ്പോൾ മുൻവശത്തെ കതക് അടഞ്ഞു കിടക്കുകയായിരുന്നു. പതിവില്ലാത്തതാണ്. പതിവുതെറ്റിയാണല്ലോ ഇപ്പോൾ കാര്യങ്ങളെല്ലാം. വെളുപ്പിനേ തുറന്നാൽ അർധരാത്രിയിലേ മുൻവശത്തെ കതക് അടയ്ക്കുക പതിവുള്ളൂ. പഴകിനരച്ച വീടിനും അപരിചിതത്വം.

വീടിന് മാളിക പണിയണം. ഉമ്മയെ റാണിയായി വാഴിക്കണം. ഷാജിയുടെ കിനാവുകൾക്ക് അന്തമില്ല. അവൻ വാപ്പയുടെ പേരിൽ മുറയ്ക്ക് കാശും അയയ്ക്കുന്നുണ്ട്.

“വീടാകെ വൃത്തികേടായി കിടക്കുന്നത് കാണുന്നില്ലേ വാപ്പാ? വീടു മോടികൂട്ടാനെന്നും പറഞ്ഞ് ഷാജി കാശും അയച്ചുതന്നതല്ലേ? എല്ലാം കെട്ടിപ്പൂട്ടി വച്ചോണ്ടിരുന്നോ?”

ഈയിടെയും വാപ്പായോട് പറഞ്ഞതാണ്.

“അവൻ വരാറാകട്ട്. ഇത്തവണതന്നെ അവന്റെ വിവാഹവും നടത്തണം.”

വാപ്പായുടെ വാക്കുകളിൽ ഉത്സാഹം. ഉമ്മയുടെ തെളിഞ്ഞ മുഖം. സ്വസ്ഥതയുടെ നാളുകൾക്ക് പക്ഷേ, നീളം ഏറെയുണ്ടായിരുന്നില്ല. പെട്ടെന്നാണ് കൊടുങ്കാറ്റിന്റെ അലയൊലികൾ കേട്ടുതുടങ്ങിയത്. ഒരു കുടുംബത്തിന്റെ തായ്‌വേര് അടിയോടെ പിഴുതെടുക്കാൻ പോന്ന ചുഴലിയാണ് ആഞ്ഞുവീശിയത്. പലരും പലപ്പോഴായി നെയ്തുകൂട്ടിയ കിനാവുകൾ ഓരോന്നായി കരിഞ്ഞുണങ്ങുകയാണോ?

മുറ്റത്തെ അതിരിൽ ഷാജി നട്ടുപിടിപ്പിച്ച പിച്ചിയും റോസയും വാടിക്കരിഞ്ഞിരിക്കുന്നു. അടക്കിയിട്ടും അടങ്ങാതെ കണ്ണു നിറഞ്ഞു. കോളിംഗ് ബെല്ലിൽ കൈവച്ചപ്പോൾ ആകെയൊരു വിറയൽ. ഏറെനേരം മണി മുഴങ്ങിയതിനുശേഷമാണ് സൈനബ കതകു തുറന്നത്.

"എന്തര് കൊച്ചേ ഇത്? എത്രനേരം കൊണ്ട് ബെല്ലടിക്കണത്? കതകുകളെല്ലാം അടച്ചുംവച്ച് എല്ലാവരും എവിടെപ്പോയത്?

സങ്കടം അരിശമായി അണപൊട്ടി.

"ഞാനങ്ങ് പിറകുവശത്ത് മീനറുത്തോണ്ടിരിക്കയായിരുന്നു. മാമായും മാമിയും ഉണ്ടെങ്കിലും ആരു വന്നാലും പോയാലും അവരറിയില്ല. അതുകൊണ്ടാ കതകടച്ചിട്ടത്. കഴിഞ്ഞ ആഴ്ച ഒരു ദെവസി അനക്കം കേട്ട് ഞാൻ വന്നു നോക്കുമ്പോ ഒരു അണ്ണാച്ചിച്ചെറുക്കൻ കുളിമുറീലിരുന്ന ചരുവമെടുത്ത് പൊക്കണത്തിലിടുന്നു. എത്ര പാടു പെട്ടാണെന്നോ ഞാനവനെ ഓടിച്ചുവിട്ടത്! പിന്നെ ഷാഹുലുകാക്കായും നിനച്ചിരിക്കാതെ വന്ന് ബഹളമുണ്ടാക്കും."

"മതി ഇനിയൊന്നും കേൾക്കണ്ട. ഉമ്മ എവിടെ?"

"പെരയ്ക്കകത്ത് കിടക്കുന്നുണ്ടാകും. മാമായ്ക്ക് വയ്യാതായേപ്പിന്നെ അതിനകത്തു കിടപ്പുതന്നെ."

"വാപ്പാക്ക് കുറവില്ലേ?"

"കുറവെന്നു പറയാറായില്ല. ഭേദമുണ്ട്. അയ്യോ! എന്റെ മീൻ പൂച്ച കൊണ്ടുപോയോ എന്തോ?"

സൈനബ വെപ്രാളപ്പെട്ട് അടുക്കളയിലേക്കോടി.

മുംതാസ് അവളെ പിന്തുടർന്നു. അടഞ്ഞുകിടക്കുന്ന മുറികളും ഇടനാഴിയിലെ കനത്ത ഇരുട്ടും അവളെ പേടിപ്പിച്ചു. പേടി മാറ്റാനെന്നപോലെ അവൾ ഉമ്മയെ ഉറക്കെ വിളിച്ചു.

"ഉമ്മാ.. ഉമ്മച്ചീ.. കാലത്തേ ഇങ്ങനെ കയറി കിടക്കണതെന്ത്?'

വിളി കേട്ട് റാബിയ കണ്ണു മിഴിച്ചു. അടുത്തുള്ള കട്ടിലിൽ മുംതാസിന്റെ വാപ്പ മയങ്ങുന്നുണ്ടായിരുന്നു. കണ്ണുതുറന്നിട്ടും ഉമ്മയ്ക്ക് അനക്കമൊന്നുമില്ലെന്നു കണ്ട മുംതാസ് കട്ടിലിലിരുന്ന് ഉമ്മയുടെ നെറ്റിയിൽ കൈവച്ചു.

"അയ്യോ! ചുട്ടുപൊള്ളുന്നല്ലോ."

അവൾ പേടിച്ചരണ്ടതുപോലെ കൈ പിൻവലിച്ചു. അവളുടെ വിരണ്ട സ്വരം കേട്ടാകണം വാപ്പാ ഉറക്കംഞെട്ടി.

"ആരാണ്? എന്തര് പറഞ്ഞത്?"

"വാപ്പച്ചി ഞാനാ, ദേ നോക്കിക്കേ ഉമ്മാക്ക് നല്ല പനി. ഡാക്ടരെയൊന്നും കാണിച്ചില്ലേന്നു ചോദിക്കുകയായിരുന്നു."

"പനിയോ? എന്നിട്ട് പറയാത്തതെന്ത്?"

അസനാരുകുഞ്ഞ് പണിപ്പെട്ട് എഴുന്നേറ്റിരുന്നു.

"ഉമ്മാ എഴീറ്റേ. ആശൂത്രിവരെ ഒന്നു പോയിട്ടുവരാം. പനി ഇങ്ങനെ വച്ചോണ്ടിരിക്കരുത്."

"ഇത്തിരി ചുക്കുകാപ്പി ഇട്ടുതരാൻ പറ സൈനബാനോട്."

അവർ നിസാരമട്ടിൽ പറഞ്ഞു.

"നിങ്ങളൊന്നെഴീറ്റ് സാരിയൊന്നു മാറിക്കേ. ഞാൻ ചെന്ന് ആട്ടോ വിളിച്ചോണ്ടു വരാം."

"അതൊന്നും വേണ്ട."

റാബിയ തിരിഞ്ഞുകിടന്നു.

"അല്ലെങ്കിലും ഇവിടെ എന്നെ ആർക്കും വേണ്ടല്ലോ. ഞാൻ പറയുന്നതിനുമില്ല വില. നിങ്ങള് രണ്ടുപേരും ഇങ്ങനെ തുടങ്ങിയാ എനിക്കാരാ ഉള്ളത്? അങ്ങാരാണ്ട് തെറ്റുചെയ്തെന്നും പറഞ്ഞ് എന്തിനാ എല്ലാരേം ശിക്ഷിക്കുന്നത്? പാവം ഷാജിച്ചെറുക്കൻ എന്തെല്ലാം മോഹങ്ങളും ഉള്ളിലൊതുക്കിയാണെന്നാ നടപ്പ്. ഉമ്മായെ ഹജ്ജിനു കൊണ്ടുപോകാനുള്ള ഏർപ്പാടുമായി ഓടിനടക്കുകാ. ചെലപ്പോ ഉടനെ ഇവിടെ എത്താനും മതി. അവൻ ഈ പരുവത്തിൽ നിങ്ങളെ കാണുമ്പോ.."

അതുവരെ അടക്കിനിർത്തിയ മുംതാസിന്റെ ഉള്ളിലെ ഞരക്കം കണ്ണീരായി പുറത്തേക്കൊഴുകി.

"ഉമ്മ എഴുന്നേറ്റിരുന്ന് അവളെ അണച്ചുപിടിച്ചു.

"നേരാണോ മോളേ? അവൻ വരുന്നുണ്ടോ?"

"എന്റെ ഉമ്മയോട് ഞാൻ കള്ളം പറയുമോ? ഇവിടത്തെ വിവരങ്ങൾ ഞാനവന് എഴുതിയിരുന്നു. അറിയിക്കേണ്ടെന്നാ കരുതിയത്. എന്നു കരുതി, അവനെ കണ്ടെങ്കിലും നിങ്ങടെ ഉള്ളൊന്ന് കുളിർക്കട്ടെ എന്നു കരുതി. ലീവ് ചോദിച്ചിട്ടുണ്ട്. കിട്ടാതിരിക്കില്ലാ എന്നാ അവൻ പറഞ്ഞത്."

"അള്ളാഹുവേ! എല്ലാം നിന്റെ കാരുണ്യം."

റാബിയ കരം മേൽപ്പോട്ടുയർത്തി.

അവരുടെ മുഖത്തെ ഇരുട്ട് ഒട്ടൊന്നു മാഞ്ഞു. കാർമേഘത്തിനിടയിൽ മഴവില്ലെന്നപോലെ നേരിയൊരു പുഞ്ചിരി ചുണ്ടിൽ വിരിഞ്ഞു.

"ദേ.. കണ്ടോ മോൻ വരുന്നെന്നു കേട്ടപ്പോ മുഖമങ്ങ് തെളിഞ്ഞല്ലോ എന്റെ പുന്നാര ഉമ്മച്ചിയല്ലേ, എഴീറ്റേ. മുക്കിലെ പ്രകാശൻ ഡോക്ടരെ കണ്ടിട്ടു വരാം."

"നീ അടുക്കളയിൽച്ചെന്ന് ചുക്കുകാപ്പി തരാൻപറ. അത് കുടിക്കുമ്പോ പനി ഇറങ്ങും."

"ഇന്നരീൻ മാമി. ഇതങ്ങോട്ട് ചൂടായിട്ട് കുടി. പനിയെല്ലാം പറപറക്കും. നേരത്തെ പറഞ്ഞിരുന്നെങ്കിൽ ഞാൻ എപ്പഴേ ഇട്ടു തന്നേനെ."

കാപ്പിയുമായി എത്തിയ സൈനബ പറഞ്ഞു.

"ഇന്നാ മുംതാസേ ബോഞ്ചി."

"അവളങ്ങു കേറി വീട്ടുകാരി ചമയുന്നല്ലോ."

മുംതാസ് പരിഹസിച്ചു.

"അവളുള്ളതുകൊണ്ടാ വീട് മുന്നോട്ട് പോകുന്നത്. എന്റെ കാലം കഴിഞ്ഞാലും നിങ്ങളാ ഇവക്ക് തുണ. അവക്ക് ആരുമില്ലെന്ന് ഓർമ വേണം."

ഇടറിക്കൊണ്ടാണ് റാബിയ പറഞ്ഞത്.

"നിങ്ങളെ കാലം കഴിയാറൊന്നും ആയില്ല. ഇനി എന്തെല്ലാം കാണാനും അനുഭവിക്കാനും കിടക്കുന്നു അല്ലേ കൊച്ചേ?"

"അതുതന്നെ ഞാനും പറയണത്. ഈ മാമിക്ക് ഇപ്പോ ഏതു നേരവും ഇതുതന്നെ പറയാനുള്ളൂ."

സൈനബ കണ്ണുതുടച്ചു.

"ഇന്നല്ലെങ്കിൽ നാളെ എല്ലാവരും പോവാനുള്ളതല്ലേ?"

"തന്നെ. ആരും മുമ്പേ ആരു പിറകേ എന്നൊന്നും പറയാനാവില്ല. അതിനെക്കുറിച്ചോർത്ത് വേവലാതിപ്പെട്ടിട്ട് കാര്യവുമില്ല. നമ്മളിതിനകത്ത് ചടഞ്ഞുകൂടി കിടന്നെന്നു പറഞ്ഞ് അസ്രായീല് നേരത്തേ വരാനൊന്നും പോണില്ല."

അസനാരുകുഞ്ഞ് പറഞ്ഞതുകേട്ട് മുംതാസ് ആകെ അമ്പരന്നു.

"അറം പറ്റിയ വാക്കുകളേ വാപ്പാരെ നാവിൻതുമ്പത്ത് ഉദിക്കൂ."

"ആണോ? ആട്ടേ, നിനക്കവിടെ സുഖമാണോ?"

വാപ്പാ അലിവോടെ തിരക്കി.

"ഓ, അങ്ങനെ പോവുന്നു. ഷാജിയുടെ ഡ്രാഫ്റ്റ് വരാൻ തുടങ്ങിയ തോടെ മാമീരെ നാക്കിന് മൂർച്ച കുറഞ്ഞിട്ടുണ്ട്. ഈയിടെയായി മജീദ്കാക്കായും ഇടയ്ക്കിടെ ഓരോന്നു കൊടുത്തയക്കാറുണ്ട്. ഈയിടെ വന്നപ്പോ കാശും തന്നു. മാമി നോക്കിക്കോണ്ട് നിക്കുന്നുണ്ടായിരുന്നു. കാശുണ്ടെങ്കി നിലയും വിലയും താനെ ഉണ്ടായിക്കൊള്ളും അല്ലേ വാപ്പാ?"

"എന്നാ ഞാനും കരുതിയത്. അത് നേരല്ല കേട്ടോ. ഇവിടെ കാശിനിപ്പോ ഒരു പഞ്ഞവുമില്ല. എന്നിട്ടോ? സുഖമുണ്ടോ? സമാധാനമുണ്ടോ? ഈ ഒന്നരവർഷംകൊണ്ട് ഞാൻ കാശൊരുപാടുണ്ടാക്കി. തൊട്ടതെല്ലാം പൊന്നെന്നു പറഞ്ഞതുപോലാരുന്നു കാര്യങ്ങൾ. വച്ചടികയറ്റമായിരുന്നു. ഷാഹുലിന്റെ മോഹംപോലെ ജൗളിക്കട മോടികൂട്ടി അവനെ ഏൽപ്പിച്ചു. ഷാജിച്ചെറുക്കൻ അയച്ചുതന്ന കാശിൽ ഒറ്റപ്പൈ ഞാൻ തൊട്ടിട്ടില്ല. എല്ലാം അവന്റെ പേരിൽ ബാങ്കിലിട്ടിരിക്കയാ. കാശിന് ഒട്ടുമില്ല പഞ്ഞം. എന്നിട്ടും എനിക്കും ഇവക്കും ഉറക്കമില്ല. അന്നവും വേണ്ട. ഒരു കയറ്റത്തിന് ഒരിറക്കമെന്നു കേട്ടിട്ടില്ലേ? പണം വന്നപ്പോൾ സമാധാനമില്ല. അവന്റെ ഓരോ കളികൾ. നമ്മളാര്? വെറും പുഴുക്കൾ. ഒന്നിനുമില്ല കഴിവ്. ഉണ്ടെന്ന് വെറുതേ അഹങ്കരിച്ചതായിരുന്നു."

വാപ്പായുടെ വാക്കുകളിൽ നിരാശമാത്രം.

"എന്റെ വാപ്പാ ഇത്രവേഗം തോറ്റാലോ? എല്ലാറ്റിനും വഴിയുണ്ടാകും."

മുംതാസ് സമാധാനിപ്പിച്ചു.

"അവൻ വഴി കാണിച്ചുതരുമെന്നു പറ മോളേ."

റാബിയായുടെ സ്വരത്തിൽ ആത്മവിശ്വാസം.

"എങ്ങനെയെന്നാ?"

"നദീറാമയിനിയേയും പിള്ളാരേം നമുക്കിങ്ങു വിളിച്ചോണ്ടു വരാം. ഉമ്മ ഒരു വാക്കു പറഞ്ഞാ മയിനി തീർച്ചയായും വരും. ഉമ്മാ മിണ്ടാതെ പിണങ്ങി നടന്നെന്നും പറഞ്ഞാ അവർക്ക് വേദന."

“അവളെ ഇവടെ കണ്ടുപോവരുതെന്ന് മജീദല്ലേ കടുംപിടുത്തം പിടിച്ചത്?”

“ഉമ്മാ എതിർത്ത് ഒരു വാക്കു പറഞ്ഞില്ലെന്നാ മയിനി പറയുന്നത്”

“അതു പിന്നെ. ആട്ടെ, നീയവളെ കണ്ടിരുന്നോ?”

“എനിക്ക് കാണാതിരിക്കാനൊക്കുമോ? ഞാൻ ഇടയ്ക്ക് പിള്ളാരെ കാണാൻ പോയിരുന്നു. എങ്കിലും അവരെ സമ്മതിക്കണം കേട്ടോ. ഒറ്റയ്ക്ക് എന്തെല്ലാം നേടിയെടുത്തു? പുരയിടത്തിൽ ഇല്ലാത്ത കൃഷിയില്ല. നാലഞ്ച് തടിയൻപശുക്കൾ. ബാങ്കിലെ ലോണൊക്കെ തീർന്നത്രേ. അവരങ്ങനെയാ പക വീട്ടുന്നത്. പാവം റംലത്ത്മയിനീടെ കാര്യമാ കഷ്ടം. കരഞ്ഞുകരഞ്ഞ് അവരങ്ങില്ലാതായി. ഷാഹുല്കാക്കായെ ഒന്നു കണ്ടാ മതിയെന്നും പറഞ്ഞാ കരച്ചിൽ. ആലോചനയില്ലാതെ ഓരോന്നു കാട്ടിക്കൂട്ടിയിട്ട് കരഞ്ഞിട്ടെന്തു കാരിയം?”

“അവളേയും കുറ്റം പറയാനാവില്ല,.”

പറഞ്ഞുതുടങ്ങിയതും റാബിയ നിർത്തി.

“എന്നു പറഞ്ഞാൽ..”

മുംതാസിന്റെ വാക്കുകളിൽ സംശയം.

“അങ്ങനെ ഒന്നുമില്ല. പെണ്ണല്ലേ! മനസ് പിടിവിടാൻ നേരമെത്ര വേണം? ആട്ടേ, അവളിപ്പോ എന്താ പറയുന്നത്?”

“എന്തു പറയാൻ? അവര് തമ്മിൽ ഒന്നു കണ്ടിരുന്നെങ്കിൽ എല്ലാം തീർന്നേനെ.”

“അങ്ങനെ തീരുമെന്ന് നിനക്ക് തോന്നുന്നുണ്ടോ?”

“എന്നു പറഞ്ഞോണ്ടിരുന്നാലെങ്ങനാ? അറിഞ്ഞോ അറിയാതെയോ തെറ്റെന്തോ സംഭവിച്ചു. അതു തിരുത്താൻ ആരെങ്കിലും ഇതുവരെ ശ്രമിച്ചോ? നിങ്ങള് രണ്ടാളും ഇതിനകത്ത് ചടഞ്ഞുകൂടിക്കിടന്നാ പ്രശ്നങ്ങള് തീരുമോ?”

“ഞങ്ങള് എന്തു ചെയ്യണമെന്നാ?”

വാപ്പായുടെ വാക്കുകളിൽ അതൃപ്തി.

“അവളു പറയുന്നതിലും കാര്യമുണ്ട്. റംലത്തിനെ ഇങ്ങു വിളിച്ചോണ്ടു വന്നാലോ? അവള് വിചാരിച്ചാലേ അവനെ നേരെയാക്കാനൊക്കൂ.”

“ഇതുതന്നെ ഞാനും എന്നും മാമീരെ പറയുന്നത്. എന്തോ ധാരണപ്പിശകുകൊണ്ട് ഏതാണ്ടൊക്കെ സംഭവിച്ചെന്നും പറഞ്ഞ് എല്ലാരും ചാകാൻ നടന്നാലെങ്ങാനാ? ഏതിനുമില്ലേ ഒരു പോംവഴി? ഇല്ലെന്നു വരുത്താനാ ഇവിടുള്ളവർ ശ്രമിക്കുന്നത്.”

സൈനബ വ്യസനത്തോടെ പറഞ്ഞു.

“അവൾ പറയുന്നത് നേരല്ലേ ഉമ്മാ? അതിനുമാത്രം ഇവിടെ എന്തുണ്ടായി? വെറുതേ നാട്ടാരെക്കൊണ്ട് വായിൽവരുന്നത് പറയാനിട കൊടുത്തത് നമ്മള് തന്നെയല്ലേ? തുറന്നുപറഞ്ഞാൽ തീരാവുന്ന തെറ്റല്ലേ..”

“ആണോ?”

ഇടയിൽ കയറി അസനാരുകുഞ്ഞ് ചോദിച്ചു.

"അല്ലെന്ന് ഉമ്മ പറയട്ട്."

മുംതാസ് ഉമ്മയെ ഇടയിൽ പിടിച്ചിട്ടു.

"എനിക്കൊന്നുമറിയില്ല. ഷാഹുലിനെ നദീറയുടെ മുറിയിൽ ഞാനും കണ്ടതാ. എന്താ പൊരളെന്ന് എനിക്കറിയില്ല."

"മജീദ്കാക്ക പറഞ്ഞിട്ടാ അവിടെച്ചെന്നതെന്ന് ഷാഹുല്കാക്കാ ആണയിട്ടു പറഞ്ഞല്ലോ. മജീദ്കാക്കാ അതു സമ്മതിക്കുകയും ചെയ്തു. എന്നിട്ടും ഉമ്മാടെ മനസിൽ വല്ലതുമുണ്ടെങ്കിൽ തുറന്നു പറ."

"ഞാനെന്തു പറയും? എന്റെ മോൻ... അവൻ തെറ്റുകാരനായിരിക്കില്ല. അതല്ലേ അവൻ മാപ്പുപറഞ്ഞത്. എന്നിട്ടും അവൾ.. നദീറയാ എല്ലാറ്റിനും കാരണം. തന്റേടി. പെണ്ണുങ്ങള് കാരണം എന്റെ മക്കൾ നശിച്ചു. കുടുംബം തകർന്നു."

ഉമ്മ ഏങ്ങലടിച്ചു കരയാൻ തുടങ്ങി.

"നിങ്ങളെ കരയിപ്പിക്കാനല്ലാ ഇതൊന്നും പറഞ്ഞത്. മതിയുമ്മാ കരഞ്ഞത്. ഇനി വേണ്ടത് പരിഹാരമാ. വാപ്പാ എന്താ ഒന്നും പറയാത്തത്?"

"ഞാനെന്തു പറയാനാ? എവടെ പൊന്നുമോൻ എവള് പറയുന്നതു പോലെ അത്ര പാവമൊന്നുമല്ല.. ലക്കില്ലാതെ അവൻ മുമ്പെന്തോ കാണിച്ചുകാണും. അതിന്റെ തുടർച്ചയാ ഇതൊക്കെ. നീ ആദ്യമൊന്ന് മനസു തുറക്ക്. എന്നാലേ പോംവഴി കാണാനൊക്കൂ."

"കഴിഞ്ഞത് കഴിഞ്ഞ്. അതിലിട്ട് കിള്ളിക്കിള്ളി നാറ്റിയിട്ട് എന്തു വാപ്പാ കാര്യം?'

"അതാ മാമാ നേര്. നാറ്റിയാ നാറുന്നത് നമ്മള്തന്നെ. ഷാഹുല് കാക്കാരെ തലയൊന്ന് നേരെ ആയാ എല്ലാറ്റിനുമുണ്ട് വഴി. ഇന്നത്തെ ക്കാലത്ത് മരുന്നില്ലാതെ ദണ്ഡമുണ്ടോ? ഷാഹുല്കാക്കായെ പറഞ്ഞു സമ്മതിപ്പിച്ച് ആശുത്രിലാക്കാൻ നിന്റെ മച്ചാ വിചാരിച്ചാ ഒക്കൂലേ?"

സൈനബ ചോദിച്ചു.

"ഈ പരുവത്തിൽ ഷാഹുല്കാക്കാ ആർക്കും വഴങ്ങൂലാ. നിർബന്ധിച്ചു കൊണ്ടുപോകുന്നതെങ്ങനെ? നീ തന്നെ പറ."

"വേണമങ്കീ ബലം പ്രയോഗിക്കണം. കാക്കാരെ ഗുണത്തിനു വേണ്ടി ത്തന്നല്ലോ."

"എങ്ങനെയെന്നാ?"

"കാശും തീരുമ്പം ഇവിടേക്കൊരു വരവുണ്ട്. അപ്പഴ് മുറിക്കകത്തിട്ട് പൂട്ടണം. അത് ഞാനേറ്റു."

"അങ്ങനെ എന്തെങ്കിലും ചെയ്തേ ഒക്കൂ വാപ്പാ."

"ആലോചിക്കാം നിന്റെ കൊച്ചുങ്ങളെ കൊണ്ടുവരാത്തതെന്ത്?"

"മൂത്തവള് നഴ്സറിയിൽ പോയിരിക്കയാ. കൊച്ചവനെ തൊട്ടിലിൽ ഉറക്കിക്കിടത്തിയിട്ടാ പോന്നത്. എന്റെ വാപ്പായും ഉമ്മായും ഇങ്ങനെ ഒരേ കിടപ്പു കിടക്കുമ്പം വരാതൊക്കുമോ? എങ്കി ഞാൻ പോട്ടോ? കൊച്ചൊണന്നുകാണും. പനി വിട്ടോ ഉമ്മച്ചീ?"

"പിന്നില്ലേ? നീ പോയിട്ടു വാ."

"ഇവിടാരുമില്ലേ?"

വിളി കേട്ട് മുംതാസും സൈനബയും ഇറയത്തെത്തി. കാക്കി വേഷക്കാരനെക്കണ്ട് രണ്ടുപേരും അമ്പരന്നു.

"ഷാഹുൽ ഹമീദിന്റെ വീടല്ലേ ഇത്?"

"തന്നെ. നിങ്ങളെവിടന്ന്? ഷാഹുല്കാക്കായെ തെരക്കണതെന്ത്?"

സൈനബ ഉദ്വേഗത്തോടെ ചോദിച്ചു.

"അത്.. വണ്ടിയിടിച്ചു. കൂടുതലാ. വെളിവില്ലാതെ റോഡീക്കൂടി നടന്നാ വണ്ടി ഇടിക്കാതിരിക്കുമോ? വെളിവുള്ളവർക്കുവരെ ഇന്ന് റോഡിക്കൂടെ നടക്കാൻ പേടിയാ. അങ്ങനെയല്ലേ വണ്ടി ഓടിക്കുന്നത്?"

"അള്ളാഹുവേ... എന്റെ കാക്കക്കെന്തുപറ്റി?"

മുംതാസിന്റെ അലർച്ച കേട്ട് വയ്യെങ്കിലും അസനാരുകുഞ്ഞ് തിരക്കിട്ട് ഇറയത്തെത്തി.

"എന്തരാണ് കാരിയം?"

"ഷാഹുൽ എന്നു പറയുന്നത്..."

"മകനാ എന്തുണ്ടായി?"

"വണ്ടി തട്ടി ആശൂത്രിലാ.. കൂടുതലാ. ഇവിടെ വന്ന് വിവരം പറയാൻ ഏമാൻ പറഞ്ഞു. ഏമാൻ നിങ്ങടെ മൂത്തമോന്റെകൂടെ പഠിച്ചതാ. വെക്കം ആരോടെങ്കിലും അവിടെ എത്താൻ പറഞ്ഞു."

"എന്തോ ശബ്ദം കേട്ട് തിരിഞ്ഞുനോക്കിയ അസനാരുകുഞ്ഞിന്റെ മുഖം വിളറിവെളുത്തു. അയാൾ ഓടിച്ചെന്ന് മറിഞ്ഞുവീഴാൻ പോകുന്ന ഭാര്യയെ താങ്ങാൻ ഒരു ശ്രമം നടത്തി. അപ്പോഴേക്കും അവർ കുഴഞ്ഞ് തറയിൽ വീണിരുന്നു. മുംതാസ് ഒപ്പാരിവച്ചപ്പോൾ സൈനബയും ചേർന്നു. ബഹളംകേട്ടാകണം അയൽക്കാർ തടിച്ചുകൂടി.

പോലീസുകാരൻ പരുങ്ങി. അയാൾ അടുത്തുചെന്ന് റാബിയയുടെ നാഡി പിടിച്ചുനോക്കിയിട്ട് ആരോടെന്നില്ലാതെ പറഞ്ഞു.

"ടേയ് ആരെങ്കിലും ഓടിച്ചെന്ന് ടാക്സിപിടിച്ചോണ്ട് വാ. ഇവരെ ഉടൻ ആശൂത്രിലെത്തിക്കണം."

ഇരുപത്തിയെട്ട്

"**പൊ**ന്നാര ഉമ്മച്ചീ... ഒന്നു കണ്ണുതുറന്നേ.."

മയങ്ങിക്കിടക്കുന്ന ഉമ്മയുടെ തലയെടുത്ത് മടിയിൽ വെച്ച് മുംതാസ് അലറിക്കരഞ്ഞു.

"ചുമ്മാ കെടന്ന് അലറാതെ കൊച്ചേ. അവക്കൊന്നുമില്ല. ഇത്തിരി പ്പോലം വെള്ളമെടുത്തേ."

ധൈര്യം സംഭരിച്ചുകൊണ്ട് വാപ്പ പറഞ്ഞപ്പോൾ അവൾ പെട്ടെന്ന് നിശ്ശബ്ദയായി. ആരോ കൊണ്ടുവന്ന വെള്ളം അസനാരുകുഞ്ഞ് ഭാര്യ യുടെ മുഖത്ത് തളിച്ചു. അവൾ പ്രയാസപ്പെട്ട് കണ്ണുതുറന്നു. ആരോടോ പടപൊരുതുന്ന ഭാവമായിരുന്നു മുഖത്ത്. അസനാരുകുഞ്ഞ് ഭാര്യയെ താങ്ങി എഴുന്നേൽപ്പിച്ച് നെഞ്ചോടു ചേർത്ത് ചാരിയിരുത്തി. പിടിവിട്ടാൽ ഭാര്യയെ ആരെങ്കിലും തട്ടിക്കൊണ്ടുപോകുമെന്ന് അയാൾ ഭയപ്പെടുന്ന തുപോലെ തോന്നി.

"ഇന്നരീൻ മാമാ... ആ വെള്ളമങ്ങോട്ട് കൊടുക്കിൻ. തളർച്ച മാറട്ട്."

സൈനബ വെള്ളം നിറച്ച ഗ്ലാസ് നീട്ടി. അവർ വെള്ളം വാങ്ങി വലി ച്ചുകുടിച്ചിട്ട് തിടുക്കപ്പെട്ട് എഴുന്നേറ്റു.

"ആസ്പത്രീ പോണ്ടേ?"

"പോവാം. ടേയ് ഒരു ടാക്സി വിളിച്ചോണ്ട് വാ.."

അസനാരുകുഞ്ഞിന്റെ സ്വരത്തിൽ ആത്മവിശ്വാസം.

"ഞാനിറങ്ങുന്നു കേട്ടോ. വെക്കം ആശുത്രീലെത്തിയേര്."

പോലീസുകാരൻ ആശ്വാസത്തോടെ യാത്ര പറഞ്ഞു.

തടിച്ചുകൂടിയ അയൽക്കാരുടെ മുഖത്ത് അമ്പരപ്പ്.

"ലെന്തൊരു പെണ്ണുംപിള്ളയാ എന്തോ? സ്വന്തം മോൻ ചാകാൻ കിടക്കുകയാണെന്നു കേട്ടിട്ടും വല്ല ഭാവഭേദവും ഉണ്ടോന്നു നോക്കിക്കേ! മാറത്തടിച്ചൊന്നു വിളിക്കുന്നുണ്ടോ? കല്ലോ മരമോ?"

പലരും പലതും പറഞ്ഞുകൊണ്ടാണ് പിരിഞ്ഞത്.

ഒന്നും സംഭവിക്കാത്തമട്ടിൽ അകത്തു ചെന്ന് ധൃതിയിൽ സാരി മാറുന്നതിനിടയിൽ റാബിയ ചോദിച്ചു.

"കൈയിൽ പൈസയുണ്ടോ?"

"അത്യാവശ്യത്തിനുണ്ട്. മജീദിന് ആളയച്ചിട്ടുണ്ട്. അവൻ കാശുമായി അവിടെയെത്തും. കാറു വന്നെന്നാ തോന്നുന്നത് വെക്കമിറങ്ങിക്കോ."

"ഞാനും വരട്ടോ വാപ്പാ?"

അതുവരെ അന്തംവിട്ടു നിൽക്കുകയായിരുന്നു മുംതാസ് ചോദിച്ചു.

"മോൻ കരയൂലേ?"

ഉമ്മയ്ക്ക് സംശയം.

"അവനെ ഇങ്ങോട്ടു കൊണ്ടുവരാൻ പറയാം. സൈനബ നോക്കിക്കോളും."

മുംതാസ് കൂടെയിറങ്ങി.

അത്യാഹിതവിഭാഗത്തിനു മുന്നിൽ അസീസും മജീദുമുണ്ടായിരുന്നു. അസീസിന്റെ മുഖം കടലാസുപോലെ വിളറിയിരുന്നു. നനഞ്ഞ കണ്ണുകൾ. മജീദാകട്ടെ അരമതിലിൽ കൈയും കുത്തി മരപ്പാവകണക്കെ നിൽക്കുന്നു. ഉമ്മയെ കണ്ടതും അസീസ് ഓടിച്ചെന്നു കൈ പിടിച്ചു. അത് കാത്തുനിന്നിട്ടെന്നപോലെ അവർ മകന്റെ തോളിൽ തലചായ്ച്ച് പൊട്ടിക്കരഞ്ഞു. കെട്ടിനിർത്തിയ അണവെള്ളം തുറന്നു വിട്ടതുപോലെ.

"അവനെങ്ങനെയുണ്ട്?"

വാപ്പായുടെ ചോദ്യം കേട്ടിട്ടും മജീദ് മിഴിച്ചുനിന്നതേയുള്ളൂ. അസീസ് ഉമ്മയെ അടക്കിപ്പിടിച്ചുകൊണ്ട് പറഞ്ഞു.

"പേടിക്കാനൊന്നുമില്ല. നട്ടെല്ലിനാ പരുക്ക്. ഓപ്പറേഷൻ തിയറ്ററിലേക്കു കൊണ്ടുപോയി. കഴിയുമ്പോഴറിയാം."

"നീ ഇവിടെ നില്ല്. ചില പേപ്പറുകൾ കിട്ടാനുണ്ട്. ബൊമ്മയെപ്പോലെ നിൽക്കാതെ. അവര് പേരുവിളിക്കുമ്പോൾ ചെല്ലണം."

ഉമ്മയേയും വാപ്പായേയും കൂട്ടി ഓപ്പറേഷൻ തീയറ്ററിനരികിലേക്കു നടക്കുമ്പോൾ അസീസ് മജീദിനോടായി പറഞ്ഞു.

"അവളെ വിവരമറിയിക്കണ്ടേ?"

അസനാരുകുഞ്ഞാണ് ചോദിച്ചത്.

"ഇപ്പോ വേണോ?"

അസീസിനു സംശയം.

"വേണം."

റാബിയ തറപ്പിച്ചുപറഞ്ഞു.

"എങ്കീ ഇപ്പത്തന്നെ വിളിച്ചു പറഞ്ഞേക്കാം."

അവരെ തിയറ്ററിനു മുന്നിലുള്ള ബെഞ്ചിലിരുത്തിയിട്ട് അസീസ് ഫോൺ ബൂത്തിലേക്കു നടന്നു.

"പടച്ചോന്റെ കൃപകൊണ്ട് ഓനൊന്നും ഉണ്ടാകൂലാ. നിങ്ങള് സമാധാനമായിട്ട് നിക്ക്."

റാബിയ ഭർത്താവിനെ സമാധാനിപ്പിച്ചു. അപ്പോഴാണ് ഇടനാഴിയിലെ ജനലരികിൽനിന്ന് വിങ്ങിക്കരയുന്ന മുംതാസിനെ അവർ ശ്രദ്ധിച്ചത്.

"എന്തിനാ നീ കരേന്നത്? ഒന്നുമില്ലാന്ന് പറഞ്ഞില്ലേ? നീ പോരേപ്പോയ്ക്കോ. അവിടെ ആരൂല്ലാലോ."

അവൾ സംശയിച്ചുനിന്നു.

"ചെല്ല് മോളെ. അവിടെച്ചെന്ന് വിവരം പറഞ്ഞിട്ട് കുറച്ചുകഴിയുമ്പം വന്നാ മതി."

"ചെല്ല്."

വാപ്പയുംകൂടി പറഞ്ഞപ്പോൾ മുംതാസ് എതിർത്തില്ല. അവൾ പതുക്കെ നടന്നകന്നു. റാബിയയുടെ ആശ്വാസവാക്കുകൾ അയാൾക്ക് ഉൾക്കരുത്തേകി. അതുവരെ ഉണ്ടായിരുന്ന ക്ഷീണവും അവശതയുമൊക്കെ മാഞ്ഞുപോയി. പുത്തനുണർവു നേടിയതുപോലെ. കുലവാഴ ചരിഞ്ഞതുപോലെ താഴെ മയങ്ങിവീണ ഭാര്യയെ കണ്ടപ്പോൾ ശക്തിയെല്ലാം ചോർന്നുപോയതായിരുന്നു. ആഞ്ഞടിക്കുന്ന അലകൾക്കിടയിൽ ഒറ്റയ്ക്കാക്കിയിട്ട് അവൾക്ക് അങ്ങനെ പോകാനൊക്കുമോ? രണ്ടുപേരും എന്തുമാത്രം പാടുപെട്ടാണ് തോണി തുഴഞ്ഞ് കരയെത്താറായത്. ആ സമയത്ത് തോണി മറിയാൻ പോവുകയാണെങ്കിൽ സ്വയംരക്ഷ നോക്കി ചാടി രക്ഷപ്പെടാൻ അവൾ ശ്രമിക്കുമോ? ഒരിക്കലുമില്ല. ഉമ്മയുടെ തലയെടുത്ത് മടിയിൽ വച്ച് അലറിക്കരയുന്ന മുംതാസിനെ കണ്ടപ്പോൾ അതുകൊണ്ടാണ് അരിശം വന്നത്. വിറച്ചുകൊണ്ടാണ് അവളുടെ മുഖത്ത് വെള്ളം തളിച്ചത്. അതു കാത്തിരുന്നിട്ടെന്നോണം അവൾ ഞെട്ടി കണ്ണു തുറക്കുകയും ചെയ്തു. മനസ്സപ്പോൾ നിറഞ്ഞു തുളുമ്പി. ഉള്ളറിഞ്ഞ് അള്ളാഹുവിനെ സ്തുതിച്ചു.

"പടച്ചോനെ മറന്നുള്ള കളി നന്നല്ല. പറഞ്ഞേക്കാം. ഒരാപത്തുവരുമ്പോൾ അവനല്ലാതെ ആരാ തുണ? നമ്മൾ കീടങ്ങൾ. അവന്റെ കരുണകൊണ്ട് പിഴച്ചുപോകുന്നു."

റാബിയയുടെ സ്ഥിരം വാക്കുകൾ അശരീരിപോലെ കാതിൽ മുഴങ്ങി. ഈ ജീവിതം ശാശ്വതമാണെന്ന ചിന്തയൊന്നും ഉണ്ടായിരുന്നില്ല. ഇന്നല്ലെങ്കിൽ നാളെ എല്ലാവരും പോവുകതന്നെ വേണം. പക്ഷേ, അതിനുവേണ്ടി നിങ്ങൾ എന്തെങ്കിലും സ്വരുക്കൂട്ടുന്നുണ്ടോ എന്ന റാബിയയുടെ ചോദ്യത്തിനും മുമ്പിൽ പലപ്പോഴും പതറിപ്പോയിട്ടുണ്ട്. ജീവിതഭാരം ചുമക്കുന്നതിനിടയിൽ പരലോകത്തെക്കുറിച്ച് ചിന്തിക്കാൻ ആർക്കെവിടെ നേരം? കുന്നോളം പണം വേണം. ആഡംബരങ്ങളത്രയും വേണം. ഇതൊക്കെത്തന്നെ എല്ലാവരുടെയും ചിന്ത. പരലോകശിക്ഷയെക്കുറിച്ച് റാബിയ ഓർമിപ്പിക്കുമ്പോൾ മുമ്പൊക്കെ അവളോട് അരിശം തോന്നുമായിരുന്നു. തട്ടിക്കയറുകയും ചെയ്യും. ഇപ്പോൾ പക്ഷേ, അവളുടെ വാക്കുകൾ സ്വയം വിലയിരുത്താനാണ് പ്രേരിപ്പിക്കുന്നത് അതേ, വിചാരണ

നടക്കുമ്പോൾ അസനാരുകുഞ്ഞിന് അഭിമാനിക്കാൻ എന്താണുള്ളത്? എന്തു നന്മയാ അയാൾ ചെയ്തിട്ടുള്ളത്? താഴ്ഭാഗത്ത് അരുവികളൊഴുകുന്ന സർഗപ്പൂങ്കാവനത്തിൽ പ്രവേശനം കിട്ടണമെങ്കിൽ നന്മയുടെ ത്രാസിൽ കനം തൂങ്ങണം. അല്ലാത്തവർ ചുട്ടുപൊള്ളുന്ന തീയിൽ വെന്തുരുകും. തൊണ്ട വരണ്ടുണങ്ങും. ദാഹജലത്തിനു കേഴുമ്പോൾ തീപോലെ ചുട്ടുപൊള്ളുന്ന വൃത്തികെട്ട ഒരു പാനീയം അവരുടെ തൊണ്ടയിലൊഴിക്കുന്നു. ഞങ്ങളുടെ തൊണ്ട കരിഞ്ഞുപോയല്ലോ നാഥാ... പാപികൾ കേഴും. അപ്പോൾ പുഴുത്തുനാറിയ വ്രണത്തിൽനിന്നൂറ്റിയെടുത്ത തണുത്തുറഞ്ഞ ഒരു നീര് അവരുടെ തൊണ്ടക്കുഴലിലിറങ്ങുന്നു. തുപ്പാൻ പോലും അവർക്ക് അവസരം കിട്ടില്ല.

നാഥാ.. മാപ്പ്... ഞങ്ങൾക്കൊരവസരം കൂടി തരൂ. ഞങ്ങൾ തെറ്റു തിരുത്താം. രക്ഷിക്കൂ...

നന്നാകാൻ എത്രയെത്ര അവസരങ്ങൾ ഞാൻ നിങ്ങൾക്കു തന്നു! എത്ര ഉദാഹരണങ്ങൾ നിങ്ങളുടെ മുന്നിൽ അവതരിപ്പിച്ചു! എല്ലാം പുച്ഛിച്ചു തള്ളിയില്ലേ? ഇപ്പോൾ ഞാനല്ലാതെ ആരുണ്ട് നിങ്ങൾക്ക് തുണ? അവസാനനാളിനെക്കുറിച്ച് പലവട്ടം ഓർമിപ്പിച്ചതല്ലേ? എല്ലാം മറന്നില്ലേ? ഞാൻ നിനക്കു നൽകിയ ധനം നേർമാർഗത്തിൽ ചെലവഴിക്കാൻ കൽപ്പിച്ചത് നീ കേട്ടോ? നീ ചെയ്തുകൂട്ടിയ ഓരോ ചെറുകാര്യങ്ങളും വൻകാര്യങ്ങളും എഴുതിയ കണക്കുപുസ്തകം ഇതാ നിന്റെ മുന്നിൽ തുറന്നുവച്ചിരിക്കുന്നു. പോരെങ്കിൽ നിന്റെ കണ്ണും കാതും കൈയും കാലും നിനക്കെതിരായി സാക്ഷി പറയാൻ ഇതാ ഒരുങ്ങിനിൽക്കുന്നു. നമസ്കാരം നിലനിർത്തിയോ? നോമ്പനുഷ്ഠിച്ചോ? വേണ്ടവിധം ദാനധർമങ്ങൾ ചെയ്തോ? എന്നിട്ടിപ്പോൾ കരുണയ്ക്ക് കേഴുന്നു. ഇടിമുഴക്കംപോലുള്ള ശബ്ദം കേട്ട് പാപികൾ ഞെട്ടിവിറയ്ക്കുന്നു. ചാട്ടവാറുകൊണ്ടുള്ള അടികൊണ്ട് ദേഹത്തിൽ ചോര പൊടിയുന്നു. പാപികളുടെ ആർത്തനാദം സ്വർഗപ്പൂന്തോപ്പിൽ സ്വർണമഞ്ചത്തിൽ ഇണകളോടൊത്ത് വിശ്രമിക്കുന്ന പുണ്യവാന്മാരുടെ കാതിലും എത്തുന്നു. തങ്ങളെ രക്ഷിച്ചതിന് അവരപ്പോൾ നാഥനെ സ്തുതിക്കുന്നു.

കണ്ണിൽ ഉറക്കം പിടിക്കുന്നതുവരെ റാബിയ ഇത്തരം കഥകൾ പറഞ്ഞുകൊണ്ടേയിരിക്കും. പലതവണ പേടിച്ച് ഉറക്കം ഞെട്ടിയിട്ടുണ്ട്. ഉള്ളം പുകഞ്ഞിട്ടുണ്ട്. എന്നിട്ടും നേരംപുലരുമ്പോൾ എല്ലാം മറക്കും. സംസാരസാഗരത്തിൽ ഊളിയിടുന്നതിനിടയിൽ മതാനുഷ്ഠാനങ്ങൾ മറക്കും. പക്ഷേ, ഒരു കാര്യം ഉറപ്പുണ്ട്. അറിഞ്ഞുകൊണ്ട് ദുഷ്കർമങ്ങൾ ഒന്നും ചെയ്തിട്ടില്ല. അന്യരെ ദ്രോഹിക്കാൻ ഒരിക്കലും ശ്രമിച്ചിട്ടില്ല. പിശുക്കും കാണിച്ചിട്ടില്ല. കഴിവനുസരിച്ച് പലരേയും സഹായിച്ചിട്ടുമുണ്ട്. അതു മാത്രം പോരാ എന്നാണ് റാബിയ പറയുന്നത്. നോമ്പും നമസ്കാരവും നിർബന്ധമായും നിലനിർത്തണം. ഇക്കാര്യം പറഞ്ഞ് രണ്ടുപേരും പലപ്പോഴും പിണങ്ങിയിട്ടുണ്ട്.

“ആ ഹാജ്യാരെ എന്നു കണ്ടുമുട്ടിയോ അന്നുതൊട്ട് എന്റെ കഷ്ടകാലവും തുടങ്ങി.”

അവളെ ശുണ്ഠിപിടിപ്പിക്കാൻവേണ്ടി മാത്രമാണ് അങ്ങനെ പറയാറുള്ളത്. അത് അവളെ വല്ലാതെ വേദനിപ്പിക്കാറുണ്ടെന്ന് ആദ്യമൊന്നും അറിഞ്ഞിരുന്നില്ല. അറിഞ്ഞതുമുതൽ അവൾ എന്തു പറഞ്ഞാലും എതിർത്തൊന്നും പറയാറില്ല. കേൾക്കാത്ത മട്ടിലിരിക്കും.

"അവിശ്വാസികളുടെ ചെവിയിൽ ഈയം ഉരുക്കി ഒഴിച്ചിരിക്കയാണെന്നു പറയുന്നത് വെറുതെയല്ല കേട്ടോ."

അവളുടെ ഈറനണിഞ്ഞ വാക്കുകൾ.

"ഇതൊരു ശല്യമായല്ലോ."

അരിശത്തോടെ എഴുന്നേൽക്കുമ്പോൾ അവളുടെ നിറഞ്ഞ കണ്ണുകളും വിതുമ്പുന്ന ചുണ്ടുകളും അവിടെത്തന്നെ വീണ്ടുമിരുത്തുന്നു.

"ചുമ്മാ പറഞ്ഞതല്ലേ? നീയാണെന്റെ ഭാഗ്യം. എന്റെ എല്ലാം."

അത് വെറും വാക്കായിരുന്നില്ല. അവളെപ്പോലൊരു പെണ്ണിനെ ഭാര്യയായി കിട്ടുക എന്നതു മഹാഭാഗ്യംതന്നെ. പരാതിയില്ല. പരിഭവമില്ല. നാൽപ്പതുവർഷം കൂടെ ജീവിച്ചിട്ടും മുഖത്തുനോക്കി ഉറക്കെയൊന്നു സംസാരിച്ചിട്ടില്ല. വേണ്ടാത്തതൊന്നും അവളുടെ നാവിൽനിന്ന് ഉതിരില്ല. ഒരു സാധാരണ പെണ്ണിനെപ്പോലെ ഇവളൊന്നു പൊട്ടിത്തെറിച്ചെങ്കിൽ! നാലു തെറി പറഞ്ഞെങ്കിൽ! പിണങ്ങുമ്പോൾ മിണ്ടാപ്പൂതത്തെപ്പോലെ നടക്കുന്ന അവളെ കാണുമ്പോൾ പലപ്പോഴും തോന്നിയിട്ടുണ്ട്. അവിടെ ഒരു ഭാവഭേദവുമില്ല. ഉരിയാടുകയില്ലെങ്കിലും അയാളുടെ കാര്യങ്ങൾക്കൊന്നും മുടക്കം വരുത്തില്ല. കുട്ടികളുടെ കാര്യത്തിലുമില്ല വിട്ടുവീഴ്ച. രാത്രി അയാൾ അടുത്തുചെന്നു കിടന്നാലുമില്ല. എതിർപ്പ്. പക്ഷേ, ശരീരം തണുത്തുറഞ്ഞിരിക്കുന്നതായി തോന്നുമെന്നു മാത്രം. കരണത്തൊന്നു കൊടുക്കുവാൻ പലപ്പോഴും തോന്നിയിട്ടുണ്ട്. പക്ഷേ, അവളുടെ കണ്ണുകളിലേക്കു നോട്ടമെത്തുമ്പോൾ എവിടെയോ ഒരു വിറയൽ.

"ഉമ്മാ രണ്ടുദിവസമായി നേരത്തും കാലത്തും ഒന്നും കഴിക്കാറില്ല."

മക്കൾ പറയുമ്പോൾ കുറ്റബോധംകൊണ്ട് തൊലി ഉരിയുന്നു. ഒടുക്കം അവതാപറഞ്ഞും മാപ്പപേക്ഷിച്ചുമാണ് അവളെ പഴയ പരുവത്തിലെത്തിക്കുന്നത്. കല്യാണം കഴിഞ്ഞതുമുതൽ എന്തിനും താങ്ങായി അവൾ കൂടെ ഉണ്ടായിരുന്നു. അവളുടെ ഒടുങ്ങാത്ത നിസ്സംഗത പലപ്പോഴും വഴക്കിനു പ്രേരിപ്പിച്ചിട്ടുണ്ട്. മക്കളുടെ കാര്യത്തെച്ചൊല്ലിയാണ് രണ്ടുപേരും വഴക്കിടുന്നത്. മക്കളുടെ കാര്യത്തിൽ വാപ്പയ്ക്ക് ഒട്ടും ചിന്തയില്ല എന്നാണ് അവളുടെ പരാതി. പിന്നെ ആർക്കുവേണ്ടിയാ താൻ രാപകലില്ലാതെ അധ്വാനിക്കുന്നത്? കഷ്ടപ്പെടുന്നത്? പണമുണ്ടാക്കിയാൽ മാത്രം മതിയോ? അവരുടെ സ്വഭാവരൂപീകരണത്തിലും പഠിത്തത്തിലും ശ്രദ്ധിക്കണ്ടേ? പരാതികൾക്ക് അന്തമില്ല. പരാതികൾ നേരാണെന്ന് ഇപ്പോൾ തോന്നുന്നു. ഷാജിയും ഷാഹുലും ഒക്കെ വഴിതെറ്റിയത് അയാളുടെ അശ്രദ്ധകൊണ്ടല്ലേ? ഇനി അതേക്കുറിച്ചൊക്കെ ചിന്തിച്ചിട്ട് എന്തുകാര്യം? അവളുടെ പ്രാർഥന കേട്ടതുകൊണ്ടാകണം ഷാജി കരയ്ക്കണഞ്ഞു. ഇനി

ഇവനുംകൂടി.. പടച്ചവനെ നീ കാരുണ്യവാനാണ്. പാപികളുടെ പാപം പൊറുക്കുന്നവനാണ്. നീതിമാനാണ്. ഞാനിതാ പശ്ചാത്തപിച്ചു മടങ്ങുന്നു. എന്റെ തെറ്റിന് നീ മക്കളെ ശിക്ഷിക്കരുതേ...

ഭ്രാന്തനെപ്പോലെ നടക്കുന്ന ഷാഹുലിന്റെ മുഖമായിരുന്നു അപ്പോൾ മനസിൽ. അത് വല്ലാത്ത നീറ്റലുണ്ടാക്കി. എല്ലാറ്റിലും മിടുക്കനായിരുന്നു. അവൻ നന്നായി പഠിക്കുകയും ചെയ്യുമായിരുന്നു. പെട്ടെന്നാണ് തല തിരിഞ്ഞത്. അതുകൊണ്ടാണ് പെട്ടെന്നു പിടിച്ച് വിവാഹം കഴിപ്പിച്ചത്. അതോടെ പതംവന്നതായിരുന്നു. വീണ്ടും എങ്ങനെ അവൻ വഴിതെറ്റി? എല്ലാം ആ പെണ്ണിന്റെ പിടിപ്പുകേടുതന്നെ. സ്വന്തം ഭർത്താവിനെ നേരെയാക്കിയെടുക്കാൻ കഴിയാത്തവൾ പെണ്ണാണോ? അങ്ങനെ കുറ്റപ്പെടുത്താമോ? റാബിയ നാൽപ്പതു കൊല്ലം ശ്രമിച്ചിട്ട് അയാൾ പൂർണമായി മാറിയോ? മാറില്ലെന്നു ശാഠ്യംപിടിക്കുകയായിരുന്നില്ലേ? അയാളുടെ മകനല്ലേ ഷാഹുൽ? ശാഠ്യവും വൈരാഗ്യവും അവനും കാണും. പറഞ്ഞു തീർക്കാവുന്ന തെറ്റിദ്ധാരണകളേ ഉള്ളൂ എന്നാണല്ലോ മുംതാസും പറയുന്നത്. എന്നിട്ടും ആ പൊട്ടിപ്പെണ്ണ് എന്തിനാ തൂങ്ങിച്ചാകാൻ ശ്രമിച്ചത്? നൂലിട ഭാഗ്യമുള്ളതുകൊണ്ട് ഒരു ദുരന്തം ഒഴിവായി. അതുപോലെ ഈ ദുരന്തവും ഒഴിവായെങ്കിൽ!

പാപികളുടെ പ്രാർഥന പടച്ചവൻ കേൾക്കില്ലായിരിക്കും. അങ്ങനെയൊന്നും ചിന്തിക്കരുത്. പൊറുക്കാൻ വയ്യാത്ത തെറ്റുകളൊന്നും അറിഞ്ഞുകൊണ്ട് ചെയ്തിട്ടില്ല. മുകളിലിരിക്കുന്നവൻ അവന്റെ പ്രജകളെ നിരന്തരം പരീക്ഷിച്ചുകൊണ്ടിരിക്കും. മതിമറന്ന് സന്തോഷിക്കാതിരിക്കാനും അള്ളാഹുവിനെ ഓർമിക്കുവാനും ഇത്തരം പരീക്ഷണങ്ങൾ ആവശ്യം തന്നെ. ബുദ്ധിമുട്ടും കഷ്ടപ്പാടും അനുഭവിക്കുമ്പോഴെങ്കിലും മനുഷ്യർ അള്ളാഹുവിനെ ഓർമിക്കുമല്ലോ. അവൾ കൂടെയുണ്ടെങ്കിൽ എന്തും താങ്ങാം. അവളില്ലെങ്കിൽ..

"മരിച്ചാൽ നാട്ടിലെ പള്ളിയിൽ ബാപ്പയുടെ അടുത്തു കിടക്കണമെന്ന് മോഹമുണ്ട്. എത്ര ശ്രമിച്ചിട്ടും അവിടന്ന് എന്റെ വേരുകൾ പിഴുതുമാറ്റാൻ എനിക്കാവുന്നില്ല. ആശ നിറവേറുമോ എന്തോ!"

റാബിയ ഒരിക്കൽ ചോദിച്ചത് ഇപ്പോഴെന്തേ കാതിൽ മുഴങ്ങാൻ!

"നടക്കും ഞാൻ ജീവിച്ചിരിപ്പുണ്ടെങ്കിൽ നിന്റെ ഏതാഗ്രഹവും സാധിപ്പിച്ചുതരും."

"അള്ളാഹു അതിനിടയാക്കിത്തരട്ടെ. ആമീൻ."

അവളപ്പോൾ ആകെ മേൽപ്പോട്ടുയർത്തി തേടി.

അതിനർഥം? അവൾ നേരത്തെ പോകുമെന്നോ? എന്നാരു പറഞ്ഞു? ഇല്ല... അവളില്ലാതെ...

"ഇല്ല. അങ്ങനെ സംഭവിക്കില്ല."

ഉറക്കെപ്പറഞ്ഞതു കേട്ടാകണം അസീസ് മിഴിച്ചു നോക്കി.

അവൾ അപ്പോഴും ചിന്തയിൽത്തന്നെ.

ഇരുപത്തിയൊൻപത്

“മതി പെണ്ണേ, വയറങ്ങ് വീത്തല്ലോ. ഇനി ഇത്തിക്കഴിയട്ട്.”

തള്ളയുടെ അകിട്ടിൽ പാൽ നുണഞ്ഞുകൊണ്ടിരുന്ന കിടാവിനെ പിടിച്ചുമാറ്റിക്കൊണ്ട് നദീറ പറഞ്ഞു. അത് അമ്പേ അമ്പേ എന്നു കരഞ്ഞുകൊണ്ട് അവളുടെ സാരിയിൽ മുഖമുരച്ചു.

“കള്ളീ, ചുമ്മാ കിണുങ്ങല്ലേ. വയറു വീത്ത് കുടംപോലിരിക്കണ്. എന്നിട്ടാ കിണുക്കം. ഇത്തിരിനേരം ഇവിടെല്ലാം തുള്ളിച്ചാടി നടന്നിട്ടു വരുമ്പം വിശക്കും. അപ്പക്കുടിക്കാം. അപ്പഴത്തിനും നിന്റെ തള്ളയെ ഒന്നു കുളിപ്പിച്ചോട്ട്. വാഴയിലോ മലക്കറിയിലോ കടിച്ചാൽ നിന്നെ ഞാൻ വച്ചേക്കത്തില്ല.”

അഴിച്ചുവിട്ടതും പശുക്കിടാവ് ചെവി വിടർത്തി മദിച്ചോടി.

“ഓ, അവടെയൊരുത്സാഹം കണ്ടില്യോ.”

പുള്ളിപ്പശുവിനെ അഴിച്ചുകൊണ്ടു കിണറ്റുകരയിലേക്കു നടക്കുമ്പോൾ നദീറ പറഞ്ഞു. അതു കേട്ടിട്ടെന്നവണ്ണം പുള്ളിപ്പശുവും കൊമ്പു കുലുക്കി. ചകിരിയും സോപ്പുമിട്ട് പശുവിനെ തേച്ചുകുളിപ്പിച്ച് തെങ്ങിൻമൂട്ടിൽ കെട്ടി വയ്ക്കോലും വാരി മുന്നിലിട്ടുകൊടുത്തിട്ട് നദീറ പുരയിടത്തിൽ കൃഷി നോക്കാനിറങ്ങി. മരിച്ചീനിക്കമ്പുകൾക്ക് അവളേക്കാൾ പൊക്കം. മരിച്ചീനിച്ചില്ലകൾ കാറ്റിന്റെ താളത്തിനൊത്തു നടനമാടി. അപ്പോൾ പച്ചനിറം എങ്ങും പടർന്നു. സൂര്യൻ പൊങ്ങിത്തുടങ്ങി. സ്വർണ വെയിൽനാളങ്ങളേറ്റപ്പോൾ ഇലകളുടെ പച്ചപ്പ് ഇരട്ടിച്ചു.

“അവളുമാരുടെ ആട്ടവും കുഴച്ചിലും കണ്ടില്ലേ. അധികം കിടന്ന് നിഗളിക്കല്ലേ. പെണ്ണുങ്ങളങ്ങനെ നിഗളിച്ചൂടാ. ഒടുക്കം കരയേണ്ടിവരും.”

തന്നത്താനെ പറഞ്ഞുകൊണ്ടാണു നടപ്പ്. ഒരുവശം നിറയെ തഴച്ചുവളരുന്ന വാഴകൾ. കുലവാഴക്കൂമ്പിൽ തേൻ ചുരന്നുകൊണ്ടു പാറുന്ന

വണ്ടുകൾ. കുലയുടെ ഭാരം താങ്ങാനാവാതെ മറിഞ്ഞുവീണ ഒരു വാഴ കുത്തുകൊടുത്തു ചാരിനിർത്തുമ്പോൾ അവൾ പറഞ്ഞു.

"ഇതുതന്നെ പെണ്ണുങ്ങളുടെ തലയിലെഴുത്ത്. കാര്യം കഴിയുമ്പോൾ ആരിക്കും വേണ്ട. നിന്റെ കാര്യം തന്നെ നോയിക്കേ. കുലവിളഞ്ഞ് വെട്ടിയാൽ നിന്നെ കൊത്തിയരിഞ്ഞ് തെങ്ങിൻ മൂട്ടിലിടൂല്ലേ. സഹിക്കാതെന്തര് ചെയ്യണത്."

"ഇതാരൂടി മിണ്ടിപ്പറഞ്ഞോണ്ട് നടക്കണത്?"

ഇല വാങ്ങാൻ വന്ന ചെല്ലമ്മ ചോദിച്ചു.

"ഇവളുമാർക്ക് മനുഷ്യരേക്കാൾ നന്ദിയും കൂറുമുണ്ട്. കണ്ടില്ലേ, വെട്ടിക്കിളച്ച് ഇത്തിപ്പോലം വളവും വെള്ളവും കൊടുത്തപ്പോൾ മരുഭൂമിപോലിരുന്ന പുരയിടം പച്ചപ്പുനിക്കണത്."

"ഉള്ളതുതന്നെ. കാടുപിടിച്ചു കിടന്നിരുന്നതാ. അപ്പി വന്നേപ്പിന്നെ പൂന്തോട്ടമായി. എല വെട്ടട്ടോ അപ്പീ?"

"കുലച്ചതീന്നേ വെട്ടാവൂ. എണ്ണം കൃത്യമായിരിക്കണം."

"അപ്പി നോയിക്കോണ്ട് നിക്കയല്ലേ. ചെല്ലമ്മയ്ക്ക് ചതീം വഞ്ചനേം അറിഞ്ഞൂടാ. അതോണ്ടല്ല്യോ മേൽഗതിയില്ലാതെ എന്നും ഈ അലച്ചില്. ആട്ടെ മാപ്പളക്കാറൻ ഇപ്പഴും കെറുവിച്ചുതന്നെ? ഇങ്ങോട്ടൊന്നും കാണാനില്ലല്ല്."

"ദേ തള്ളേ വേണ്ടാതീനം പറഞ്ഞാലുണ്ടല്ലോ. ഈ നുണയൊക്കെ ആരു പറഞ്ഞുപരത്തിയത്? ലങ്ങേര് കഴിഞ്ഞ ആഴ്ചയിലും വന്നിട്ട് പോയതല്ലേ. കടയടച്ചു വരുമ്പം ഇരുട്ടും. കാലത്തേ പോവേം ചെയ്യും. അവിടെ മാമാ വയ്യാതിരിക്കുകാ. ഇവിടെ നിന്നാ കടയിലാരുണ്ട്?"

"ഇവിടത്തുകാര് അങ്ങനെയൊന്നുമല്ലല്ലോ അപ്പീ പറയണത്."

"ലവളുമാരിക്ക് വേറെ ജ്വാലികള് വല്ലതുമുണ്ടോ? അന്യരുടെ അടുക്കളരഹസ്യമറിഞ്ഞാലേ ഉറക്കം വരൂ. ചെറ്റകള്. നിങ്ങള് വേഴം പറഞ്ഞു നിക്കാതെ ഇലവെട്ടുന്നുണ്ടോ? എനിക്ക് ഒരു നൂറുകൂട്ടം ജോലിയുണ്ട്. പുരയിടം കാടുപിടിച്ചുകിടക്കുന്നു. കുറച്ചു ദെവസി ഞാനവിടെച്ചെന്നു താമസിച്ചിട്ട് എല്ലാം ഒന്നു ചൊവ്വാക്കിയിട്ട് പോരാം എന്നു കൊഞ്ചിപ്പറഞ്ഞിട്ടാ ഇങ്ങോട്ടു വിട്ടത്. അത് കാണാനുമുണ്ടല്ലോ. പത്തമ്പത് മൂട് തെങ്ങു വച്ചു. ഇപ്പം തേങ്ങായ്ക്ക് തീ വിലയല്ല്യോ? കാടുപിടിച്ചുകിടന്ന പുരയിടത്തിൽ കപ്പയും വാഴയും നട്ടു. മലക്കറിത്തോട്ടം കണ്ടില്ലേ. വെണ്ടയും കീരയുമൊക്കെ ഞാൻ ചന്തയിൽ കൊടുക്കുകാ. കണ്ടിട്ട് ഇവളുമാർക്ക് സഹിക്കുന്നില്ല. അസൂയപ്പരിഷകള്.'

"അയ്യോ, എന്റൂടി കെറുവിക്കല്ലേ! ആരാണ്ടേതാണ്ട് പറഞ്ഞതു കേട്ട് ചോദിച്ചൂന്നേ ഉള്ളൂ."

നദീറയുടെ നാവിനു മൂർച്ച ഏറുന്നതു കണ്ട ചെല്ലമ്മ അവതാ പറഞ്ഞു.

മലക്കറിക്ക് തടമെടുത്തും ഇലനുള്ളിയും ചെല്ലമ്മയുടെ ഇലവെട്ടു കഴിയുന്നതുവരെ അവിടെ തങ്ങി.

"അമ്പതില വെട്ടിയിട്ടുണ്ടപ്പീ.. എണ്ണിനോയിക്കേ.."

"വേണ്ട. കാശു തന്നിട്ട് പോ."

"കാശ് വയ്യിട്ടു തരാം. ഇത് ഓട്ടലിൽ കൊണ്ടുകൊടുത്തിട്ടു വേണം കാശു വാങ്ങിക്കാൻ."

"ഒന്നിനേം വിശ്വസിക്കാൻ കൊള്ളത്തില്ല. അതാ കാലം."

"ഇങ്ങനെയൊന്നും പറയല്ലേ അപ്പീ! ഈ ചെല്ലമ്മ ആരേയും വഞ്ചിച്ചിട്ടില്ല."

ഇലച്ചുമടുമായി ധൃതിയിൽ നടക്കുന്നതിനിടയിൽ ചെല്ലമ്മ പറഞ്ഞു.

ഈയിടെയായി ചെടികളും മരങ്ങളുമാണ് കൂട്ട്. അവരോട് ഉള്ളു തുറന്നു എന്തുവേണമെങ്കിലും പറയാം. മനഷ്യരോടു മിണ്ടാനാണ് പേടി. മിണ്ടിയാൽ ധിക്കാരി. മിണ്ടാതിരുന്നാലോ? കിറുക്കി. ജീവിതമേ മടുത്തതായിരുന്നു. പിന്നെ ഒരു വാശിയുടെ പുറത്തങ്ങു കഴിയുന്നു. അല്ലെങ്കിൽ ഇത്രയും അപമാനവും പേറി ഒരു പെണ്ണിനു കഴിയാനാകുമോ? കുറഞ്ഞകാലം കൊണ്ട് ജീവിതത്തിന്റെ ഏടാകെ കുത്തഴിഞ്ഞുപോയില്ലേ? അവ വീണ്ടും കുത്തിത്തയ്ച്ച് പുറംചട്ടയിട്ട് പുതുക്കണമെന്ന് ആർക്കുണ്ട് താൽപ്പര്യം? പത്തുകൊല്ലം കൂടെ പൊറുത്ത പുരുഷനു പോലും അങ്ങനെയൊരു ചിന്തയില്ല.

"എന്റെ കുടുമ്മം നീയൊരുത്തിയായിട്ടാ തകർത്തത്. ഇനി ഒരു നിമിഷം നിന്നെ ഇവിടെ കണ്ടുപോവരുത്."

കൈചൂണ്ടി ചീറുന്ന അയാളുടെ മുഖം ഇപ്പോഴും പേടിപ്പെടുത്തുന്നു. അങ്ങനെയൊരു മുഖം അവൾ അതിനുമുമ്പു കണ്ടിട്ടില്ല. കുത്തുവാക്കു പറഞ്ഞു നോവിക്കുമ്പോൾ ഒഴിഞ്ഞു മാറുന്ന ആളാണ്. ആരെന്തു പറഞ്ഞാലും അവിടെ ഏശാറില്ല. അന്യരുടെ മുന്നിൽ ഭാര്യയുടെ വിരൽത്തുമ്പിൽ തൊടാൻപോലും നാണം. 'പുളുന്താൻ' എന്ന് അവൾ തന്നെ കേട്ടും കേൾക്കാതെയും എത്രതവണ വിളിച്ചിരിക്കുന്നു! അപ്പോഴൊക്കെ വാ മുഴുക്കെ പടർന്നുകിടക്കുന്ന ചുണ്ട് മലർത്തി ചിരിയോ കരച്ചിലോ എന്നു നിശ്ചയിക്കാനാവാത്ത ഭാവവുമായി തുറിച്ചുനോക്കും. റംലത്ത് കെട്ടിത്തൂങ്ങാൻ ഒരുങ്ങിയതിന് അവളെന്തു പിഴച്ചു? ആരെങ്കിലും അവളെ വിളിച്ച് വിശദീകരണം ചോദിച്ചോ? എന്തുണ്ടായി എന്ന് മാമിയെങ്കിലും ഒന്നു ചോദിച്ചിരുന്നെങ്കിൽ! ആരും ഒന്നും ചോദിക്കാതെ അവളെ കുറ്റക്കാരിയാക്കിയപ്പോൾ സങ്കടത്തേക്കാൾ അരിശമാണ് തോന്നിയത്."

"പേടിപ്പിക്കല്ലേ. ഊതിയാൽ പറക്കുന്നവളല്ല നദീറ."

"അതേടി നീയെന്തിനും പോന്നവൾതന്നെ. പക്ഷേ അതിനി ഇവിടെ വേണ്ട."

മുടിക്കു കുത്തിപ്പിടിച്ചുകൊണ്ടാണു പറഞ്ഞത്. ദുർബലമെന്നു കരുതിയിരുന്ന ആ കൈകൾക്ക് ഇത്രയും കരുത്തോ? അമ്പരപ്പോടെ മിഴിച്ചു നിന്നു. കണ്ണുകളിൽ കത്തുന്ന പക. അതോടെ നാവടങ്ങി.

"മതിയാക്ക് നദീറാ. കുറച്ചു കൂടിപ്പോയി."

മാമിയുടെ ഇടറിയ വാക്കുകൾ.

"മാമീ... മാമി എന്തറിഞ്ഞിട്ടാ?"

"അറിഞ്ഞിടത്തോളം മതി. കുറച്ചു ഞാനും കേട്ടു. നിന്നെ ഞാനിങ്ങനെയല്ല കരുതിയത്."

"മാമി ഒന്നുമറിയാതെയാ എന്നെ കുറ്റപ്പെടുത്തുന്നത്. ഇനി ഞാനൊന്നും പറയുന്നില്ല. തെറ്റും ശരിയും കാലം തെളിയിക്കും. വരീൻ പിള്ളാരേ. കേറിക്കിടക്കാൻ ഞങ്ങൾക്കുമുണ്ട്. കിടക്കാടം."

കണ്ണു നിറച്ച് അന്തംവിട്ടുനിൽക്കുന്ന കൊച്ചുമോന്റെ കൈയും പിടിച്ചു പുറത്തേക്കിറങ്ങി.

"കൊച്ചുങ്ങളെ തൊട്ടുപോവരുത്."

അയാളുടെ അലർച്ച.

"പേടിപ്പിക്കല്ലേ ഇവത്തുങ്ങളെ ഞാൻ പ്രസവിച്ചതാണെങ്കിൽ കൂടെ കൊണ്ടുപൂവ്വാൻ എനിക്കറിയാം."

"നീ വരുമ്പോൾ കൂടെ കൊണ്ടുവന്നതല്ലല്ലോ."

"ആണോ? ഉറപ്പിച്ചങ്ങ് പറയാൻ വരട്ട്.."

"നദീറാ.."

മാമി തടഞ്ഞപ്പോൾ വാക്കുകൾ വിഴുങ്ങി.

മക്കളുടെ കൈയുംപിടിച്ചു പടിയിറങ്ങുമ്പോൾ ആരെങ്കിലും വന്നു തടയുമെന്നു കരുതി. പക്ഷേ... ആരും ഒരു വാക്കും പറഞ്ഞില്ല. സൈനബ പോലും പിറകേന്നു വിളിച്ചില്ല. അപ്പോൾ ശരിക്കും തളർന്നു. ബസ്സിനുള്ള കാശുപോലും കൈയിലുണ്ടായിരുന്നില്ല. എങ്കിലും എവിടുന്നോ ധൈര്യം കിട്ടി. ഒരു ടാക്സി പിടിച്ച് അതിൽ കയറിയിരുന്നു. വീട്ടിൽച്ചെന്നപ്പോൾ കാക്കാ മുറ്റത്തുതന്നെ ഉണ്ടായിരുന്നു.

"എന്ത്, പെട്ടെന്നിങ്ങനെ.. അളിയൻ വരാത്തതെന്ത്?"

കാക്കയുടെ മുഖത്ത് അമ്പരപ്പ്.

"അതൊക്കെ പിന്നീട് പറയാം. കാശുകൊടുത്ത് ടാക്സിക്കാരനെ പറഞ്ഞയച്ചേ."

"നീ എന്തു ഭാവിച്ചാ പെണ്ണേ?"

ടാക്സിക്കാരനെ പറഞ്ഞയച്ചിട്ടു വന്ന കാക്കാ വിവരമറിഞ്ഞപ്പോൾ കെറുവിച്ചു.

"വീട്ടീന്നിറക്കിവിട്ടാപ്പിന്നെ എന്തര് ചെയ്യണമെന്നാ?"

"കന്നത്തരം വല്ലതും കാണിച്ചുകാണും. എവക്ക് അല്ലെങ്കിലും ആ പാവത്തിനെ കണ്ടൂടാ. നാക്കെടുത്താൽ കുറ്റമേ പറയൂ. അവന് സഹി കെട്ടിരിക്കും."

മദ്നി ഇടയിൽക്കയറി പറയുന്നതു കേട്ടപ്പോൾ അരിശം കത്തിക്കയറി.

"ഞാനെന്റെ വീട്ടിലേക്കാ വന്നത്. അതിന് നിങ്ങള് കെടന്നു തുള്ളണതെന്തരിന്?"

"കെട്ടിച്ചുവിട്ടതോടെ ഇതു നിന്റെ വീടല്ലാതായി."

ഉമ്മയും പറഞ്ഞപ്പോൾ സങ്കടം അണപൊട്ടി. അന്നു രാത്രി വെളുക്കുവോളം കട്ടിലിൽ കിടന്നു ചിന്തിച്ചു. ഇല്ല നദീറ ആർക്കും ഭാരമാവില്ല. ഭർത്താവുപേക്ഷിച്ചെന്നു കരുതി ആത്മഹത്യ ചെയ്യാൻ അവൾക്കു മനസില്ല. അവൾ അധ്വാനിച്ചു ജീവിക്കും. പിറ്റേന്നു കാലത്തേ കൈയിലും കഴുത്തിലുമുള്ള ഉരുപ്പടികളുമായി സ്വർണക്കടയിൽച്ചെന്നു കിട്ടിയ കാശുകൊണ്ട് ഓലയും മുളയും വാങ്ങി സ്വന്തം പുരയിടത്തിൽ ഒരു കൂര പണിയിച്ചു. കൂലിക്കാരുടെകൂടെ നിന്ന് അവളും മക്കളും പണിതു. കാക്കയും ഉമ്മയും പലതവണ വന്നു വിളിച്ചു. ഉണ്ണാൻപോലും ചെന്നില്ല. അടിമുടി ജ്വലിച്ചുനിൽക്കുകയായിരുന്നു. സന്ധ്യയ്ക്കുമുമ്പേ കൂര തീർന്നു. കാശ് മിച്ചമുണ്ടായിരുന്നു. അത്യാവശ്യം പാത്രങ്ങളും വീട്ടുസാധനങ്ങളും വാങ്ങാൻ അതുപയോഗിച്ചു.

"പെൺപിള്ളേർക്ക് ഇത്രേം തന്റേടം അരുത് കൊച്ചേ."

ഉമ്മ പലതവണ വന്ന് താക്കീതുചെയ്തു.

"ഞാനൊന്നു ചെന്ന് അന്നഴിക്കട്ടോ? കാരിയം എന്തരാണെന്ന് അറിയാണ്ടായോ?"

"ദേ, എന്റെ നാക്ക് മെനക്കെടുത്തരുത്. നിങ്ങടെ വീട്ടിക്കേറി വന്നപ്പം ഇറക്കിവിട്ടതല്ലേ? നിങ്ങളെ ശല്യപ്പെടുത്താൻ ഞങ്ങള് വരാതിരുന്നാൽ പോരേ?"

"അവനേതാണ്ട് പറഞ്ഞെന്നും പറഞ്ഞ് നീയിങ്ങനെ കെറുവിച്ചാലോ? അവൻ നിന്റെ മൂത്തതല്ല്യോ? ഇത്തിപ്പോലം ക്ഷമിച്ചാലെന്ത്?"

"കാക്കാ പറഞ്ഞെങ്കിൽ ഞാൻ കേൾക്കുമായിരുന്നു. വന്നുകയറിയ അവര് അനാവശ്യം പറഞ്ഞപ്പോ നിങ്ങള് കേട്ടോണ്ടിരുന്നില്ലേ?"

"ഇതുപോലെ വല്ലോം അവിടേം പറഞ്ഞുകാണും."

"ഇതിലും അധികം പറഞ്ഞെന്നിരിക്കും. ആണുംപെണ്ണുംകെട്ട ഒരുത്തന്റെ തലയിൽ കെട്ടിവച്ച് ഭാരം തീർത്തതല്ല്യോ? ഇപ്പോ അനുഭവീര്."

"ഞാനല്ലല്ലോ നീയല്ലേ അനുഭവിക്കുന്നത്?"

ഉമ്മയുടെ വാക്കുകളിലെ തേങ്ങൽ കേട്ടില്ലെന്നു നടിച്ചു. ആദ്യം ഇടഞ്ഞുനിന്നെങ്കിലും ബാങ്കിൽനിന്നു ലോണെടുക്കാനും പശുവിനെ വാങ്ങാനും മറ്റും കാക്കായും സഹായിച്ചു. അവരേയും കുറ്റംപറഞ്ഞിട്ടു കാര്യമില്ല. കാക്കാ സർക്കാരധ്യാപകൻ. കിട്ടുന്നത് അവർക്കുതന്നെ തികയില്ല. അതിന്റെകൂടെ സഹോദരിയേയും മക്കളേയുംകൂടി പുലർത്തേണ്ടതാലോചിച്ചപ്പോൾ ഇടഞ്ഞതായിരിക്കും. ഏതായാലും തന്റേടത്തോടെ നിന്നു ഉള്ള് കരയുമ്പോഴും ഭദ്രകാളിയുടെ മുഖംമൂടിയണിഞ്ഞ് എല്ലാവരോടും ഉറഞ്ഞുതുള്ളി. കൈമെയ് മറന്ന് അധ്വാനിച്ചു. എല്ലാവരുടേയും മുന്നിൽ തലയുയർത്തിനിന്നു കാര്യങ്ങൾ പറഞ്ഞു. അതുകൊണ്ടുതന്നെ ശത്രുക്കളായിരുന്നു കൂടുതലും. ഒന്നും വകവെച്ചില്ല. മക്കളെ ഇവിടത്തെ സ്കൂളിൽ ചേർത്തു. എങ്ങനെയോ കാര്യങ്ങൾ നടത്തിക്കൊണ്ടു പോവുകയും ചെയ്തു.

നീയെന്തു തെറ്റാണ് ചെയ്തതെന്ന് മാമിക്കെങ്കിലും ഒന്നു ചോദിക്കാമായിരുന്നില്ലേ? സ്വന്തം ഉമ്മയെക്കാൾ ഏറെ അവരെ സ്നേഹിച്ചിരു

ന്നു. അന്വേഷിച്ചിരുന്നു. എന്നിട്ടും നീ പോകരുത് കൊച്ചേ എന്നൊരു വാക്ക് അവർ പറഞ്ഞില്ലല്ലോ. ഞാനും കേട്ടു കുറച്ചൊക്കെ എന്നാണ് പറഞ്ഞത്. അവളും ഷാഹുലും സംസാരിച്ചത് മാമി കേട്ടെന്നാണോ? എന്നാലും വിശദീകരണം ചോദിക്കാനുള്ള സ്വാതന്ത്ര്യം ഉണ്ടായിരുന്നല്ലോ. അത്ര വലിയ തെറ്റെന്തു ചെയ്തെന്നാ? ഭർത്താവിന്റെ അനിയൻ ലക്കില്ലാതെ വന്ന് കയറിപ്പിടിക്കാൻ ശ്രമിച്ചത് ഒളിച്ചുവച്ചത് കുറ്റമാകുമോ? നടന്ന സംഭവം പിറ്റേന്നു തന്നെ മാമിയെ അറിയിക്കേണ്ടതായിരുന്നു. ഒരു കുടുംബം അവളായിട്ടു തകർക്കേണ്ടെന്നു കരുതി മിണ്ടാതിരുന്നതല്ലേ? ആണോ ?എന്നിട്ട് നീയെന്തിനാ ഒന്നുമറിയാത്ത നിന്റെ പാവം ഭർത്താവിനെ തീതീറ്റിച്ചത്? ഉള്ളിൽ നിറയെ തീയായിരുന്നു. ചിലപ്പോൾ അതങ്ങ് ആളിക്കത്തും. അപ്പോഴാണ് തീപ്പൊരിപ്പാറുന്നത്. അയാളുടെ നിസ്സംഗത കാണുമ്പോൾ അറിയാതെ പൊട്ടിത്തെറിച്ചുപോകും. എല്ലാം ഉള്ളിലൊതുക്കി സമനില തെറ്റിയതായിരിക്കുമോ?

ആരോടെങ്കിലും എല്ലാം തുറന്നുപറഞ്ഞ് തെറ്റു തിരുത്തണമെന്നുണ്ടായിരുന്നു. പക്ഷേ ആരും എന്തെന്നും ഏതെന്നും അന്വേഷിച്ചില്ല. ആരുടേയും കാലുപിടിക്കാനും അവതാപറയാനും മാപ്പിരക്കാനും നദീറായ്ക്കാവില്ല. അതാണവളുടെ പ്രകൃതം. ഇനി എല്ലാം വിധിപോലെ വരും.

“ഉമ്മച്ചിയേ.. ഉമ്മോ.. ലിതെവിടെപ്പോയി കിടക്കണോ എന്തോ! കാലത്തേ നിങ്ങളവിടെ എന്തര് ചെയ്യണത്?”

“ഉം? ഉമ്മായെ കാണാഞ്ഞിട്ട് അപ്പിക്ക് എന്തര് കുഴപ്പം?”

അവൾ മുഖത്ത് ഭദ്രകാളിയുടെ മുഖംമൂടി അണിഞ്ഞു.

“മൂഞ്ചി കണ്ടാൽ...”

“എന്ത് മൂഞ്ചിക്ക? ദേ ചെറുക്കാ.. നിന്റെ കൊച്ചാപ്പാമാരുടെ കൂട്ട് കന്നംതിരിവ് എന്റ്റൂടി പറഞ്ഞാലുണ്ടല്ലോ.”

“തീർക്കണ്ട പക... എന്റെ കൊച്ചാപ്പ അവിടെ ചാകാൻ കിടക്കണ്. അപ്പഴും അവരിക്ക് വൈരാഗ്യം തീന്നില്ല.”

“നിന്റെ കൊച്ചാപ്പ കള്ളുകുടിച്ച് ചാകാൻ നടക്കണെതിന് ഞാനെന്തര് വേണം? ചാവണം. അതല്ലേ കൈയിലിരിപ്പ്.”

“കൊച്ചാപ്പ വണ്ടിയിടിച്ച് ആശൂത്രിലാണെന്ന്...”

തേങ്ങിക്കൊണ്ടാണ് അവൻ പറഞ്ഞത്.

“ആരു പറഞ്ഞു നിന്നോട്?’

“ഞങ്ങടെ സാറ്. സാറിന്നലെ ആരെയോ കാണാൻ ജനറലാശൂത്രിച്ചെന്നപ്പം വാപ്പായെ കണ്ടെന്ന്. ഞാൻ അവടംവരെ ഒന്നു പോകുന്നു.”

“എന്തരിന്? ചെല്ലാൻ നിന്റെ വാപ്പാ പറഞ്ഞയച്ചോ?”

“വാപ്പായെ ഇവിടെ കയറാൻ നിങ്ങള് സമ്മതിക്കാഞ്ഞിട്ടല്ലേ. ഞാനും കൊച്ചുമോനും പോകും.”

സുൾഫിയുടെ വാക്കുകൾക്ക് കനം. പത്തുവയസ്സുകാരൻ ചെറുക്കനായിരുന്നില്ല അപ്പോളവൻ. ഇരുത്തംവന്ന മട്ട്. പെട്ടെന്ന് അവളുടെ ഉള്ളം അലിഞ്ഞു. അവന്റെ ചോരയല്ലേ, അവനു വേദനയില്ലാതിരിക്കുമോ?

അവൾക്കും പോകണമെന്നുണ്ട്? പക്ഷേ, എങ്ങനെ അവിടെ കയറി ച്ചെല്ലും? ആരെങ്കിലും ദുർമുഖം കാണിച്ചാൽ സഹിക്കാനാകുമോ? അപ്പോൾ അറിയാതെ അരിശം നുരഞ്ഞുപൊന്തും. വായിൽത്തോന്നിയത് വിളിച്ചുപറയുകയും ചെയ്യും. അതോടെ കണ്ണികൾ കൂടുതൽ അകലും. ആലോചന അത്രയുമെത്തിയപ്പോൾ നെഞ്ചിലൊരെരിച്ചിൽ. അവൾ ഒറ്റ പ്പെടുകയാണെന്നൊരു തോന്നൽ. മക്കൾ വാപ്പായുടെ കൂടെ പോകും. പിന്നീടവൾ തനിച്ച്. പെട്ടെന്നു കണ്ണിൽ ഇരുട്ട്. വീഴുമെന്നായപ്പോൾ അവൾ മകന്റെ തോളിൽ പിടിച്ചു. അവൾ പകച്ചുകൊണ്ടു താങ്ങി.

"എന്തുമ്മച്ചീ, വയ്യേ?"

"ഉമ്മച്ചിയും വരുന്നു മക്കളേ."

പറഞ്ഞപ്പോൾ തൊണ്ടയിടറി.

മുപ്പത്

അനക്കം കേൾപ്പിക്കാതെയാണ് വാതിൽ തുറന്നത്. ഷാഹുൽ മയക്കംതന്നെ. കരുവാളിച്ച മുഖത്തു ദൈന്യത. നിരാശ. കട്ടിലിനരികിൽ തസ്ബീഹുമായി എന്തോ ഉരുവിട്ടുകൊണ്ടിരിക്കുന്ന അവന്റെ ഉമ്മയുടെ മുഖം പക്ഷേ, ശാന്തം. ചുണ്ടുകളുടെ അനക്കമനുസരിച്ച് തസ്ബീഹ് മണികൾ നീക്കിക്കൊണ്ടിരിക്കുന്നു. എണ്ണം തികയുമ്പോഴാവാം അവൾ ഷാഹുലിന്റെ മുഖത്ത് ഊതുന്നുമുണ്ട്. ഇടയ്ക്കിടെ അവൻ ഞരങ്ങുമ്പോൾ അവളുടെ മുഖത്തും വേദന. നോക്കിക്കൊണ്ടു നിന്നപ്പോൾ അയാളുടെ കണ്ണുകൾ നിറഞ്ഞു.

എത്ര ദിവസം ഇവൾക്കിങ്ങനെ പിടിച്ചുനിൽക്കാനാവും? ഒരു കാലിന് ശേഷിക്കുറവ് സംഭവിക്കാനിടയുണ്ടെന്ന് ഓപ്പറേഷൻ കഴിഞ്ഞപ്പോഴേ ഡോക്ടർ പറഞ്ഞിരുന്നു. അതു പക്ഷേ അവളെ അറിയിച്ചിട്ടില്ല. പറയുന്നതായിരിക്കും നല്ലത് എന്നു പലപ്പോഴും തോന്നിയിട്ടുണ്ട്. അവളുടെ മുഖത്തെ ആശയും വിശ്വാസവും കാണുമ്പോൾ നാവിൽ ചങ്ങല വീഴുന്നു. നേരത്തേ പറഞ്ഞാൽ അതു സഹിക്കാനുള്ള ശക്തി അവൾ സംഭരിച്ചുകൊള്ളും. പറയാൻവേണ്ടി തന്നെയാണ് ഇപ്പോൾ ഇങ്ങോട്ടു വന്നതും. പലതവണയായി വന്നു മടങ്ങുന്നു. സൗകര്യംപോലെ വേണം പറയാൻ. അവളെ ഒറ്റയ്ക്കൊന്നു കിട്ടണ്ടേ? ഏതു നേരവും മകന്റെ അരികിൽ ഒരേ ഇരിപ്പാണ്. ഊണുമില്ല. ഉറക്കവുമില്ല. അഞ്ചു നേരത്തെ നമസ്കാരം മാത്രം മുടക്കാറില്ല.

ഓപ്പറേഷൻ കഴിഞ്ഞിട്ട് ഇന്നേക്കു മൂന്നായി. എന്നിട്ടും ഷാഹുലിനെ മുറിയിലേക്കു മാറ്റിയിട്ടില്ല. കാലിനു പഴുപ്പു വരാതെ സൂക്ഷിക്കണം. അതുകൊണ്ട് പ്രത്യേക നിരീക്ഷണത്തിലാണ്. ഒരാൾമാത്രം അടുത്തിരിക്കുക. സന്ദർശകരെ കഴിയുന്നതും ഒഴിവാക്കുക. ഡോക്ടർ പറയുന്നതൊക്കെ

അക്ഷരംപ്രതി അനുസരിക്കുന്നുണ്ട്. മിക്കസമയവും അവന്റെ ഉമ്മതന്നെയാണ് കാവൽ. വേറാരെങ്കിലും അടുത്തിരുന്നാൽ അവൾക്കു വെപ്രാളമാണ്. വീടിനെക്കുറിച്ചുപോലും ഒരു ചിന്തയുമില്ല. അസീസ് വന്നു നിർബന്ധിക്കുമ്പോഴാണ് എന്തെങ്കിലും കഴിച്ചെന്നുവരുത്തി വീണ്ടും ഇവിടെ വന്നിരിക്കും.

പൊലീസുകാരൻ വന്നു വിവരം പറഞ്ഞപ്പോൾ തരിച്ചങ്ങനെ നിൽക്കാനേ ആയുള്ളൂ. പെട്ടെന്ന് എന്തോ ശബ്ദം കേട്ടു തിരിഞ്ഞുനോക്കുമ്പോൾ കാറ്റിൽ കടപുഴകിയ മരംപോലെ അവൾ മറിഞ്ഞുവീണു. നിന്നിടം കുഴിഞ്ഞ് അയാളും അഗാധമായ കുഴിയിലേക്കു താഴുന്നതുപോലെയാണ് ഒരു നിമിഷം തോന്നിയത്. അയാളുടെ ശരീരവും അനക്കമറ്റതുപോലെ. മകളുടെ ദയനീയമായ വിളിയാണ് പരിസരബോധമുണ്ടാക്കിയത്. അവളോടൊപ്പം ഉറക്കെ കരയണമെന്നു തോന്നി. പെട്ടെന്നു ശരീരത്തിൽ ഷോക്കേറ്റതുപോലെ. ധൈര്യം സംഭരിച്ച് കുനിഞ്ഞിരുന്ന് ആ തളർന്ന കൈപിടിക്കുമ്പോൾ നെഞ്ച് പടപടാ മിടിക്കുന്നുണ്ടായിരുന്നു. നീലഞരമ്പുകൾ എഴുന്നുനിൽക്കുന്ന വെളുത്തു മെലിഞ്ഞ ആ കൈകൾ മുറുകെ പിടിച്ചപ്പോൾ ആ മിടിപ്പ് അയാളുടെ നാഡികളിലും അരിച്ചുകയറി. എവിടെനിന്നോ ശക്തി വീണ്ടുകിട്ടിയതുപോലെ ചൂടുള്ള കൈകൾ മാറോടുചേർത്തുകൊണ്ട് ഉറക്കെ കരയുന്ന മകളെ ശാസിച്ചു.

"ചുമ്മായിരി കൊച്ചേ. എന്തിനു കിടന്ന് ഒപ്പാരിവയ്ക്കണത്? ചെന്ന് വെള്ളം കൊണ്ടുവാ."

അവളെ ശാസിക്കുമ്പോഴും ഉൾക്കിടിലം അവസാനിച്ചിരുന്നില്ല. വെള്ളം മുഖത്തു തളിക്കുമ്പോഴം മനസ്സ് മറ്റെങ്ങോ ആയിരുന്നു. നിറയെ സ്വർണവളകളണിഞ്ഞ കൈത്തണ്ട. വിരലുകളിൽ മയിലാഞ്ചിച്ചുവപ്പ്. കണ്ണുകളിൽ നാണത്തേക്കാളേറെ ഭയം.

"എന്തിനാ ഇവിടിങ്ങനെ നിൽക്കുന്നത്? കാലിലെ നീര് ഏറൂലേ?"

നേർത്ത ശബ്ദം സ്ഥലകാലബോധമുണ്ടാക്കി.

"ഇങ്ങനെ ഒരേ ഇരിപ്പിരുന്നാലോ? വീട്ടിച്ചെന്നില്ലെങ്കിൽ വേണ്ട. റൂമിൽച്ചെന്ന് കുറച്ചുനേരം കെട."

ഭാര്യയുടെ തോളിൽ കനിവോടെ പിടിച്ചുകൊണ്ടാണ് അസനാരുകുഞ്ഞ് പറഞ്ഞത്.

"ഉമ്മ എഴീറ്റേ. വാപ്പയും ചെല്ല്. ഞാനിവിടെ ഇരുന്നോളാം."

അവിടെ എത്തിയ അസീസ് നിർബന്ധിച്ചപ്പോൾ ഉമ്മ മനസില്ലാമനസ്സോടെയാണെങ്കിലും എഴുന്നേറ്റു. അപ്പോഴേക്കും ഡോക്ടർ പരിശോധനയ്ക്കെത്തിയതിനാൽ എല്ലാവർക്കും മുറിയിൽനിന്ന് ഇറങ്ങേണ്ടിവന്നു. ഇടനാഴികൾ പലതും താണ്ടണം പേവാർഡിലെത്താൻ.

"ഇനി ദൂരം ഏറെയില്ല. അല്ലേ?"

ഇരുണ്ട ഇടനാഴികൾ പിന്നിടുമ്പോൾ റാബിയ ചോദിച്ചതു കേട്ട് ഒന്നും മിണ്ടാനാകാതെ നിന്നു.

"തളർന്നോ നീ?"

"ഭാര്യയുടെ കൈകൾ അലിവോടെ പിടിച്ചുകൊണ്ടു ചോദിച്ചു.

"തളർന്നാലെങ്ങനാ?"

അവൾ തിരക്കിട്ട് നടക്കുന്നതിനിടയിൽ പറഞ്ഞു.

മുറിയിൽ ജനലരികിൽ ദൂരെയെങ്ങോ കണ്ണും നട്ടിരിക്കുകയാണ് മജീദ്.

"നീ കടയീപ്പോയില്ലേടാ?"

അവൻ വെറുതെ തലയാട്ടി.

"മോനെ മജീദേ നിന്നോട് ചില കാര്യങ്ങൾ പറയണമെന്ന് ഏറെ നാളായി കരുതുന്നു. അതെങ്ങനെ? നേരെചൊവ്വേ ഒന്നു കണ്ടാലല്ലേ എന്തെങ്കിലും പറയാനാവൂ. വ്യസനിച്ചിരുന്ന് പാഴാക്കാനല്ല നമ്മളെ ഇങ്ങോട്ടയച്ചിരിക്കുന്നത്. ഓരോരുത്തർക്ക് ഓരോന്ന് ചെയ്തുതീർക്കാനുണ്ട്. അതിനിടയിൽ ഉയർച്ചയും താഴ്ചയും കണ്ടേക്കാം. രാവും പകലും പോലെ. സുഖംമാത്രം ആർക്കും വിധിച്ചിട്ടില്ല. ഉയർച്ചയ്ക്കൊരു താഴ്ച. കുന്നിനൊരു കുഴി. ഇതൊക്കെ സഹിക്കാനും പൊറുക്കാനുമുള്ളതാ ദുനിയാവ്. കുരങ്ങുചത്ത കുറവനെപ്പോലെ നീ കുറെനാളായി സങ്കടപ്പെട്ടു കഴിയുന്നു. എന്നിട്ട് എന്ത് നേടി? ഇനി നീയാ കുടുംബത്തിന്റെ തൂണ്. ഷാഹുലിന് പഴയതുപോലെ ഓടിനടന്ന് ഒന്നും ചെയ്യാനാവില്ല. ഡോക്ടർ പറഞ്ഞതെല്ലാം ഞാൻ അറിഞ്ഞില്ലെന്നാണോ? എന്നാലും അള്ളാഹുവാണ് വലിയവൻ. അവൻ ഒരു വഴി കാണിച്ചുതരും."

മജീദ് തേങ്ങിക്കരയുന്നതു കണ്ട് ഉമ്മ അടുത്തുചെന്ന് അവനെ മാറോടണച്ചു.

"നിന്നെ കരയിക്കാൻ പറഞ്ഞതല്ല മോനേ. കരഞ്ഞുകഴിയാതെ കാലത്തിനൊത്തു മുന്നോട്ടു പോകണം. രണ്ടു കുടുംബത്തിന്റെ താങ്ങാ നീയിപ്പോൾ. അതു മറക്കരുത്. അസീസ് പാവം. പെരുംചുമടൊന്നും താങ്ങാനുള്ള കഴിവ് ഓനില്ല. എന്നാലും നിങ്ങടെക്കൂടെ ഉണ്ടാകും. നീ നദീറയെ കണ്ട് പഠിക്ക്. നമ്മളെല്ലാവരും തള്ളിപ്പറഞ്ഞിട്ടും അവൾ പിടിച്ചു നിന്നില്ലേ. ഓളോട് ആരും നീതികാണിച്ചില്ല. എന്നാ ഉമ്മാക്കിപ്പോ തോന്നുന്നത്. പോട്ടെ നീയിനിയെങ്കിലും കരുത്തു നേടണം. എന്നാലെ ഉമ്മാക്ക് സമാധാനത്തോടെ കണ്ണടയ്ക്കാനാവൂ."

"റാബിയാ.."

അസനാരുകുഞ്ഞ് വേവലാതിയോടെ വിളിച്ചു.

"എന്തിനാ ബേജാറാവുന്നത്? ഇന്നല്ലെങ്കിൽ നാളെ എല്ലാരും മടങ്ങണ്ടേ? ആരും മുന്നേ ആരു പിന്നേ എന്നൊക്കെ ആരു കണ്ടു? നിങ്ങൾക്ക് താങ്ങിന് മക്കളുണ്ടാകും."

അവർ മകന്റെ പിടിവിട്ട് കട്ടിലിൽ ചെന്നിരുന്നു. മുഖത്ത് ഭാരമൊഴിഞ്ഞ ആശ്വാസം. മജീദിന്റെ മുഖവും അയഞ്ഞു.

"നീ പീട്യേല്ക്ക് ചെല്ല്. എല്ലാവരും കൂടി ഇവിടെ തമ്പടിച്ചിരുന്നിട്ട് എന്തുണ്ട് നേട്ടം? ബാപ്പയെ ഇനി പഴയപോലെ ഇട്ട് മണ്ടിക്കരുത്. മൂപ്പരും തളർന്നു. അത് മറക്കരുത്."

അവൻ ഒഴിഞ്ഞ പാത്രങ്ങൾ കുടയിലാക്കി യാത്ര ചോദിച്ച് ഇറങ്ങി നടന്നു. ഉമ്മ കട്ടിലിൽക്കയറി നീണ്ടുനിവർന്നു കിടന്നു. അസനാരുകുഞ്ഞ് അടുത്തുചെന്നിരുന്ന് അവരുടെ കൈപിടിച്ച് മുഖത്തേക്കുറ്റുനോക്കി. ആ കണ്ണുകളിൽ ഇപ്പോൾ അല്ലലില്ല. മുഖത്ത് ദൈന്യതയില്ല. ഉറച്ച മട്ട്. അത് അയാൾക്കും കരുത്തേകി.

“നിങ്ങൾ മനസ് കലക്കണ്ട. മോളിലൊരുത്തൻ വിധി നടത്തുവാനുണ്ട്. നമ്മൾ എന്തിന് ഏറെ ചിന്തിച്ച് തലപുണ്ണാക്കുന്നു? അതൊണ്ടൊരു കാര്യവുമില്ലാന്ന് കൂട്ടിക്കോളീ. ഓരോരുത്തരെ ഓരോ രീതിയിൽ പരീക്ഷിച്ചുകൊണ്ടിരിക്കും. മക്കളെക്കണ്ടും മുതലുകണ്ടും നീ അഹങ്കരിക്കരുത് മനുഷ്യാ എന്നവൻ പറഞ്ഞിട്ടുണ്ട്. രണ്ടും അവന്റെ ദാനം, തരാനും തിരിച്ചെടുക്കാനും അവന് ഏറെ നേരമൊന്നും വേണ്ട. മനസ്സ് തെളിഞ്ഞാൽ എല്ലാം തെളിയും. എനിക്ക് ഉറച്ച വിശ്വാസമുണ്ട്. അവൻ കൈവിടില്ല. കുറച്ചുനേരം കിടന്നോളൂ. ഞാനുമൊന്ന് ഉറങ്ങട്ടെ.”

അവൾ ഭാരമിറക്കിവെച്ചതുപോലെ കണ്ണടച്ചു. തിരിഞ്ഞുകിടന്നു. അൽപ്പസമയത്തിനകം ഉറക്കവുമായി. ശരീരം ശോഷിച്ചു. മുടിയും നരച്ചു തുടങ്ങി. വെളുത്തുതുടുത്ത കൈകാലുകൾ ഈർക്കിലപോലായി. എന്നിട്ടും മുഖത്തെ ശോഭയ്ക്ക് ഒട്ടുമില്ല കുറവ്. ഈയിടെയായി മുഖത്ത് തിളക്കം കൂടിയതുപോലെ. തോന്നുകയായിരിക്കും. വിവാഹം കഴിഞ്ഞ ആദ്യനാളുകളിലെ കുട്ടിത്തം വിടാത്ത മുഖം തിരിച്ചുകിട്ടിയിരിക്കുന്നു.

വിട്ടുമാറാത്ത കുട്ടിത്തവും യൗവനത്തിന്റെ തിളക്കവുമായാണ് അവൾ ജീവിതത്തിലേക്കു കടന്നുവന്നത്. അതോടെ ജീവിതംതന്നെ പൂത്തുലഞ്ഞു മനസു നിറഞ്ഞു. അവൾക്കും അതുപോലാണോ എന്നു ചോദിക്കാൻ പലതവണ മുതിർന്നതാണ്. പക്ഷേ, അവളുടെ കണ്ണുകളിലേക്കുറ്റു നോക്കുമ്പോൾ ആ ചോദ്യം നാക്കിൻതുമ്പത്തുനിന്നു മറഞ്ഞു. ആ കണ്ണുകളിലെ ആഴങ്ങളിൽ മുങ്ങിത്തപ്പുമ്പോൾ പതർച്ച. ചെറുപ്പമാണെങ്കിലും ഇരുത്തംവന്ന പെരുമാറ്റം. പരാതിയും പരിഭവവുമില്ല. വല്ലാതെ വേദനിക്കുമ്പോഴാകാം കണ്ണും നിറച്ച് ഒരു നിൽപ്പുണ്ട്. അതു കാണുമ്പോൾ ഒന്നും മിണ്ടാതെ സ്ഥലം വിടും.

ഞാൻ ഞാൻ എന്ന അഹങ്കാരമായിരുന്നു എപ്പോഴും. എന്റെ അധ്വാനംകൊണ്ട് ഞാനെല്ലാം നേടി. എല്ലാം എന്റെ കഴിവ് അതിനിടയിൽ അള്ളാഹുവിനെ ഓർക്കാൻ എവിടെ നേരം? നേടിയതെല്ലാം ചാഴിയായിരുന്നു. കുത്തിച്ചേറിനോക്കിയപ്പോൾ ഉമിമാത്രം ബാക്കി. ഇപ്പോൾ അതേക്കുറിച്ചോർത്ത് കേണിട്ടെന്തു കാര്യം? അവൻ പൊറുക്കുന്നവനാണല്ലോ. കരഞ്ഞപേക്ഷിച്ചാൽ ക്ഷമിക്കാതിരിക്കില്ല. ഇഹലോകത്തെക്കുറിച്ച് വേവലാതിപ്പെടേണ്ട കാലം കഴിഞ്ഞു. പരലോകസുഖത്തിനുവേണ്ടി കേഴാം. അവിടെയും റാബിയയെ ഇണയായി കിട്ടാൻ പ്രാർഥിക്കാം. അവൻ കരുണാമയനാണ്. പൊറുക്കാതിരിക്കില്ല.

അനക്കം കേട്ട് തല ഉയർത്തി. വാതിൽക്കൽ മജീദ്.

“നീ പോയില്ലേടാ?”

അവൻ ഒന്നും പറയാതെ അകത്തേക്കു കയറി. പിറകിൽ നദീറയും മക്കളും. അള്ളാഹുവിനെ മനസ്സറിഞ്ഞ് സ്തുതിച്ചു. ഒരു പ്രശ്നമെങ്കിലും തീർന്നല്ലോ.

"വാ മോളേ.."

"ആരാ?"

ഒച്ചകേട്ട് റാബിയ എഴുന്നേറ്റിരുന്നു.

"വാപ്പുമ്മച്ചീ. ഞങ്ങ്ളെ മറന്നോ?"

സുൾഫിയും കൊച്ചുമോനും ചെന്ന് കെട്ടിപ്പിടിച്ചപ്പോൾ അവളുടെ കണ്ണു നിറഞ്ഞു.

"എന്റെ പൊന്നുമക്കളേ.."

അവൾ അവരെ അടക്കിപ്പിടിച്ചു.

നദീറ അപ്പോഴും പരുങ്ങിനിൽക്കുകയായിരുന്നു.

"ഉമ്മച്ചിയുമുണ്ട്."

സുൾഫി പറഞ്ഞപ്പോൾ അവൾ തിടുക്കപ്പെട്ട് എഴുന്നേറ്റു. അപ്പോഴേക്കും നദീറ ഓടിവന്ന് അവളുടെ കൈപിടിച്ചു. മാമി അവളെ അലിവോടെ മാറോടണച്ചു.

"എന്റെ മോള് കോലംകെട്ടല്ലോ. ഞാനാ എല്ലാറ്റിനും കാരണം."

അവളുടെ സ്വരം ഇടറി.

"അരുത് മാമീ."

നദീറ മാമിയുടെ വാ പൊത്തി.

"നീ ഷാഹുലിനെ കണ്ടോ മോളേ?"

വിഷയം മാറ്റാനായി ചോദിച്ചു.

അവൾ തലയാട്ടി

"എങ്കീ വീട്ടിച്ചെല്ല്. അവിടെ സൈനബ ഒറ്റയ്ക്ക് കിടന്ന് നട്ടംതിരിയുന്നു. ഇവരെ വീട്ടീക്കൊണ്ടുചെന്ന് ആക്കിയിട്ട് നീ കടയീച്ചെന്നാ മതി."

മജീദിനോടു പറഞ്ഞു. മജീദിന്റെ മുഖത്ത് സന്തോഷത്തിന്റെ തിളക്കം. നദീറയുടെ മുഖത്ത് ചുവപ്പ്.

റാബിയയുടെ മുഖത്തേക്കു നോക്കി. അവൾ അപ്പോഴും നദീറയുടെ കൈയും പിടിച്ച് ഇരിക്കുകയായിരുന്നു.

"ടേയ് ഇറങ്ങ്. നിങ്ങളെ വീട്ടിലാക്കിയിട്ട് എനിക്ക് കടയിൽ ചെല്ലണം. അവിടെ എന്തര് പാടോ എന്തോ?"

മജീദ് ഉത്സാഹത്തോടെ ഇറങ്ങി നടന്നു. അതുകേൾക്കാൻ കാത്തിരുന്നിട്ടെന്നപോലെ.

"ദേ വരണ്." എന്നു പറഞ്ഞുകൊണ്ട് നദീറ പിറകേ ഇറങ്ങി.

ഉമ്മയും വാപ്പായും ഒന്നും മിണ്ടാതെ പരസ്പരം നോക്കിയിരുന്നു. അവരുടെ കണ്ണുകളും തിളങ്ങി.

മുപ്പത്തിയൊന്ന്

"**പോ**യിട്ട് വരാം."

ഓട്ടോറിക്ഷയിൽ നിന്നിറങ്ങാതെ മജീദ് യാത്രചോദിച്ചു.

"വീട്ടിക്കയറണില്ലേ വാപ്പച്ചീ?"

കൊച്ചുമോൻ.

"കടയിലാരുമില്ല മക്കളേ. ഊണിനിങ്ങെത്താം."

"എന്നും പറയണപോലാവരുത്. വെക്കമിങ്ങെത്തിയേക്കണം."

നദീറയുടെ വാക്കുകളിൽ പഴയ അടുപ്പം, അധികാരം, എത്രയോ നാളായി കേൾക്കാൻ കൊതിച്ചത് കേട്ടപ്പോൾ കണ്ണുനിറഞ്ഞു തുളുമ്പി.

"സാറിനെവിടെയിറങ്ങണം?"

ഓട്ടോക്കാരന്റെ ചോദ്യം കേട്ട് കണ്ണീര് പണിപ്പെട്ട് അടക്കി.

"ലോണ്ടേ ആ മുക്കിലിറക്കിയേര്."

കാശു കൊടുത്തുകൊണ്ട് കൈചൂണ്ടിക്കാണിച്ചു.

"സാറെന്ത് ഫാര്യയുമായി പിണക്കത്തിലാരുന്നോ? രണ്ടുപേരുടേയും മട്ടും കണ്ട് ചോദിച്ചതാ കേട്ടോ."

ഓട്ടോക്കാരന്റെ കുസൃതിച്ചോദ്യം അവഗണിച്ചുകൊണ്ട് വണ്ടിയിൽ നിന്നിറങ്ങി കടയിലേക്കു നടന്നു.

"പോട്ടോ സാറേ?"

അവൻ കണ്ണിറുക്കി സ്ഥലം വിട്ടു.

ശരീരത്തിന് ഭാരം കുറഞ്ഞതുപോലെ. കൈയുംവീശി ധൃതിയിൽ നടന്നു. എത്രനാളായി വീർപ്പുമുട്ടിക്കഴിയുന്നു. ഷാഹുലിനോടാണ് ഉള്ളു തുറന്ന് എന്തെങ്കിലും പറയാറുള്ളത്. അതിന്റെ ഫലമാണല്ലോ കുറേ നാളായി അനുഭവിച്ചുകൊണ്ടിരിക്കുന്നത്. അന്നേദിവസം അവിടെ എന്താണുണ്ടായതെന്ന് ഇന്നും തിട്ടമില്ല. ഉടനെ ചെല്ലണമെന്നും പറഞ്ഞ് ഉമ്മ

ആളയച്ചതുകൊണ്ടാണ് വീട്ടിൽ ചെന്നത്. ആകെ പരവശനായ ഷാഹു ലിനെ വഴിയിൽവെച്ചാണ് കണ്ടത്. എന്തെല്ലാം ചോദിച്ചിട്ടും അവനു മിണ്ടാട്ടമില്ല. തോളിൽ പിടിച്ചപ്പോൾ നിറഞ്ഞ കണ്ണുതുടച്ച് കൈവിടുവിച്ച് മിണ്ടാതെ നടന്നകന്നു. നേരെ കള്ളുഷാപ്പിൽ കയറുന്നതു കണ്ടപ്പോൾ തടയാനാവാതെ വീട്ടിലേക്കോടുകയായിരുന്നു. വീട്ടിൽച്ചെന്നപ്പോൾ ആകെ ബഹളം. അലറിക്കരയുന്ന റംലത്തിനെ വീശിക്കൊണ്ട് ഉമ്മ കരയുന്നു. വിവരമറിഞ്ഞിരിക്കണം. മുംതാസും എത്തിയിട്ടുണ്ട്.

"എന്തരാണ് കാരിയം? ആരെങ്കിലും പറ."

വേവലാതിയോടെ ചോദിച്ചു.

"നിന്റെ ഓളോട് ചോദിച്ച്നോക്ക്. കല്ലുപോലെ നിക്കുന്നത് കണ്ടില്ലേ?"

ഉമ്മയുടെ വിറയാർന്ന സ്വരം.

"എന്തരടേ? എന്താ നടന്നത്?"

"അനിയച്ചാര് പറഞ്ഞില്ലേ?"

"ദേ തറുതലപറയാതെ എന്താ നടന്നതെന്നു പറ. അല്ലെങ്കിലേ അകം വേവുകാ."

"വേവണം. വെന്തുരുകണം."

"നദീറാ.."

"പേടിപ്പിക്കണ്ട. സ്വന്തം ഭാര്യയോട് സംസാരിക്കാൻ ഇടനിലവേണം. അല്ലേ?"

"എന്നു കരുതി നീ ഇടനിലക്കാരനെ അങ്ങു സ്വന്തമാക്കുമോ?"

ഉമ്മയുടെ സ്വരത്തിൽ വെറുപ്പ്.

കേട്ടപ്പോൾ സഹിച്ചില്ല. അവളുടെ തലമുടിക്കു കുത്തിപ്പിടിച്ച് വായിൽ ത്തോന്നിയതു പറഞ്ഞു. കാര്യകാരണമൊന്നും തിരക്കാതെ ഉമ്മയും കൂടെയുണ്ടെന്നു കണ്ടപ്പോൾ വീറ് കൂടി. അവൾ ഇറങ്ങിപ്പോവുകയും ചെയ്തു. അന്നുമുതൽ ഉള്ളിൽ നെരിപ്പോടുമായാണ് കഴിയുന്നത്. ഇടയ്ക്കു പലതവണ ഷാഹുൽ വിശദീകരണം തന്നിരുന്നു. അപ്പോഴൊക്കെയും അവൻ മദ്യലഹരിയിലായിരുന്നു. അതുകൊണ്ടായിരിക്കണം അവന്റെ വാക്കുകൾ മുഖവിലയ്ക്കെടുത്തില്ല. റംലത്ത് അസുഖക്കാരി. നാക്കിനും നീളമില്ല. അതുകൊണ്ട് എല്ലാവരും അവളെ വിശ്വസിച്ചു. നദീറ എല്ലാവരുടെ മുന്നിലും കുറ്റക്കാരിയായി. കാലം കഴിഞ്ഞപ്പോൾ അവളുടെ പക്ഷം ചിന്തിക്കാൻ തുടങ്ങി. മക്കളെ കാണാതെ ആധിയേറി. അവരെച്ചെന്നു വിളിച്ചുകൊണ്ടുവരാൻ പലവുരു ഇറങ്ങിയതാണ്. കുറ്റബോധം വിലക്കി. അവൾ വാശിക്കാരി. ആട്ടിയിറക്കാനും മടിക്കില്ല.

അവളെ സമ്മതിക്കാതെ തരമില്ല. ആണായ തന്നെക്കാൾ കരുത്തുണ്ട്. അവിടെച്ചെന്ന് ഒറ്റയ്ക്കൊരു ജീവിതമാർഗം കണ്ടെത്തിയില്ലേ? സ്വന്തം വീട്ടുകാരെപ്പോലും ആശ്രയിച്ചില്ല. എല്ലാ മാസവും കടയിലെ നസീറിനേയും കൂട്ടി അവളുടെ വീട്ടിനടുത്തുവരെ ചെല്ലും. രാത്രിയിലാണ് ചെല്ലുക. നസീറിനെ വിട്ട് മക്കളെ വിളിപ്പിക്കും. ചെലവിനുള്ള കാശും പലഹാരപ്പൊതിയും കൊടുക്കുമ്പോൾ അവരുടെ കണ്ണിൽ വെള്ളം.

"വീട്ടിപ്പൂവാം വാപ്പച്ചീ."

കൊച്ചുമോൻ പലതവണ നിർബന്ധിച്ചിട്ടുണ്ട്. സുൾഫി മിണ്ടാതെ നിൽക്കുകയാണ് പതിവ്.

"നീയെന്താടേയ് വാപ്പച്ചിയെ വീട്ടിലേക്ക് ക്ഷണിക്കാത്തത്?"

ഒരിക്കൽ നസീർ ചോദിച്ചു.

"ഉമ്മായെ നിങ്ങക്കറിഞ്ഞൂടേ? എപ്പഴാണ് ഇടയുകയെന്ന് ആരു കണ്ടു."

അവന്റെ ഇടറിയ വാക്കുകൾ

"നിങ്ങൾക്ക് സുഖമാണോ മക്കളേ? ചെലവെല്ലാം എങ്ങനാ?"

"അതിനൊന്നും മുട്ടില്ല. അഞ്ചാറ് പശുവുണ്ട്. കൃഷിയുണ്ട്. പിന്നെ രാപ്പകൽ അധ്വാനിച്ചല്ലേ ഉമ്മച്ചി വാപ്പായോട് പകവീട്ടുന്നത്. ഒരു പരുവമായി."

സുൾഫിയെ മാറോടടുക്കി വെറുതേ തഴുകി.

അവൾ കാണാമറയത്ത് എവിടെയോ ഒളിഞ്ഞുനിന്ന് എല്ലാം കാണുകയും കേൾക്കുകയും ചെയ്യുന്നുണ്ട് എന്നറിയാമായിരുന്നു.

"ഇറങ്ങിവാടേയ് എന്തിനീ പിണക്കം?"

പലവുരു നാക്കിൻതുമ്പിൽ വന്നതാണ്.

അപ്പോഴേക്കും അവളുടെ കോപത്തിൽ കുതിർന്ന വാക്കുകൾ കാതിലെത്തുന്നു.

"എടേയ് തീന്നില്ലേ വാപ്പാരെ കാര്യാമ്പേഷണം. ഇരുട്ടത്ത് നിന്നുള്ള സ്നേഹം അധികം വേണ്ട. നിങ്ങളെ ഞാൻ കഷ്ടപ്പെട്ടാ വളർത്തുന്നത്. വാപ്പാക്കതു മനസിലാവില്ല. അവരൊക്കെ വലിയ ആളുകളല്ലേ."

അന്തമില്ലാതെ നീളുന്ന വാക്കുകൾ. ഒന്നും മിണ്ടാതെ സ്ഥലം വിടുന്നു.

ആ പണം അവൾ കൈകൊണ്ടു തൊടാറില്ലത്രേ. ബുക്കു വാങ്ങാനും സ്കൂളാവശ്യത്തിനും അതിൽനിന്നെടുത്തിട്ട് മിച്ചമുള്ളത് അലമാരയിലെ അളുക്കിലിട്ടു വയ്ക്കുകയാണു പതിവെന്നു കൊച്ചുമോൻ പറഞ്ഞാണ് അറിഞ്ഞത്.

ഏതായാലും അവളിങ്ങെത്തിയല്ലോ. ഇനി ഏതിനുമുണ്ട് പരിഹാരം. ഷാഹുലിനെ നേർവഴിയിൽ കൊണ്ടുവരാനും അവൾ ശ്രമിച്ചാൽ സാധിക്കും. അതിനുള്ള മിടുക്ക് അവൾക്കുണ്ട്. ഉറക്കെ ഒന്നു പാടാൻ തുടങ്ങി. എന്തോ രണ്ടു വരികൾ മൂളിക്കൊണ്ടാണ് കടയിലെത്തിയത്.

"അണ്ണനിന്ന് വലിയ സന്തോഷത്തിലാണല്ലോ. എന്തരണ്ണാ കാരിയം? ഞങ്ങളുംകൂടി അറിയട്ട്." നസീർ.

"അതൊക്കെയുണ്ട്. പറയാൻ മനസില്ലെങ്കിലോ?"

"ഏറെനാളുകൂടിയാണല്ലോ അപ്പിയൊന്നു മനസുതുറന്ന് ചിരിച്ചത്. ഷാഹുലിന് ഭേദമുണ്ടോ?"

രാജപ്പണ്ണനും സംഭാഷണത്തിൽചേർന്നു.

"ഉവ്വണ്ണാ. മാത്രമല്ല അവളും പിള്ളാരും എത്തിയിട്ടുണ്ട്."

“നേരാണോ? എന്റെ നേർച്ച വെറുതെ ആവില്ല. നിങ്ങടെ വഴക്കു തിന്നാൽ മുത്താരമ്മൻകോവിലിൽ നെയ്പ്പായസം കഴിപ്പിച്ചേക്കാമെന്ന് ഞാൻ നേർന്നിരുന്നു.”

“ഈയാണ്ടത്തെ ഭീമാപ്പള്ളി നേർച്ചയ്ക്ക് നദീറാത്തയേം അണ്ണനേം കൂട്ടിക്കൊണ്ട് ചെല്ലണമെന്ന് ഞാനും നേർന്നിട്ടുണ്ട്.”

നസീറും വിട്ടില്ല.

“എല്ലാ നേർച്ചയും തീർക്കാമെടേയ്. ഷാഹുലൊന്ന് എഴീറ്റോട്ട്.”

മജീദിന്റെ വാക്കുകളിൽ ഉത്സാഹം.

നദീറ ചെന്നുകയറുമ്പോൾ മുറ്റത്തും ഇറയത്തും ആളും അനക്കവുമില്ല. മനുഷ്യപ്പാർപ്പുള്ള ലക്ഷണവുമില്ല. കുട്ടികളുടെ ആരവമില്ല. ഷാജിയുടെ പള്ളും പ്നാട്ടുമില്ല. ഇടനാഴിയിലെ മുറികളെല്ലാം അടഞ്ഞു കിടക്കുന്നു. ഇടനാഴിയിലെ ഇരുട്ടിന് കട്ടികൂടിയിരിക്കുന്നു. ഇരുട്ടിനെ കീറിമുറിച്ചുകൊണ്ട് എവിടെനിന്നോ അലയടിച്ചെത്തുന്ന തേങ്ങൽ അവളേയും കരയിച്ചു.

“ആരുമ്മാ കരയണത്?”

പെട്ടെന്നുള്ള കൊച്ചുമോന്റെ ചോദ്യം കേട്ട് ഞെട്ടി. മടിച്ചാണ് തളത്തിലേക്കു കാലെടുത്തുവച്ചത്. തളത്തിൽ ചുമരോടടുപ്പിച്ചിട്ടിരിക്കുന്ന ബഞ്ചിൽ കമഴ്ന്നുകിടന്ന് ആരോ ദീനംദീനം കരയുന്നു. താഴെ കുത്തിയിരിക്കുന്ന സൈനബയും ഏങ്ങുന്നുണ്ട്. നെഞ്ചിന്റെ ഓരത്ത് തൂങ്ങിപ്പിടിച്ചിരിക്കുന്ന ഷാഹുലിന്റെ മക്കളെ അപ്പോഴാണവൾ കണ്ടത്.

“ഉമ്മച്ചീ... മൂത്തമ്മാ.. സുൾഫീക്കക്കോ.. ഞങ്ങടെ കാക്കാമാര് വന്നേ...”

അവരുടെ ആഹ്ലാദസ്വരം കേട്ട സൈനബ ചാടിയെഴുന്നേറ്റു. ഒപ്പം റംലത്തും. അവളെ കണ്ടതും നദീറയുടെ ഉള്ളം പിടച്ചു. തല കുനിഞ്ഞു.

“നദീറാത്താക്കിപ്പഴും എന്നോടു പിണക്കമാണോ?”

വിറയാർന്ന വാക്കുകൾ കേട്ടു തലയുയർത്തി.

അവളാകെ വശംകെട്ടിരിക്കുന്നു. കരഞ്ഞുവരണ്ട കണ്ണുകൾ. നീരുകെട്ടിയ കൺപോള. കരുവാളിച്ച മുഖം. പലപ്പോഴും അസൂയപ്പെട്ടിട്ടുണ്ട്. തടിച്ച നിതംബം കുലുക്കി മാറിടം തുള്ളിച്ച് നൃത്തം ചെയ്യുന്നതുപോലെ അവൾ നടക്കുന്നതും നോക്കി അഭിമാനത്തോടെ നിൽക്കുന്ന ഷാഹുലായിരുന്നു അപ്പോൾ മനസിൽ. അവർ മുട്ടിയുരുമ്മിക്കൊണ്ടു നടന്നുമറയുന്നത് നോക്കി എത്രതവണ നെടുവീർപ്പിട്ടിട്ടുണ്ട്. എവിടെ അവളുടെ ആകത്തുന്ന സൗന്ദര്യം? സഹിക്കാനാവാതെ ഓടിച്ചെന്ന് അവളുടെ കൈ പിടിച്ചു. അവൾ പൊട്ടിക്കരഞ്ഞുകൊണ്ട് മാറിൽ വീണു. അലിവോടെ അവളെ അടുക്കിപ്പിടിച്ചുകൊണ്ട് പുറം തലോടി. കരയട്ടെ. മതിയാവോളം കരയട്ടെ. കണ്ണീരിനു ഭാരമിറക്കാനുള്ള കഴിവുണ്ട്. അനുഭവിച്ചറിഞ്ഞ പാഠമാണ്.

“നദീറാത്താ ആശൂത്രിപ്പെയ്യിട്ടുതന്നെ വരണത്?”

സൈനബയുടെ ചോദ്യം കേട്ടെങ്കിലും ഒന്നും മിണ്ടാതെ ഇരുന്നതേ ഉള്ളൂ.

"മച്ചാക്കിപ്പോ കുറവുണ്ടോ നദീറാത്താ?"

റംലത്ത് ആശയോടെ തല ഉയർത്തി.

"ഭേദമുണ്ടെന്നാ വലിയാക്കാ പറഞ്ഞത്. നീയിതുവരെ ചെന്നു കണ്ടില്ലേ?"

അവളുടെ കൈവിടാതെ ചോദിച്ചു.

"നദീറാത്തയെ മനസിലായോ? എന്റെ കാര്യം ചോദിച്ചോ?"

"ഞങ്ങള് ചെല്ലുമ്പോ മയക്കത്തിലായിരുന്നു. ഞാൻ ചോദിച്ചത് കേട്ടില്ലേ? നീ പോയില്ലേന്ന്?"

"ഞാനൊരുത്തിയാണല്ലോ എല്ലാറ്റിനും കാരണം."

അവൾ മാറത്തടിച്ചു വീണ്ടും കരച്ചിൽ തുടങ്ങി. നദീറ അവളുടെ കൈ ബലമായി പിടിച്ചു.

"ചുമ്മായിരി കൊച്ചേ. ചത്ത കുഞ്ഞിന്റെ ജാതകം നോക്കി ഏങ്ങിക്കൊണ്ടിരിക്കാതെ ഭാവിയെക്കുറിച്ച് ചിന്തിക്ക്. ഇനി നീ വേണം നിന്റെ മച്ചാക്ക് കരുത്തേകാൻ."

"എന്നോടു പൊറുക്കുമോ? ഞാനെങ്ങനെ ആ മുഖത്ത് നോക്കും? കാലുപിടിച്ചു പറഞ്ഞിട്ടും..."

"മതിയാക്ക് നിന്റെ ഒപ്പാരി. കുറേനാളുകൊണ്ട് കണ്ണീരൊഴുക്കുകയല്ലേ? എന്തുനേടി? കണ്ണാടിയൊന്നു നോയിക്കേ. പ്രേതംപോലെയല്ലേ ഇരിക്കുന്നത്. ഇനി മതി."

"താത്താടെകൂട്ട് മനക്കരുത്തില്ല ഇവരിക്ക്." സൈനബ.

"പെണ്ണായാ കരുത്തു നേടണം. നമ്മള് കരഞ്ഞതുകൊണ്ടും മുഖം കറുപ്പിച്ചതുകൊണ്ടുമൊന്നും ഒരുത്തനും നമ്മളെ മനസിലാക്കില്ല. ചുണ വേണം. തന്റേടം വേണം. നീ വിചാരിച്ചാൽ ഷാഹുല് പഴയപടി ആവും."

"ഉള്ളതാണൊ നദീറാത്താ?"

റംലത്തിന്റെ കണ്ണുകളിൽ പ്രതീക്ഷ.

"തന്നെ. നീ ആശൂത്രീ പോയോ?"

"ഇല്ല."

"ഊം?"

"ആ കിടപ്പുകാണാൻ എനിക്കു വയ്യാ."

"നീ കാണാതിരുന്നെന്നുവച്ച് അവൻ എഴീറ്റോടുമോ? നീ അടുത്തിരുന്ന് അന്നഴിക്കുമ്പം അവന്റെ മനസും തണുക്കും. മനസു തണുക്കണം. അപ്പഴേ ദീനം പൊറുക്കൂ. സൈനബാ നീയും അവടെകൂടെച്ചെല്ല്."

"വീട്ടിലാരുമില്ലാതെ."

സൈനബ സംശയത്തോടെ പറഞ്ഞു.

"എന്ത്, ഞാൻ പോരേ?"

"എങ്കീ, ഞാനീ തുണിയൊന്നു മാറിക്കോട്ട്."

"എടേയ് സുൾഫീ. ചെന്ന് ഒരോട്ടോ പിടിച്ചോണ്ടു വാ."

നദീറയുടെ ആജ്ഞകൾ മുഴങ്ങിയപ്പോൾ ഇടനാഴിയിലെ ഇരുട്ട് പോയ്മറഞ്ഞു. ഇറയത്തു കുട്ടികളുടെ ബഹളം. ഓരോരുത്തർക്കും തമ്മിൽ പറയാൻ നുറുങ്ങ് വിശേഷങ്ങൾ. അതിനിടയിൽ ഉമ്മയുടെ വിളി സുൾഫി കേട്ടില്ല.

"പറഞ്ഞത് പിള്ള കേട്ടില്ലേ?'

നദീറ ഇറയത്തെത്തി സുൾഫിയുടെ ചെവിക്കുപിടിച്ചു.

"എന്തരുമ്മാ?"

അവൻ കൈ തട്ടിമാറ്റി.

"എടേയ്, കൊച്ചുമ്മാക്ക് ആശൂത്രീ പോവാൻ ആട്ടോ പിടിച്ചോണ്ടു വരാൻ."

കേട്ടതും അവൻ പുറത്തേക്കോടി.

"മുത്തമ്മാ ഇത്രയും നാളായിട്ട് ഞങ്ങളെ കാണാൻ ഒരുതവണ പോലും വന്നില്ലല്ലോ."

ഷാഹുലിന്റെ മകൾ നദീറയുടെ സാരിത്തുമ്പിൽ പിടിച്ചു കിണുങ്ങി.

"അപ്പി മുത്തമ്മായെ കാണാനും വന്നില്ലല്ല്."

"ഞങ്ങളെന്തര് ചെയ്യട്ടെ. ഈ ഉമ്മച്ചി എപ്പഴും കിടന്ന് കരച്ചിലു തന്നെ. വാപ്പാ വരത്തുമില്ല. ഞങ്ങളെ വാപ്പച്ചി ആശൂത്രിലാണോ മൂത്തമ്മാ?"

"വാപ്പച്ചിക്ക് കാലിനൊരു വേദന. അതങ്ങു പൊറുക്കും."

"അങ്ങനല്ലല്ലോ വല്ല്യുമ്മച്ചി പറഞ്ഞത്."

"പിന്നെ എന്തരാണ് വല്ല്യുമ്മച്ചി പറഞ്ഞത്?"

നദീറാ അവളെ അനുകരിച്ചുകൊണ്ടാണ് ചോദിച്ചത്.

"വാപ്പച്ചിക്ക് ഒട്ടും വയ്യ. നടക്കാനും ആവില്ല. നേരാണോ മുത്തമ്മാ?"

അവളുടെ കുഞ്ഞിക്കണ്ണുകൾ നിറഞ്ഞിരുന്നു.

"നിങ്ങടെ വാപ്പച്ചിക്കിപ്പോ ഒന്നുമില്ല. ഒരാഴ്ച കഴീമ്പം വാപ്പച്ചി ഓടിച്ചാടി ഇങ്ങെത്തുമല്ലോ."

നദീറ ഷംനയുടെ കവിളിൽ മുത്തിക്കൊണ്ടു പറഞ്ഞു. അവളുടെ മുഖം ചുവന്നു.

"ദേ ആട്ടോ വന്നു."

സുൾഫി ഉറക്കെ വിളിച്ചുപറഞ്ഞു.

റംലത്ത് തിരക്കിട്ട് ഇറയത്തെത്തി. കരഞ്ഞുകലങ്ങിയ മുഖം ഒന്നു കഴുകിയിട്ടുപോലുമില്ല. മുടി പാറിപ്പറന്നുകിടക്കുന്നു.

"ഇതെന്തര് വേഷം കൊച്ചേ? ഈ നിലയിൽ നിന്നെക്കണ്ടാൽ അവനു സഹിക്കുമോ? മുഞ്ഞിയിലിത്തിരി പ്രസാദമൊക്കെ വരുത്തി മുടിയൊക്കെ ചീകിമിനുക്കി ഇത്തിപ്പോലം പൗഡറുമൊക്കെ പൂശി സുന്ദരിയായിട്ടു വേണ്ടേ മച്ചായെകാണാൻ? അല്ലയോ മക്കളേ?" നദീറ ഷംനയോടെന്നപോലെ പറഞ്ഞു.

റംലത്ത് മുടി മാടിയൊതുക്കി മുഖം അമർത്തിത്തുടച്ച് ഇറങ്ങിയപ്പോൾ നദീറ തടഞ്ഞു. അവൾ അകത്തു ചെന്ന് പൗഡർഡപ്പി കൊണ്ടുവന്ന് റംലത്തിന്റെ കൈയിൽ കൊടുത്തു.

"ഈ നദീറാത്താടെ ഒരു കാര്യം..."

അവൾ കണ്ണാടി നോക്കി മുഖത്ത് പൗഡറിട്ടു.

"ഞാനും വരട്ടോ ഉമ്മച്ചീ. എനിക്ക് വാപ്പച്ചിയെ കാണാൻ കൊതിയായി."

"നമുക്ക് വയ്യൂട്ട് പൂവാം."

മൂത്തമ്മ പറഞ്ഞപ്പോൾ അവൾ എതിർത്തില്ല.

"എത്രനാളുകൂടിയാ ഇവിടെയിങ്ങനെ ചെത്തവും ചൂരും കേട്ടത്. മരണക്കിടക്കയിൽ കിടക്കുന്നവരായാലും നദീറാത്ത ചിരിപ്പിച്ചോളും."

"തന്നെ തന്നെ. ഇപ്പഴ് പിള്ള ചെല്ല്. ബാക്കി വിശേഷങ്ങള് വന്നിട്ട്. ആട്ടോക്കാരൻ കെടന്നു പ്നാട്ടണ്."

ഓട്ടോ മറഞ്ഞപ്പോൾ നദീറ അകത്തേക്കു നടന്നു. അടച്ചിട്ടിരുന്ന അവളുടെ മുറി തുറന്നപ്പോൾ ഒരുതരം ചീഞ്ഞ വാട മൂക്കിലേക്കടിച്ചു കയറി. ആകെ പൊടിപിടിച്ചുകിടക്കുന്നു. ആരും കയറാതെ അടച്ചിട്ടിരുന്നിരിക്കണം. ജനലുകൾ മലർക്കെ തുറന്നു. നിറയെ വലയും പൊടിയും. തുറപ്പ കൊണ്ടുവന്ന് വലയും പൊടിയും തട്ടി തൂത്തു. വെള്ളമൊഴിച്ച് കഴുകി ഇറക്കി. മടക്കിയിട്ട കിടക്ക നിവർത്തി തട്ടിക്കുടഞ്ഞ് അലക്കിയ വിരിയിട്ടു. അടച്ചിട്ടിരുന്ന മറ്റു മുറികളും ഓരോന്നായി വൃത്തിയാക്കി. ഇറയം തൂത്തിറക്കിക്കൊണ്ടു നിന്നപ്പോഴാണ് മുംതാസ് എത്തിയത്. നദീറയെ വീട്ടമ്മയുടെ വേഷത്തിൽ കണ്ടപ്പോൾ മുംതാസിന്റെ മുഖത്ത് പെരുന്നാൾപിറ കണ്ട സന്തോഷം.

"എന്ത് അറിയുമോ?"

നദീറ പരിഭവം പറഞ്ഞു.

"എന്ത് മയിനീ, അങ്ങനെ ചോദിച്ചത്?"

"പിന്നെങ്ങനെ ചോദിക്കണം? മയിനിയെ ഇടക്കെങ്കിലും വന്ന് ഒന്നന്നഴിച്ച് കളയാമെന്ന് നിനക്കെങ്കിലും തോന്നിയില്ലല്ല്."

"ഒരു തവണ ഞാൻ വന്നതല്ലേ? ഇപ്പം ഞാനും ഉമ്മായും കൂടി വരാനിരുന്നതാ. അപ്പഴാ ഷാഹുല്കാക്കാടെ."

"പോട്ട് കൊച്ചേ. വിഷമംകൊണ്ട് പറഞ്ഞതാ. ഡാക്കുറന്മാര് എന്തരാണ് പറയണത്?"

"ഒരു കാലിന് ബലക്കുറവുണ്ടായേക്കാമെന്ന്. ഓർക്കുമ്പോൾ നെഞ്ചങ്ങ് വേവുകാ."

മുംതാസ് തേങ്ങി.

"റംലത്ത്മയിനീടെ പരുവം കണ്ടില്ലേ. ഇവിടെ വന്നിട്ടിന്ന് രണ്ടായി. ഒരേ കിടപ്പുതന്നെ. ആശൂത്രീപോലും പോയില്ല. മയിനി എപ്പഴ് വന്നത്?"

"ദേ ഇപ്പം വന്നുകയറിയതേയുള്ളൂ."

"സൈനബോ... കണ്ടില്ലല്ലോ? എവിടെപ്പോയത്?"

"അപ്പച്ചീ..."

സുൾഫീ അടുത്തുവന്നു നിന്നപ്പഴേ മുംതാസ് അവനെ കണ്ടുള്ളൂ.

"എടാ ചെറുക്കാ, നീയങ്ങ് വളർന്നല്ലോ. പള്ളിക്കൂടത്തിപ്പോയില്ലേ?"

അവൾ അവനെ ചേർത്തുപിടിച്ചു.

“ചെന്നതാ, സാറ് കൊച്ചാപ്പാരെ കാര്യം പറഞ്ഞപ്പോ ഞങ്ങളിങ്ങു പോന്നു.”

“നന്നായി. മക്കളേ, എടീ ഷംനാ നിന്റെ ഉമ്മോ എവിടെ?”

“ആശൂത്രീ പോയി.” കുളിക്കുന്നതിനിടയിൽ അവൾ പറഞ്ഞു.

“ഞാൻ നിർബന്ധിച്ചയച്ചതാ. സൈനബായും കൂടെപ്പോയിട്ടുണ്ട്.” നദീറാ പറഞ്ഞു.

“നന്നായി. ഞാനെന്നാ പോയിട്ട് വയ്യൂട്ട് വരാം. ഇവിടെ മയിനിയുണ്ടല്ലോ.”

“കയറ് കൊച്ചേ. ഇത്തിരിക്കഴിഞ്ഞിട്ട് പോവാം.”

“ഇപ്പഴാ മയിനീ ഉള്ളൊന്നു തണുത്തത്. കുറച്ചുനാളായിട്ട് എന്തൊക്കെയാ സംഭവിച്ചത്! കണ്ണുപെട്ടതുപോലെ.”

അകത്തേക്കു നടക്കുമ്പോൾ മുംതാസ് പറഞ്ഞു.

“നേരാ, കണ്ണേറുതന്നാ. അല്ലെങ്കില്.. നിന്നാണെ കൊച്ചേ, അറിഞ്ഞോണ്ട് ഞാനൊരു തെറ്റും ചെയ്തിട്ടില്ല. ഈ കുടുംബത്തിന്റെ മാനത്തെക്കരുതി ചിലത് മിണ്ടിയില്ല. തെറ്റായിപ്പോയി. മാമിയുടെ മുന്നിൽ കുറ്റക്കാരിയായത്... നിന്ന നിലയിൽ അങ്ങു ചത്തെങ്കിൽ എന്ന് പലതവണ തോന്നിയിട്ടുണ്ട്. ഞാനൊരുത്തി ആയിട്ടല്ലേ. എല്ലാം...”

മുഴുമിക്കാനാവാതെ അവൾ ഇറയത്തെ തൂണിൽപ്പിടിച്ചു തേങ്ങി. അതുവരെ കെട്ടിപ്പണിത തന്റേടം ചോർന്നുപോകുന്നപോലെ. മുഖംമൂടി അഴിഞ്ഞുവീണതുപോലെ തുറന്നു കരഞ്ഞു.

“അരുത് മയിനീ...” മുംതാസ് വന്നു സമാധാനിപ്പിച്ചു

“ഈ വീടിന്റെ ഭാവി ഇനി മയിനീടെ കൈയിലാ. ഞങ്ങളും തെറ്റുകാരാ. മയിനിയെ തെറ്റായി കരുതിയില്ലേ? ഉമ്മാരെ ദ്വുആ പടച്ചവൻ കേട്ടുകാണും. മയിനികൂടി വിചാരിച്ചാ എല്ലാം നേരെയാകും.”

സമാധാനിപ്പിക്കുമ്പോൾ അവളും കരയുന്നുണ്ടായിരുന്നു.

“ഇത്രനേരം ഞാൻ റംലത്തിനോടും പറഞ്ഞോണ്ടിരുന്നതും ഇതുതന്നെ. പറയാനെളുപ്പമാ എന്നാലും. ആ നോക്കട്ടെ. തോൽക്കാൻ നദീറയ്ക്ക് മനസില്ല.”

അവളുടെ വാക്കുകളിൽ വീണ്ടും തന്റേടത്തിന്റെ കരുത്ത്.

ഗേറ്റിൽ കാറു വന്നുനിന്ന ശബ്ദം കേട്ട് രണ്ടുപേരും സംസാരം നിർത്തി. അകത്തും പുറത്തും നിറയെ സാധനങ്ങളുമായി ഒരു ടൂറിസ്റ്റ് ടാക്സി ഗേറ്റിനു പുറത്ത് നിൽക്കുന്നതു കണ്ട് രണ്ടുപേരും മുറ്റത്തേക്കിറങ്ങി. കാറിൽനിന്ന് സാധനങ്ങളിറക്കാൻ ഡ്രൈവറെ സഹായിക്കുന്ന ചെറുപ്പക്കാരന്റെ മുഖം പക്ഷേ, അവർക്ക് കാണാനായില്ല.

“ആരാണോ എന്തോ? വീടു മാറിയതായിരിക്കും.”

ഗേറ്റിലേക്കു നടക്കുമ്പോൾ മുംതാസ് പറഞ്ഞു.

“അല്ലേ, ഇതെന്റെ വീടുതന്നെ.”

ശബ്ദം തിരിച്ചറിഞ്ഞ മുംതാസ് ഓടിച്ചെന്ന് ഷാജിയെ കെട്ടിപ്പിടിച്ചു.

"എടാ ചെറുക്കാ. നീയങ്ങു മുഴുത്തല്ലോ. കാട്ടറബീരെകൂട്ടായി."

അവളുടെ കണ്ണീരിൽ കുതിർന്ന വാക്കുകൾ കേട്ട ഷാജിയുടെ കണ്ണും നിറഞ്ഞു.

"എവിടെ ഉമ്മാ?"

നിറഞ്ഞ കണ്ണു തുടച്ചുകൊണ്ട് ടാക്സിക്കാരനു കാശു കൊടുക്കുന്നതിനിടയിൽ ഷാജി ചോദിച്ചു. മുംതാസ് അവന്റെ കൈ പിടിച്ചുകൊണ്ടു തേങ്ങി.

"അവനൊന്ന് വീട്ടിനകത്ത് കയററ്റ് കൊച്ചേ. എന്നിട്ടു മതി സ്നേഹ പ്രകടനം."

നദീറാ രംഗം തണുപ്പിച്ചു.

"അല്ലാ ഇതാര്? ഇവിടെയുണ്ടായിരുന്നോ? പോരൊക്കെ തീർന്നോ?"

"എല്ലാ ന്യൂസും മുറയ്ക്കങ്ങെത്തുന്നുണ്ടല്ലോ. ഇവള്തന്നേ ഏജൻഡ്?"

അപ്പോഴേക്കും അയൽക്കാർ ഓരോരുത്തരായി എത്തിത്തുടങ്ങി."

"പിള്ളയങ്ങു കറുത്തുപോയി കേട്ടോ? എന്തര് നിറമായിരുന്നു. റാബിയാടെ കൂട്ട്."

"വിശേഷങ്ങൾ അറിഞ്ഞുതന്നേ അപ്പീ പോന്നത്?"

"ഷാഹുലിന് കൂടുതലുതന്നെ, അല്ലേ? കമ്പികിട്ടി വന്നതാണോ?"

ചോദ്യശരങ്ങൾ.

"അവനിങ്ങ് കയറിയതല്ലേ ഉള്ളൂ? പടിക്കൽ നിന്നുതന്നെ എല്ലാറ്റിനും ഉത്തരം പറയണോ മാമീ? അകത്തോട്ടൊന്ന് കയറിക്കോട്ട്."

നദീറാ രക്ഷയ്ക്കെത്തി.

"പെട്ടികളെല്ലാം അകത്തോട്ടെടുത്ത് വയ്. ഞാനൊന്ന് ആശൂത്രിപ്പോയിട്ട് വരാം. ഏതു വാർഡിലാ കിടക്കണത്?"

"വെള്ളങ്ങള് വല്ലോം കുടിച്ചിട്ട് പോവാമെടാ."

"വന്നിട്ടു മതി."

അവൻ തിരക്കിട്ടു നടന്നു മറഞ്ഞു. ഇനി തൽക്കാലം കാണാനൊന്നുമില്ലെന്ന മട്ടിൽ മനസ്സില്ലാമനസ്സോടെ അയൽക്കാരും പിരിഞ്ഞു. അപ്പോഴും അവരുടെ കണ്ണുകൾ പെട്ടിയിലായിരുന്നു.

"ഈ ചെറുക്കന് അവിടെ എന്തരായിരുന്നു ജ്വാലി? പെട്ടികളുടെ മുഴുപ്പ് കണ്ടില്ല്യോ?"

ഒരാളുടെ കമന്റ്.

"മണ്ടേല വര നന്നാകാത്തതിന് അന്യരോട് അസൂയപ്പെടല്ലേ അക്കോ."

"എടാ ചെറുക്കാ നിനക്കു ഞാൻ വച്ചിട്ടുണ്ട്."

അക്കൻ തിരക്കിട്ടു നടക്കുമ്പോൾ പറഞ്ഞു.

മുപ്പത്തിരണ്ട്

തുരുമ്പെടുത്ത ഗേറ്റിൽ കടുംനീലച്ചായം തേച്ചപ്പോൾ തിളങ്ങുന്നു. ചുമരുകൾ കുമ്മായംപൂശി വെളുപ്പിച്ചിരിക്കുന്നു. മുറ്റത്ത് പുതുതായി വിരിച്ച വെള്ളമണലിൽ തുള്ളിച്ചാടുന്ന കുട്ടികൾ. എങ്ങും സന്തോഷത്തിന്റെ ആരവം. കുറച്ചുനാളുമുമ്പുവരെ ദുഃഖം തളംകെട്ടിനിന്ന വീട്ടിന്റെ മുഖച്ഛായ മാറിയതു കണ്ട് മനസിലും കുളിര്.

മുറ്റത്തെ പന്തലിൽ കൂട്ടുകാരുമൊത്ത് വെടിപറഞ്ഞിരിക്കുകയായിരുന്നു ഷാജഹാൻ. ഹരത്തിനിടയിൽ അവൻ അസീസിനെ കണ്ടില്ല.

"എടേയ് നിന്റെ വലിയാക്കാ."

കൂട്ടുകാരൻ തോണ്ടിയപ്പോൾ അവൻ ഭവ്യതയോടെ എഴുന്നേറ്റു നിന്നു. കൂടെ കൂട്ടുകാരും.

"അവിടെ ഇരിയടേ. ഒരുക്കങ്ങളൊക്കെ എവിടംവരെ ആയി?"

"എനിക്കൊന്നും അറിഞ്ഞൂടായേ. എല്ലാം മൊത്തമായിട്ട് മജീദ്കാക്കാ ഏറ്റെടുത്തിരിക്കയാ. മയിനിയും പിള്ളേരും വന്നില്ലേ?"

"ഇപ്പഴിങ്ങെത്തും. ഷോപ്പിംഗ് തീരണ്ടേ? കാലത്തേ ചാലക്കമ്പോളത്തിലേക്കിറങ്ങിയതാ. ഞാനിങ്ങു പോന്നു."

"ഈ മയിനീടെ കാര്യം. ഇന്നലെയും മുഴുക്കെ ചാലയിലാരുന്നല്ലോ."

"നിന്റെ ഭാര്യയ്ക്ക് സമ്മാനം വാങ്ങാനിറങ്ങിയതാ."

ഷാജി നാണിച്ച് മുഖം കുനിച്ചു. അവന്റെ കൂട്ടുകാരുടെ മുഖത്ത് കുസൃതിച്ചിരി. അവരിരുന്ന് ചിരിച്ചു രസിക്കട്ടെ. ഷാജിയെ സൂക്ഷിച്ചു നോക്കി. അവൻ ആകെ ഒന്നു തുടുത്തിരിക്കുന്നു. വരുമ്പോൾ നിറം മങ്ങിയിരുന്നു. ഇപ്പോൾ നിറവും വച്ചിട്ടുണ്ട്. പൊക്കം കൂടിയതുപോലെ. ആകപ്പാടെ കാണാൻ മാത്രമുണ്ട്.

"എന്ത് വലിയാക്കാ, ഇങ്ങനെ ചെറഞ്ഞുനോക്കണത്?"

ഷാജി ചോദിച്ചപ്പോൾ അസീസൊന്നു പരുങ്ങി.

"നിന്റെ സൗന്ദര്യം ആസ്വദിക്കുകയായിരുന്നു."

തമാശമട്ടിൽ പറഞ്ഞിട്ട് ധൃതിയിൽ അകത്തേക്കു നടന്നു.

"ടേയ്... വിറ്റ്. വലിയാക്ക വിറ്റടിക്കുന്നു."

അവന്റെ കൂട്ടുകാരുടെ ചിരി പിറകിൽ അലയടിച്ചു. ചമ്മിക്കൊണ്ട് ഇറയത്തു കയറി. ഇറയത്തു പുതുതായി വാങ്ങിച്ചിട്ട ചാരുകസേരയിൽ നിറഞ്ഞിരിക്കുകയാണ് വാപ്പ. മുഖത്ത് സംതൃപ്തിയുടെ തിളക്കം. അടുത്തുള്ള സോഫയിൽ ഉമ്മയും അയലത്തെ മാമിമാരുമുണ്ട്. എല്ലാവരും കൊണ്ടുപിടിച്ച സംസാരത്തിലാണ്. അയാളെ കണ്ടതും ഓരോരുത്തരും മാറിമാറി വിശേഷങ്ങൾ തിരക്കി.

"ഇന്ന് ആപ്പീസിപ്പോയില്ലേ അപ്പീ?"

"കല്യാണം കഴിയുന്നതുവരെ അവധിയാ."

"നന്നായി. നീയല്ലേ മൂത്തത്? നീ തന്നെ വേണം അമരത്ത്. ഷാഹുല് വയ്യാതെ കിടക്കുന്നു. ആ പാവം മജീദ് ഒറ്റയ്ക്ക് എവിടെല്ലാം ചെല്ലും. പെണ്ടാട്ടി വന്നില്ലേ?"

"ഇപ്പഴിങ്ങെത്തും."

"ഒരുക്കങ്ങളെല്ലാം ആയോ വാപ്പാ? ഇന്ന് വയ്യൂട്ട് ആളൊരുപാട് കാണുമോ?"

"അവന്റെ കൂട്ടുകാരന്മാരും അയലത്തുകാരുമൊക്കെ കാണുമായിരിക്കും ഏതിനും ബ്രോട്ടയും ഇറച്ചിയും ആവശ്യത്തിന് കരുതാൻ പറഞ്ഞിട്ടുണ്ട്."

"അതിനുള്ള ഏർപ്പാടൊക്കെ ആയോ?"

"അതൊക്കെ മജീദിന്റെ ഏർപ്പാടാ. നമ്മടെ കടയിലെ പിള്ളാരുമുണ്ടല്ലോ."

"നാളത്തേക്ക് ബസ് ഞാൻ ഏർപ്പാട് ചെയ്തിട്ടുണ്ട്. നാലഞ്ചു കാറുമുണ്ട്. പതിനൊന്നിനെങ്കിലും ഇവിടെനിന്നിറങ്ങണം. ഒന്നരയ്ക്കാ മുഹൂർത്തം. അവിടെ എത്താൻ ഒരു മണിക്കൂറെങ്കിലും വേണ്ടതാ. നേരത്തെ ഒരുങ്ങിക്കോളാൻ സ്ത്രീകളോട് പറഞ്ഞേക്കണം. കേട്ടോ. ഉമ്മാ. ഞാൻ അകത്തുണ്ട്. എന്തെങ്കിലും ആവശ്യമുണ്ടെങ്കിൽ വിളിക്കാൻ മജീദിനോടു പറയണം."

ഇടനാഴിയിലെ മുറികളെല്ലാം ചായംപൂശി മോടികൂട്ടിയപ്പോൾ ഇരുട്ടിന് കട്ടികുറഞ്ഞു. ഷാഹുലിന്റെ മുറിയിൽ സംസാരം കേട്ട് എത്തിനോക്കി. കുളിമുറിയിൽ നിന്ന് അവനെ താങ്ങിപ്പിടിച്ചു കൊണ്ടുവരാനുള്ള ശ്രമത്തിലാണ് റംലത്ത്. പ്ലാസ്റ്ററിട്ട കാൽ നീട്ടിവെച്ച് ഒറ്റക്കാലിൽ തത്തിയാണ് നടത്തം. കണ്ടതും ചെന്നു താങ്ങി. അവന്റെ കണ്ണുകൾ നിറഞ്ഞു. അത് അറിയാതിരിക്കാനായി മുഖം കുനിച്ചിട്ട് പറഞ്ഞു.

"കിടപ്പുമുറിയോട് ചേർത്ത് ഷാജി കുളിമുറി കെട്ടിയത് ഉപകാരമായി. അല്ലെങ്കിൽ ഈ കാലുംവച്ച് വെളിയിലേക്കിറങ്ങണ്ടായിരുന്നോ?"

"കാലെങ്ങനെയുണ്ട്? വേദനയൊന്നുമില്ലല്ലോ?"

"ഇത് അഴിച്ചാലുള്ള സ്ഥിതിയോർത്തുള്ള വേവലാതിയേ ഉള്ളൂ."

"ഒന്നും പേടിക്കാനില്ലെന്ന് ഡോക്ടർ പറഞ്ഞതല്ലേ?"

"അവരങ്ങനെയല്ലേ പറയൂ?"

ഷാഹുലിന്റെ വാക്കുകളിൽ നിരാശ.

"വലിയാക്ക എപ്പഴ് വന്നത്?"

സംസാരം മാറ്റാനായി റംലത്ത് ചോദിച്ചു.

"ദാ ഇപ്പഴെത്തിയേ ഉള്ളൂ. ഇവന്റെ കുളിയൊക്കെ കഴിഞ്ഞോ? കാല് നനച്ചില്ലല്ലോ?"

"പ്ലാസ്റ്റിക്കിട്ട് കാല് പൊതിഞ്ഞിട്ടാ കുളിപ്പിച്ചത്. നനഞ്ഞില്ല."

"എവക്കൊരു പാടായി."

ഷാഹുൽ വിഷമത്തോടെ പറഞ്ഞു.

"ഇതുതന്നെ എപ്പഴും പറച്ചിൽ. ഇതൊക്കെ ഒരു പാടാണോ?"

റംലത്തിന്റെ തൊണ്ട ഇടറി.

"നീ അതുമിതും പറഞ്ഞ് ആ കുട്ടിയെ ഇനിയും വിഷമിപ്പിക്കരുത്."

കേട്ടതും ഷാഹുലിന്റെ മുഖം മങ്ങി. അസീസും വല്ലാതായി.

"ഇതൊന്നും ഭാര്യമാർക്ക് ഒരു പ്രയാസമല്ലടേ. നീ കുറച്ചുനേരം കെട ന്നോ. ഞാനിവിടെത്തന്നെ ഉണ്ടാകും."

അവിടന്ന് ഒരുവിധം തലയൂരി ഷാജിയുടെ മുറിയിലെത്തി. ചെറു ക്കൻ പണം വാരിക്കോരിയല്ലേ ചെലവാക്കിയിരിക്കുന്നത്. പുതിയ ഇരട്ട ക്കട്ടിൽ.സ്പോഞ്ച് മെത്ത. പട്ടുവിരി. ജനലുകൾക്ക് വർണവിരി. പുതിയ മേശയും കസേരയും അലമാരയും. മുറിയോടു ചേർന്ന് കുളിമുറിയും കെട്ടിയിട്ടുണ്ട്. രണ്ടു മുറിയിൽനിന്നും പോകത്തക്കവിധം മാളികകെട്ട ണമെന്നും പറഞ്ഞു തുനിഞ്ഞിറങ്ങിയതാണ്. വാപ്പയാണു തടഞ്ഞത്.

"കാശിങ്ങനെ അനാവശ്യമായിട്ട് കളയാതെ നിന്റെ പേരിൽ അഞ്ചു സെന്റ് പുരയിടം വാങ്ങിച്ചിടാൻ നോക്ക്. ഒടുക്കം അതേ ഉപകരിക്കൂ."

"ഒക്കെ ഉണ്ടാകും. വാപ്പാ ഇതൊക്കെ അത്യാവശ്യമാ. രാവിലെ കുളി മുറിയിൽ കയറാൻ വേണ്ടി ഇനി ആരും തമ്മിൽ തല്ലില്ലല്ലോ."

അവൻ എത്തി ഒരാഴ്ചയ്ക്കകംതന്നെ മരാമത്തു പണിയും തുട ങ്ങി. ഷാഹുൽ ആശുപത്രിയിൽനിന്നു വീട്ടിലെത്തുംമുമ്പേ പണികൾ മുഴു വനാക്കി. എല്ലാവരോടും നാക്കിട്ടടിക്കാൻമാത്രം അറിയുന്നവൻ എന്ന് അവനെക്കുറിച്ചുള്ള ധാരണ തിരുത്തേണ്ടിവന്നു. കല്യാണക്കാര്യംവരെ ഏകദേശം ഉറപ്പിച്ചിട്ടാണ് അവൻ എത്തിയത്. ഷാഹുൽ വീട്ടിലെത്തി യതും മോശമല്ലാത്ത രീതിയിൽ അച്ചാരംവെപ്പും നടത്തി. ഒരു റാഡോ വാച്ചും ഒരു ലക്ഷം രൂപയും അച്ചാരംവെപ്പിന് പെൺവീട്ടുകാർ കൊടു ത്തു. അതിലൊന്നും തലയിടാൻപോയില്ല. അതേസമയം എല്ലാറ്റിനും ആളായിട്ടു നിന്നുകൊടുക്കുകയും ചെയ്തു. കുടുംബകാര്യങ്ങളിൽനിന്ന് ഒഴിഞ്ഞുമാറുകയില്ലെന്ന് ഉറച്ച തീരുമാനമെടുത്തിരിക്കയാണ്.

പെൺകുട്ടി കാണാൻ നന്ന്. പ്രീഡിഗ്രിവരെ പഠിച്ചിട്ടുണ്ട്. അവന്റെ കൂടെ ജോലിചെയ്യുന്ന ആളുടെ മകളാണ്. താഴെ രണ്ട് ആൺകുട്ടികൾ. പുതിയ വീടു കെട്ടിയിട്ടുണ്ട്. അത്യാവശ്യത്തിനു സാമ്പത്തിക ശേഷിയു

മുണ്ട്. അതുകൊണ്ട് കൂടുതൽ ആലോചിക്കാനൊന്നും ഉണ്ടായിരുന്നില്ല. വിവാഹം കഴിഞ്ഞാൽ രണ്ടാഴ്ചത്തെ അവധിയേ ബാക്കിയുള്ളൂ. നീട്ടിക്കിട്ടാൻ എഴുതിയിട്ടുണ്ട്. ചിലപ്പോൾ ശരിയായേക്കും. ഇക്കൊല്ലം ഉമ്മയെ ഹജ്ജിനു കൊണ്ടുപോകാനുള്ള ശ്രമത്തിലായിരുന്നു. അതിനിടയിലാണ് ഇവിടത്തെ വിശേഷങ്ങളറിഞ്ഞത്. പിന്നെ സമാധാനം കിട്ടിയില്ല. ഉമ്മയെ അടുത്തകൊല്ലം തീർച്ചയായും കൊണ്ടുപോകും. എന്നൊക്കെയാണ് അവൻ പറഞ്ഞത്. കൊണ്ടുപോയില്ലെങ്കിലും വേണ്ടില്ല. ആഗ്രഹമുണ്ടല്ലോ. അതുമതി അവൻ വന്നതോടെ എല്ലാം കലങ്ങിത്തെളിഞ്ഞതുപോലെ.

"അയ്യോ. വലിയാമാ ഇവിടെയാണോ കിടക്കുന്നത്?"

മുംതാസിന്റെ മകൾ അടുത്തുവന്ന് അരുമയോടെ പറഞ്ഞു.

"എന്ത് ഇവിടെ കെടന്നൂടെ?"

അയാളും അതേ മട്ടിൽ നിന്നു.

"ഇത് ഷാജിമാമാരെ മണവറയാ. ഇവിടെ കേറിക്കൂടെന്ന് ഉമ്മാ പറഞ്ഞല്ലോ."

"അത് ഞങ്ങള് പിള്ളാര് കയറിക്കൂടാന്ന് പറഞ്ഞത്. അല്ലേ മൂത്താപ്പാ?"

ഷാഹുലിന്റെ മകളും എത്തി.

"കണ്ടോ അവൾക്ക് ബുദ്ധിയുണ്ട്. നീ നിന്റെ ഉമ്മാടെകൂട്ട് മണ്ടിതന്നെ."

'എന്റുമ്മാ മണ്ടിയൊന്നുമല്ലെന്നാ വാപ്പുമ്മാ പറയുന്നത്."

"ഉമ്മായെപ്പോലെ നാക്കിട്ടടിക്കാൻ നന്നായി അറിയാമല്ലോ."

വാത്സല്യപൂർവം അവളുടെ കവിളിൽ നുള്ളി.

"അവടെ ഉമ്മാക്ക് എന്തരാണൊരു കുഴപ്പം?"

മുംതാസിന്റെ ചോദ്യം കേട്ട് അസീസ് എഴുന്നേറ്റിരുന്നു.

"അയ്യോ! ഇവിടെ ഉണ്ടായിരുന്നോ? ഒന്നും പറഞ്ഞില്ലേ."

അവളെ എരികയറ്റാനായി കൈകൂപ്പി.

"ആ തക്കം നോക്കി കുട്ടികളും കട്ടിലിൽ കയറിപ്പറ്റി.

"എടീ, ആ ഷീറ്റൊന്നും അഴുക്കാക്കാതെ, പോ, എറാത്തു ചെന്നിരുന്ന് കളി."

അവൾ കുട്ടികളെ വിരട്ടി എഴുന്നേൽപ്പിച്ചു.

"അപ്പോ വലിയാമാ കെടക്കണതോ?'

"ദേ മാമായും എഴീറ്റു."

അയാൾ എഴുന്നേറ്റ് പുറത്തേക്കിറങ്ങുമ്പോൾ പറഞ്ഞു:

"ആ കതകടച്ചു കുറ്റിയിട്ടേര് കൊച്ചേ."

"വലിയാക്കാ അവിടെ കെട. അകത്തെല്ലാം ആൾക്കാരാ. പിള്ളാരെ വിരട്ടിയില്ലെങ്കിൽ ആകെ നാശമാകും. മയിനി വന്നില്ലേ?"

"ഇപ്പഴിങ്ങെത്തും. നീ എപ്പഴ് വന്നത്?"

"ഇന്നലെ വന്നിട്ടു പോയില്ല."

"അപ്പോ നിന്റെ മാമി ഒറ്റക്കാവില്ലേ?"

"വയ്യൂട്ടാവുമ്പം അവരുമിങ്ങെത്തുമല്ലോ. ഉച്ചയ്ക്കുള്ളത് ഇവിടന്നു കൊടുത്തയക്കും."

"അളിയൻ വന്നില്ലേ?"

"കാലത്തേ ഇവിടെ വന്ന് കാപ്പികുടിച്ചിട്ടുതന്നെ ആപ്പീസിൽ പോയത്. അവിടെ ഒരു തലകാണിച്ച് ഒപ്പിട്ടിട്ട് ഇപ്പഴങ്ങെത്തും. വെറുതെ ഒരു ലീവു കളയണ്ടല്ലോ എന്നു കരുതി."

"ഊം."

"വലിയാക്കായ്ക്ക് വെള്ളങ്ങള് വല്ലതും വേണോ?"

"നിന്റെ കൈകൊണ്ട് ഐശ്വര്യമായിട്ടൊരു ചായതന്നേ. കടുപ്പം കുറച്ച് പണ്ട് ഞാൻ പഠിച്ചോണ്ടിരിക്കുമ്പോ തരുന്നതുപോലെ."

"എല്ലാം ഇപ്പഴും ഓർക്കുന്നുണ്ട് അല്ലേ?"

അവൾ ഉത്സാഹത്തോടെ മുഖംവെട്ടിച്ച് അടുക്കളയിലേക്കു നടന്നു. പെണ്ണ് നന്നായി തടിച്ചിട്ടുണ്ട്. അമ്മച്ചിയായിരിക്കുന്നു. മുഖവും ഒന്നു തുടുത്തു. ഷഹീദും കുറച്ചു മാറിയിട്ടുണ്ട്. കാശെന്നും പറഞ്ഞ് അവളെ അലട്ടാറില്ല. പ്രമോഷൻ കിട്ടി. കൂടാതെ എന്തോ ബിസിനസും തുടങ്ങിയിട്ടുണ്ട്. ഷാജിയും മജീദുമാണ് സഹായിച്ചത്. സഹോദരന്മാർ അവരവർക്കാവുന്നതുപോലെ കുടുംബത്തെ സഹായിക്കുന്നുണ്ട്. അയാൾക്കു മാത്രമാണ് ഒന്നും ചെയ്യാൻ സാധിക്കാത്തത്. കിട്ടുന്ന ശമ്പളംകൊണ്ട് രണ്ടറ്റവും കൂട്ടിമുട്ടിക്കാൻ തന്നെ വിഷമം. പക്ഷേ കാണുന്നവർക്ക് അങ്ങനെ തോന്നില്ല. ഷാജിക്ക് കാര്യമായിട്ടെന്തെങ്കിലും കൊടുക്കണമെന്നുണ്ടായിരുന്നു. ഒരു ലോണിന് എഴുതിക്കൊടുത്തതുമാണ്. അടുത്തമാസം തരാമെന്ന്. ഏറെ സമ്മർദം ചെലുത്തിയാണ് ഉടനെ പാസ്സാക്കി കിട്ടിയത്. ഇന്നലെയാണ് കൈയിൽ കിട്ടിയത്. അതവളെ ഏൽപ്പിച്ചിട്ടുണ്ട്. ഷാജി വരുമ്പോൾ പിടിപ്പത് സാധനങ്ങൾ കൊണ്ടുവന്നു തന്നതാണ്. എല്ലാം വാങ്ങി അലമാരയിൽ വച്ചിട്ട് അവനൊന്നും കൊടുക്കാതിരുന്നാൽ.. ആകെ വിഷമിച്ചു. ലോൺ കിട്ടിയപ്പോഴാണ് ശ്വാസം നേരെ വീണത്. അതുകൊണ്ട് അവളും മക്കളും ഇറങ്ങിയിരിക്കയാണ് കുറേ ദിവസമായി വീട്ടിൽ കൂട്ടലും കിഴിക്കലുംതന്നെ അവർക്കു ജോലി.

"ഷാജിയുടെ പെണ്ണിന് രണ്ടു പവന് ഒരു മാലയെങ്കിലും കൊടുക്കണ്ടേ?"

"എനിക്കറിഞ്ഞൂടാ. ഉള്ളതുകൊണ്ട് അഡ്ജസ്റ്റ് ചെയ്യ്."

ഒഴിഞ്ഞുമാറി. പിന്നെ അവൾ ബുദ്ധിമുട്ടിച്ചതുമില്ല. രാത്രിയിൽ ആങ്ങളമാരുടെ ഫോൺ വരുന്നതും കണക്കുപറയുന്നതുമൊക്കെ കേൾക്കാറുണ്ടെങ്കിലും കേൾക്കാത്തമട്ടിൽ നടക്കുകയാണ്. പിള്ളേർക്ക് ഉടുപ്പ്. അവൾക്ക് സാരി, ഷാജിക്ക് പട്ടുജൂബ്ബായും കസവുമുണ്ടും, മണവാട്ടിക്ക് സ്വർണം... ലിസ്റ്റ് നീളുന്നു. പതിനായിരം രൂപാ എന്തിനു തികയും? മാന്യതയുള്ള ജോലി, ഉയർന്ന ശമ്പളം. എന്നിട്ടും മനസ്സിനിണങ്ങിയ രീതിയിൽ ജീവിക്കണമെങ്കിൽ ഭാര്യവീട്ടുകാരെ ആശ്രയിക്കണം എന്നതാണ്

നില. കുടുംബത്തിനുവേണ്ടി ഒന്നും ചെയ്യാനാവുന്നില്ലല്ലോ എന്ന ദുഃഖം വേറെയും. ആകപ്പാടെ സ്വസ്ഥതയില്ല. പത്താംക്ലാസ് പാസായ ഷാജി കാരണം കുടുംബം കരകയറി. മജീദും കാര്യമായിട്ടദ്ധ്വാനിക്കുന്നുണ്ട്. കടയും മെച്ചപ്പെട്ടു. പഠിച്ചതുകൊണ്ട് എന്തു പ്രയോജനം എന്നു ചില പ്പോൾ തോന്നിപ്പോകാറുണ്ട്.

സീനത്ത് മുന്നിട്ടിറങ്ങിയതുകൊണ്ടാണ് ഷാജി അക്കരെ കടന്നത്. അവളുടെ ഉരുപ്പടി പണയംവച്ചാണ് അവനു പോകാനുള്ള കാശ് ഉണ്ടാ ക്കിക്കൊടുത്തത്.

"വേണ്ടാത്തതിലൊന്നും ഇടപെടേണ്ട. ഒടുക്കം നന്ദികേട് കാണി ച്ചെന്ന് പരാതി പറയാൻ ഇടവരുത്തുകയും വേണ്ട."

അവളെ തടഞ്ഞതാണ്. അവൾ ഒന്നും മിണ്ടാതെ ചെയ്യാനുള്ളത് ചെയ്തു. അപ്പോൾ അവളോട് എന്തെന്നില്ലാത്ത സ്നേഹം തോന്നി. ഷാജിയെ എങ്ങനെയെങ്കിലും സഹായിക്കണമെന്നുണ്ടായിരുന്നു. പക്ഷേ, അതവളോട് നേരിട്ടു പറയാൻ അഭിമാനം അനുവദിച്ചതുമില്ല. ഇപ്പോൾ ത്തന്നെ അവളുടെ വീട്ടുകാരോട് ഏറെയുണ്ട് കടപ്പാട്.

"വലിയാക്കാ ഇതു കണ്ടില്ലേ? ഈ മയിനി എന്തരൊക്കെയാണ് വാങ്ങിച്ചോണ്ട് വന്നിരിക്കുന്നതെന്ന് നോക്കിക്കേ. കാശിന് ബുദ്ധിമുട്ടു ള്ളപ്പോ എന്തിനാ ഇതൊക്കെ?"

ഷാജി വിഷമത്തോടെയാണ് ആഭരണപ്പെട്ടി മുന്നിൽ നിവർത്തിവെ ച്ചത്. എങ്കിലും അവന്റെ മുഖത്ത് സന്തോഷത്തിന്റെ തിളക്കം. അതുക ണ്ടപ്പോൾ അയാളുടെ ഉള്ളും നിറഞ്ഞു. നീലവെൽവെറ്റുപെട്ടിയിൽ ചുവന്ന കല്ലുപതിച്ച നെക്ലസ് കിടന്നു തിളങ്ങുന്നു. കാണാൻ നല്ല ചന്തം. അല്ലെങ്കിലും അവളുടെ സെലക്ഷൻ ഒരിക്കലും മോശമാവാറില്ല. അയാ ളുടെ മുണ്ടും ഷർട്ടുംപോലും വാങ്ങുന്നത് അവളാണ്. കട്ടിലിൽ പായ്ക്ക റ്റുകളുടെ കൂമ്പാരം. ഷാജിക്ക് കസവുമുണ്ടും ജൂബയും അയാൾക്കു മുണ്ട് നേരിയ കസവുകരമുണ്ട്. കുട്ടികൾക്ക് പുത്തനുടുപ്പ്. കൃതജ്ഞത യോടെ അവളെ നോക്കി.

"നിനക്ക് സാരി വാങ്ങിച്ചില്ലേ?"

"ഉള്ളതുതന്നെ ഉടുക്കാറില്ല. പട്ടുസാരികളെല്ലാം പൂപ്പലടിച്ചുകിടക്കു ന്നു."

അവൾ ആഭരണപ്പെട്ടിയുമായി തിരക്കു ഭാവിച്ച് പുറത്തിറങ്ങി.

ഒന്നും മിണ്ടാനാവാതെ ജനലഴിപിടിച്ച് പുറത്തേക്കു നോക്കിനിന്നു. പിറകിൽ കുട്ടികളുടെ സന്തോഷാരവം. സ്ത്രീകളുടെ ചിരി. സീനത്തിന്റെ ഉറക്കെയുള്ള സംസാരം. മനസിൽ അപ്പോഴും കലക്കം.

മുപ്പത്തിമൂന്ന്

പന്തലിൽ കസേരകൾ അവിടവിടെയായി ചിതറിക്കിടക്കുന്നു. മുറ്റം നിറയെ പഴത്തൊലികളും എല്ലിൻതുണ്ടുകളും. അതിനിടയിൽ വെറും മണലിൽ പാ വിരിച്ചു കിടന്ന് നസീർ മതികെട്ട ഉറക്കം. ഉടുമുണ്ട് തല വഴി പുതച്ചിട്ടുണ്ട്. തലേന്നു രാത്രി ആൾക്കാർ ഏറെയുണ്ടായിരുന്നു. വരുന്നവർക്കെല്ലാം ഇറച്ചിയും ബ്രോട്ടയും. പന്ത്രണ്ടടിച്ചിട്ടും കാപ്പികുടി നീണ്ടു. ഒടുക്കം മാമാ പറഞ്ഞാണ് വിളമ്പ് നിർത്തിയത്. കിട്ടിയ തക്കത്തിന് കഴിയുന്നത് അകത്താക്കാൻ കച്ചകെട്ടി ഇറങ്ങിയിരിക്കുകയായിരുന്നു ചുറ്റുവട്ടത്തുള്ളവർ. ചിലർ ഒരു നാണവുമില്ലാതെ രണ്ടുമൂന്നു തവണയാണ് തിന്നാനിരുന്നത്. കാപ്പികുടി കഴിഞ്ഞപ്പോൾ ഷാജിയുടെ കൂട്ടുകാരൻ അശോകന്റെ വക പാട്ടുകച്ചേരി. അവൻ നന്നായിട്ടു പാടും. കിടന്നപ്പോൾ ഒടുക്കം വെളുക്കാറായി.

"ടേയ് എഴീറ്റ് എറാത്തു ചെന്ന് കെട. ഇവിടമൊന്ന് തൂത്തിറക്കിക്കോട്ട്."

സൈനബ നസീറിനെ തട്ടിവിളിച്ചു.

"ഒന്ന് ചുമ്മായിരി അണ്ണാ."

അവൻ കൈ തട്ടിമാറ്റി തിരിഞ്ഞുകിടന്നു വീണ്ടും ഉറക്കം തുടങ്ങി.

"എടാ ചെറുക്കാ, എഴീറ്റേ, ഇവിടമെല്ലാം വൃത്തികേടായിട്ടു കെടക്കുകാ. ഞാനൊന്നു തൂത്തോട്ടെ. ആളുകള് പരപരാ ഇപ്പഴിങ്ങെത്തും. അയലത്ത് ഒരു വീട്ടിലും ഇന്ന് തീപ്പൂട്ടുന്ന ലക്ഷണമില്ല. കാപ്പിക്ക് അടങ്കലും ഇവിടാരിക്കും."

അവൾ വീണ്ടും കുലുക്കിവിളിച്ചപ്പോൾ അവൻ കണ്ണുതുറക്കാതെ എഴുന്നേറ്റിരുന്നു.

"എന്തര് താത്താ, കാലത്തേ... വെളുക്കെവെളുക്കയാ ഇന്നലെ കെടന്നത്."

“പാട്ടും കൂത്തുമായി ഉറക്കമിളച്ചിരിക്കാൻ ഞാൻ പറഞ്ഞോ നിന്നോട്. എറാത്തു ചെന്നു കെട.”

അവൻ അരക്കണ്ണുമായി എഴുന്നേറ്റ് ധൃതിയിൽ അകത്തേക്കു നടന്നു. ആദ്യം കാണുന്ന കട്ടിലിൽ വീണോളും.

മുറ്റം തൂത്തിറക്കിയിട്ട് സൈനബ ഇറയത്തെത്തി. അവിടം നിറയെ പാ വിരിച്ച് കുട്ടികൾ തലങ്ങും വിലങ്ങും കിടന്നു. സുഖമായ ഉറക്കം. കയറുന്നിടത്തു വീതികുറഞ്ഞ നീളമുള്ള കയറ്റുപാ. അതുനിറയെ മണ്ണായിരുന്നു. അതു തട്ടിക്കുടഞ്ഞ് അവിടംമാത്രം തൂത്തിട്ട് അവൾ ഇടനാഴിയിലെത്തി. ഇടനാഴിക്ക് ഇരുവശത്തും മുറികളാണ്. മാമയുടെ മുറിയാണ് കൂട്ടത്തിൽ വലുത്. തൊട്ടടുത്ത് മാമിയുടെ നിസ്കാരമുറി. അതിനു വലിപ്പംകുറവ്. മാമി നിസ്കാരം കഴിഞ്ഞ് തട്ടുപടിയിൽ ജനലോടു ചേർന്നിരുന്ന് ഈണത്തിൽ ഖുർആൻ ഓതുന്നു. എത്ര തിരക്കാണെങ്കിലും അതിന് മാമി മുടക്കം വരുത്തില്ല. മാമിയുടെ വച്ചുപൂട്ട് മുറികൂടിയാണത്. അതിനകത്ത് നിരക്കനെ രണ്ടലമാരയുണ്ട്. അതിന്റെ താക്കോൽ മാമിയുടെ അരയിലെ വെള്ളിനൂലിൽ കോർത്തിട്ടിരിക്കും. മാമി നിസ്കരിച്ചിറങ്ങുമ്പോൾ മുറിപൂട്ടി താക്കോൽ വാതിൽപ്പടിയിൽ വയ്ക്കും. ഓതുന്നതിൽ മാത്രം ശ്രദ്ധിച്ചിരുന്ന മാമി അവളെ കണ്ടതുപോലുമില്ല.

മാമായുടെ മുറിയിൽ രണ്ടു വലിയ കട്ടിലുകൾ ഇരുവശത്തും ചുമരിനോടു ചേർത്തിട്ടിരിക്കുന്നു. ഒന്നിൽ മാമാ നല്ല ഉറക്കം. മാമിയുടെ കട്ടിലിൽ മുംതാസും മക്കളും കിടക്കുന്നു. കട്ടിലിനടിയിൽ നീളമുള്ള മേശ. അതിൽ നിറയെ അളുക്കുകളും കുപ്പികളും. മാമായുടേയും മാമിയുടേയും മരുന്നുകുപ്പികളാണ് ഏറെയും. ഒച്ചയുണ്ടാക്കാതെ മുറി തൂത്ത് ഇടനാഴിയിലെത്തി. എതിർവശത്തെ മുറികൾ മൂന്നും അടഞ്ഞുകിടക്കുന്നു. ഷാജിയുടെ മുറിയുടെ വാതിൽ ചാരിയിട്ടേയുള്ളൂ. അവൻ കട്ടിലിൽ കമഴ്ന്നാണ് കിടക്കുന്നത്. ഉടുത്തിരുന്ന പേശ മുട്ടോളം കയറിയിട്ടുണ്ട്. ഷർട്ട് ഇട്ടിട്ടില്ല. അതിനകത്തു കയറണോ വേണ്ടയോ എന്നു സംശയിച്ചുനിൽക്കുമ്പോൾ അനക്കം കേട്ടാകണം നദീറാത്ത കതകു തുറന്നു.

“ഇവടമെല്ലാം ഒന്നു തൂത്തിറക്കണമെന്നുവച്ചിറങ്ങിയതാ. വൃത്തികേടായി കിടന്നാ വലിയാക്കാ വരുമ്പോൾ വഴക്കുപറയും.”

“ഇതിനകംകൂടി തൂത്തേര് അപ്പടി മണലാ.’

വിശദീകരണം ശ്രദ്ധിക്കാതെ നദീറാത്ത പറഞ്ഞു.

“മജീദ്കാക്കാ കിടക്കയല്ലേ. എഴീക്കട്ട്.”

“ഓ അതിനെന്ത്? അല്ലെങ്കീ ആ തൊറപ്പയിങ്ങ് താ. ഞാൻ തൂത്തിറക്കിക്കോളാം.”

അവർ തുറപ്പ വാങ്ങി മുറി തൂത്തിട്ട് ചോദിച്ചു:

“മാമിക്ക് ചായ കൊടുത്തോ?”

“ഓ നിങ്ങള് ഇത്തിക്കൂടി കിടക്കാത്തതെന്ത്? കുറെ ദെവസമായിട്ട് ഉറക്കമിളപ്പ് തന്നല്ലോ ജ്വാലി. കണ്ടില്ലേ. കണ്ണെല്ലാം ചെമന്നിരിക്കുന്നു.”

“ഇനി കെടന്നാ ഒക്കൂലാ. എല്ലാവരുമിപ്പഴിങ്ങെത്തും. കാപ്പികള് കൊടുക്കണ്ടേ?”

"ഇന്നലത്തെ ബ്രോട്ടാ ഒരു ചരുവമിരിക്കുന്നു. അനത്തിയെടുക്കാം. ഇറച്ചിയുമുണ്ട്. അടുക്കളയിൽ പാർവതിയക്കൻ പുട്ടവിച്ചോണ്ട് നിക്കുകാ. തൂപ്പ്കഴിഞ്ഞാ ഞാനും ചെല്ലാം. താത്താ ഇത്തിക്കൂടി കെടന്നിട്ടെഴിച്ചാ മതി."

"വേണ്ട ഏതിനും കുളിച്ചിട്ട് വെളിയിലിറങ്ങാം. ഇത്തിക്കഴിഞ്ഞാ കുളിമുറിയിൽ ക്യൂവായിരിക്കും."

അവർ വാതിൽ ചാരി.

ഊൺതളത്തിലെ ബഞ്ചിൽ നസീർ വീണ്ടും ഉറക്കം. വൃത്തികേടായിക്കിടന്ന ഊൺമേശ നനഞ്ഞ പഴന്തുണികൊണ്ടു തുടച്ചു തളം തൂത്തിറക്കി അടുക്കളയിലെത്തി. മുറത്തിൽ വിരിച്ച വാഴയിലയിൽ പുട്ട് കുത്തിയിടുകയായിരുന്നു പാർവതിയക്കൻ.

"തൂപ്പു കഴിഞ്ഞോ കൊച്ചേ?"

"ആളൊഴിഞ്ഞിടമെല്ലാം തൂത്തിറക്കി. നദീറാത്ത കുളിക്കാൻ കയറി. ഞാനും ചെന്നൊന്ന് കുളിക്കട്ടോ അക്കാ? പിള്ളാരെഴീറ്റാൽ കുളിമുറിയിൽ തള്ളുതുടങ്ങും."

"എങ്കീ പെട്ടെന്നു ചെന്ന് കുളിച്ചിട്ടു വാ. എന്നിട്ടു വേണം എനിക്കൊന്നിറങ്ങാൻ."

അക്കൻ സമ്മതിച്ചപ്പോൾ അവൾ അടുക്കളയിലെ അലമാരയിൽ നിന്ന് വെളിച്ചെണ്ണയെടുത്ത് തലയിൽ എണ്ണ പൊത്തി. അയയിൽ കഴുകി മടക്കിയിട്ടിരുന്ന പേശയും ജമ്പറുമെടുത്ത് തിരക്കിട്ടു കുളിമുറിയിലേക്കിറങ്ങി.

എന്തോ പുലമ്പിക്കൊണ്ടു വരികയായിരുന്ന ഹമീദാമാമിയുടെ ദേഹത്തു ചെന്നു മുട്ടിയപ്പോഴാണ് ആളെ കണ്ടത്.

"എക്സ്പ്രസ് വണ്ടികണക്കേ വെളുപ്പിനേ എങ്ങോട്ടോടണത്? ഇപ്പം തട്ടിവീഴ്ത്തിയേനല്ലോ."

"കുളിമുറിയിൽ തിരക്കുകൂടുന്നതിനുമുന്നം കുളിച്ചുകയറാമെന്ന് കരുതി വെപ്രാളപ്പെട്ടിറങ്ങിയതാ. കാല് നൊന്തോ മാമീ?"

"ഓ പോട്ട് നേരം പരപരാ വെളുത്തിട്ടും ഇവിടാരും എഴീറ്റില്ലേ?"

"മാമി എപ്പഴേ ഒണന്നു. പെരയ്ക്കകത്തിരുന്ന് ഓതുന്നു. പാർവതിയക്കനുണ്ട് അടുക്കളയിൽ. ചായ ഇട്ടുവച്ചിട്ടുണ്ട്. എടുത്തുകുടി മാമീ."

സൈനബയുടെ വീട്ടുകാരി ചമയൽ ഒട്ടും ഇഷ്ടപ്പെടുന്നില്ലെന്ന് അവരുടെ മുഖം വ്യക്തമാക്കി. എങ്കിലും തൽക്കാലം എതിർപ്പൊന്നും കാണിക്കാതെ അവർ അടുക്കളയിലെത്തി.

"പിള്ളേ നീ കാലത്തേ ഇങ്ങെത്തിയോ?"

അവർ പാർവതിയോടായി ചോദിച്ചു.

"ഇന്നലെ പോയില്ല താത്താ. രാത്രി ഇറങ്ങിയപ്പോൾ അക്കൻ ഇവിടെ കെടന്നാ മതിയെന്നും പറഞ്ഞ് ഷാജിച്ചെറുക്കൻ ഒരേ നിർബന്ധം. അവിടെച്ചെന്നിട്ടും വലിയ കാര്യമൊന്നുമില്ല. അവൻ കള്ളുകുടിച്ച് ലക്കുകെട്ട് പള്ള് പറയണതുതന്നല്ലോ കാണാനുള്ളത്."

"എനിക്കതൊക്കുമോ? ഷാജീരെ കല്യാണത്തിനു കൂടാനെക്കൊണ്ട് പിള്ളാരെല്ലാം എത്തിയിട്ടുണ്ട്. മരുമക്കളുമുണ്ട്. അപ്പഴ് ഞാനിവിടെ കിടന്നാ കൊറച്ചിലല്ലേ? ഒരുത്തികൾക്കും ഇതുവരെ നേരം പുലർന്നിട്ടില്ല. ഒരുകലം ചായയും ഇട്ടുംവെച്ച് ഞാനിങ്ങിറങ്ങി. കാപ്പികള് ഇവിടന്ന് കഴിക്കട്ട് അല്ലേ."

"അതിനെന്ത്? ഇവിടെ ആവശ്യത്തിന് ഒരുക്കിയിട്ടുണ്ടല്ലോ."

പരിഹാസം മറച്ചുകൊണ്ടു പാർവതി പറഞ്ഞു.

"രണ്ടുപേരും കാലത്തേ ജ്വാലികള് തുടങ്ങിയോ?"

കുളികഴിഞ്ഞെത്തിയ നദീറാ കുശലം ചോദിച്ചു.

"എല്ലാം അവളുമാരിക്കും ഇന്നെന്ത് കാലത്തേ ഒരു കുളി? ഷാജി പെണ്ണുകെട്ടുന്നതിന് ഇവളുമാരിക്കാ ഇളക്കം?"

ഹമീദായുടെ ചുണ്ടിൽ ശൃംഗാരച്ചിരി.

"മൂത്തുനരച്ചാലും കെളവീടെ നാക്കിന് കുറവില്ല. മാമാ ഉണ്ടായിരുന്നപ്പം കാലത്തേ നിങ്ങളും കുറേ കുളിച്ചതല്ലേ?"

നദീറാ പറഞ്ഞപ്പോൾ ഹമീദാമാമിയുടെ നാക്കു താണു. പാർവതി രസിച്ചു ചിരിച്ചു.

പ്രഭാതസൂര്യന്റെ ഒളിവോടെ അവിടെ എത്തിയ റാബിയയെ കണ്ടു പെട്ടെന്നു ചിരി നിലച്ചു.

"അയ്യോ ആ മുഖം കണ്ടോ? എന്തോര് തേജസ്?"

പാർവതി ഹമീദയുടെ കാതിൽ അടക്കം പറഞ്ഞു.

"ഉള്ളതുതന്നെ ഈമാന്റെ ഒളിവാ."

ഹമീദയും സമ്മതിച്ചു.

"രണ്ടുപേർക്കും ബുദ്ധിമുട്ടായി അല്ലേ. ഇതുവരെ ഇവിടെ നടന്ന അടിയന്തിരങ്ങൾക്കെല്ലാം നിങ്ങള് തന്നെ ആയിരുന്നല്ലോ അമരത്ത്. ഇനി ഇവിടെയൊരു വിവാഹമില്ല. എന്നാൽ അടിയന്തിരം ഒന്നുകൂടിയുണ്ട്. അതും നിങ്ങളുതന്നെ വേണം നടത്താൻ. എന്റെ മക്കൾക്ക് തുണയും നിങ്ങള്തന്നെ."

"കാലത്തേ അറംപറ്റിയ വാക്കുകളൊന്നും പറയാതെ റാബിയ."

ഹമീദ തടഞ്ഞു.

"എന്റെ മക്കൾക്ക് ഉറ്റവരും ഉടയവരുമില്ല. നിങ്ങളവർക്ക് എപ്പോഴും താങ്ങിനുണ്ടാകണം."

പറഞ്ഞപ്പോൾ അവരുടെ തൊണ്ടയിടറി.

"നല്ലൊരു ദെവസമായിട്ട് മാമിയെന്തിന് ഇങ്ങനെയൊക്കെ പറണത്? ദേ മാമാ വിളിക്കുന്നു, ചായക്കായിരിക്കും."

കുളികഴിഞ്ഞെത്തിയ സൈനബ ചായഗ്ലാസ് അവരുടെ കൈയിൽ കൊടുത്തു.

"ഉമ്മോ... ഉമ്മച്ചിയേ..."

ഉറക്കെ വിളിച്ചുകൊണ്ട് അവിടെ എത്തിയ ഷാജി ഉമ്മയുടെ തോളിൽ പിടിച്ച് അവരുടെ മുഖത്തേക്കുറ്റുനോക്കിക്കൊണ്ടു നിന്നു.

"വിടെടാ.. അവന്റെയൊരു കിന്നാരം."

അവർ സ്നേഹത്തോടെ ശാസിച്ചു.

"എന്റെ ഉമ്മച്ചി ഇന്ന് അത്ര സുന്ദരിയായിരിക്കുന്നു. ഉള്ളതല്ലേ മാമീ?"

ഷാജി ഉമ്മയുടെ നെറുകയിൽ മുത്തി.

"ചായ തുളുമ്പും, മാറ് നീ." അവർ ഒഴിഞ്ഞുമാറി.

"ദേ ആ ചായ കൊടുത്തിട്ട് വെക്കം ചെന്ന് കുളിച്ചൊരുങ്ങിക്കേ. ഞാൻ വാങ്ങിച്ചുതന്ന കറാൽകട കസവുസാരിവേണം ഉടുക്കാൻ. ഒരു പടം പിടിക്കണം. അവിടെച്ചെന്ന് എന്റെ കൂട്ടുകാരന്മാരെയൊക്കെ ഒന്നു കാണിക്കാനുള്ളതാ."

"മാമിമാരുടെ സാരികളെല്ലാം കൊടുത്തോ?"

അകത്തേക്കു നടക്കുന്നതിനിടയിൽ അവർ ചോദിച്ചു.

"അതൊക്കെ പിള്ള ഇന്നലെതന്നെ തന്നു. അതും ഉടുത്തോണ്ടു തന്നെ അവന്റെ പെണ്ണിനെ വിളിക്കാൻ പോണത്."

"ഇവിടന്ന് എത്രപേര് പോണുണ്ടപ്പീ?"

പാർവതി ചോദിച്ചു.

"അതൊക്കെ നിങ്ങള് തീരുമാനിച്ചാ മതി. ഒരു ബസുണ്ട്. കാറുകളുമുണ്ട്. ആർക്കും പരാതി ഉണ്ടാകരുത്."

അടുക്കളത്തളത്തിലെ ബെഞ്ചിലിരുന്ന് ചായ കുടിക്കുന്നതിനിടയിൽ ഷാജി പറഞ്ഞു.

"എടിയേ നിനക്ക് സാരിയൊന്നും വാങ്ങിച്ചുതന്നില്ലേ?"

പഴകി നരച്ച പേശയും ജമ്പറുമണിഞ്ഞ സൈനബയോടു ഹമീദ കുന്നായ്മയോടെ ചോദിച്ചു.

"പിന്നെ വാങ്ങിച്ചുതരാതെ? ഒന്നാന്തരം പട്ടുസാരിയാ എടുത്തത്. മുംതാസിന്റെ അതേകൂട്ട്."

സൈനബയുടെ സ്വരത്തിൽ ആവേശം.

"കൊച്ചേ ഇനിയും വിശേഷം പറഞ്ഞു നിന്നാലെക്കൊണ്ട് സമയത്തിന് ഇറങ്ങാനൊക്കൂല്ലാ. പപ്പടം കാച്ചിയിട്ട് ചായയിടാൻ നോക്ക്."

നദീറ ഇടയിൽക്കയറി പറഞ്ഞു.

"എത്രമണിക്ക് പിള്ളേ ഇറങ്ങണത്?" ഹമീദ.

"പതിനൊന്നിനെങ്കിലും ഇറങ്ങണമെന്ന് ഇന്നലെ രാത്രിയിലും വലിയാക്കാ പറഞ്ഞു. അവിടെച്ചെന്നിട്ടു വേണ്ടേ പെണ്ണിനെ ഒരുക്കാൻ. അതു കഴിഞ്ഞ് താലികെട്ടും ഊണുമൊക്കെ കഴിയുമ്പോ നേരമങ്ങ് പോകും."

"അപ്പീ. നനച്ച മാവ് തീർന്നു. ഇനീ നോക്കീയിട്ട് നനച്ചാ മതി. ഞാനൊന്ന് വീട്ടീച്ചെന്ന്കുളിച്ചൊരുങ്ങിയിട്ട് വെക്കമിങ്ങെത്താം."

പാർവതി യാത്രചോദിച്ചു.

"ദേ വെളിയിലാരാണ്ട് കെടന്നു വിളിക്കുന്നു. ചെന്ന് നോയിക്കാണ് മക്കളേ."

പുറത്തിറങ്ങിയപ്പോൾ പാർവതി അക്കൻ പറഞ്ഞു.

തിരക്ക് ഏറിക്കൊണ്ടിരുന്നു. ഉറങ്ങിക്കിടന്നവൻ ഓരോരുത്തരായി എഴുന്നേറ്റു. അടുക്കളവാതിൽക്കൽ ചായ കിട്ടാനുള്ള തിരക്ക്. കുളിമുറിയിൽ കയറിപ്പറ്റാൻ കുട്ടികളുടെ നെട്ടോട്ടം. ഉറക്കെയുള്ള ചിരി. തമാശ പറച്ചിൽ.

"ടേയ് പെട്ടെന്നിറങ്ങിക്കേ. ചെറുക്കൻ ഇന്നലെ ഉള്ള ബ്രോട്ടയും ഇറച്ചിയും മുഴുക്കെ അകത്താക്കിയിട്ടാ കക്കൂസീന്ന് എഴീക്കാൻ ഒക്കാത്തത്."

"എടേയ് ആ എണ്ണക്കുപ്പി ഇങ്ങു തന്നേ?"

"സോപ്പപ്പടി വെള്ളത്തിൽ അലിയിച്ചു."

"എന്റെ പുതിയ ഷർട്ട് എന്തര് ചെയ്തു?"

"ഉമ്മച്ചീ എന്റെ ഉടുപ്പ് തേച്ചില്ലേ?"

"ഒന്നു ചുമ്മായിരി പിള്ളേരേ. ചെവിതല കേക്കട്ട്."

നദീറയുടെ ശബ്ദം ഉയർന്നു.

"ഉച്ചയ്ക്ക് ഇവിടെ ആളുകളൊരുപാട് കാണൂല്ലേ? എല്ലാരുംകൂടെ പെണ്ണുവീട്ടിലേക്കു പോയാ ഇവിടെ ആരുണ്ടാകും?'

"ഞാനിന്ന് പോണില്ല മാമീ. മാമിയും മാമായും മണവറ കാണാൻ ചെല്ലുമ്പോ ഞാൻ കൂടി പോകാമെന്നാ മാമീ പറഞ്ഞത്." നദീറ.

"ഞാൻ കൂടി വേണോങ്കി നിക്കാ..."

"അതൊക്കൂലാ. മാമി കൂടെ ഇല്ലെങ്കി നിയന്ത്രിക്കാൻ ഒരാളില്ലാതാകും."

നദീറയുടെ നിർദേശം കേട്ട് ഹമീദയുടെ മുഖം തെളിഞ്ഞു.

"ഉമ്മാ..."

"ദേ, വലിയാക്കാ വിളിക്കുന്നു."

സൈനബ ഭവ്യതയോടെ പറഞ്ഞു.

"മജീദെവിടെ? വെപ്പുകാരൻ അന്വേഷിക്കുന്നു."

"കുളിമുറിയിലായിരിക്കും." നദീറ.

"ഉമ്മച്ചീ, അലമാരീടെ താക്കോലെവിടെ? അതിലാ എന്റെ സാരി."

കുളികഴിഞ്ഞെത്തിയ മുംതാസ് ഉമ്മയുടെ തട്ടത്തിന്റെ തുമ്പുകൊണ്ടു മുഖം തുടച്ചു.

"തോർത്തെടുത്ത് തുട പെണ്ണേ."

അവർ ശാസിച്ചു.

"താലിമാലയും മോതിരവും പെട്ടിയിൽ വയ്ക്കാൻ മറക്കല്ലേ. സ്ലൈഡും പിന്നും പൂവുമൊക്കെ കരുതിയിട്ടില്ലേ? ഒന്നും മറക്കരുത്. അവിടെച്ചെന്ന് അതില്ലാ, ഇതില്ലാ എന്നും പറയുന്നത് കുറച്ചിലാ."

ഹമീദ ഓർമിപ്പിച്ചു.

"മജീദ്കാക്ക എഴീറ്റില്ലേ? പൂവ് രാവിലെ എത്തിക്കാമെന്ന് പറഞ്ഞിട്ട് കണ്ടില്ലല്ലേ. മജീദ്കാക്കാ...'

"എന്തിനു പെണ്ണേ വിളിച്ചുകൂവണത്?"

കുളികഴിഞ്ഞ് തലതുടച്ചുകൊണ്ടെത്തിയ മജീദ് ചോദിച്ചു.

"പിച്ചിപ്പൂ കൊണ്ടുവന്നില്ലേ?'

"എന്റെ മുറിക്കകത്ത് കട്ടിലിനു കീഴെയുണ്ട്. മുഴുക്കേ നിങ്ങളെടുത്ത് തലയിൽ ചൂടിയിട്ട് ഒടുക്കം പെണ്ണിനു പൂവില്ലെന്നു പറഞ്ഞേക്കരുത്."

മജീദ് താക്കീതുചെയ്തു.

"വെക്കം എല്ലാരൂടീം കാപ്പികള് കുടിക്കാൻ പറ. മജീദ്കാക്കാ, കാപ്പി കുടി കഴിഞ്ഞിട്ടു വേണ്ടേ ഞങ്ങക്കൊരുങ്ങാൻ." സൈനബ.

"കാപ്പികള് ആ മേശപ്പുറത്തെടുത്തുവച്ചിട്ട് നിങ്ങള് ചെന്ന് ഒരുങ്ങിൻ. ആവശ്യമുള്ളവര് എടുത്ത് കഴിക്കട്ട്. വെപ്പുപുരയിൽ കാപ്പികള് കൊടുത്തയയ്ക്കാൻ മറക്കല്ലേ കൊച്ചേ."

മജീദ് പുറത്തേക്കിറങ്ങി.

"നീയും വരണോ കൊച്ചേ?"

അതൃപ്തിയോടെ ഹമീദ ചോദിച്ചു.

റാബിയയാണ് മറുപടി പറഞ്ഞത്?

വെപ്പുപുരയിൽ കട്ടപിടിച്ച പുക

"അപ്പി ഇത്തിപ്പോലം കൊതുമ്പോ ചിരട്ടയോ വല്ലോം വാങ്ങീര്. കിടന്നു പുകയുന്നത് കണ്ടില്ലേ?"

മജീദിനെ കണ്ടപ്പോൾ വെപ്പുകാരൻ മീരാണ്ണൻ പരാതി പറഞ്ഞു.

"ഇറച്ചി കിട്ടിയോ അണ്ണാ? ചാറ് വെന്തു കുഴഞ്ഞുപോകരുത്. വൈകുന്നേരത്തെ കാഴിക്കറി ഉഗ്രനാകണം."

മജീദ് പ്രോത്സാഹിപ്പിച്ചു.

"ചാറുകള് നേരത്തേ കഴിയണം. എത്ര പേരു കാണും. അരിയെത്ര വേണം?"

"പത്തഞ്ഞൂറാളുണ്ടാകും. കൂടുതലായാലും വേണ്ടൂലാ. കുറഞ്ഞു പോകരുത്."

"ദേ നിങ്ങള് കാപ്പി കുടിക്കുന്നില്ലേ?"

പന്തലിൽ കാപ്പിയുമായി എത്തിയ നദീറചോദിച്ചു.

"ഇവർക്കു കൊട്. ഞാനിപ്പഴെത്തിയേക്കാം."

മജീദ് തിരക്കിട്ടു മുൻവശത്തേക്കു നടന്നു.

ഷാഹുൽ സ്വന്തം മുറിയിൽ വിഷമത്തോടെ ഇരുന്നു. പുറത്തെ ബഹളത്തിൽ പങ്കാളിയാകാൻ ഏറെയുണ്ട് മോഹം. പ്ലാസ്റ്ററിട്ട കാലിൽ നോക്കി നെടുവീർപ്പിട്ടു. എല്ലാവരും ആടിയോടി നടക്കുമ്പോൾ...

"ആ, കർമഫലം.."

"എന്തരെങ്കിലും പറഞ്ഞോ മച്ചാ?"

കണ്ണാടിയുടെ മുന്നിൽ നിന്നുകൊണ്ട് ഒരുങ്ങുകയായിരുന്ന റംലത്ത് ചോദിച്ചു.

അനക്കമില്ല.

"എന്ത് മച്ചാ വല്ലാതെ? ആരെങ്കിലും എന്തെങ്കിലും പറഞ്ഞോ? മുഖം വല്ലാതെ കടുത്തിരിക്കുന്നല്ലോ?"

റംലത്ത് വേവലാതിയോടെ കട്ടിലിൽ വന്നിരുന്നു.

"നിങ്ങളാരെങ്കിലും എന്നെ കുറ്റപ്പെടുത്തിയെങ്കിൽ ഇത്രയും സങ്കടമില്ലായിരുന്നു." ഇടറിയ വാക്കുകൾ.

"മച്ചാ, ഇങ്ങനെ തുടങ്ങിയാ ഞാൻ പോണില്ല കേട്ടോ."

അവളുടെ സ്വരവും ചിലമ്പിച്ചു.

"എന്റെ പെണ്ണ് ഇന്നെത്ര സുന്ദരിയായിരിക്കുന്നു. ആ പൂവിങ്ങെടുത്തെ, ഞാൻ ചൂടിത്തരാം."

ഷാഹുൽ പെട്ടെന്നു സന്തോഷം ഭാവിച്ചു. ഷാഹുൽ റംലത്തിന്റെ തലയിൽ പൂ വച്ചുകൊണ്ടിരുന്നപ്പോഴാണ് പട്ടുസാരി ചുറ്റി കൈയിൽ ഒരു കെട്ടു പൂവുമായി മുംതാസ് അവിടെ എത്തിയത്.

"മയിനീ ഈ പൂവൊന്നു ചൂടിത്തന്നേ."

"ഇത്രേം പൂവ് ഒന്നിച്ചുവച്ചാ തല ഇഴിന്നിങ്ങുവരും കേട്ടോ."

ഷാഹുൽ പരിഹസിച്ചു.

"നിങ്ങടെ ഫാര്യമാത്രം പൂ ചൂടിയാ മതിയോ?"

അവളും വിട്ടില്ല.

"ഈ മഞ്ഞപ്പട്ട് സാരി എവക്ക് നന്നായി ഇണങ്ങുന്നു, അല്ലേ മച്ചാ?" റംലത്ത്.

"എന്റെ സഹോദരി അല്ലെങ്കിലും ചുന്ദരിയാ."

"ഊതല്ലേ..."

മുംതാസ് സന്തോഷത്തോടെ പറഞ്ഞു.

അപ്പോഴേക്കും അണിഞ്ഞൊരുങ്ങിയ ഷാജിയുടെ കൈയും പിടിച്ച് ഷഹീദെത്തി. പട്ടുജൂബയും കസവുകരമുണ്ടുമണിഞ്ഞ ഷാജിക്ക് കൂടുതൽ പൊക്കം തോന്നിച്ചു. ചെമന്നു തുടുത്ത് സുന്ദരക്കുട്ടപ്പനായിരുന്നു.

"ഷാഹുലിന്റെ കാലുതൊട്ട് അനുഗ്രഹം വാങ്ങിച്ചേ?"

അളിയൻ നിർദേശിച്ചപ്പോൾ ഷാജി കുനിഞ്ഞ് വണങ്ങി. ഷാഹുൽ ആവേശത്തോടെ അവനെ കെട്ടിപ്പിടിച്ചിട്ട് പറഞ്ഞു.

"പോയിട്ടു വാ അനിയാ."

മുപ്പത്തിനാല്

കാറുകളും പിറകിൽ ബസും ഒന്നിച്ചാണ് കല്യാണവീട്ടിലെത്തിയത്. മുന്നിലെ അലങ്കരിച്ച കാറിൽനിന്ന് ഷാജിയും കൂട്ടുകാരും ഇറങ്ങി. ഷാജിയുടെ പട്ടുജൂബാ വിയർപ്പിൽ കുതിർന്നിരുന്നു. കൂട്ടുകാരുടെ തമാശകേട്ടാകണം മുഖം ചുവന്നു. റോഡിലും പൂപ്പന്തലിട്ടിരുന്നു. പെണ്ണുകൾ കലപില സംസാരിച്ചുകൊണ്ടു ബസിറങ്ങി.

പെൺവീട്ടുകാർ പൂമാലയുമായി മണവാളനെ സ്വീകരിക്കാനെത്തി.

"എല്ലാവരും ഇറങ്ങിയോ മക്കളേ?"

ഹമീദാമാമി നേതൃത്വം ഏറ്റെടുത്തു.

"മലബാറീന്ന് ഏന്തപ്പീ ആരും വരാത്തത്?" അവർ തിരക്കി.

"അവിടെ ആരിരിക്കണ് മാമീ? മൂത്തമ്മമാരൊക്കെ മരിച്ചില്ലേ? അവരുടെ മക്കളൊക്കെ എങ്ങാണ്ടൊക്കെയാ. കല്യാണം കഴിഞ്ഞിട്ട് ഷാജിയേം പെണ്ണിനേം വിളിച്ചോണ്ട് ചെന്ന് എല്ലാരേം ഒന്നു കാണണം എന്നു പറഞ്ഞിരിക്കയാ ഉമ്മ. എല്ലാം പെട്ടെന്നായതുകൊണ്ട് ഷാജിക്ക് അവിടംവരെ ഒന്നു ചെല്ലാനും ഒത്തില്ല. കത്തുകളിട്ടിരുന്നു. കിട്ടിയോ എന്തോ? വീട്ടി എന്തൊരു പാടോ എന്തോ? ഉമ്മ ഇന്നലെമുതൽ വയ്യാതിരിക്കയാ."

'മജീദും നദീറായും ഉണ്ടല്ലോ. പോരാത്തതിന് പാറോതിയേയും നിർത്തിയിട്ടുണ്ട്. അവളെ ഞാൻ വേണമെന്നുവച്ചാ ഒഴിവാക്കിയത്. ഒരു മംഗളകർമം നടക്കുമ്പം വിധവകള് കൂടെ നിൽക്കാൻ കൊള്ളാമോ? എന്നാ അങ്ങനെയൊരു ചിന്ത അവക്കുണ്ടോ? നേരിട്ടു പറയുന്നതെങ്ങനെ? ഒടുക്കം മണവറ കാണാൻ പോകുമ്പം കൂടെച്ചെല്ലാമെന്നു പറഞ്ഞാ നിർത്തിയത്."

"അയ്യോ പാവം അക്കൻ."

"റോഡിൽ നിന്ന് കണകുണാ പറയാതെ അകത്തോട്ടു കയറാൻനോക്ക് കൊച്ചേ."

അസീസ് വന്നു വിരട്ടിയപ്പോൾ സംസാരം നിലച്ചു. പെണ്ണുങ്ങൾ ജാഥയായി ഗേറ്റിലേക്കു നീങ്ങി.

"അവർ കൈപിടിച്ച് സ്വീകരിക്കാൻ വരാതെ അകത്തോട്ടു കയറല്ല്."

ഹമീദാമാമി മുംതാസിന്റെ ചെവിയിൽ അടക്കം പറഞ്ഞു.

ഗേറ്റിൽ കാത്തുനിൽക്കുന്ന സ്ത്രീകളെ കണ്ടപ്പോൾ മുംതാസിനു സമാധാനമായി. ഇല്ലെങ്കിൽ മാമി ഇക്കാര്യം നാടുമുഴുക്കെ കൊട്ടിഘോഷിച്ചു നടക്കും.

"ചെറുക്കന്റെ സഹോദരിയേത്?"

"ലിതുതന്നെ മൂത്ത മയിനി?"

"ലാ ചെമനസാരിയുടുത്തതാര്?"

പെണ്ണുങ്ങൾ തമ്മിൽ പരിചയപ്പെടാൻ തിടുക്കംകൂട്ടി.

"അവരെ അകത്തോട്ടിരുത്തിയിട്ടാകാമല്ലോ ലോഹ്യം പറച്ചിൽ."

ഒരു ജൂബ്ബാക്കാരൻ വിരട്ടി

"വെള്ളങ്ങള് കൊണ്ടുവരിൻ."

"ദേ ഈ കശേരകള് അങ്ങോട്ടിട്ടുകൊട്."

"അവിടെ വെള്ളം കിട്ടിയില്ല."

"പെണ്ണിനെ ഒരുക്കട്ടോ?"

"നിക്കാഹ് കഴിയണ്ടേ?"

"അപ്പഴത്തിന് നേരമങ്ങു താമസിക്കും. പണ്ടത്തെക്കൂട്ടാണോ? മുഖത്തും കണ്ണിലും ചായങ്ങള് പൂശാനും പൂചൂടാനും നേരം കുറേ വേണ്ടേ?"

"എങ്കി ഒരുക്കട്ട് അല്ലേ?"

"ഓ."

"മക്കളേ ഡ്രസ്സു മാറുന്നതിനുമുമ്പ് ഒളു എടുപ്പിക്കാൻ മറക്കല്ലേ."

ഹമീദാമാമി ഓർമപ്പെടുത്തി.

"പെണ്ണെവിടെ ഇരിക്കണത്?"

മുംതാസ് എഴുന്നേറ്റപ്പോൾ കൂടെ വന്നവർ മുഴുവൻ എഴുന്നേറ്റു.

"എല്ലാരുംകൂടി എന്തിന് തള്ളിക്കേറി ചെല്ലണത്? അവര് കുറച്ചു പേര് ചെന്ന് ഒരുക്കട്ടെ."

ഹമീദാമാമിയുടെ നിർദേശം ഇഷ്ടപ്പെട്ടില്ലെങ്കിലും പലരും ഇരുന്നു. മുംതാസും റംലത്തും സീനത്തും അകത്തേക്കു നടന്നു. മണവാട്ടി നാണത്തിൽ പൊതിഞ്ഞ് തലയും താഴ്ത്തി ഇരിക്കുകയായിരുന്നു. സീനത്ത് ചെന്ന് കൈപിടിച്ചപ്പോൾ മുഖം ഒന്നുകൂടി താണു.

"ഇപ്പഴേ തലയങ്ങ് പാതാളത്തിലാഴ്ത്തിയാൽ ഷാജിയെത്തുമ്പോൾ എന്തര് ചെയ്യും?"

റംലത്ത് മുഖംപിടിച്ചുയർത്തി.

മുംതാസ് മണവാട്ടിയെ ഇമവെട്ടാതെ നോക്കി. ചുവന്ന പട്ടുസാരിയിൽ പൊതിഞ്ഞ പെണ്ണ് ആകെ തിളങ്ങി. കഴുത്തിൽ നിറയെ പലതരം മാലകൾ. ഒരു കൈയിൽ മുട്ടോളം വള. നെറ്റിക്കുറ്റി സ്വർണമായിരിക്കുമോ?

എഴുപത്തഞ്ചു പവനിൽ കുറയില്ല. സീനത്തുമദിനിക്ക് ഉള്ളയത്രയും വരും. അവരുടെ ഹുങ്കും ഒന്നു കുറയുമല്ലോ.

"നാത്തൂന്റെ സൗന്ദര്യം വീട്ടിൽച്ചെന്നിട്ട് ആസ്വദിക്കാം. താലികെട്ടിന് ഇപ്പോ തിരക്ക് കൂട്ടും."

സീനത്ത് പെണ്ണിനെ എഴുന്നേൽപ്പിച്ചു.

"ഇവിടന്നുതന്നെ ഒരുക്കണത്?" റംലത്ത്.

"അവരിക്ക് മണവറ കാണിച്ചുകൊട് പിള്ളാരെ."

"മയിനീ പെട്ടി കാറീന്നെടുത്തില്ലേ?'

"സുൾഫീടെ കൈയിലുണ്ടായിരുന്നു."

"എടീ ഷംനാ സുൾഫീകാക്കായെ ചെന്നു വിളിച്ചോണ്ടു വാ."

"സൂട്ട്കേസ് മണവറയിൽ മേശപ്പുറത്തുവച്ചിട്ടുണ്ട്."

പുരുഷന്മാരാരോ പറഞ്ഞു.

"ഒളു എടുത്തതാണോ? അല്ലെങ്കി ബാത്ത്റൂമിൽച്ചെന്ന് എടുത്തിട്ടുവാ."

മുംതാസ് അധികാരം ഏറ്റെടുത്തു.

"ആ സാരി അഴിച്ചുവെച്ചിട്ട് പോ. മാറ്റാനുള്ള പാവാടയും ബ്ലൗസും കൂടി എടുത്തുകൊട് കൊച്ചേ."

സീനത്ത് പറഞ്ഞപ്പോൾ മണവാട്ടി നാണത്തിൽ ചുവന്നു.

"ഞങ്ങൾക്കുള്ളതുതന്നെ ഉള്ളൂ. ഇങ്ങനെ നാണിച്ചാലോ?"

പെട്ടി തുറന്നു പാവാടയും ബ്ലൗസും എടുത്തു കൊടുക്കുമ്പോൾ റംലത്ത് പറഞ്ഞു.

"കഴിഞ്ഞില്ലേ ഒരുക്കങ്ങള്? നിക്കാഹിന് സമ്മതം ചോദിച്ച് അസീസ് വന്നിരുന്നു."

ഹമീദാമാമി വന്നു ചോദിക്കുമ്പോൾ അവർ മണവാട്ടിയുടെ തലയിൽ പൂ ചൂടിക്കയായിരുന്നു.

"ദേ ഇപ്പൊക്കഴിയും. തലയിൽ നെറ്റിട്ടാ മതി."

പച്ചയിൽ ചുവന്ന ബോർഡറും നിറയെ കസവുപൂക്കളുമുള്ള സാരി പെണ്ണിന് നന്നായി ഇണങ്ങുന്നുണ്ടായിരുന്നു. അരികിൽ ഗിൽറ്റു പിടിപ്പിച്ച ചുവന്ന നെറ്റ് തലയിലിട്ട് സ്ലൈഡു കുത്തി ഉറപ്പിച്ച് സീനത്ത് മണവാട്ടിയെ എഴുന്നേൽപ്പിച്ചു നിർത്തി പുതിയ ചെരിപ്പണിയിച്ചു. റംലത്ത് സാരിയുടെ ഞൊറി നേരെയാക്കിയിട്ട് പറഞ്ഞു.

"ആ സ്പ്രേയൊന്ന് നന്നായിട്ട് പൂശ്. ഷാജീരെ മൂക്കിന്റെ പാലം പൊട്ടണം."

"താലികെട്ട് കഴിഞ്ഞാണോ ഊണ്?"

പെൺവീട്ടുകാരുടെ അന്വേഷണം.

"അതു മതി."

"മണവാളനെ വിളിക്കട്ടോ?"

അപ്പഴേക്കും ഷാജിയും കൂട്ടുകാരും എത്തി. കൂടെ ഒരു പറ്റം പിള്ളേരും.

"വിളിക്കാതെതന്നെ ഇങ്ങെത്തിയല്ലോ. ചെറുക്കന്റെ തിടുക്കം കണ്ടില്ലേ?" ഹമീദാമാമി പരിഹസിച്ചു.

"വിളിച്ചിട്ടുതന്നെ വന്നത്." ഷാജി വിട്ടില്ല.

"മണവാളനെ കട്ടിലിലോട്ടിരുത്ത്."

കേട്ടതും കൂട്ടുകാർ ഷാജിയെ കട്ടിലിലിരുത്തിയിട്ട് തിക്കിത്തിരക്കി ചുറ്റുമിരുന്നു.

"അതുകൊള്ളാം പിന്നെ പെണ്ണിനെ എവിടെ ഇരുത്തും?"

"ദേ ആണുങ്ങളൊക്കെ ഒന്ന് ഒഴിഞ്ഞുനിന്നേ. പെണ്ണിന്റെ ഉമ്മായേം വാപ്പായേം വേണ്ടപ്പെട്ടവരേം വിളിച്ചേ."

"വലിയാക്കയെവിടെ?"

"എല്ലാരുടീം സമ്മതം ചോദിച്ചോ? നമ്മടെ കൂട്ടത്തീ വന്ന വരെയൊക്കെ വിളി. ഒടുക്കം പിണക്കം വേണ്ട."

"ഷാജിമാമാരെ മാമിയെ കാണാൻ നല്ല ചന്തം. അല്ലേടീ?"

മുംതാസിന്റെ മകൾ കൂട്ടുകാരിയുടെ ചെവിയിൽ അടക്കംപറഞ്ഞതുകേട്ട് മുറിയിൽ കൂട്ടച്ചിരി. ഷാജിയുടെ മുഖത്ത് അഭിമാനം. കുട്ടികൾ മണവാട്ടിയുടെ തൊട്ടടുത്ത് നിൽക്കാൻ ഉന്തുംതള്ളുമായപ്പോൾ മുറിയിൽ തിരക്ക്.

"പിള്ളാരൊക്കെ ഒന്നു മാറിനിന്നേ. അസീസെത്തിയല്ലോ. താലിയെടുത്ത് കൊട് മുംതാസേ."

മുംതാസ് നീലവെൽവെറ്റിൽ പൊതിഞ്ഞ പെട്ടി തുറന്ന് താലിച്ചെയിൻ പുറത്തെടുത്ത് കൊളുത്തൂരി ഷാജിയുടെ കൈയിൽ കൊടുത്തു.

"എന്തര് ചെയ്യട്ട്?"

ഷാജി പരുങ്ങി.

"മുറുക്കി അങ്ങ് കെട്ടടേ. അഴിയരുത്."

കൂട്ടുകാരുടെ പരിഹാസം

"തലയൊന്നുയർത്ത് കൊച്ചേ. വീഡിയോക്കാരൊന്നു കണ്ടോട്ട്."

"പിടിച്ചോണ്ടുനിക്കാതെ അങ്ങോട്ടു നീങ്ങിനിന്ന് കെട്ടിക്കൊട്."

"ഖിബിലാക്ക് നേര് തിരിച്ച് നിർത്ത് മക്കളേ." ഹമീദാമാമി.

രണ്ടുപേരും മുഖത്തോടുമുഖം തിരിഞ്ഞു നിന്നു. ഷാജി താലിചെയിൻ പെണ്ണിന്റെ മാറിൽ ചാർത്തിയപ്പോൾ പിറകിൽ നിന്ന മുംതാസ് കൊളുത്തിട്ടു. വീഡിയോ മിന്നി. വീഡിയോയിൽ മുഖം കാണിക്കാൻ ചിലരുടെ തള്ള്.

'മാലയും ബൊക്കയുമൊന്നുമില്ലേ?"

"ദേ മേശപ്പുറത്തിരിക്കയല്ലേ."

"കശവുമാല വാങ്ങിക്കാത്തതെന്ത്? പൂവത്രയും ഇറുന്നുവീണല്ലോ."

'മാലയെടുത്തുകൊടുക്കുമ്പോൾ മുംതാസിന്റെ കുറ്റപ്പെടുത്തൽ.

"മണവാട്ടി തലയൊന്നുയർത്തി ആ മാല അവന്റെ കഴുത്തിലോട്ടിട്ടുകൊട്."

"ഒന്നു കുനിഞ്ഞുകൊടടേയ്. അതിന് എത്തണില്ല."

"പാലും പഴവും എത്തിയില്ലേ?"

പെണ്ണിന്റെ ഉമ്മാ പിറകിൽനിന്ന് ഗ്ലാസ് നീട്ടി.

"അയ്യോ ഉമ്മാക്ക് പെണ്ണിനേക്കാൾ നാണം. നേരിട്ടങ്ങ് മരുമോന് കൊട്."

"എടേയ് മുഴുക്കെ കുടിച്ചുകളയല്ലേ. കുറച്ചിലാ."

ഷാജി ഗ്ലാസ് വായിൽ വച്ചിട്ട് പെണ്ണിനു നീട്ടി. അവളും അതുപോലെ ചെയ്തിട്ട് വീണ്ടും തല താഴ്ത്തി. പെണ്ണിന്റെ ഉമ്മ ഗ്ലാസും വാങ്ങിയിട്ട് ഒരു മോതിരം അവളുടെ കൈയിൽ കൊടുത്തിട്ടു പറഞ്ഞു.

"പുതുമാപ്ലേടെ കൈയിലിട്ടുകൊട്."

ഷാജി പത്തുവിരലും നീട്ടി കുസൃതിയോടെ നിന്നു. പെണ്ണ് നാണിച്ച് നടുവിരലിൽ മോതിരമണിയിച്ചു.

"കഴിഞ്ഞല്ലോ ചാറുകളെല്ലാം തണുക്കുന്നു."

പെണ്ണിന്റെ വാപ്പാ വന്ന് ഷാജിയുടെ കൈ പിടിച്ചു.

"ഒരു മിനിറ്റ് ചേർന്നുനിന്നേ."

വീഡിയോക്കാരന്റെ അപേക്ഷ.

"അവര് വന്നോളും. ബാക്കിയുള്ളവർ ഊണുകഴിക്കാൻ ചെല്ല്."

അസീസ് പറഞ്ഞപ്പോൾ പുരുഷന്മാർ ഓരോരുത്തരായി പുറത്തേക്കിറങ്ങി.

"പിള്ളാരേ, പെണ്ണിന്റെ കൈ പിടിച്ചോണം. ഇനി അവള് നമ്മടെ വകയാ."

"അല്ലെന്നാരെങ്കിലും പറഞ്ഞോ?"

"പറഞ്ഞാ അപ്പക്കാണാമല്ലോ."

പെണ്ണുങ്ങളുടെ തമാശ.

"മണവാളനും മണവാട്ടിയും ഒന്നിച്ചുവേണം ഇരിക്കാൻ."

"അതിനെന്ത്? വന്നാട്ടെ."

ഊണും വെടിപറച്ചിലും കഴിഞ്ഞ് യാത്രചോദിച്ചപ്പോൾ മണവാട്ടി കണ്ണു നിറച്ചു. ഉമ്മയോടും വാപ്പായോടും യാത്രചോദിച്ചപ്പോൾ വിതുമ്പി.

"അയ്യേ ഇതെന്തരിന്? ഇന്നുതന്നെ തിരിച്ചിങ്ങു വരുമല്ലോ. കണ്ണീരൊക്കെ കരുതിവച്ചോ. മണവറ വിരുന്തുകഴിഞ്ഞ് പോകുമ്പം ഒഴുക്കാം."

"നിങ്ങളെപ്പഴെങ്ങെത്തും?"

"ഊണുകഴിഞ്ഞാലുടൻ ഇറങ്ങും."

"അധികം വൈകണ്ട. തിരിച്ചിങ്ങെത്താനുള്ളതല്ലേ?"

"എന്നാൽ യാത്ര ചോദിക്കുന്നില്ല."

അവരെ യാത്രയാക്കാൻ പെൺവീട്ടുകാർ ഗേറ്റിലെത്തി.

ഷാജിയുടെ കൂട്ടുകാർ അവന്റെ കൂടെ കാറിൽ കയറാൻ തിടുക്കം കൂട്ടുന്നതു കണ്ട് ഹമീദാമാമി തടഞ്ഞു.

'പിള്ളകള് ബസീക്കയറിയാ മതി. മുംതാസേ നീയും സീനത്തും ഇവരുടെകൂടെ കയറിക്കോ."

"ഈ മാമീടെ കാര്യം. എന്തിന് മാമീ സ്വർഗത്തിലെ കട്ടുറുമ്പാവ ണത്."

"മാമി കട്ടുറുമ്പുതന്നെ. എന്റെ മക്കള് പോയിൻ."

"മാമീ ഇതീ കയറണില്ലേ?"

"ഞാൻ പിറകിലത്തെ കാറിൽ കയറിക്കോളാം. സീനത്തിന്റെ ഉമ്മായും നാത്തൂനുമൊക്കെ ഉണ്ടല്ലോ."

"റംലത്തേ നീ കൂടെ ഇങ്ങോട്ടു പോരെ."

സീനത്ത് ക്ഷണിച്ചു.

"അങ്ങോട്ടു നീങ്ങിയിരി. ഞാനൂടി ഒന്ന് ഇരുന്നോട്ട്."

മണവാട്ടിയെ കാറിൽ കയറ്റിയിട്ട് മുംതാസ് പറഞ്ഞു.

"ഇങ്ങോട്ട് നീങ്ങിയിരുന്നോ കൊച്ചേ. ഞാൻ പുലിയും നരിയുമൊന്നുമല്ല." എതിർവശത്തെ വാതിലിൽക്കൂടി അകത്തു കയറിയ ഷാജി പറഞ്ഞപ്പോൾ മണവാട്ടി മുഖം കൈകൊണ്ടു പൊത്തി.

"അയ്യോ ഇതിന്റെയൊരു നാണം."

ഷാജി കിട്ടിയ അവസരത്തിൽ അവളെ താടിക്കിട്ടൊന്നു കിള്ളി.

"എടാ വീട്ടീച്ചെന്നിട്ടു മതി."

"മതിയോ?"

അവന്റെ വാക്കുകളിൽ കുസൃതി.

"എല്ലാരും കയറിയെങ്കിൽ വണ്ടി വിട്."

അസീസ് പറഞ്ഞപ്പോൾ അവൻ ചമ്മിക്കൊണ്ടു ഡോറടച്ചു.

മുപ്പത്തിയഞ്ച്

പെൺവീട്ടുകാർ കാപ്പികുടി കഴിഞ്ഞു യാത്രചോദിച്ചപ്പോൾ നേരമിരുട്ടിയിരുന്നു.

"ചെറുക്കനേം പെണ്ണിനേം നേരത്തേയങ്ങ് വിട്ടേക്കണേ!"

അവർ പോകുമ്പോൾ ക്ഷണിക്കാൻ മറന്നില്ല.

ഷാജി കൂട്ടുകാരുമൊത്തു നേരമ്പോക്കു പറഞ്ഞിരിക്കുമ്പോഴാണ് ഉമ്മ വിളിച്ചത്.

"ഇനി താമസിക്കണ്ട. അവര് കാത്തുനിൽക്കും."

ഉമ്മ പറഞ്ഞപ്പോൾ അവൻ കൂട്ടുകാരെ യാത്രയാക്കി.

ഉമ്മയുടെ കാലിൽത്തൊട്ടു വന്ദിച്ചിട്ട് മണവാളനും മണവാട്ടിയും എല്ലാവരോടുമായി യാത്രചോദിച്ചിറങ്ങി. ഉമ്മ ഗേറ്റുവരെ ചെന്ന് അവരെ യാത്രയാക്കിയിട്ട് അകത്തേക്കു നടക്കുമ്പോൾ കാലിടറി വീഴാൻ ഭാവിച്ചു. ഷഹീദാണ് ഓടിച്ചെന്ന് താങ്ങിയത്.

"എന്ത് മാമീ? മുഖമാകെ കടുത്തിരിക്കുന്നല്ലോ."

അവർ ഒന്നും പറയാതെ ഇറയത്തെ കസേരയിൽച്ചെന്നിരുന്നു. അപ്പോഴും വല്ലാതെ കിതയ്ക്കുന്നുണ്ടായിരുന്നു.

"എന്തുമ്മാ കിതയ്ക്കുന്നത്? അളിയാ, ഡോക്ടരെ വിളി."

അസീസ് വേവലാതിയോടെ ഉമ്മയുടെ തോളിൽ പിടിച്ചു.

"എന്ത് മാമിക്ക്?"

നദീറയും റംലത്തും ഒന്നിച്ചാണ് ചോദിച്ചത്.

"ഒന്നുമില്ല. ഒരു ക്ഷീണം."

അവർ സമാധാനിപ്പിച്ചു.

"കുറേ ദിവസങ്ങളായുള്ള ഓട്ടമല്ലേ. ഇത്തിക്കിടക്കാത്തതെന്ത്? കുടിക്കാൻ എന്തെങ്കിലും കൊട്. കുറവില്ലെങ്കിൽ ആശുപത്രി കൊണ്ടുപോവാം." ഷഹീദ്.

"വെറുതെ കുലുമാല്കൂട്ടണ്ട. ഒരു തളർച്ചപോലെ. ഇപ്പം മാറി."

അവർ തളർച്ച പുറത്തുകാണിക്കാതെ കസേരയിൽ ചാരിയിരുന്നു. നെഞ്ച് അപ്പോഴും പടപടാ മിടിച്ചുകൊണ്ടിരുന്നു. ഇന്ന് മൂന്നാംതവണയാണ് തലകറക്കം വരുന്നത്. മിണ്ടിയില്ല. എന്തെങ്കിലും പറഞ്ഞാൽ മക്കൾ വേവലാതിപ്പെടും. ഡോക്ടറെ കാണിക്കാൻ നിർബന്ധിക്കും. കല്യാണം ആകെ അലങ്കോലമാവുകയും ചെയ്യും. ഇനി വീണാലും തരക്കേടില്ല.

"കാലത്തേമുതൽ ഒന്നും കഴിച്ചില്ല. ഇത്തിപ്പോലം പൊടിയരിക്കഞ്ഞി കുടി മാമീ."

നദീറ ഒരു പിഞ്ഞാണത്തിൽ കഞ്ഞിയുമായി എത്തി.

അവരതു വലിച്ചുകുടിച്ചപ്പോൾ ആകെ വിയർത്തു. സീനത്ത് സാരിത്തുമ്പുകൊണ്ട് മാമിയുടെ വിയർപ്പൊപ്പി.

"എല്ലാവരും ഇവിടെ ഇരുന്നാലെങ്ങനാ?"

സംഗതി ഒന്നും അറിയാതെ അവിടെ എത്തിയ മജീദ് ചോദിച്ചു.

"ചെല്ല് മക്കളെ. പണിയൊക്കെ നേരത്തേ തീർത്താൽ നേരത്തേ കിടക്കാമല്ലോ."

റാബിയ നദീറയോടു പറഞ്ഞു.

"ഇപ്പോഴെങ്ങനെയുണ്ട്? ആശ്വാസം തോന്നുന്നുണ്ടോ?"

ഷഹീദ് ചോദിച്ചതു കേട്ട് മജീദിന്റെ മുഖത്തു പരിഭ്രമം.

"എന്ത് ഉമ്മാക്ക്?"

"ഒന്നൂല്ലാ നീ നിന്റെ പണിനോക്ക്."

അവർ കൂട്ടംകൂടി നിന്ന ഓരോരുത്തരെയായി പറഞ്ഞയച്ചു.

"എന്നാ ഞങ്ങളങ്ങിറങ്ങട്ടോ മാമീ? ഒരാഴ്ചയായി ഇവളിവിടെ താമസമാണെന്നും പറഞ്ഞ് ഉമ്മാ വല്ലാതെ നിക്കയാ. ഇന്നൂടി ചെന്നില്ലെങ്കി ഇടഞ്ഞതുതന്നെ. ലവളെ ഇവിടെയൊന്നും കണ്ടില്ലല്ലോ. ലിതെവടിച്ചെന്നു കിടക്കണത്? എടേയ് പിള്ളാരേം വിളിച്ചോണ്ടിറങ്ങിക്കോ."

ഷഹീദ് യാത്രചോദിച്ചു.

"പുതിയാപ്ലേ.."

"എന്ത് മാമീ?"

"എന്റെ മോളൊരു പാവാ ഒന്നിനും പോരാത്തവൾ. നിങ്ങളാ ഇനി അവൾക്ക് തുണ."

ഉമ്മ പറഞ്ഞതു കേട്ട് അസീസിന്റെ മുഖം വല്ലാതായി. ഷഹീദും അമ്പരന്നു.

"മാമീ എന്ത് പതിവില്ലാതെ ഇങ്ങനെ ഓരോന്നു പറയുന്നത്? വിഷമം വല്ലതും തോന്നുന്നോ?"

"അതൊന്നുമില്ല. മനുഷ്യാവസ്ഥയല്ലേ. ഇന്നു കാണുന്നവർ നാളെ ഉണ്ടായിരിക്കുമെന്ന് എന്താ ഉറപ്പ്? പറയാനുള്ളത് പറഞ്ഞാൽ ഭാരം കുറയുമല്ലോ?"

"അവരെ കാര്യത്തിൽ മാമി വിഷമിക്കേണ്ട. എനിക്ക് ഉയിരുള്ള കാലത്ത് അവക്കൊന്നിനും മുട്ടുണ്ടാവില്ല."

ഉമ്മയുടെ മുഖത്ത് സംതൃപ്തി.

"മതി. അവളിന്നുകൂടി ഇവിടെ നിക്കട്ടെ. ഉറക്കമൊഴിഞ്ഞ് തളർന്ന തല്ലേ! നാളെ അയയ്ക്കാം."

"നാളെ കാലത്തേ അയച്ചേക്കണേ മാമീ? പിള്ളാർക്ക് പള്ളിക്കൂടത്തീ പോവാനുള്ളതാ. ഞാനിവിടെ നിക്കണോ?"

"വേണ്ട. ഉമ്മ അവിടെ ഒറ്റയ്ക്കല്ലേ."

"വാപ്പാ, നാളെ സ്കൂളുണ്ട്. ഹോംവർക്കൊന്നും ചെയ്തില്ല. പോണ്ടേ?"

അസീസിന്റെ മോൻ വന്നു ചോദിച്ചു.

"എന്നാ പോയിട്ടു വാ മോനെ."

ഉമ്മ അസീസിനോടായി പറഞ്ഞു.

"നിങ്ങള് പോ. ഞാൻ നാളെ വരാം."

അസീസ് ഉമ്മയുടെ അടുത്തുതന്നെ ഇരുന്നു.

"നേരമിരുട്ടി. അവളും മക്കളും ഒറ്റയ്ക്ക് പോവണ്ട. നീ കൂടെ ച്ചെല്ല്."

ഉമ്മ നിർബന്ധിച്ചപ്പോൾ അസീസ് മനമില്ലാമനസ്സോടെ എഴുന്നേറ്റു.

"വാപ്പുമ്മാ, പോയിട്ടുവരട്ടോ?"

മക്കൾ വാപ്പുമ്മയെ കെട്ടിപ്പിടിച്ച് യാത്രചോദിച്ചു.

സീനത്തും കൈപിടിച്ച് യാത്രപറഞ്ഞിറങ്ങി.

"ഞാൻ പോയിട്ടിങ്ങുവരാം."

അസീസ് ഇറങ്ങുമ്പോൾ പറഞ്ഞു.

കിതപ്പു മാറിയപ്പോൾ റാബിയ ഷാഹുലിന്റെ മുറിയിലേക്കു ചെന്നു. പ്ലാസ്റ്ററിട്ട കാൽ നീട്ടിവച്ച് ചുമരുചാരി ഇരിക്കുകയായിരുന്നു ഷാഹുൽ. കടുത്ത ചിന്തയിലാണെന്നു മുഖം കണ്ടാലറിയാം. ഉമ്മ കട്ടിലിൽ വന്നിരുന്നപ്പോഴേ കണ്ടുള്ളൂ.

"ഉമ്മയ്ക്ക് അസുഖമാണെന്നറിഞ്ഞിട്ട് എഴീറ്റുവന്ന് നോക്കാൻ പോലും വയ്യാത്ത സ്ഥിതിയിലായല്ലോ ഞാൻ."

ഷാഹുലിന്റെ വാക്കുകളിടറി. കണ്ണു നിറഞ്ഞു.

"ഉമ്മാക്കൊന്നൂല്ലാ. നിന്നെ ഓർത്താ ആധി. കല്യാണത്തിന് കൂടാൻ പോലും നിനക്കായില്ലല്ലോ. നിന്റെ കാല് നേരെയായിട്ട് മതിയെന്നാ ആദ്യം കരുതിയത്. പിന്നെത്തോന്നി നീട്ടെണ്ടെന്ന്. അടുത്ത വരവിന് മതിയെന്ന് അവനും പറഞ്ഞതാ. നടക്കാനുള്ളത് അതാതു സമയത്ത് നടക്കണം. മോനൊന്നും തോന്നല്ലേ!"

ഉമ്മ കൈപിടിച്ചപ്പോൾ ഷാഹുൽ നിയന്ത്രിക്കാനാവാതെ ഉമ്മയുടെ മടിയിൽ വീണു തേങ്ങി.

"അയ്യോ! ഇതെന്തര് പാട്. മാമി അല്ലെങ്കിലേ വയ്യാതിരിക്കയാ. അപ്പഴാ നിങ്ങടെ വക കരച്ചില്."

ഷാഹുലിന് ചായയുമായി എത്തിയ റംലത്ത് പറഞ്ഞു.

"സാരമില്ല മോളേ. ഓൻ പണ്ടും ഇങ്ങനെയാ. എല്ലാ കുരുത്തക്കേടും കാട്ടിക്കൂട്ടിയിട്ട് ഉമ്മയെപ്പിടിച്ച്കരയും."

"അള്ളാഹുവാണേ, എന്റെ ഉമ്മച്ചിയാണേ സത്യം. ഞാനിനി വേണ്ടാത്തതിനൊന്നും പോവൂല്ല."

ഷാഹുൽ കണ്ണു തുടച്ചിട്ടു വ്യസനത്തോടെ പറഞ്ഞു.

"ഉമ്മാക്കിത് കേട്ടാ മതി. നീ നേരത്തിന് തിന്നലും കുടിക്കലുമൊക്കെയുണ്ടോ? ദേഹം ക്ഷീണിച്ചതാ. മഗരിബ് കഴിഞ്ഞു. ഞാൻ ചെന്ന് നിസ്കരിക്കട്ടെ. കാല് ഭേദമായാൽ നീയും നിസ്കാരം തുടങ്ങണം.

അവർ എഴുന്നേറ്റു നടക്കുമ്പോൾ പറഞ്ഞു. കുളിമുറിയിൽ ചെന്നപ്പോൾ വീണ്ടും കിതപ്പ്. വകവച്ചില്ല. മഗരിബും ഇശായും നിസ്കരിച്ച് പതിവുള്ളതെല്ലാം ഓതി. രണ്ടു കൈയും ഉയർത്തി പടച്ചവനോടു തേടി.

"റബ്ബേ! എന്റെ മക്കൾക്ക് നീ നേർവഴി കാട്ടണേ! ഇനി നീയാണേ ഇവർക്ക് തുണ."

"മാമീ കാപ്പികള് എടുത്തിവച്ചിരിക്കുന്നു."

നദീറ വന്നു വിളിച്ചപ്പോൾ ഒന്നുംപറയാതെ എഴുന്നേറ്റു.

"നിങ്ങളിതുവരെ എവിടെയായിരുന്നു?

കുളികഴിഞ്ഞു മുറിയിലെത്തിയ ഭർത്താവിനോടു റാബിയ ചോദിച്ചു.

"പന്തൽക്കാരനേയും വാടകക്കാരേയും ഒക്കെ പിരിച്ചുവിടണ്ടേ? എന്താ ഓരോരുത്തന്മാരുടെ കൂലി! കാശെത്രയായെന്നാ വിചാരം?

"എന്നാലും വേണ്ടൂല്ലാ. എല്ലാം മട്ടംപോലെ കഴിഞ്ഞല്ലോ. പാട്ടുകാര് കൂടി വേണമായിരുന്നു. കാപ്പികുടിക്കാൻ വരിൻ."

ഉമ്മയും വാപ്പായും കാപ്പികുടിക്കാനിരുന്നതു കണ്ട് മുംതാസും വന്നിരുന്നു.

"നീയിതുവരെ പോയില്ലേ കൊച്ചേ? അച്ചാരംവെച്ചതുമുതൽ ഇവിടെ തമ്പടിച്ചിരിക്കയാണല്ലോ."

"കണ്ടില്ലേ ഉമ്മാ.."

മുംതാസ് കിണുങ്ങി.

"എവിടെയായിരുന്നു ഇതുവരെ? പുതിയാപ്ല ഉള്ള വിളിയൊക്കെ വിളിച്ചിട്ട് നിന്നെ കണ്ടില്ലല്ലോ."

"കിടന്നൊന്നു മയങ്ങി. ഉമ്മാക്കെന്ത് വയ്യാന്നു പറഞ്ഞത്?"

"നേരോ? എന്തായിരുന്നു വയ്യായ്ക?"

"അങ്ങനെയൊന്നുമില്ലാ. കൂട്ടാനൊഴിക്കട്ടെ? മോളെ നീ നാള രാവിലേ നേരത്തെ എണീറ്റ് അങ്ങോട്ട്ചെല്ലണേ."

"അത് പോയതുതന്നെ. കല്യാണന്യൂസുകള് പറഞ്ഞുതീരാതെങ്ങനാ അല്ലേ?"

"വാപ്പാ..."

"നിങ്ങളെന്റെ മോളെ കരയിക്കരുതേ!"

റാബിയ പെട്ടെന്നു പറഞ്ഞപ്പോൾ വാപ്പായുടെ മുഖം ഇരുണ്ടു. അയാൾ ഒന്നും മിണ്ടാതെ പ്ലേറ്റിൽ മുഖം പൂഴ്ത്തി.

"വല്യുമ്മച്ചി എന്തിന് ഉപ്പൂപ്പായെ വഴക്കുപറഞ്ഞത്? കണ്ടില്ലേ ഉപ്പൂപ്പാ മുഖം കുനിച്ചിരിക്കുന്നത്."

മുംതാസിന്റെ മകൾ പറഞ്ഞതുകേട്ട് ഉപ്പൂപ്പ അവളെ അണച്ചുപിടിച്ചു മുത്തിയിട്ട് പറഞ്ഞു.

"ഉമ്മാടെ മോള് തന്നെ. കണ്ടില്ലേ നാക്ക്! അതു പിന്നെ എന്റെ മോളല്ലേ? അതിന്റെ സാമർത്ഥ്യവും ഉണ്ട് കേട്ടോ."

വാപ്പ പറഞ്ഞപ്പോൾ മുംതാസിന്റെ മുഖത്ത് നിലാവുദിച്ചു.

കുളികഴിഞ്ഞെത്തിയ മജീദ് കാപ്പികുടിക്കാനിരുന്നിട്ട് പറഞ്ഞു.

"ഊപ്പാട് വന്നുപോയി കേട്ടോ. രണ്ടു ദെവസമായി ഒന്നുറങ്ങിയിട്ട്."

"കാപ്പികുടി കഴിഞ്ഞോ? എനിക്കും വേണം."

അസീസിനെ കണ്ടപ്പോൾ ഉമ്മയുടെ മുഖവും തെളിഞ്ഞു.

"നീ പോയില്ലേടാ?"

വാപ്പ ചോദിച്ചു.

"ഉമ്മാക്ക് വയ്യാതിരിക്കുന്നത് കണ്ടിട്ടാ ഇറങ്ങിയത്. അവരെ അവിടെ വിട്ടിട്ട് ആ ഓട്ടോയിൽത്തന്നെ ഇങ്ങുപോന്നു."

"ഇങ്ങനെ വയ്യാതിരുന്നിട്ട് എന്നോടെന്താ പറയാതിരുന്നത്?"

അസനാരുകുഞ്ഞ് പരിഭവിച്ചു.

"ഓ അതിനുമാത്രമൊന്നുമില്ല. ഒരു കിതപ്പ്. ഇവനല്ലെങ്കിലും പേടി ത്തൊണ്ടനാ. മോളെ ഇവനൊരു പ്ലേറ്റെടുത്തേ."

"എനിക്ക് കഞ്ഞി മതി."

ഉമ്മ കഞ്ഞികുടിക്കുന്നതു കണ്ടപ്പോൾ അസീസ് പറഞ്ഞു.

"ഷാഹുലിനെക്കൂടി വിളിച്ചുകൊണ്ടുവന്ന് ഇവിടെ ഇരുത്ത്. ഒറ്റയ്ക്കിരുന്ന് എന്റെ മോന് മടുത്തു."

കേട്ടതും മജീദും അസീസും ചെന്ന് ഷാഹുലിനെ താങ്ങിക്കൊണ്ടുവന്നു.

"എത്രനാളായി ഇങ്ങനെ എല്ലാരും ഒന്നിച്ചുകൂടിയിട്ട്!

ഉമ്മയുടെ സ്വരമിടറി.

"ഉമ്മാക്കിതു മതി മക്കളേ. എന്നും ഇങ്ങനെ വേണം. നിങ്ങള് കഴിയാൻ മോനേ. അസീസേ. ഇവിടെ ഏതു കാര്യത്തിനും നീ വേണം അമരത്ത്. ഇവർക്ക് താങ്ങായി. ഷാഹുലിന്റെ കാര്യത്തിൽ നിങ്ങള് രണ്ടുപേരും സഹായത്തിനുണ്ടാകണം. റംലത്തേ, എന്റെ മോനെ നോക്കിക്കോളണേ! നദിറാ, നീയാ ഈ വീടിന്റെ താങ്ങ്. എന്റെ സ്ഥാനമാ നിനക്ക്. വല്യാക്കയോട് ആലോചിച്ചുവേണം നിങ്ങള് അനിയന്മാര് തീരുമാനങ്ങളെടുക്കാൻ ഷാജിയോട് ഞാൻ എല്ലാം പറഞ്ഞിട്ടുണ്ട്. വാപ്പായെ നോവിക്കരുത്."

"മതി പ്രസംഗം. ആ കഞ്ഞിയങ്ങോട്ട് കുടി."

അസനാരുകുഞ്ഞ് തടഞ്ഞു. അപ്പോഴാണ് അയാൾ ഭാര്യയുടെ മുഖം ശ്രദ്ധിച്ചത്. ചുവന്നുതുടുത്തിരിക്കുന്നു. നെഞ്ച് ഉയർന്നുതാഴുന്നു. കിതപ്പുമുണ്ട്. എന്തെങ്കിലും പറയാനാവുന്നതിനുമുമ്പ് അവർ മേശപ്പുറത്ത് മുഖം കുത്തി.

"എടേയ്.. നീയിതെന്തു ഭാവിച്ചാ.. അസീസേ... മക്കളേ.. നോയിക്കേ.."

വാപ്പായുടെ സ്വരം ഇടറി. കൂട്ടനിലവിളി വീടാകെ കുലുക്കി.

മുപ്പത്തിയാറ്

മക്കളും മരുമക്കളും പേരക്കിടാങ്ങളും അലമുറയിട്ടു കരയുന്നു. അയൽക്കാർ എണ്ണിപ്പെറുക്കി മാറത്തടിക്കുന്നു. അയാളുടെ കണ്ണിൽ ഒരു തുള്ളി കണ്ണീരില്ല. കണ്ണീരുറവ വറ്റി വരണ്ടതുപോലെ. പറയാനുള്ള തെല്ലാം പറഞ്ഞുതീർത്ത്, ചെയ്യാനുള്ളതെല്ലാം ചെയ്തുതീർത്ത് അവള ങ്ങുപോയി. പോകാനായപ്പോൾ ഒരു സൂചനപോലും തന്നില്ല.

വാക്കുപാലിക്കാൻ ഞാനിവിടെയുണ്ടല്ലോ എന്നായിരിക്കും. മരിച്ചാൽ നാട്ടിൽ അവളുടെ വാപ്പായുടേയും ഉമ്മയുടെയും അടുത്തുവേണം അട ക്കാൻ. പലപ്പോഴും പറയാറുണ്ടായിരുന്നു. അവളുടെ ആശകളെല്ലാം നിറ വേറ്റാൻ ഞാനുണ്ടെന്ന് അവൾക്കറിയാം. എല്ലാവരോടും സമ്മതം ചോദിച്ച് ചിരിച്ചു രസിച്ച് സന്തോഷമായിട്ടങ്ങു പോയി.

"ഈ കിളവനെ മറന്നു, അല്ലേ..."

"കാക്ക ഇങ്ങിനിരുന്നാലോ? അങ്ങു കൊണ്ടുപോണ്ടേ?"

ഹമീദാമാമി വ്യസനത്തോടെ വന്നു ചോദിച്ചു.

"എല്ലാം പറഞ്ഞേർപ്പാടാക്കിയിട്ടുണ്ട്. ഏർപ്പാടാക്കാതെ പറ്റുമോ? അവൾ ഏൽപ്പിച്ചതല്ലേ."

"അവിടെ വിവരമറിയിച്ചോ?"

"ഓ അവര് കാത്തുനിൽക്കും. ആദരവോടെ."

"കൊച്ചേ ചുമ്മാ കെടന്ന് കരയാതെ മുസഅബ് എടുത്തുവച്ച് ഓത്. അതാ ഉമ്മാക്കിഷ്ടം."

മയ്യത്തിൽ കെട്ടിപ്പിടിച്ച് അലറിക്കരയുന്ന മകളോട് വാപ്പ പറഞ്ഞു.

"എനിക്കാരുമില്ലേ... ഞാനൊറ്റക്കായേ.."

മുംതാസിന്റെ സങ്കടം അണപൊട്ടി.

"അടങ്ങ് മക്കളേ."

ഹമീദാമാമി അവളെ പൂണ്ടടക്കം പിടിച്ച് സമാധാനിപ്പിച്ചു. അവൾക്ക് പക്ഷേ, അടക്കാനായില്ല.

"മാമീ.. എന്റെ ഉമ്മ.. മച്ചായെ വിളിച്ച് എന്നെ നോക്കാൻ ഏൽപ്പിച്ചു. എന്നെ കരയിക്കരുതെന്ന് വാപ്പായോടും പറഞ്ഞു. എല്ലാം മുൻകൂട്ടി അറിഞ്ഞതുപോലല്ലേ."

പൊട്ടിക്കരയുന്ന മകളെ കണ്ടിട്ടും വാപ്പായുടെ കണ്ണു നനഞ്ഞില്ല. വയ്യാത്ത കാലും നീട്ടി തറയിലിരിക്കുകയാണ് ഷാഹുൽ. അസീസ് അന്തം വിട്ടു നിൽപ്പുതന്നെ. മജീദ് മാത്രം വ്യസനം ഉള്ളിലൊതുക്കി കാര്യങ്ങൾ നടത്തുന്നു. നമ്മുടെ മക്കൾ മുതിർന്നു. പ്രാപ്തരായി. കുറച്ചൊക്കെ വിഷമിപ്പിച്ചെങ്കിലും നീ ആഗ്രഹിച്ചതുപോലെ നേർവഴി കണ്ടെത്തിയിരിക്കുന്നു. അവർക്ക് ഭാര്യമാരുണ്ട്. മക്കളുണ്ട്. മകൾക്ക് ഭർത്താവുണ്ട്. എനിക്കാരുണ്ട്? ഉള്ളാലെ തേങ്ങുമ്പോഴും ഒരുതുള്ളി കണ്ണീരും ഒഴുകിയില്ല.

ഷാജിയുടെ മണവാട്ടി കരഞ്ഞുകലങ്ങിയ കണ്ണുമായി മൂലയിൽ പതുങ്ങിയിരിക്കുന്നു.

"വന്നുകയറിയതും മരണമാണല്ലോ."

അയൽക്കാരാരോ പറഞ്ഞതു കേട്ട് പാവം പെണ്ണ് വിതുമ്പി.

"വല്ലോരും പറയുന്നതു കേട്ട് നീ കരയണ്ട. വിധിയാണ്."

അവളെ അടുത്തുവിളിച്ച് സമാധാനിപ്പിക്കുന്നതു കണ്ട ഷാജി ദേഹത്തുവീണ് വിങ്ങിപ്പൊട്ടി.

"ഉമ്മ പോകുമ്പോൾ ഞാൻ മാത്രം ഇല്ലാതെപോയല്ലോ."

ഒന്നും പറയാനാകാതെ അവനെ മുറുകെ പിടിച്ചു. കുറേനേരം കരഞ്ഞപ്പോൾ അവൻ കൈ വിടുവിച്ച് മാറിയിരുന്നു.

കുന്തിരിക്കത്തിന്റെയും സാമ്പ്രാണിത്തിരിയുടെയും രൂക്ഷഗന്ധം മൂക്കിലടിച്ചപ്പോൾ പെട്ടെന്നൊരു ശ്വാസംമുട്ടൽ. പെട്ടെന്നങ്ങു മാറുകയും ചെയ്തു. അവളെപ്പോലെ അത്ര എളുപ്പത്തിൽ പോകുന്നതെങ്ങനെ? അവളെപ്പോലാണോ? ചെയ്തുകൂട്ടിയ പാപങ്ങൾക്കറുതിയുണ്ടോ? പള്ളിപ്പെരയിലെ കുട്ടികൾ ഈണത്തിൽ ഖുർആൻ ഓതുന്നു. കുറച്ചുകഴിഞ്ഞു നോക്കിയപ്പോൾ റാബിയ മുറിയിലില്ല. അവളെ കിടത്തിയ തട്ടുപടിയും മാറ്റിയിരിക്കുന്നു.

"അവള് പോയോ?"

വേവലാതിയോടെ ചാടിയെഴുന്നേറ്റപ്പോൾ നിറകണ്ണുമായി അസീസ് അടുത്തുനിൽക്കുന്നു.

"എവിടെടാ ഉമ്മാ?"

കിതച്ചുകൊണ്ടാണ് ചോദിച്ചത്.

"വാപ്പാ..."

അവൻ തോളിൽ പിടിച്ചു.

"കുളിപ്പിക്കാനെടുത്തു. വൈകുന്നേരത്തിനു മുമ്പ് അങ്ങെത്തണ്ടേ?"

"നേരാ. ഇപ്പം നേരമെത്രയായി?"

"പുലരുന്നതേയുള്ളൂ."

"പെട്ടെന്നിറങ്ങാം. ഞാൻ ഒരുങ്ങണ്ടേ?"

വാപ്പായുടെ സ്ഥിതി കാണാൻ വയ്യാതെ അസീസ് സ്ഥലം വിട്ടു.

"വാപ്പാ.. ആംബുലൻസെത്തി.."

അസീസിന്റെ തൊണ്ടയിടറി.

"ഏ... എത്തിയോ..."

അയാൾ തിടുക്കത്തിൽ എഴുന്നേറ്റ് അലമാര തുറന്നു.

"അണിഞ്ഞൊരുങ്ങിത്തന്നെ ഇറങ്ങാം. അല്ലേ ഹമീദാ.. അങ്ങനെയല്ലേ അവളെ വിളിക്കാൻ മലബാറിനു പോയത്?"

പട്ടുജുബ്ബ എടുത്തിടുന്നതിനിടയിൽ അയാൾ പറഞ്ഞു.

"കാക്ക ഇങ്ങനെ തുടങ്ങിയാൽ ഈ പിള്ളേര്."

മുഴുമിക്കാനാവാതെ ഹമീദാമാമി തേങ്ങി. അപ്പോൾ മുറിയിൽ കര ച്ചിലിന്റെ അലയൊലി.

"മതിയാക്ക് പിള്ളാരേ നിങ്ങള് കരഞ്ഞാ അവൾക്ക് സഹിക്കൂലാ. നിങ്ങള് കരയാതിരിക്കാനാ അവളിത്രനാളും ഉള്ളാലെ കരഞ്ഞത്. അവൾ ഉറക്കെ കരയുന്നത് ഞാൻ കണ്ടിട്ടില്ല."

മയ്യം കഫംചെയ്ത് തളത്തിൽ പായിൽ കിടത്തിയിരിക്കുന്നു. മക്ക ളുടെയും മരുമക്കളുടെയും പേരക്കിടങ്ങളുടെയും അലമുറ.

ഉമ്മയുടെ മാറത്തു വീണ് അലമുറയിടുന്ന മുംതാസിനെ വാപ്പ ബല മായി പിടിച്ചെഴുന്നേൽപ്പിച്ച് കണ്ണീരു തുടച്ചിട്ട് പറഞ്ഞു:

"നീ ഉമ്മാടെ പൊന്നുമോളല്ലേ.. ഉമ്മായെ സന്തോഷമായിട്ടു വേണ്ടേ അയയ്ക്കാൻ? ആങ്ങളമാർക്ക് ഉമ്മയുടെ സ്ഥാനത്താ നീ ഇപ്പോൾ. എഴീ റ്റുചെന്ന് അവരെ സമാധാനിപ്പിക്ക്."

അയാൾ തന്നെ ഭാര്യയുടെ മുഖം പഞ്ഞിവച്ചു മൂടി. മുഖം അടച്ചു കെട്ടി കാലും കൂട്ടിക്കെട്ടി.

"ലാഹിലാഹാ ഇല്ലല്ലാഹ്!"

അയാൾ ഉറക്കെ ചൊല്ലിയപ്പോൾ അനേകം പേർ ഏറ്റുചൊല്ലി.

വാപ്പ മയ്യം തോളിലേറ്റുന്നതു കണ്ട് മക്കളും കൂടി. സ്ട്രച്ചർ ആംബു ലൻസിൽ കയറ്റി മജീദും അസീസും കയറാൻ തുടങ്ങിയപ്പോൾ വാപ്പ തടഞ്ഞു.

"വേണ്ട ഞാനൊറ്റയ്ക്കു മതി."

"വാപ്പാ..."

"ഞാൻ തനിച്ചല്ലേടാ അവളെ വിളിച്ചോണ്ടു വന്നത്? തിരിച്ചു കൊണ്ടുവിടാനും ഞാൻ തനിച്ചുപോരേ?"

പറഞ്ഞു മുഴുവനാക്കാതെ വാപ്പ ആംബുലൻസിൽ കുഴഞ്ഞുവീഴു ന്നതുകണ്ട് മക്കൾ അന്തംവിട്ടു നിലവിളിച്ചു.

www.ingramcontent.com/pod-product-compliance
Lightning Source LLC
LaVergne TN
LVHW101418051026
849519LV00005BC/1796